தலைகீழ் விகிதங்கள்

நாஞ்சில் நாடன்

விஜயா பதிப்பகம்
20, ராஜ வீதி,
கோயம்புத்தூர் - 641 001.
www.vijayapathippagam.com

தலைகீழ் விகிதங்கள்

Thalai Keezh Vigithangal

நாஞ்சில்நாடன்

எட்டாம் பதிப்பு : 2022

விஜயா பதிப்பகம்

20, ராஜ வீதி, கோயம்புத்தூர் - 641 001.

0422 - 2382614 / 90470 87058

vijayapathippagam2007@gmail.com

ஒளியச்சு / புத்தக வடிவமைப்பு : **ஜரிஸ் கிராபிக்ஸ், கோவை.**

அட்டை வடிவமைப்பு : **மௌஸ் பாய்ண்ட், சென்னை.**

அச்சாக்கம் : **ஜோதி எண்டர்பிரைசஸ், சென்னை - 5.**

ISBN - **81-8446-043-0** / பக்கங்கள் : 296 / **விலை : ரூ.270/-**

ஐந்தாம் பதிப்பின் முன்னுரை

முதற் பதிப்பின் முன்னுரை எழுதி முப்பது நெடிய ஆண்டுகள் சென்று சேர்ந்த பின்பு ஐந்தாம் பதிப்புக்கு என இச்சிறு குறிப்பை எழுதுகிறேன்.

முதல் நாவல் என்ற வகையில் வெகுவாகப் பேசப்பட்ட நாவல் இது. இன்று நாவல் இலக்கியமும் அதை எழுதியவனும் நெடுந்தொலைவு தாண்டி வந்துவிட்டாலும் இதுவரை நான் எழுதிய ஆறு நாவல்களிலேயே இதைத்தான் முதன்மையானது எனச் சொல்லும் வாசகர் உண்டு. இதுபோல் இன்னுமோர் நாவல் எழுதுமாறு சொல்வாருண்டு. திரும்பவும் முப்பது வயதான இளைஞனாவது எங்ஙனம் அசாத்தியமோ அதுபோன்றதுவே இதுவும்.

தமிழ் பயிற்றுவிக்கும் பல்கலைக் கழகங்கள் - தில்லிப் பல்கலைக் கழகம், திருவேங்கடவன் பல்கலைக் கழகம், கேரளப் பல்கலைக் கழகம், கள்ளிக்கோட்டைப் பல்கலைக் கழகம், மனோன்மணியம் சுந்தரனார் பல்கலைக்கழகம் - பலவற்றில் இந்நாவல் பட்டப் படிப்புக்கும் பட்ட மேற்படிப்புக்கும் பாடமாக வைக்கப்பட்டிருந்தது.

தமிழில் வட்டார வழக்கு நாவல்கள் என்று ஆய்வு செய்வோர் இந்த நாவலைத் தவிர்த்துவிட்டு மேற்செல்ல இயலாது. ஏராளமான ஆய்வுமாணவர், M. phill. பட்டத்துக்கும் Ph.D. பட்டத்துக்கும் இந்த நாவலை உட்படுத்தி இருக்கின்றனர். தன்னாட்சிக் கல்லூரிகள் சில, மதுரை தியாகராஜர் கல்லூரி போன்று, தமது பாடத் திட்டத்தில் இதனைச் சேர்த்துள்ளன.

தங்கர் பச்சான் ஒளி ஓவியமும் நெறியாள்கையும் செய்து, சேரன் முதன் முறையாகக் கதாநாயகனாக நடித்த 'சொல்ல மறந்த கதை' எனும் தமிழ் சினிமாவின் மூலக்கதை இந்த நாவல்தான். அதில் கிடைத்த பணத்தில் தான் ஏழு ஆண்டுகளுக்கு முன்பு நான் இதய சிகிச்சை செய்துகொண்ட கடன் தீர்த்தேன்.

மேற்சொன்ன சிறப்புக்கள் பல இருந்தாலும், இன்னும் தமிழிலக்கிய வாசகர்களால் தீவிரமாக வாசிக்கப் பெறும் தன்மை

உடையதாக இந்நாவல் இருக்கிறது என்பதில் அதை எழுதியவன் எனும் நிலையில் எனக்கு மேலான கர்வம் உண்டு. பல நல்ல நாவல்கள் இரண்டாம் பதிப்புக் கூட வர இயலாத சூழலில், வாழும் காலத்தில் ஒரு நாவலுக்கு ஐந்தாம் பதிப்பு வருவது மகிழ்ச்சி அளிக்கிறது.

மூன்றாம் பதிப்பில் இருந்து இதனைத் தொடர்ந்து வெளியிட்டு வரும் விஜயா பதிப்பகம் அண்ணாச்சி திரு.மு. வேலாயுதம் அவர்களுக்கு எனது பிரத்யேகமான நன்றி.

இந்தப் பதிப்பிற்கு அட்டை வடிவமைத்த எனது நெருங்கிய நண்பர், கவிஞர், வேனில் அவர்களுக்கும் அச்சு அமைப்பு செய்தவர்க்கும் எனது மனமார்ந்த நன்றி.

இந்த நாவலின் முன் பதிப்புக்களைச் செய்த பதிப்பகத் தாரையும், அச்சும் அமைப்பும் செய்தவரையும், முகப்போவியம் வரைந்தவர்களையும் இந்தப் பதிப்பிற்கு அட்டை வடிவமைத்த எனது நெருங்கிய நண்பர், கவிஞர், வேனில் அவர்களுக்கும் அச்சு அமைப்பு செய்தவர்க்கம் எனது மனமார்ந்த நன்றி.

கோவை - 641 005   மிக்க அன்புடன்
19.12.2008   நாஞ்சில் நாடன்

முதற்பதிப்பின் முன்னுரை

வலியறிதல்

நான் எழுதத் துவங்கியபோது - உலகில் உத்பாதங்கள் எதுவும் ஏற்பட்டு விடவில்லை. என் 'அவதாரம்' யாரையும் பாதிக்கும் மகிமையும் பெற்றிருக்கவில்லை. சிலரைப்போல, கருவிலே திருவுற்று, பேனா பிடிப்பதைப்போல் விரல்களைக் குவித்துக்கொண்டு, நான் பிறக்கவில்லை. அல்லது குழந்தைப் பருவத்தில் ஓர் எழுத்தாளனுக்குரிய 'தேஜஸ்' என் முகத்தில் இருந்ததாக யாரும் கண்டு சொன்னதுமில்லை.

இருந்தாலும் நான் எழுத ஆரம்பித்தேன். புதுமைப்பித்தன் சொன்னது போல் 'சாகாவரம் பெற்ற, சரஸ்வதியார் அருள்பெற்ற வண்ணக் கவிராயன்' என்று என்னை நான் பாவித்துக் கொள்ளாததால், பசியில் கரைகையில் எந்த உமையும் எனக்கு ஞானப்பால் ஊட்டாததால் - என் பாட்டுக்கு எழுதினேன் - கவனிப்பாரின்றி சவலைப்பிள்ளை அழுவதைப்போல. 'ஊக்கம் குறையாமல் பொய்கள் புனைந்தேன்.' சில சிறுகதைகள் வெளியாயின. மார்பை நிமிர்த்திக்கொண்டேன்.

ஒவ்வொரு கதை வெளியாகும்போதும்... யார் இந்த 'நாஞ்சில் நாடன்' என்று தமிழ் இலக்கிய ரசிகப் பெருங்கூட்டம் தேடுவதாக எனக்குள் ஒரு மயக்கம். அந்தப் போதையில் மீண்டும் எழுதினேன்.

சிறுகதைகள் எழுதும்போது நான் சொல்ல வருகின்றவைக்கு ஒரு விஸ்தாரமான ஏரியா தேவையிருப்பதை உணர்ந்தேன். சில சமயங்களில் சிறுகதை என்ற மீடியத்தினுள் அடைபடாமல் அவை திணறுவதையும் கண்டேன். நான் எழுத ஒரு தூண்டுகோலாக இருக்கும் கவிஞர் கலைக்கூத்தன் 'தற்குறிகள் இதைத் தற்கொலை என்பார்கள்' என்ற என் சிறுகதையைப் படித்துவிட்டு உடனே ஒரு நாவல் எழுதச் சொன்னார்.

ஏற்கனவே என் கதைகள் தீபம், கணையாழி, சதங்கை, செம்மலர், வஞ்சிநாடு போன்ற இதழ்களில் வெளியாக

ஆரம்பித்திருந்தன. சிறுகதை என்ற மீடியம் எனக்குக் கட்டுப் பாட்டில் வந்துவிடவில்லை என்றாலும் அதன் வேகங்கள்,வீச்சுகள், சரிவுகள், எழுச்சிகள் - இவற்றைப் புரிந்துகொள்ள ஆரம்பித் திருந்தேன். எனவே அந்த மீடியத்தைக் கையாள முடியும் என்ற நம்பிக்கை எனக்கு ஏற்படலாயிற்று. ஆனால் நாவல் -

எனக்கு மலைப்பாக இருந்தது.

எனினும் எழுத முற்பட்டேன்.

அச்சத்தோடு.

அவநம்பிக்கையோடு.

இது ஒரு நாவலா அல்லது வெறும் கதைதானா? என்னால் சொல்ல முடியவில்லை. ஆனால், இரண்டுக்கும் நிறைய வேறுபாடு உண்டு என்பதை மட்டும் அறிந்திருக்கிறேன். எதிர்காலத்தில் ஒரு நல்ல நாவல் எழுத முடியும் என்ற நம்பிக்கையை இது எனக்குத் தந்திருக்கிறது. இந்த நாவலை எழுதி முடித்தபோது இருந்த இடத்தில் இப்போது நான் இல்லை என்று மட்டும் உறுதியாகச் சொல்லிக் கொள்வேன்.

இதில் - திருமணமான ஓர் இருபத்துமூன்று வயதான இளைஞனின் மன அவசங்களை மட்டுமே பிரதானப்படுத்தியிருக் கிறேன். அவன் உணர்ச்சிகளை முழுமையாகக் கொண்டுவர முயன்றிருக்கிறேன். அதில் நான் வென்றாலும் தோற்றாலும் என்னைப் பொறுத்தவரை அது முடிந்து போன கதை.

இது என் முதல் நாவல்.

இது காகமா குயிலா என்ற மயக்கம் உங்களுக்கு வேண்டாம். வசந்தகாலம் வரும்போது அது தீர்மானமாகட்டும்.

நாஞ்சில் நாடன்

பம்பாய் - 400 010
01.08.1977

அப்பாவுக்கு

1

மார்கழி மாதத்துப் பனிவெயில். காலையில் சுகமாக இருந்த அதே வெயில், இப்போது மூன்று மணிக்குச் சுள்ளென்று தாக்கியது. இதமான காற்று தென்னை மடல்களின் ஓலைகளின் வழியே சலசலத்துக் குலவிக் கொண்டிருந்தது.

தேரேகாலின் தண்ணீர் மந்தமாக ஓடிக் கொண்டிருந்தது. அதன் தோலைச் சூரியன் மௌனமாக உரித்துக் கொண்டிருந்தான். காற்று அதை அள்ளிக் கொண்டு வந்து, திறந்திருந்த சன்னல் வழியாக வீட்டினுள் உதறியது.

சிவதாணுவுக்கு நல்ல தூக்கம். அந்த ஓட்டு வீட்டின் பின்கட்டு பங்களாவின் மேலிருந்த தட்டுதான் அவன் வாசஸ்தலம். பனங்கைகளின் மீது பலகையை அடுக்கி அதன் மீது கடற்பஞ்சும் வேப்பிலையும் பரப்பி, பச்சைச் செங்கல்களைப் படுக்க வைத்து மண்ணினால் தளம் போடப்பட்ட தட்டு.

சாணியால் மெழுகிய தரை சில்லென்றிருந்தது. வெளியில் அடித்த வெயில் ஓட்டுக் கூரையின் மேல் சூடாக்கித் தகித்தாலும், மெல்லிய பூங்காற்று அதைத் தணிக்க முயன்றது. கீழே, வீட்டிலிருந்து எழுகின்ற பாத்திரங்களின் 'ணங்ணங'ப்பும் மனிதர்களின் அரவமும் மேலே எட்டாத நிலையில், சிவதாணுவுக்கு அனந்த சயனம்; ஆனந்த நித்திரை.

''எண்ணே... எண்ணே...''

சிவதாணுவின் தம்பி செல்லப்பன். செல்லப்பனின் குரல் அவனை எழுப்பவில்லை. மிக மெதுவாகக் கிசுகிசுப்பதுபோல் கேட்ட குரல், சிவதாணுவின் கும்பகர்ண சேவையைக் கலைக்க இயலாமல் தோல்வியுற்றது. இதைச் செல்லப்பன் உணர்ந்திருக்க வேண்டும்.

திண்ணையின் மூலையில் சாய்த்து வைக்கப்பட்டிருந்த கல்மூங்கில் ஏணி வழியாக ஏறி, தலையை மட்டும் நீட்டி எட்டிப் பார்த்தான். அவன் நினைத்தது சரிதான். ஏணியை விட்டுத் தட்டில் ஏறினான். மெதுவாகச் சிவதாணுவின் தோளைத் தொட்டு உசுப்பினான்.

''எண்ணெ...ஏ எண்ணேன்....''

திடுக்கிட்டுக் கண்விழித்த சிவதாணு பரக்கப் பரக்கப் பார்த்தான்.

''போலே பேசாம... ... ... மனுசனை உறங்க விடாம...''

முணுமுணுத்துவிட்டு மீண்டும் கண்களை மூடிக் கொண்டான்.

''எண்ணே... எந்திரி.... உன்னை அப்பா கூப்பிடுகா...''

அப்பா கூப்பிடுகிறார் என்ற உடன், சிவதாணுவுக்கு அவசர விழிப்பு, படுக்கையிலிருந்து எழுந்து உட்கார்ந்து கண்களைக் கசக்கிவிட்டு கொட்டாவி ஒன்றைப் பிடுங்கி வெளியே எறிந்தான்.

சன்னல் வழியாக வீட்டின் பின்புறம் ஓடிய தேரேகாலைப் பார்த்தான். கால்வாய்க்கும் வீட்டின் புறவாசலுக்கும் இடையே ஓடிய ரோட்டிலிருந்து எருமை ஒன்று கால்வாயில் இறங்கிக் கொண்டிருந்தது. சற்று நேரத்தில் 'தொபீர்' என்று தண்ணீரில் விழுந்து புரண்டது. வாலைச் சுழற்றிப் 'படீர் படீ'ரென நீரில் அறைந்தது.

'எதற்காக அப்பா இப்போ கூப்பிடுகா...- 'அவன் நிகழ்காலத்துக்கு வந்தான். வயலிலோ வெளியிலோ வேலை எதுவும் கிடையாது. வழக்கமில்லாமல், இப்போது தூங்குபவனை எழுப்புவானேன்?

'ஒருவேளை ... அப்படி இருக்குமோ... கிழவிதான் வாயைப் பிளந்து விட்டாளோ...?'

சிவதாணுவின் அப்பாவைப் பெற்ற ஆத்தாள் இழுத்துப் பறித்துக் கொண்டு கொஞ்ச நாளாகக் கிடக்கிறாள். அவள்தான் சொல்லாமல் கொள்ளாமல் புறப்பட்டு விட்டாளோ?

'ஆனா இந்தப் பயலைப் பார்த்த அப்பிடித் தெரியலியே... பய சிரிச்சுக்கிட்டில்லா நிக்கான்... வேற ஏதாவதுதான் இருக்கும்.'

'' சீக்கிரம் வாண்ணேன். உடுப்பையும் எடுத்துப் போட்டுக்கோ... அடுக்களையிலே போய் முகத்தைக் கழுவிட்டு சட்டுண்ணு திண்ணைக்குக் போ...''

'என்னடா இது? ஒரு நாளுமில்லாத திருநாளா இருக்கு... சட்டையும் போட்டுக்கிட்டுப் போகணுமாம்... ஒரு சமயம் தாழக்குடி கோப்பரேட்டிவ் பேங்கிலே யூரியா வந்திருக்குமோ...? ஆனா இப்போது யூரியாவை வாங்கி எங்கே கொண்டுபோட... பயிரெல்லாம் கதிரான பிறகு... அடுத்த பூவுக்குண்ணு வாங்கி ஸ்டாக் பண்ணுகிற மாதிரி ஏது பணம் இங்கே....?'

இந்தச் சிந்தனையின் தடத்தில், தட்டைவிட்டு ஏணி வழியாகக் கீழே இறங்கினான். புறக்கடையில் போய் முகத்தைக் கழுவித் துடைத்துக் கொண்டு தலையையும் சீவினான். சட்டையை மாட்டிப் பொத்தானைப் போட்டுக்கொண்டு திண்ணைக்குப் போனான்.

மங்களாவின் வாசல் படியில் நின்று திண்ணையுள் பார்த்தான். அங்கே ஐந்தாறு பேர் உட்கார்ந்திருந்தார்கள். வடக்குச் சுவரோரம் அப்பா. அவரைச் சபாநாயகராகக் கொண்டு பக்கத்துக்கு மூன்று பேராக அவர்கள். மூன்று பேர் பின்புறம் காட்டி இருந்ததால் முகம் தெரியவில்லை.

அவர்கள் முன்னால், மர முக்காலியில் தண்ணீர் செம்பு. இரண்டு மூன்று பித்தளைத் தம்ளர்கள். வெற்றிலைச் செல்லம். இடைவழிக் கதவின் ஓரத்தில் சிவதாணு சுவரில் சாய்ந்து நின்றான்.

'தங்கச்சியைப் பொண்ணு பார்க்க வந்திருப்பாங்களோ... ஆனா பொம்பளைங்க ஒருத்தரையும் காணோமே... ம்...லெவி அளக்க வந்திருப்பாளோ...! நெல்லு கெடந்தால்லா லெவி அளக்க...? இங்கேதான் அடுத்த மாசம் சோத்துக்கு வித்தைத்தாலா அவிக்கணும் போலிருக்கு... அதுமில்லே... தாழக்குடி பார்த்தியாரைத் தான் எனக்குத் தெரியுமே...! இது வேற யாரோ?'

வந்திருந்த அறுவரில், கிழக்கு வரிசையில் நடுவில் இருந்தவர் திரும்பி அவனைப் பார்த்தார். அவரைச் சிவதாணு அடையாளம் கண்டு கொண்டான். நாவல்காட்டுக்காரர், சண்முகம் பிள்ளை. அவர் அவனைப் பார்த்துப் புன்னகைத்தார். மற்றவர்களைப் பார்த்து மெதுவாக ஏதோ சைகை செய்தார்.

சிவதாணுவுக்குப் புரிவது போலிருந்தது. இவர் என்னைப் பார்த்துச் சைகை செய்வானேன்? வந்திருந்தவர்களில் கண்ணாடி போட்டுக் கொண்டிருந்தவர் கேட்டார்.

''உனக்கு பி.எஸ்.சி.யிலே எந்த கிளாசுப்பா...?

''ஹை செகண்ட் கிளாஸ்...''

''என்ன மெயின்...?''

''மேத்ஸ் ஃபிஸிக்ஸ், ஸ்டாடிஸ்டிக்ஸ் சப்ஸிடரி...''

''ரெண்டு வருசமா சும்மா இருக்கியாமே... ஒறண்டையும் எழுதிப் போல்லிய்யா...?''

சிவதாணுவுக்குக் கோபம் வந்தது. அவனுடைய அந்தரங்கத்தைத் தோண்டி, பலவீனமான பாகத்தைக் கண்டுபிடித்துக் குத்திக் குடைவது போலிருந்தது அவர் கேள்வி. அவனுடைய அப்பா அங்கே இல்லாமலிருந்தால், சரியாகப் பதில் சொல்லி இருப்பான்.

அவனுடைய தர்ம சங்கட நிலையை உணர்ந்தோ என்னவோ, அப்பா உதவிக்கு வந்தார்.

''எழுதிப் போடாம என்னா...? கெடைக்காண்டாமா...? நமக்கென்ன சிபாரிசுக்கு ஆளும் பேருமா இருக்கு... இல்லே நாலாயிரம் ஐயாயிரம்னு கைக்கூலி கொடுக்கப் பணம் இருக்கா? ரெண்டுமில்லே... அவனும் ரெண்டு வருசமா அலையத்தான் செய்யான்... கெடைக்கும், காலம் வந்தா...''

அவனுக்கு ஆச்சரியமாக இருந்தது. நம்முடைய அப்பாவா இவ்வளவு ஆதரவாகப் பேசுகிறார்?

'தொரைக்கு ஒரு மணி அடிக்கதுக்குள்ள பசி எடுத்துட்டுதா? பெரிய பேஷ்க்கார் அங்கத்தை பாரு... சாப்பிட்டுக்கிட்டு கச்சேரிக்குப் போணுமோ....?'

'இப்ப என்னத்துக்கு எட்டு ரூபா? அது வாங்கணும் இது வாங்கணும்னு ரெண்டு வருசமா ஒனக்குத் தந்த பணத்தைச் சேத்து வச்சிருந்தா பனையடி வயலு ஒத்தியைத் திருப்பியிருக்கலாம்... சோலிக்கு எழுதிப் போட்டு பாழாப் போனது போரும்.... போய் எருமைக்கு ஒரு சாக்குப் பில்லு அறுத்துக்கிட்டு வா...'

'இவ்வளவு வளந்தும் புத்தியில்லியே... உழவைக் கருத்தா உழப்பிடாதா...? ஒண்ணுலே உழவுக்குள்ளயே விட்டுக்கிட்டு வாறே... இல்லேண்ணா ஈரணை ஏரு வலத்தை வச்சுப்பிடிக்கே... நீங்கெல்லாம் என்னத்துக்குத்தான் படிக்கேளோ தெரியல்லே... கலப்பையிலே அடஞ்சிருக்கிற மண்ணைத் தள்ளு...'

... இப்படியெல்லாம் தார்க்கம்பால் குத்தி எடுக்கிறவர், இன்று ஆதரித்து அனுசரணையாகப் பேசுகிறார் என்றால்-

''சும்மா எழுதிப் போட்டுக்கிட்டிருந்தா ஒண்ணும் புண்ணியமில்லே... மெட்ராஸ்லே போய் ரெண்டு மாசம் இருந்து பார்க்கப்பிடாதா...?'' -வயது முதிர்ந்த ஒருவர் கேட்டார்.

''அப்பிடித்தான் யோசிச்சுக்கிட்டிருக்கேன். எல்லாம் வயலறுக்கட்டும்... சவம் கடத்தோட கடன்... நாலு கோட்டை

நெல்லை வித்துண்ணாலும் அனுப்பிப் போட வேண்டியதுதான். இங்கியே எத்தனை நாள் முட்டைச் சொறிஞ்சுகிட்டு இருக்கது...?''

"அப்படிச் செய்யலாம்... எல்லாம் இந்த ஏற்பாடு சரியா வருதா பார்ப்போம். வந்தா, நீங்க ஒண்ணும் கவலைப் படாண்டாம். வேலை பார்த்துக் கொடுக்கது எங்க பொறுப்பு ஆயிருமே...!''

சிவதாணுவுக்கு எல்லாம் பளிச்சென்று விளங்கியது.

'நம்மை விலை பேசுவதற்காக வந்த கூட்டம் இது' என்று அவனுக்குப் புரிந்து போயிற்று. சந்தையில் மாடு பிடிக்க வருகிறவர்களைப் போல, இப்போது இவர்கள் 'மாட்டை'ப் பார்த்துவிட்டுப் போக வந்துள்ளார்கள். இனிமேல் தரகர்கள் மூலம் துவர்த்தினுள் கைபோட்டுப் பேரம் பேசுவார்கள். பேரம் படிந்தால் இந்த மாடு, அவர்கள் வீட்டுக் கிடாரியின் கழுத்தில் தாலிக் கயிற்றைக் கட்டும்.

அவனுக்கு அருவருப்பில் உடல் சிலிர்த்தது.

"அப்போ நாங்க வாறோம்... யோகம் இருந்தா எல்லாம் நடக்கும்...''

'யோகம் இருந்தால்' - யாருக்கு? சிவதாணுவுக்கு எரிச்சலும் சிரிப்பும்.

அவர்கள் விடைபெற்றுப் போகும்போது சண்முகம்பிள்ளை உதட்டில் நெளிந்த புன்னகை. அது அவனை ஆதரித்ததா? இல்லை, அச்சுறுத்தியதா?

2

'மாடு' பார்க்க வந்திருந்த கூட்டம் இறச்சகுளம் நோக்கிப் பஸ்சுக்காக நடந்து கொண்டிருந்தது.

"என்னடே... சொக்கலிங்கம்? பையன் எப்பிடி? ஒண்ணும் வாயையே தொறக்க மாட்டம்கயே...?'' சண்முகம் பிள்ளை கேட்டார்.

"பையனைப் பார்த்தா நல்லபடியாகத்தான் இருக்கான்... கண்ணிலே ஒரு துடி இருக்கே கவனிச்சீரா? ரெண்டு வருசமா வேலை கிடைக்கலியாண்ணு அம்மாச்சன் கேட்ட உடனேயே அவன் சிலிர்த்துக்கிட்டுத்தான் நிண்ணான்... அவனுக்கு அப்பா

சிதம்பரம் பிள்ளை இல்லேண்ணா, சூடாப் பதில் சொல்லியிருப்பான்... நல்ல சொணை உள்ளவன்தான்...!'' - பெண்ணைப் பெற்றவர், சொக்கலிங்கம் பிள்ளை.

''எனக்குத் தெரியாதா பின்னே... அதுக்குத்தாலா காலம்பற சடங்கு வீட்டிலே உன்னைப் பார்த்த உடனேயே சொல்லீட்டிருக்கேன்... பக்கத்திலேதான்...கையோட பையனைப் பார்த்துக்கிட்டுப் போயிரலாம்னு... பய படிச்சிருக்கான்... நல்ல புத்திசாலி. வேலை கிடைக்கலைண்ணாலும் கவலைப்படாம வேட்டியை மடிச்சுக் கெட்டிக்கிட்டு வயல்லே இறங்கிருவான்னு... பாவமா இருந்தாலும் படிச்ச பையனா, கெட்டிக்காரனா, நல்ல மரியாதைக்காரனா இருக்கணும்னு நீ சொன்ன உடனேயே அவன் யாபகம்தாலா எனக்கு வந்தது... உனக்கு மச்சினனும் அம்மாச்சனும் கூட வந்தது நல்லதாப் போச்சு... அவ்வோளும் பார்க்க முடிஞ்சுதில்லா...?''

சொக்கலிங்கம் பிள்ளையின் மாமனார் மனகாவலப் பெருமாள்பிள்ளை திருவாய் மலர்ந்தார்.

''அது சரிடே. ஆனா சிதம்பரம் பஞ்சப் பாட்டுல்லா பாடுகான்... பயலுக்கும் குடியிருக்க வீடுகூடக் கிடைக்காது போலிருக்கே! கஞ்சித் தண்ணிக்கும் பஞ்சம்தானோ என்னமோ? படிச்சிருக்கான். சரிதான். பொண்ணையுங் குடுத்து, வேலையையும் வாங்கிக் குடுத்து...ம் அது என்ன கூறுகெட்ட ஏற்பாடுடே...''

''அட நீரு ஒண்ணு...அந்தக் காலத்து ஆளா இருக்கீரே...! உமக்குத் தெரியுமா? நம்ம சாதியிலே படிச்ச பையனாக் கிடைக்கிறது கஷ்டம்லா. வசதி உள்ளவனாப் பார்த்தா அவன் மூணாங் கிளாசுக்கு மேலே தத்தக்கா புத்தக்கா போடுகான்... நம்ம தாழக்குடி ஐயாப்பிள்ளைக்கு மகன் ஒருத்தன் இருக்கான்... கணியாகுளம் பத்திலே நாலுகோட்டை விதைப்பாடு அவனுக்குப் பேருக்கூலி சொம்மு கிடைச்சிருக்கு... அவனைப் பார்க்கலாமா...? பயலும் மாடு மாதிரி வேலை செய்வான். ஆனா கையெழுத்துப் போடணும்னா பெருவிரல்லே மசியைத் தடவ வேண்டியதுதான்...''

''அதுக்காச் சுட்டி இப்பிடியா குடிக்கக் கஞ்சியும் குடியிருக்க வீடும் இல்லாதவன் கையிலே பிடிச்சுக் குடுக்க முடியும்.?''

''பாட்டாக்கு இன்னும் உலகம் தெரியல்லியே? இன்னா பாரும்... உம்ம பேத்தியாள் ஸ்கூல் பைனல் பாசாயிருக்கு... கடவுள் புண்ணியத்திலே நல்ல வசதியாட்டும் இருக்கியோ... உம்ம பணத்தையும் செல்வாக்கையும் வச்சு அந்தப் பையனுக்கு ஒரு

சோலி வாங்கிக் குடுமேன்... நாளைக்கு பேங்கிலேயோ இல்லேண்ணா சர்க்கார்லியோ வேலை கிடைச்சுப் போச்சுன்னா உமக்குத்தாலா பெருமை? பெரிய பணக்காரனுக்கு வாழ்க்கைப் பட்டு குறுணி அரிசி பொங்கிப்போட்டு புழுக்கச்சி வேலை செய்து சாகிறதைவிட இது உமக்குச் கசக்கவா செய்யி?''

இதுவரை ஒன்றும் பேசாமல் சும்மா வந்த சொக்கலிங்கம் பிள்ளையின் மைத்துனர் நல்லகுற்றாலம் கண்ணாடியைக் கழற்றித் துடைத்துக்கொண்டே சொன்னார்.

''அதும் சரிதான்... ஆனா சிதம்பரம் பிள்ளை பெரிய சம்சாரி போலிருக்கே...! பையனுக்குத் தங்கச்சி ஒருத்தி சமைஞ்சு அஞ்சாறு வருசம் இருக்குமாமே? அதுக்க கல்யாணம் இருக்கு... நாலஞ்சு கண்ணுங்கயந்தலைகள் வேறே... அதையெல்லாம் யோசிச்சிப் பார்த்தேளா...?''

''அது ஒரு பாயிண்டுதான். ஆனா அந்தப் பிள்ளையை ஆயிரமோ ரெண்டாயிரமோ உருப்பிடி போட்டுத் தள்ளி விரட்டிரப் போறான்... சின்னப்பயக்க எல்லாரும் படிக்கத்தாலா செய்யானுக...! அதைப்பத்தியெல்லாம் நீரு ஏன் யோசிக்கேரு...? நம்ம பிள்ளை அந்தச் சன சமுத்திரத்திலேயா போயிப் பொங்கிப் போடப் போகு...? சட்டுபுட்டுண்ணு ஒரு வேலை வாங்கிக் குடுத்துப்போட்டா, நாகர் கோயில்லே ஒரு வீடெடுத்து வேற வச்சாப் போச்சு! அதெல்லாம் நம்ம பொண்ணு சாமர்த்தியம் ஓய். அதையெல்லாம் இப்பமே யோசிக்காதேயும்...''

இதுவரை பேச்சைக் கேட்டுக்கொண்டு மௌனமாக வந்த இருவரில், சொக்கலிங்கம் பிள்ளையின் அண்ணாச்சி மகன் சுந்தரலிங்கம் சொன்னார்.

''பொருத்தமெல்லாம் பார்த்துப் பேசி தீர்மானம் ஆகட்டும்... அதுக்குள்ளே என்ன அவசரம்? இது மார்கழி மாசம். பங்குனியிலே தானே நமக்கு சௌகரியப்படும்? அதுக்கு முன்னே அவனுக்கு ஒரு வேலை கிடைச்சாலும் நல்லதுதானே...''

''வேலை கிடைச்சா அவனுக்கு அப்பா இப்பிடியா பேசுவாரு? சித்திரைத் திருநாள் மகாராஜா கணக்கா கால்மேல் கால்போட்டிர மாட்டாரா? இப்பம் பிள்ளைப் பூச்சி மாதிரி இருக்காரு... மகனுக்குச் சோலி கிடைச்சாச்சுண்ணா நல்லபாம்பு மாதிரி படம் எடுத்துக்கிட்டுதாலா நிப்பாரு...!''

''ஆமா...! எல்லாம் எவ்வளவு செய்யதா உத்தேசம்டே சொக்கலிங்கம்?'' சண்முகம்பிள்ளை கேட்டார்.

''என்ன அம்மாச்சா இப்பிடிக் கேட்டுட்டீரு.... உமக்குத் தெரியாதா? எனக்கு இருக்கதெல்லாம் ரெண்டே பொண்ணு... எல்லாம் அதுகளுக்குத்தானே! அதுக சந்தோசமா இருந்தா சரிதான்...''

''அது எனக்குத் தெரியாதா? இருந்தாலும்... நமக்குள்ளே பேசிக்கிடுவோம்... எதிராளி கேப்பானா மாட்டானா? எல்லாம் உனக்குச் சொந்தச் சம்பாத்தியம்... பிறகு நீ என்ன வேணும்னாலும் செய்யலாம்... எல்லாம் மனுசாள் காரியந்தாலா...! முதல்லேயே எல்லாம் அறப் பேசிரணும்னு எதிராளி நினைக்கத்தாலா செய்வான்..''

''சண்முகம் சொல்லுகதும் சரிதான்... செய்திரணும்னு தீர்மானிச்சாச்சுண்ணா இன்னது செய்வோம். இன்னது செய்ய மாட்டோம்ணு சொல்லீருகது நல்லதுதாலா? பொறவு உள்ளது பொறகு... பொறவு நீ குடுப்பேண்ணும் மாட்டேண்ணும் அவாளுக்கு என்ன நிச்சயம்...?''

''அதுகில்லே மாமா... எனக்கென்னமோ பையனைப் பார்த்தா திருப்தியா இருக்கு. சிதம்பரம் பிள்ளை வசமா வந்தாருண்ணா, பங்குனியிலே கல்யாணத்தை முடிச்சிரலாம்னு பார்க்கேன்... பார்வதிக்கு இப்போ இருக்கிற நகையெல்லாம் பத்துப் பன்னிரண்டு ரூவாய்க்குக் காணும்... கலியாணத்தை நாமே நடத்திப் போடலாம். அவாளுக்கும் செலவில்லே! இருக்கிற சொத்திலே பாதி எழுதி வச்சிரலாம்... ஆனா அனுபவம் என் காலத்துக்கு அப்புறம்தான்... மாமா என்ன சொல்லுகியோ?''

வெள்ளையும் சொள்ளையுமாக, நாலரை மணி வெயிலில் தார்ரோட்டில் நடந்து கொண்டிருந்த அவர்களின் எதிரே, குடையைப் பிடித்தபடி கோலப்பபிள்ளை வந்து கொண்டிருந்தார். ஒரு கையில் சிறிய குட்டிச் சாக்குமூட்டை, சட்டை போடாத கரிய உடம்பில் குறுக்காகத் துவர்த்து விழுந்திருந்தது. குடவண்டி வயிற்றில், தொப்புளுக்குக் கீழே வேட்டியை மடித்துக் கட்டியபடி, கொள்ளை போகிற அவசரத்தில் வந்தவர் இவர்களை நெருங்கியதும் சற்றுத் தாமதித்தார்.

முகத்தில் அரும்பி நின்ற வியர்வையைத் துவர்த்தால் துடைத்துக் கொண்டு எதிரே வருகின்றவர்களை ஏறிட்டுப் பார்த்தார்.

''என்னா பாட்டா...? இந்த வேனாவெயில்லே எங்கேருந்து ஓடி வாறேரு...? கையிலே குட்டிச் சாக்கு வேறே கணிசமா இருக்கு...! ஓகோ, சந்தையிலேருந்து வரவோ?''

''யாரு? சொக்கலிங்கமா? அட...! நீ எங்கடே இந்த பக்கம் வந்தே...? எங்கேருந்து இந்த வெயில்லே எல்லாரும் படையெடுத்து வாறயோ?''

''தாழக்குடியிலே நம்ம சூனாமானா பொண்ணுக்குச் சடங்கு... அதான் சாப்பிட்டுப்போட்டு வெயில் தாந்து நடந்து வாறோம்... இறச்சகுளத்திலே போய் பஸ்சு பிடிக்கணும்...''

''அட...அதுக்கு மூணு மைல் நடப்பாளா யாராம்? தாழக்குடியிலே பஸ்சு கிடைக்குமே...!''

''கிடைக்கும்...ஆனா ஒரே கலியாணக் கூட்டமால்லா இருக்கும்...? அங்கிண காத்துக் கிடக்கிற நேரத்திலே இப்பிடி நடந்திரலாம்ணுதான்...''

''நல்லாருக்கு... அதுக்காக வயசான காலத்திலே அம்மாச்சனையும் இந்த வெயில்லே போட்டு இழுப்பாளாக்கும்... ஒரு கார்புடிச்சுப்போனா என்னடே...? சம்பாதிச்சு எல்லாத்தையும் போச்சிலே கொண்டுகிட்டா போகப் போறே...?''

சிரித்துக்கொண்டே சொக்கலிங்கம் பிள்ளை விடைபெற்றுக் கொண்டார். கொஞ்சதூரம் போன பிறகு சொன்னார்-

''காலனாப் போவான். பெரிய எமனாங்கும்.... துப்புக் கிடைச்சுச்சுன்னா அதை இதைச்சொல்லி கலியாணத்தையே நிறுத்திப் போடுவான்... சரியான கரிக்கொட்டை அண்ணன்... முளைச்ச மயிரெல்லாம் கள்ள மயிரு.... நல்ல காலம், அரை மணிக்கூர் கழிச்சு இப்பம் வந்தானே...!''

ஆனால், ஊர் நோக்கி நடந்த கோலப்ப பிள்ளை மூளையைக் கசக்கிக் கொண்டுதான் போனார்.

'பய புடி குடுத்துப் பேச மாட்டேங்கானே... மழுப்பல்லா செய்யான்... ஏதோ விசயம் இருக்கு... இல்லேண்ணா தாழக்குடிலே இருந்து எந்த மாந்தையனாம் இறச்சகுளம் வரை நடப்பானா? அதுமில்லாம மாமா, மச்சினன் எல்லாத்தையும் கூட்டீட்டுல்லா போறான்....ம்... நாவக்காட்டுக்காரன் சண்முகம் வேற கூடப் போறான்...ஏதோ சங்கதி இல்லாம இருக்காது! எல்லாம் விசாரிச்சா தெரிஞ்சு போகுது... நம்மகிட்டயா இந்த பம்மாத்து...?'

கோலப்ப பிள்ளையின் துப்பறியும் மூளை வேக வேகமாக இயங்கிக் கொண்டிருந்தது. அந்த சிந்தனையின் விளைவினால், வெயிலும் தகிக்கவில்லை. நடந்து வந்த களைப்பும் அவருக்கு மறந்து போயிற்று.

3

சிவதாணுவுக்கு மனதே சரியில்லை. சாயங்காலம் நடந்த இந்த 'மாடு பார்க்கும் படலம்' அவன் மனதைப் போட்டு அறுத்துக் கொண்டிருந்தது. அவர்கள் எல்லாரும் போன பிறகு வீட்டில் இருக்கவே அவனுக்கு என்னவோ போலிருந்தது. எந்தப் பேச்சும் காதில் விழுந்து விடக் கூடாதே என்று அஞ்சினான்.

ஆனால், சட்டையைக் கழற்றிப் போட்டு விட்டு காலாற நடந்து விட்டு வரலாம் என்ற நினைப்பில் துண்டை எடுத்து வருவதற்காகத் தட்டில் ஏறிய உடனேயே கீழ் வீட்டில் பேச்சு ஆரம்பாகி விட்டது.

"ஆமா... இதெல்லாம் யாரு சொல்லியாங்கும் அவ்வோ எல்லாம் வந்துகிட்டுப் போறா" - சிவதாணுவின் அம்மா செண்பகம்.

சிதம்பரம் பிள்ளையின் பதில் உடனேயே கேட்டது. "இதுக்கெல்லாம் யாராம் சொல்லியா அனுப்புவா? அதான் அந்த நாவக்காட்டுச் சண்முகத்துக்குத் தெரியுமே? அவன் வேலையாகத் தான் இருக்கும்... சொல்லிக் கூட்டிட்டு வந்திருப்பான்..."

"நல்ல சீராத்தான் இருக்கு... சனங்க இப்படியும் உண்டா? இன்னும் அவனுக்கு ஒரு வேலை கிடைக்கல்லே... வேலை கிடைச்சு லெச்சுமியைத் தள்ளிவிட்டு ... அப்புறம்லா அவன் கலியாணத்தைப் பத்தி யோசிக்கணும்..."

"அது சரிதாம்விளா... ஆனா ரெண்டு வருசமா அவனும் வேலை தேடாமலா இருக்கான்? எழுதிப் போடுகதிலேயும் ஒண்ணும் குறைச்சலில்லே... எந்த நாய் விளா சீந்துது? இப்போ அவாளே கலியாணம் கழிச்சு, ஒரு சோலியும் வாங்கிக் கொடுத்தா உனக்கென்ன கசக்கவா செய்யி? தானா வேலை கிடைக்க இன்னும் எத்தனை வருசமோ...? அதுவரை காத்திருக்கலாம்ணா சொல்லுகே? நல்ல இடமா வந்தா முடிச்சிர வேண்டியதுதானே...!"

''என்ன நீங்க அப்பிடிப் பேசுகியோ... வீட்டிலே வயசுவந்த குமரியை வச்சுக்கிட்டு மகனுக்குக் கலியாணம் செய்யதுக்கு நிக்கேளே... நல்ல கூத்து....!''

''அட எழவே... அதையெல்லாம் நான் ஆலோசிக்கலேண்ணா சொல்லுகே... அவனுக்கு நல்ல இடத்திலே கலியாணமானா லெச்சுமிக்கும் நல்ல தரமா வரும்... நமக்கும் முன்னே பின்னே செய்யதுக்கு ஒரு வசம் இருக்கும்... அதை விட்டுப்போட்டு...''

''அதுக்காக...? அவனுக்குத்தான் ஒரு இருவத்தஞ்சு வயசாவது ஆகாண்டாமா...? இருவத்தி மூணுதாலா திகைஞ்சிருக்கு...! இப்பமே கலியாணத்தைச் செய்து வச்சா அந்தப்பய எப்பிடிக் குடும்பம் நடத்துவான்...''

''ஆமா...பெரீசா வயசைச் சொல்ல வந்திட்டா... நான் உன்னைக் கெட்டச்சிலே எனக்கு இருவது வயசு தெரியும்லா? இப்ப என்ன குறைஞ்சு போயிட்டேன்?...''

''அது மட்டும் நீட்டீருங்கோ...ஒண்ணும் குறையில்லே... நான் பட்டும் பவிசுமாத்தாலா மினுக்குகேன்...பேசமாட்டேளா...?''

''இன்னா பாரு... ஒண்ணும் முண்ணும் ஆகதுக்குள்ளேயே நீ தடி வெட்டிப் போடாதே. நானும் எல்லாம் விசாரிச்சுப் பார்த்துத்தான் சொல்லுகேன்... சொக்கலிங்கம் பிள்ளைக்கு தேரூர் பத்திலே ஆறுகோட்டை விதைப்பாடு இருக்கு... அக்கரையிலே பெரிய தென்னந் தோப்பு - வெட்டுக்கு ஆயிரங்காய்க்குக் குறைவில்லே... சுசீந்திரத்திலேயே பெரிய காப்பிக் கடை அவருக்குத்தான். மனுசன் இன்னும் சம்பாதிச்சுக்கிட்டு இருக்காரு... ரெண்டே பொம்பிளைப் பிள்ளைங்க ... இவன் வீட்டுக்கு மூத்த மருமகனாப் போறதுக்குக் குடுத்து வச்சிருக்கணும் தெரியுமா? அந்தப் பயலுக்கு ஒரு நல்ல காலம்னா நமக்கும் நல்லதுதானே... அவ்வோ நினைச்சா பணத்தைப் பார்க்காம இவனுக்கு ஒரு வேலையும் வாங்கிக் குடுத்திர முடியும்... நீ என்னண்ணா மேடம் மிதுனம் பார்க்கணும்ங்கே...''

''அதெல்லாம் சரிதான்... எம் பிள்ளைக்கு ஒரு வேலை மட்டும் பொசுக்குண்ணு கிடைச்சதுண்ணா இதைவிடப் பெரிய இடம் கூடத் தானா வரும்! ஆனா... நம்ம வீட்டிலே அஞ்சாறு கண்ணுங் கயந்தலைக்க கூட இப்பிடியொரு பணக்கார வீட்டுப் பொண்ணு வந்து குடித்தனம் நடத்துமா?''

''எல்லாம் நடத்தும். நீ சும்மா அமத்திக்கிட்டுக் கிடந்தா போரும்... பொருந்தி வரட்டும் பார்ப்போம்... அதுக்கு முன்னே நீ ஊரு பூரா தண்டோரா அடிச்சிராத... பொல்லாத முடிவானுக! அப்படி ஏதாவது நடக்கும்னாகூட, அதைக் கலைக்கறதுக்குண்ணு கெட்டிச் சோத்தையும் கெட்டிக்கிட்டுப் புறப்பட்டிருவானுக... இல்லேண்ணா வயிறு வெடிச்சிருமே!''

தட்டில் நின்று இதையெல்லாம் சிவதாணு கவனமாகக் கேட்டுக் கொண்டிருந்தான். ஆக அம்மாவும் ஒரு ஒத்துத் தீர்ப்புக்கு இணங்கி விட்டாள் போலிருக்கிறது!

அந்த நினைப்பே அவனுக்கு அசிங்கமாகப் பட்டது. எப்படி மலிவான பேரங்களுக்கு மனிதர்களால் தயாராகிவிட முடிகிறது? அவன் தன்னுள் கசந்து கொண்டான். உள்ளத்தின் சூடு உடலிலும் பரவியது. சட்டையினுள் வியர்த்துக் கசகசத்த உடம்பு. காலையில் குளித்திருந்தாலும் இன்னுமொரு முறை குளித்தாலென்ன என்று தோன்றியது.

சட்டையைக் கழற்றினான். சீரகம், உள்ளி போட்டுக் காய்ச்சிய தேங்காய் எண்ணெயில் ஒரு குத்து தலையில் வைத்து அரக்கினான். உத்தரத்திலிருந்து சோப்புப் பெட்டியை எடுத்தான். அது மிக இலேசாக இருந்தது. திறந்தபோதே, முன் தினம் முற்றிலும் கரைந்துபோன சின்னத்துண்டு கவனத்தில் வந்தது.

அரைக் கட்டி லைப்பாய் வாங்கினால் 'கொள்ளாம்.' ஆனால், இதற்காக அம்மாவிடம் இப்போது காசு கேட்க வேண்டுமே என்ற எண்ணம் எழுந்தது. சோப்புப் பெட்டியை மூடித் திரும்பவும் அதன் இடத்தில் வைத்தான்.

சலிப்பின் ஊடேயே அவனுக்குச் சிரிப்பு வந்தது.

நிலைமை இப்படி இருக்கிறது. ஆனால், இவர்கள்?

தட்டிலிருந்து இறங்கினான். யாருடனும் எதுவும் பேசப்பிடிக்கவில்லை. பங்களாவைத் தாண்டித் திண்ணைக்கு வந்தான். ஃபிஸிக்ஸ் ரெகார்டில் படம் வரைந்து கொண்டிருந்த செல்லப்பன் அவனை ஏறிட்டுப் பார்த்தான். அந்தப் பார்வையில்கூட இன்று புதிதாக ஏதோ குடிவந்ததைப்போல அவனுக்குத் தோன்றியது.

மெதுவாகத் தெருவில் இறங்கி, ரோட்டை அடைந்து பாறை ஆற்றை நோக்கி நடந்தான். சிந்தனையில் புகுந்த கனம் அவன் நடையில் இறங்கி அழுத்தியது உள்ளே சுழலிட்ட தன்மயத்தில் மூழ்கி மூக்குளி போட்டுக் கொண்டு...

'இந்த ஏற்பாட்டை மறுக்க வேண்டும்; பலங்கொண்ட மட்டும் எதிர்க்க வேண்டும்; அப்பாவிடம் பெரிய சண்டையாகப் பிடிக்க வேண்டும்.'

ஆனால்

மனத்தராசின் மற்ற தட்டில் விழுகின்ற கனத்த வாதங்களை அவனால் புரட்டி எறிய முடியவில்லை.

'இரண்டு வருடத்துக்கும் மேலாக முயற்சி செய்யத்தானே செய்கிறேன். வேலை கிடைப்பதற்கான அறிகுறியே தென்பட வில்லையே! பணம் இருந்தால் - ஆமாம் பணம் இருந்தால் ஒரு வேலையை விலைக்கு வாங்கிவிட முடியும். அது இல்லாதபோது-

கெப்ளரின் இயக்க விதிகளையும், காஷி, ரெய்மான் இண்டகிரல் சமன்பாடுகளையும் படித்தது காலைதோறும் புல்லறுக்கவா?

கார்ல் பியர்ஸன், ஃபிஷர் இவர்களுடைய டிஸ்ட்ரிபியூஷன் படித்ததெல்லாம் ஓரிணை ஏரைப் பிடித்து ஆழ உழுவதற்காகவா?

எலக்ட்ரானும், நியூட்ரானும் மாங்குமாங்கென்று படித்து மூளையைக் கசக்கிப் பிழிந்ததெல்லாம் தளைகொத்தி வைப்பதற்காகவா?

முதற்சங்கத்தின் காலம் கே. என்.சிவராஜ பிள்ளை சொல்லுகிறபடி இருந்தால் என்ன, சீனிவாச சாஸ்திரி சொல்லு கிறபடி இருந்தால் என்ன? வையாபுரியார் தொல்காப்பியத்தின் காலம் கி.பி, பதிமூன்றாம் நூற்றாண்டேதான் என்றாலும் எனக்கென்ன போச்சு?

ஷெல்லியின் மேகமும், பைரனின் ஆழியும், ஹட்ஜனின் காளையும் விழுந்து விழுந்து படித்தது எட்டு மரக்கால் விதைப்பாட்டுக்கு எவ்வளவு வித்து வைத்தல் வேண்டும் என்று கணக்குப் பார்ப்பதற்கா?

மனோன்மணியமும், புறஞ்சேரி இறுத்த காதையும், குகப்படலமும், இரட்சணிய யாத்திரிகமும், கிங்லியரும், மேக்பெத்தும் என் தலையில் ஏறி உட்கார்ந்துதான் ஆக வேண்டும் என்று என்ன கட்டாயம்?

அவனுள் மறுகிக் குமைந்த குமைச்சல்களின் நிழல் உள்ளத்தில் படிய...

''ஏ சிவதாணு...! நந்தானத்தடி என்னைக்குடே நடவு? பனையடித் துண்டத்திலே உரம் போட்டிரப்பிடாதா? பயிரு பாறிப்போய் கிடக்குதே.''

''எலே மக்கா... தோப்படி வயல்லே ஒரே எலி வெட்டால்லா இருக்கு... மாடன் கிட்டே சொல்லி அஞ்சாறு கலயம் போடச் சொல்லப் பிடாது? வெட்டிக் குலமறுத்திரும்லே...''

''மாப்பிளே... உம்ம கிட்டே சடையாரி நாத்து ஒரு நாலு ஆளுக்குக் கிடைக்குமா? நம்ம புளியடி வயல்லே நாலாளம் நாத்து தட்டிப் போச்சு...''

''பேரப்பிள்ளே... மாவடி வயல்லே பொலி எப்படிலே போச்சு? சண்டாளப் பய காத்து... என் வயல்லே எல்லாத்தையும் உதிர்த்துக் தள்ளீட்டு. அரைமேனிதாலா கண்டுது...''

''மருமகனே... தாழக்குடி பேங்க்கிலே லோன் பாசாயிட்டுதாடே...? போயிக் கேட்டுக்கிட்டு வரப்பிடாதா?'' - என்றெல்லாம் உரையாடிக் கொண்டு இந்த உலகத்தில் கிடந்து உழலுவதற்குப் பத்தாம் வகுப்புப் படித்ததும் கூட அதிகமல்லவா?

இந்த வேலை முயற்சிகள் எதுவும் பலனளிக்காமல் போய்விட்டால், காலமெல்லாம் மனத்தைச் சித்திரவதை செய்துகொண்டு, வேறு போக்கும் புகலுமில்லாமல், நிர்ப்பந்தம் காரணமாக உழவுத் தொழிலில் இறங்காமல் வேறு வழி?

இது என் தொழில். என் அப்பா... அவரின் அப்பா... அவருடைய அப்பா எல்லோரும் காலங்காலமாக முழுமூச்சுடன் நொந்தாலும் தொய்ந்தாலும் சரி என்று செய்து வந்த தொழில் - என்று செய்யத் தலைப்பட்டாலும்...

இருப்பவர்கள் சும்மா விடுவார்களா?

அவர்கள் குடைகிற குடைச்சல் ஆளைப் பிய்த்துப் பிடுங்கிவிடுமே!

''ஏ செவதாணு...! இப்பிடி 'ரீரீ' வைக்கவா காலேஜ்லே போயிப் படிச்சே...ம்...எல்லாம் தலைவிதி....''

''என்னடே சிவதாணு... சூட்டும் பூட்டுமா காலேஜிலே நாலு வருசமா படிச்சயேடே...! அதுக்குப் பொறவு இந்த வேலைக்கா வரணும்? உன்னைப் படிக்க வச்ச பணம் உண்டும்ணா ரெண்டு ஏக்கர் நிலம் வாங்கியிருப்பான் சிதம்பரம்...ம்..எல்லாத்துக்கும் குடுத்த வைக்காண்டாமா...?''

''சும்மயாடே சொல்லியிருக்கா...? உயர உயரப் பறந்தாலும் ஊர்க்குருவி பருந்தாகுமாண்ணு...? ஆனை தூறிச்சுதுண்ணு ஆட்டுக் குட்டியும் தூறினா அண்டம்லா கீறிரும்...!''

''ஏ ... இறச்சகுளத்து ராமசுப்பையருக்கு மகன் உங்கூடத்தாலா படிச்சான்...! அதுகூட ரெண்டு மூணு தரம் தோத்துத்தாலா செயிச்சான்! பேங்கிலேயோ எங்கேயோ வேலை கிடைச்சாச்சாமே அவனுக்கு... எல்லாத்துக்கும் தலையெழுத்து நல்லா இருக்காண்டாமா?''

- என்று எல்லாத் திசைகளிலிருந்தும் சரஞ்சரமாகக் கிளம்பி வரப்போகிற நச்சுக் கணைகளுக்காக அவன் பயந்து நடுங்கினான்.

நிலைமை இதுவாக இருக்கிறபோது, இப்படியொரு நல்ல காலத்தின் கதவு திறக்க இருக்கையில் ஓடி ஒளிந்துகொள்வது சரியா? வருகிற சந்தர்ப்பத்தைப் பயன்படுத்திக் கொண்டால்தான் என்ன?

ஒருவேளை, அப்பா நினைக்கிறபடி, தன் வீட்டு வறட்சியில் பெய்யப் போகின்ற பருவ மழையாக இது இருந்தால்...

அவன் யோசித்தான்.

அவனுக்குச் சமாதானமாகவில்லை.

4

சுசீந்திரத்தின் தெற்குரத வீதி. வீதியின் ஓரத்தில் கோயிலின் பலவகைப்பட்ட வாகனங்களும் பென்னம் பெரிய பாத்திர பண்டங்களும் வைத்துப் பூட்டப்படும் கோயில் மடம். தாணுமாலயசாமி கோயிலின் கண்டான் முண்டான் சாமான் களெல்லாம் அங்கே நிறைந்து கால்மாடு தலைமாடாகக் கிடக்கும். மடத்தின் முகப்பில் நாலு தாயக்கட்டமும் எட்டு நாயும் புலியும் இரண்டு சீட்டுக் கச்சேரிகளும் ஒரே சமயத்தில் நடைபெற முடியும். அவ்வளவு நீள அகலமுள்ள முகப்புத் திண்ணை.

அந்தத் திண்ணையை முறைத்துப் பார்த்துக் கொண்டு எதிர்ப்புறமிருந்தது சொக்கலிங்கம் பிள்ளையின் வீட்டுப் படிக்கட்டு. அந்த இரட்டைப் படிக்கட்டின் அழகையும் அந்தஸ்தையும் மட்டும் வைத்துக் கணக்கிட்டால் கூட அவர் பெரிய புள்ளிதான்.

தட்டட்டிப் போட்ட மட்டுப்பா வீடு. இரண்டாம் கட்டு உள்ளே கொட்டாரம் போல விரிந்து கிடந்தது. மார்கழி மாதத்துப் பனிக்குளிரை உள்வாங்கிச் சில்லிட்டிருந்த தரை ஓடுகள், எண்ணெய் தடவிய மஞ்சாடியாகச் செம்மையை உமிழ்ந்து கொண்டிருந்தன.

காலை எட்டரைமணி ஆகிவிட்டபோதிலும், பனிமூட்டம் மெல்லவே கலைந்து கொண்டிருந்தது. வெயிலின் உறைப்புக்கூட ஒரு இதம்தான். இந்தக் குளிரிலும் சொக்கலிங்கம் பிள்ளை பச்சைத் தண்ணீரில் குளித்துப் பூஜை புனஸ்காரங்களையும் முடித்து விட்டார்.

மயிரடர்ந்த அவர் மார்பிலிருந்த நரைக்கு, வெண்ணீறு மேலும் வெளுப்பைச் சேர்த்திருந்தது. சிறுவயதிலிருந்தே அவர் பிடிவாதப் பக்திமானல்ல. ஆனால், பணம் சேரச்சேர தனியாகப் பூஜை அறை; காலையில் வெண்கல, வெள்ளி மணிகளின் கிணுகிணுப்பு; அரளி, பிச்சி, நந்தியாவட்டைப் பூக்களின் கதம்பமணம்; ஊதுபத்தி, சந்தன வாசனைகளின் குழம்பல்; தேவாரம், திருவாசகம், திருப்புகழ்களின் பாமாலைகள் எல்லாம் கொஞ்சம் கொஞ்சமாக இடம் பிடித்து அது ஒரு சமூக அந்தஸ்தின் குறியீடாகி விட்டது.

பூஜையறையிலிருந்து வெளியே வந்தவர் அடுக்களையை நோக்கிக் குரல் கொடுத்தார்.

''என்னா நீலாப்பிள்ளை...? ஆச்சா? எனக்குக் கடைக்குப் போக நேரமாகு...''

அடுக்களையிலிருந்து அவர் மனைவி நீலாப்பிள்ளையின் பதில் குரல் கேட்டது.

''இன்னா ஆச்சு! கிச்சடி தாளிச்சுக்கிட்டிருக்கேன். ரெண்டு நிமிசம் பொறுங்கோ...''

சில நிமிடங்கள் சென்று, அடுக்களையில் அமர்ந்து சூடான தோசையைத் தேங்காய்க் கிச்சடியில் தோய்த்துக் கொண்டே சொக்கலிங்கம் பிள்ளை மனைவியிடம் பேச்சுக் கொடுத்தார்.

''ஏவுள்ளா... அன்னைக்கு நான் மாமாவெல்லாம் போய்ப் பார்த்துகிட்டு வந்தோமே... அந்தத் தரத்தைப் பத்தி நீ என்ன நினைக்கே...?''

''எங்கிட்ட எதுக்கு கேக்கியோ...? உங்களுக்கு பிடிச்சிருந்தா சரி... நாலையும் யோசிக்காமலா செய்வியோ...?''

''அதுக்கில்லேவிளா... பையன் படிச்சிருக்கானே தவிர வேறே வழியொண்ணும் கிடையாது. வேலையும் நாமதான் வாங்கிக் குடுக்கணும்... பையனைப் பாத்தா நல்ல மரியாதிக் காரனாத் தெரியி... அதான்... மேல்க் கொண்டு எதுவும் செய்யலாமா, இல்லே வேற நல்ல தரமாப் பார்க்கலாமாண்ணு கேக்கேன்...''

''அதெல்லாம் உங்க இஷ்டம். ஆனால், ஒண்ணுமாத்திரம் முன்கூட்டியே சொல்லிப் போடுகேன்... அந்தப் பட்டிக்காட்டிலே போய், அந்தச் சனப் பண்ணைக்குப் பொங்கிப் போட்டுக்கிட்டிருக்க நம்ம பிள்ளையாலே முடியாது. பையனை உங்களுக்குப் புடிச்சிருக்குண்ணா கலியாணத்தை முடிச்சிருவோம்... ஆனா, பையனை இங்கே கொண்டு வச்சிக்கிடுவோம்னு கறாலாச் சொல்லிப் போடுங்க... ஆமா....''

''அதெல்லாம் பொறகு பார்த்துக்கிடலாம்... அப்போ சாதகத்தை வாங்கீட்டு வரச் சொல்லுகேன்...எதுக்கும் பார்வதி கிட்டேயும் ஒரு வார்த்தை கேட்டுக்கோ...! அப்பா இப்பிடியொரு கிடங்கிலே கொண்டு நம்மளைத் தள்ளீட்டாளேண்ணு அது நினைச்சுக்கிடப்பிடாது பாரு...''

''அவகிட்ட என்ன கேக்கது? நாமளா பார்த்துச் செய்தாச் சரிதான்... நாம என்னா அவளுக்குக் கெடுதலா நினைப்போம்... எல்லாம் சரியா அமைஞ்சதுண்ணா அவளுக்கு நம்ம கூடேயே இருக்கலாமே! இன்னொருத்தன் வீட்டுக்குப் போயி மாமியாரும் மயினிமாரும் போட்டு நசுக்கிறதைவிட, பேசாம இங்கேயே இருந்து வயசான காலத்திலே நம்மளையும் கவனிச்சுக்கிடலாம். எதுக்கும் பொருத்தம் இருக்கா பார்த்துப்போமே...''

பேச்சு தன்னைப் பற்றியதாக இருக்கிறது என்ற தன்னுணர்வில், ஏதோ காரியமாக வந்தவளைப்போல, அடுக்களையுள் அங்குமிங்குமாக நடந்து கொண்டிருந்தாள் பார்வதி.

நடக்கின்ற பேச்சுக்களையெல்லாம் கேட்டுக்கொண்டு ஆனால் கேளாதது போன்ற பாவனையில், தட்டை எடுத்துக்கொண்டு அப்பாவின் பக்கத்தில் உட்கார்ந்தாள்.

''ம்... வயசு பதினெட்டாகு... நாளைக்கு ஒருத்தன் வீட்டுக்குப் போற பிள்ளை... இப்பிடி வந்து ஆம்பிளைப் பிள்ளை கணக்க தட்டத்தையும் எடுத்து வச்சுக்கிட்டு இருக்கதைப் பாருங்களேன்...''

செல்லமாக அங்கலாய்த்துக் கொண்டு பார்வதியின் தட்டத்தில் ஒரு தோசையைப் போட்டு, கிச்சடிக் கிண்ணத்தை அவள் பக்கம் நகர்த்தினாள் நீலாப்பிள்ளை.

''ஏ பவானி... நீயும் வா... எல்லாரும்... காப்பி குடிச்சிட்டீங் கண்ணா எனக்கும் கடை ஒதுங்கும்... ஆராம்புளிமயினிக்கு மகபெத்திருக் காளாம்... போயி என்னாண்ணு கேட்டுக்கிட்டு வரணும்...''

பாவாடையும் தாவணியும் அணிந்து பள்ளிக்கூடம் புறப்பட்டுக் கொண்டிருந்த சிறுமி துள்ளிக் குதித்து வந்து 'தொபீர்' என்று தட்டின் முன்னால் அமர்ந்தது.

''ம்...பிள்ளைகள் எல்லாம் வானரக்கூட்டம்தான்... செக்குப் போல பதிமூணு வயசாகு... அது என்னண்ணா இன்னும் ஓடிச் சாடீட்டுத்தான் திரியுது...''

தன்னுடைய இரண்டு பெண்களையும் பெருமையுடன் பார்த்துப் புன்னகைத்தார் சொக்கலிங்கம் பிள்ளை.

''ம்க்குங்... சிரிச்சுக்கிடுங்க... நல்லாதான் பிள்ளை வளர்க்கியோ... லெச்சணமா... ஒரு அடக்க ஒடுக்கம் வேண்டாமா? ரெண்டும் ரெண்டு எமனாத்தான் எனக்குண்ணு வந்து வாய்ச்சிருக்கு.''

செல்லக் கோபத்துடன் தோசையைத் திருப்பிப் போடப் போனாள் நீலாப்பிள்ளை.

''அந்தப் பங்கசம் எங்கே ஒழிஞ்சாளோ தெரியல்லே...? காலம்பற ஆறு மணிக்கு வாறவளை இன்னும் காணல்லே... அப்பாக்குக் கடைக்குப் போக நேரமாகு... கொஞ்சம் கிச்சடிக்கு அரைச்சுத்தாட்டீன்னா பெரியவளுக்குக் கோவம் வருகு... சின்னது பள்ளிக்கூடத்துக்கு நேரமாச்சுங்குது... எப்படி ஒருத்தன் வீட்டுக்குப் போயி இதுக காலந்தள்ளப் போகோ தெரியல்லே...? இந்த மாதிரி வீட்டோட வந்து இருக்கவனா வாய்ச்சாண்ணா கொள்ளளாம்... இல்லேண்ணா தெரியும் சேதி...''

வேலை செய்யாத வருத்தத்தில் நீலாப்பிள்ளைக்கு வந்த கோபம். சட்டுவத்தை இடக்கையில் பிடித்துக் கொண்டு கண்டாங்கி முந்தானையால் முகத்தில் வழிந்த வியர்வையைத் துடைத்தாள்.

''ஏன் மக்கா? அம்மைக்கு கூடமாடக் கொஞ்சம் ஒத்தாசை செய்யப்பிடாதா? அவ ஒத்தையிலே என்ன செய்வா? தங்கச்சிதான் பள்ளிக்கூடத்துக்குப் போறா... உனக்குக் கொஞ்சம் ஏந்தல் மாந்தல் செய்து குடுத்தா என்னா''

இதமாக மகளைக் கடிந்தார். இதைக் கேட்ட பார்வதி செல்லத்துடன் சிணுங்கினாள்.

''அம்மை அப்பிடித்தான் சொல்லுவா...! கிச்சடிக்குத் தேங்கா வேற யாரு திருவிக் குடுத்தாண்ணு கேளு...!''

சொக்கலிங்கம் பிள்ளை எழுந்து கைகழுவி முன்னறையில் போய் சாய்வு நாற்காலியில் சாய்ந்து கொண்டார். இரட்டை நாடி உடம்புடன் அசைந்து, காப்பியை ஆற்றிக் கையில் எடுத்துக்கொண்டு, அவர் முன்போய் நின்றாள் நீலாப்பிள்ளை.

''ஆமா அந்தப் பையனுக்குக் கலியாண வயசிலே ஒரு தங்கச்சி இருக்காமே...அப்பா சொன்னா... மகனுக்குக் கலியாணம் கழிச்சு, மருமக உருப்படியைக் கழத்திப் போட்டு மகளைத் தள்ளி விட்டிரலாம்ணு அந்த மனுசன் சொப்பனங்காணப் போறாரு... அப்படிமெச்சுப் போட்டுக்கிட்டிருந்தா அந்த நெனைப்பையெல்லாம் தூரக்கட்டி வச்சிரச் சொல்லுங்கோ...! எம் பொண்ணுக்கு உருப்படி ஒருபொடி தொடப்பிடாது... ஆமா...சொல்லிப் போட்டேன்...''

சட்டசபையில் பேசுகின்ற எதிர்க்கட்சி உறுப்பினரைப் போன்று நீலாப்பிள்ளையின் குரலில் பிடிவாதமும் கடுமையும்.

''அடசவமே...! அதுக்கெல்லாம் நான் விட்டிரவா செய்வேன்...? பின்னே அந்தக் குடும்பத்தையும் அவன் பார்க்காண்டாமா...? பெத்து வளத்து படிக்கவச்சு விட்டிருக்காளே...?''

''ஆமா...படிக்க வச்சாப் போருமே! ஒரு வேலை வாங்கிக் குடுக்கத் துப்பில்லே... என்ன படிச்சு என்ன செய்ய?''

காப்பித் தம்ளர்களை எடுத்துக்கொண்டு நீலாப்பிள்ளை உள்ளே போனாள். சொக்கலிங்கம் பிள்ளை வெற்றிலையின் காம்புகளைக் கவனமாக நீக்க ஆரம்பித்தார்.

5

''எலே சிவதாணு... நீ என்னலே சொல்லுகே...?''

பத்தும் தண்ணீருமாகப் பீங்கான் தட்டத்தில் கஞ்சி குடித்துக் கொண்டிருந்த சிவதாணு தலைநிமிர்ந்து செண்பகத்தைப் பார்த்தான். அம்மா என்ன கேட்கிறாள் என்பதை அவன் விளங்கிக் கொள்ளவில்லை.

''அதாம்லே... அண்ணைக்கு நாலஞ்சு பேரு வந்து பார்த்துக்கிட்டுப் போனாள்ளா...சாதகத்தைக் கேட்டு விட்டிருக்கா... உன் மனசிலே என்னமாம் இருக்குண்ணா சொல்லிப்போடு... சாதகம் பொருந்தியாச்சுண்ணா, நாளைக்குத் தாலிகெட்டப் போறவன் நீயாக்கும்... யாருக்கு வந்த விருந்தோண்ணு இருந்துகிட்டுப் பொறகு அது இதுங்காதே...!''

சிறிய அலுமினியத் தட்டின் ஊசித் துவாரங்களைக் காபந்து பண்ணிப் பரத்தியிருந்த பூவரச இலையிலிருந்து புளித்துகையலைத் தொட்டு நாக்கில் தீற்றிக் கொண்டு, பீங்கான் தட்டை வாய்க்கு உயர்த்தி எடுத்துத் தண்ணீரை உறிஞ்சிக் குடித்தான் சிவதாணு.

''ஒண்ணும் சொல்லாம இருந்தா எப்பிடி...?''

''எனக்கு இப்போக் கலியாணம் வேண்டாம்மா...!''

''ஏம்லே அப்பிடிச் சொல்லுகே... கடவுள் இப்பமாவது கண்ணைத் தொறந்திருக்கான்...நல்ல வசதியாட்டுப் பொண்ணு வீட்டுக்காரா வாறா... ஒரு சோலியும் வாங்கிக் குடுத்தாண்ணா உனக்கு என்ன குறை இருக்கப் போவுது?''

''நான்தான் வேண்டாம்ணு சொல்லுகேனே... அந்தால விடு! எல்லாம் முதல்லே வேலை கிடைக்கட்டும். அதுக்குப் பிறகு பார்த்தாப் போரும்... இப்பம் என்ன பறத்தம்? முதல்லே தங்கச்சியைக் கெட்டிக் குடுக்கதுக்குண்டான வழியைப் பாருங்கோ...!''

''வேலைதான் கிடைக்குதே ரெண்டு வருசமா...! ஆயிரக்கணக்கிலே பணமா கொட்டி வச்சிருக்கோம் கைக்கூலி குடுத்து வேலை வாங்க...? நீ எழுதிப்போட்டு வேலை கிடைக்கதுக்குள்ளே உனக்குத் தலை நரைச்சுப் போகும் போலிருக்கே...''

“கிடைக்காட்டாப் போகுது... கையுங்காலும் திராணியாத் தானே இருக்கு...! குட்டை மண்ணு சுமந்துண்ணாலும் காலங் கழிக்க எனக்குத் தெரியும்... இப்போ என்னைப் போட்டுத் துன்பப் படுத்தாதே...”

“ஆமா குட்டை மண்ணு சுமக்கிற ஆளைப்பாரு...? அதுக்குத்தான் இம்புட்டுப் பணம் செலவாக்கி உன்னைப் படிக்க வச்சமா? நாங்க பீத்தையும் கிழிசலும் உடுத்துக்கிட்டு உனக்கு சூட்டும் உடுப்பும் வாங்கித் தந்தமா...?”

சிவதாணுவுக்குக் கோபம் கரைபுரண்டு நுங்கும் நுரையுமாக வழிந்தது.

“அதுக்கு இப்பம் என்னை என்ன செய்யச் சொல்லுகே? வேலைகிடைச்சா நானா போகமாட்டேங்கேன்...? உங்களுக்குப் பணம் வேணும்ணா அதுக்காச் சுட்டி என்னை வித்துப்புடலாம்ணு பார்க்கேளா...?”

செண்பகத்துக்கு, உச்சி மயிரைப் பிடித்து இழுப்பது போலிருந்தது. பளீரெனச் சவுக்கடி மாதிரி வந்து விழுந்த அந்தக் கேள்வியின் உக்கிரம் அவளைத் தகித்தது.

“ஆமாலே ஆமா... உன்னை வித்து அந்தப் பணத்திலே நாங்க கொட்டாரம் கட்டணும்ணு பார்க்கிறோம். பேசமாட்டே நீ! உனக்குக் கீழே நாலு பயலுக படிச்சு முன்னுக்கு வரணும். செல்லப்பனுக்குப் பரீச்சைக்குப் பணம் கட்டதுக்கு வழியில்லாம அப்பா அங்கேயும் இங்கேயும் ஓடீட்டுத் திரியா... லெச்சுமிக்கு உடுத்த துணிக்கு மறு துணியில்லே... எந்தச் சின்ன வெள்ளிக்கிழமை உனக்கு வேலை கிடைச்சு, இதுகளை நாங்க கரையேத்த...? பேசுகயே நீயும் ஒரு மனுசனாட்டம் ... வயசு வந்த ஆம்பிளைப் பிள்ளைக்கு வீட்டு வருத்தம் தெரியாண்டாமா...?”

கையறு நிலையில் அம்மாவையே பார்த்துக் கொண்டிருந்தான் சிவதாணு. தங்கை இலட்சுமி அடுக்களையுள் எட்டிப் பார்த்துவிட்டு மங்களாவுக்குப் போவது அவனுக்குத் தெரிந்தது. நல்லவேளை. தம்பிகள் எல்லோரும் பள்ளிக்கூடம் போய்விட்டார்கள். இல்லையென்றால் இந்த ஆதாளியில் எல்லாப் பயல்களும் வந்து கூடியிருப்பார்கள்.

தான் பள்ளியில் படித்த பையன்களில் பலரும் தோசையும், இட்டிலியும் பொட்டலமாகக் கட்டிக்கொண்டு வருவார்கள்.

மத்தியான வேளைகளில் அவர்கள் பொதியலைப் பிரிக்கும் பொழுதது போடுகின்ற கும்மாளம் பள்ளிக்கூடக் கூரையையே பிரித்துக் கிளப்பும்.

ஆனால் சிவதாணுவுக்கு மட்டும் தினமும் உப்புப் பரல் தூவிய பழையதும், காய்ந்த நாரத்தங்காய்த் துண்டும்தான். நாலாவது டெஸ்க்கின் மூலையில் சுவரைப் பார்த்துக்கொண்டு தனியாக அவன் உட்கார்ந்து சாப்பிடுவான். அவனுடன் வழக்கமாக இணை சேருகின்ற நடுமுடுக்கு நமச்சிவாயம் ஒன்பதாவது படிக்கையில் படிப்பை நிறுத்திவிட்டு நெசவுக்குப் போய்விட்டான்.

அம்மாசிக்கும் ஒடுக்கத்திய வெள்ளிக்கிழமைக்கும் மட்டும்தான் சிவதாணுவின் வீட்டில் தோசைக்குப் போடுவார்கள். மூன்று தோசை அல்லது நான்கு இட்டிலிகளை வாழையிலையில் பொட்டலமாக மடித்துக் கட்டிக் கொண்டு வரும்போது அன்று அவனுக்குப் பெருமை பிடிபடாது. அவன் நடையிலேயே ஒரு மிடுக்கும் துடிப்பும் இருக்கும்.

தீயில் வாட்டிய வாழையிலையும், உள்ளே இருக்கிற தோசை, மிளகாய்பொடி நல்லெண்ணையும் கலந்து மெலிதாக எழுகின்ற அந்த வாசனை. பொட்டலம் கையில் ஏற்படுத்தும் கதகதப்பு அவனுக்கு ஆனந்த அனுபூதிதான்.

அதுவும் மத்தியானம் வரைதான். பொட்டலத்தைப் பிரிக்கும்போது மற்ற பையன்கள் பார்த்துவிடுவார்கள். ஒருவன் கேட்பான்.

''மங்கப்பிள்ளை குடை எடுத்துக்கிட்டு வந்திருக்கியாடே?''

''இல்லியே! ஏன்? தாடகை மலையிலே மழை கறுக்கா?''

''இல்லே! நம்ம சிவதாணு இண்ணைக்குத் தோசை கொண்டுக்கிட்டு வந்திருக்கான் ... அதான் சொன்னேன்... போகச்சிலே இண்ணைக்கு மழையிலே தெப்பமா நனைஞ்சு கிட்டுத்தான் போகப் போறோம்...''

சிவதாணு வேதனையும் வெட்கமும் கலந்து அசட்டுச் சிரிப்பொன்றை உதிர்ப்பான்.

அதுவும் சமயத்தில் அமாவாசை சனி, ஞாயிற்றுக் கிழமைகளில் வந்து விட்டால், அவனுக்கு வருகின்ற கோபமும் எரிச்சலும்-

கல்லூரிக்குப் போகும்போது மட்டும் என்ன வாழ்ந்து விட்டது? பித்தளைச் சோற்றுப் போணி, எவர்சில்வர் சம்புடமாக மாறியதே தவிர, உள்ளே பழைய அந்தப் பழையதுதானே!

வீட்டுச் சூழ்நிலையோடு ஒப்பிடும்போது, அவன் போட்டுக் கொண்டு போகும் துணிகள் புதியவைதான்; வெளுத்தவைதான். என்றாலும் செல்வர்கள் வீட்டுச் சீராளர்கள் முன்னால் அது எந்த மூலை?

ஃபிஸிக்ஸ் லாபரட்டரியில் இவன் எதிராகச் சோதனைகள் செய்து பார்ப்பதற்கு ஒரு பெண்பிள்ளை வந்துவிட்டால் - இவனுக்கு ஏற்படுகின்ற கூச்சம். அடிக்கடி தன்னுடைய சட்டையையும் பேண்டையும் குனிந்து பார்த்து 'பரவாயில்லை; சுமாராக இருக்கிறது' என்று மனதினுள் சமாதானம் செய்து கொண்டாலும், அடிமனத்திலிருந்து பீறிட்டுப் பாய்கின்ற தாழ்வு மனப் பான்மையைத் தவிர்ப்பதற்காக அவன் தவிக்கின்ற தவிப்பு-

வகுப்புப் பூராவும் சேர்ந்து உல்லாசப் பயணம் போகின்றபோது, இருபத்தைந்து ரூபாய் வீட்டிலிருந்து வாங்கவே முடியாது என்ற தீர்மானத்தின் உறுதிப் பாட்டில். 'எங்க சித்தப்பா மகளுக்குக் கலியாணம் இருக்கு... நான் வரமுடியாது' என்று பொய்யான சமாதானத்தைச் சொல்லி உல்லாசப் பயணம் போவதைத் தவிர்த்துக் கொண்டாலும், மனதில் குடைகின்ற நொறு நொறுப்பு -

பயணம் போய் வந்தபின், கொடைக்கானலின் தொப்பி தூக்கி மலையையும், வைகை அணைக்கட்டின் பூந்தோட்டத்தையும், கோவளம் கடற்கரையின் சீதளத்தையும், வெள்ளைக்காரிக்கு 'டாடா' சொன்னதையும் கோயில்பட்டியில் வெள்ளரிப் பிஞ்சு வாங்கித் தின்றதையும் மாணவர்கள் வருணிக்கும் போது சுரந்து மேலெழுகின்ற ஏக்கம் -

எல்லாம் அவன் நினைவுக்கு வராமல் போகவில்லை.

இந்த ஆசைகள், இந்தக் கனவுகள், இந்தச் சோபன மயக்கங்கள் எனக்கு மட்டும்தானா?

இதோ பி.யூ.சி படிக்கும் செல்லப்பன்.... பத்தாவது படிக்கும் தாணுமாலயன் ..இவர்களுக்கும் இருக்கத்தானே செய்யும்?

ஒப்பிட்டுப் பார்த்துப் பெருமூச்செறிகின்ற மன அவசங்கள் படித்துப் பட்டம் பெற்ற எனக்கே இருக்கும்போது, பதினேழு

வயதில் கண்டாங்கியைத் தைத்துத் தைத்து உடுத்திக்கொள்ளும் என் தங்கைக்கு இருக்கத்தானே செய்யும்? ஒரு நல்ல புடவைகூட இல்லாமல், கழுத்திலோ காதிலோ நகை நட்டு எதுவும் இல்லாமல் பரந்து கிடக்கும் இந்தப் பழைய வீட்டின் இருளில் வளையவரும் லட்சுமிக்கு இந்த ஏக்கங்கள் இருக்குமா இருக்காதா?

இரண்டு வருடமாக வேலை தேடி எனக்கே நம்பிக்கைகள் நச்சரவு தீண்டி நசித்துப் போகும்போது, தன் மகன் வேலைக்குப் போவான்; வீட்டின் கஷ்டத்துக்கு விடிவு பிறக்கும் என்று எண்ணி இருந்த அம்மாவின் எதிர்பார்ப்புகள் இடிந்து நொறுங்கிப் போவதில் என்ன ஆச்சரியம் இருக்க முடியும்?

தன் தோளிலிருக்கும் சுமையில் ஒரு பகுதியை இவன் தாங்கிக் கொள்ள மாட்டானா? ஒத்தியிலிருக்கும் பனையடித்துண்டத்தைத் திருப்ப முடியாதா? மங்களாத்தட்டில் ஓடுகள் பிரிந்து ஒழுகுகின்றன; பனங்கைகளை மாற்றிப் புதிய கைகள் போட்டு, புது ஓடு பரப்ப முடியாதா? சுமாராக ஒரு பையனைப் பார்த்து லட்சுமியைத் தள்ளிவிட்டு விடலாகாதா? என்றெல்லாம் அப்பாவின் நியாயமான கனவுகள் நிர்மூலமாகிப் போனதில் குற்றம் சொல்ல என்ன இருக்கிறது?

இந்த எண்ணங்களெல்லாம் ஒன்றின் மேல் ஒன்றாக எழுந்து அவன் உள்ளத்தை அழுத்தியது. இந்த நிலையில் பாலைவனத்தின் நடுவில் பசுஞ்சோலை தென்படுவதைப்போல, பெண் வீட்டுக்காரர்கள் நாடி வருகின்ற போது வேலையும் அவர்களே வாங்கித் தருவதாக உறுதி சொல்லுகின்றபோது, அதைப் பயன்படுத்திக் கொள்ள வேண்டும் என்ற ஆசை, அது பேராசையாகத்தான் இருக்கட்டும், எழுவதில் நியாயமில்லை என்று சொல்லிவிட முடியுமா?

அவன் செய்வதறியாது மீண்டும் தன் தாயை ஏறிட்டுப் பார்த்தான். செண்பகத்துக்கும், தான் கடுமையாக மகனைக் கோபித்துக் கொண்டோமோ என்ற பச்சாதாபப் புழுக்கம்.

"மக்கா உனக்கு நாங்க கெடுதலாலே செய்வோம்... எங்களுக்கு நீ செய்தாலும் சரி. செய்யாட்டாலும் சரி.. விதிபோல நடக்கும்...உன் காரியமாவது நல்லா நடக்காதா? நாங்கோ எப்படியாம் போறோம்! உனக்குச் செய்யணும்ணு தோணினாச் செய்யி... இல்லேண்ணா வேண்டாம்... நீயாவது நல்லா இருப்பேல்லா..? அது போரும்டே எங்களுக்கு... இந்தப் பொட்டைப் பிள்ளையை மாத்திரம் கொஞ்சம் கவனிச்சுக்கோ...

குமரைத்தள்ளி விட்டுட்டா எனக்குப் பாரம் குறைஞ்சிரும். ஆம்பிளைப் பயக்க எப்படியும் புழைச்சிக்கிடுவான்... அவனவன் பாட்டை அவனவன் கவனிச்சுக்கிட மாட்டானா...? சவங்க இல்லேண்ணா மாடு மேச்சுண்ணாலும் தண்ணி குடிக்கும்...! அந்த மனுசனுக்கும் முன்னே மாதிரி இப்போ முடியல்லே...? மூணு கோட்டை விதைப்பாடு பாட்டம் பயிரிட்டு, பாட்டம் அளந்து, வட்டிக்கும் நெல் அளந்து, உங்களையும் படிக்க வச்சு, எல்லோரும் சாப்பிடவும் வேணும்ணா சும்மாவாடே போகும்? இதையெல்லாம் நீ நினைச்சுப் பார்க்காண்டாமா? உன்னை அப்பிடியென்ன கிணத்திலேயா கொண்டு தள்ளீரப்போறோம்? ராசா மாதிரி இருக்கப் போறே...! ஏதோ உன் வரைக்குமாவது விடியாதாண்ணுதான் அப்பாவும் சொல்லுகா...! நீ இப்படி அடம் பிடிச்சா எப்படிலே மக்கா...?''

செண்பகத்தின் தொண்டை துக்கத்தில் கமறியது.

சிவதாணுவுக்கு ஒன்றும் சொல்லத் தோன்றவில்லை.

''சரிம்மா...உங்க இஷ்டம்போலச் செய்யுங்கோ...''

தன் கையாலாகத்தனத்தின் மீது அவனுக்கு எழுந்த கோபம் உருகிக் கண்ணீராக வெளியே வடிந்தது.

''அதுக்கு இப்பம் என்னத்துக்குப் பொட்டச்சி மாதிரி அழுகே... போய்க் கையைக் கழுவு...''

அடுக்களையின் வெளிக்கதவோரத்தில் நின்று கொண்டிருந்த லட்சமியின் கண்களிலும் இரண்டு முத்துக்கள் சொட்டி நின்றன.

6

நாவல்காட்டுச் சண்முகம் பிள்ளை சுசீந்திரத்தை அடைந்த போது மணி சாயங்காலம் ஆறரையாகிவிட்டது. பஸ்ஸிலிருந்து இறங்கும் போதே அவருள் கனத்த சிந்தனை. எப்படியும் இந்தக் கல்யாணத்தை முடித்துவைத்து விடுவதில் அவர் தீவிரமாக இருந்தார்.

இது அவருக்குத் தொழில் அல்ல. சொக்கலிங்கம் பிள்ளைக்கும் அவருக்கும் நீண்ட நாட்களாகவே பழக்கம். தூரத்து உறவும்கூட. இயல்பிலேயே நல்ல மனிதர். சேதமில்லாத உபகாரம் பிறருக்குச் செய்து கொடுப்பதில் மனநிறைவு காண்பவர். எனவே, உதவி நாடிப் பலர் அவரைத் தேடி வருவதில் வியப்பில்லை.

தன் மகள் பார்வதிக்குப் பட்டதாரிப் பையனாகவும், கெட்டிக் காரனாகவும் ஒரு தரம் பார்த்துச் சொல்லும் என்று சொக்கலிங்கம் பிள்ளை சொன்னவுடன் அந்த வேலையில் முனைந்துவிட்டார்.

படித்த பையன் என்று கேட்டவுடன் நாலைந்து பேர் அவர் நினைவுக்கு வரத்தான் செய்தார்கள். என்றாலும் நல்ல பையனாக எவரும் அவர் பார்வையில் பட வில்லை.

சிவதாணு கல்லூரிக்குச் சென்று கொண்டிருந்த காலத்திலிருந்தே அவருக்கு அவனைத் தெரியும். அந்த ஒன்பது - பத்து இறச்சகுளம் பஸ்ஸில்தான் அவன் கல்லூரிக்குப் போவான். அவரும் அதே பஸ்ஸில்தான் வேலைக்குப் போவார். வேலை என்று பெரிதாக எதுவும் இல்லை. முப்பது வருடமாகவே கோதண்டம் ஐவுளிக் கடையில் அவருக்குக் கணக்கெழுத்து. சுமாரான வசதி உள்ளவர் என்பதால், பொழுதுபோக்குக்காகவே வேலைக்குப் போய் வந்து கொண்டிருந்தார். அந்த டவுண் பஸ்சில், கண்டக்டர் டிரைவரைத் தவிர அவர்தான் அதிகாரி.

ஒரு நிமிடம் முன்னதாகப் பஸ் கிளம்பிவிட்டால் போச்சு, எத்துக்குத்தாக ஒருநாள் பஸ் வர லேட்டாகி விட்டாலோ அல்லது வழியில் எங்காவது பிரேக் டவுன் ஆகி நின்று விட்டாலோ, அவருக்கு துர்வாசக் கோபம் வந்து விடும்.

உடனேயே வெள்ளைப் பேப்பரை வாங்கி அதன் கன்னிமை கழித்து விடுவார். கல்லூரி மாணவர்களுக்கும், அலுவலகம் செல்லுபவர்களுக்கும் இந்த பஸ் எவ்வளவு இன்றியமையாதது; இது லேட்டாகிப் போனாலோ அல்லது பிரேக் டவுன் ஆகிப் போனாலோ விளைகின்ற இன்னல்கள் இவையிவை என்று நீண்டதொரு பட்டியல்போட்டு, எல்லோரிடமும் கையெழுத்து வாங்கிச் சொந்தச் செலவிலேயே அஞ்சலும் செய்துவிடுவார்.

விசாரணை என்று வந்து விட்டால், மற்றவர்களைப்போல ஒதுங்கிப் போகின்றவரும் அல்ல. முன்னின்று அதிகாரியையே இவர் விசாரணை செய்து விடுவார். புதிதாக அந்தத் தடத்தில் வருகின்ற கண்டக்டர், டிரைவருக்கும்கூட, நாலே நாளில் சண்முகம் பிள்ளைக்கு அந்த பஸ்சில் என்ன ஸ்தானம் என்று புரிந்து போகும்.

இத்தகைய கட்டுப்பாடான தலைமை அந்த பஸ்சுக்கு இருந்த போதிலும், பெரும்பான்மையான மாணவர்களிடம் அவருக்கு நல்லெண்ணம் இல்லை. அவர்களின் தலைச்சீவலும், காலரும்

டைட் பேண்டும், பஸ் புறப்படுவதற்கு முன்பு கீழே நின்று புகை போக்கிகளாகி அரட்டை அடிப்பதும், கடைசி நிமிடத்தில் படிக்கட்டில் தொற்றிக்கொள்வதும் அவருக்கு எரிச்சலைத் தரும்.

என்றாலும் நாட்டு நடப்புத் தெரிந்த மனிதனாகையால், அவர்களிடம் ஓர் எல்லை வகுத்துக் கொண்டுதான் பேசுவார். மரியாதையையும் காப்பாற்றிக் கொள்ள வேண்டுமே! அந்த மாணவர்கள் கூட்டத்தில் சிவதாணு யாரிடமும் ஒட்டாமல் ஒதுங்கி இருந்தது அவர் கவனத்தைக் கவர்ந்தது.

மந்தை மந்தையான செம்மறியாட்டுக்கூட்டத்தில் எல்லா ஆடுகளும் தலையைத் தரையை நோக்கித் தொங்கப் போட்டுக்கொண்டு நடக்கின்றபோது, இரண்டு அல்லது மூன்று கொம்பு முறுகிய செம்மறிக் கிடாக்கள் கம்பீரமாக நடந்து வருவதைப் போன்று - சராசரியான அந்த மாணவர் குழுவில் சிவதாணு ‘அலாக்காக’ அவர் கண்களில் தென்பட்டான்.

நாளடைவில், அவரருகில் அவனுக்கென்று ஓர் இடம் ரிசர்வ் செய்யப்படுவது வழக்கமாயிற்று. சமயா சமயத்தில் ஏதோ காரணத்தால் புறப்பட நேரமாகி, வீரநாராயண மங்கலத்திலிருந்து வேகமாக நடந்து இறச்சகுளம் அரசமூட்டு விலக்கில் அவன் வரும்போதே வண்டி புறப்பட யத்தனிக்கும். போய் விடப் போகிறதே என்ற அவசரத்தில் அவன் ஓட்டம் பிடிப்பான்.

அவன் வந்து சேரும்வரை வண்டி நின்றிருக்கும். அதற்குக் காரணம் சண்முகம் பிள்ளைதான். எப்போதும் டிரைவர் சீட்டின் பக்கவாட்டில் அவர் உட்காருவார். அவர் இருக்கின்ற இடத் திலிருந்து பாம்பு அடித்துப்போட்டது போன்று நெடுநீளமாகக் கிடக்கும் ரோட்டைப் பார்க்கமுடியும். அந்தக் குறிப்பிட்ட பஸ்சைப் பிடிப்பதற்காக விரைந்து வருபவர்கள் அவர் கண்ணில் படாமல் போக மாட்டார்கள். கல்லூரி மாணவர்கள், அதிலும் குறிப்பாகச் சிவதாணு ஓடி வருகிறான் என்றால் டிரைவரிடம் அவர் சொல்லி விடுவார்.

‘‘கொஞ்சம் பொறுங்கய்யா... அன்னா ஒரு பையன் ஓடி வாறான் பாருங்கோ....! இதைவிட்டா அவனுக்கு ஒரு மணிக்கூர் நேரத்துக்கு வேற பஸ்சு கிடைக்காது... படிப்புக் கெட்டுப் போகும்... இன்னா வந்திட்டானே...! இனி போகலாம்...’’

சாமர்த்தியமாக பேசி வண்டியை நிறுத்தி வைத்துக் கொள்வார். ஆனால், சிவதாணு வண்டியினுள் ஏறி அவரருகில் உட்கார்ந்த பிறகு ஒரு பாட்டம் ஏச்சுக் கிடைக்கும்.

"படிக்கிற பிள்ளைக்குப் பொறுப்பு வேண்டாமா?" என்று தொடங்கி ஒரு நீண்ட சொற்பொழிவே செய்து விடுவார்.

தேர்வுகள் முடிந்து முடிவுகள் வெளியாகி, இரண்டு மூன்று நாட்கள் கழித்து தற்செயலாக சிவதாணு எதிர்ப்பட்ட போது-

"ஏ சிவதாணு...! என்னடே ஆளைக் கண்டும் காணாதது மாதிரிப் போறே...? எல்லாம் அறிஞ்சேன்...நீ ஆனதினாலே பெரீசா செகன்ட் கிளாசிலே பாசாயிட்டயாங்கும்..." என்று ஒரு பாட்டம் பேசினார். பேசி விட்டு அவனைக் கையைப் பிடித்துக் 'கர கர' வென்று இழுத்துக் கொண்டு போய், உடுப்பி கிருஷ்ண பவனில் மைசூர்ப்பாகும், ரசவடையும், ரவாதோசையும் வாங்கித் தந்து திணற அடித்த பிறகுதான் அவருக்குச் சமாதானமாயிற்று.

வேலையில்லாமல் அவன் அலைந்து திரிகின்றபோது அவனைக் கண்டுவிட்டால் போதும். அனுதாபத்தோடு நான்கு வார்த்தைகள் சொல்லித்தான் அனுப்புவார்.

பெருங்காயம் இருந்த டப்பாவான சிதம்பரம் பிள்ளையின் வீட்டு நிலை; படித்துவிட்டு வேலையில்லாமல் அலைகின்ற சிவதாணுவின் கஷ்டப்பாடு; கல்யாணத்துக்கு நிற்கும் அவன் தங்கை; படிக்கின்ற தம்பிகள்; எல்லாமே அவருக்கு நன்றாகத் தெரியும்.

ஆதலால்தான் நல்ல பையன் ஒருவனைக் கைதூக்கிவிட்ட மாதிரியும் இருக்கும், இது போன்ற தரம் கிடைப்பதற்குச் சொக்கலிங்கம் பிள்ளையும் தவம் கிடக்க வேண்டும் என்ற நினைப்பில் அவர் அவனைச் சிபாரிசு செய்தார்.

சிதம்பரம் பிள்ளையிடம் சிவதாணுவின் சாதகத்தை வாங்கி மனத்துக்குள்ளே ஒரு கணக்குப் போட்டுப் பார்த்த உடனேயே அவர் முகம் பிரகாசமாகிவிட்டது.

இந்தக் கல்யாணத்தை எப்படியும் நடத்திக் கொடுத்துவிட வேண்டும் என்ற தீர்மானம் அவருள் படிந்துவிட்டது. எனவேதான் இன்று ஆறு மணிக்கே கடையிலிருந்து நேரே சுசீந்திரத்துக்குப் புறப்பட்டு விட்டார்.

பஸ்சிலிருந்து இறங்கித் தெப்பக்குளத்தை நோக்கி நடந்தார். மார்கழி மாதம் என்பதால் சபரிமலைக்கு மாலை போட்டுக் கொண்டிருந்த ஐயப்பன்மார்கள் கூட்டம் கூட்டமாகக் குளத்தில் இறங்கிக் குளித்துக் கொண்டிருந்தார்கள். குளித்து முடித்தவர்கள்-

"சாமியேய்... சரணமய்யப்பா!
அரிஹரசுதனேய்... சரணமய்யப்பா!
வில்லாளிவீரா.... சரணமய்யப்பா!
வீரமணிகண்டா... சரணமய்யப்பா!"

என்று கோரஸாகக் கூவிச் சரணம் விளித்தவாறிருந்தனர். தாணுமாலயசாமி கோயிலை நோக்கி ஊர்வலமாகக் கிளம்பினர்.

இடுப்பில் குடமேந்தி, பைப்பு மூடுகளுக்குத் தண்ணீர் எடுக்க வந்த குமரிகள், இந்த ஐயப்ப சாமிகளுக்குக் குறுக்கேயோ எதிராகவோ வரக்கூடாது என்ற பத்திர பவித்திர உணர்வோடு அவர்கள் கடந்து செல்லும் வரை ஒதுங்கி நின்றார்கள். சாமிகளுக்குத் தீட்டுப்பட்டு விடக்கூடாதே என்று ஒதுங்கி நின்ற குமரிகளை, சில சாமிகளின் பார்வைகள் தீட்டுப்படுத்திக் கொண்டிருந்தன.

தெப்பக்குளத்தின் வடமேற்கு மூலையில் நின்ற அரசமரத் திலிருந்த கூடுகளை வந்தடைந்த பறவைகளின் ஒலி கலகலத்த வண்ணமிருந்தது. தாணுமாலையசாமி கோயிலின் சாயரட்சை பூஜையின் முன்னறிவிப்பாக வெண்கல மணியும் கொட்டு முழக்கும் கூடிக் கலந்து தெருக்களில் வழிந்தோடத் தலைப்பட்டன.

காலில் கிடந்த செருப்புகளைத் தெப்பக்குளத்தின் எதிர்ப்புறம் இருந்த கடை வாசலொன்றில் கழற்றிப் போட்டுவிட்டு, கைகால் களை அலம்பி முகத்தையும் கழுவிக் கோயிலுக்குள் நுழைந்தார். கோயிலில் சென்று தொழுது, சந்தனம் பெற்றுக்கொண்டு, செருப்பையும் அணிந்து சந்நிதித் தெருவிலிருந்த சொக்கலிங்கம் பிள்ளையின் 'முருகன் கபே'யை நோக்கிச் சண்முகம் பிள்ளை நடந்தார்.

நல்லவேளையாகச் சொக்கலிங்கம் பிள்ளை கல்லாவில் இருந்தார். கடையில் சாயங்காலப் பரபரப்பு.

"வாருங்கோ வாருங்கோ..." என்று வரவேற்று, பக்கத்தில் அவரை உட்கார்த்தி வைத்தார்.

'கலகல' வென்று நோட்டும் சில்லறையுமாகப் பெட்டியில் வந்து நிறைகின்ற காட்சியைக் கணப்பொழுதில் சண்முகம்பிள்ளை கவனித்துக் கொண்டார். 'இந்தக் கல்யாணம் மட்டும் நடந்தா பய யோகஞ் செய்தவன்தான்' என்று மனதுள் முணுமுணுத்தார்.

"கடுப்பங் கூட்டி ஒரு சாயா..."

"நெய் ரவா ரெண்டு..."

''நாலு சாதா, ஒரு பூரி மசாலா....ஆறுகாப்பி....'' என்று கட்டளைகள் பறந்த வேகம், தட்டுகளைச் சுமந்து திரிந்த சர்வர்களின் பரபரப்பு. அது ஓட்டலல்ல காமதேனு என்று சொல்லாமல் சொல்லியது.

''அம்மாச்சா என்ன சாப்பிடுகேரு...?'' சொக்கலிங்கம் பிள்ளையின் குறுக்கு வெட்டு அவர் நினைப்பைக் கலைத்தது.

''ஒண்ணும் வேண்டாம்பா... நாகர்கோயில்லே காப்பியெல்லாம் சாப்பிட்டுப் போட்டுத்தான் கிளம்பினேன்... நீ சீக்கிரம் வா. வீட்டிலே போய்ப் பேசுவோம்...''

கணக்குப்பிள்ளையைக் கவனித்துக் கொள்ளச் சொல்லிவிட்டு கடையிலிருந்து இறங்கினார். தெற்குத் தெருவை நோக்கி இருவரும் நடத்தார்கள். வீட்டை அடைந்த பிறகு, சண்முகம் பிள்ளை மடியிலிருந்து சாதகத்தைக் கையில் எடுத்தார்.

''சொக்கலிங்கம்.... பய யோகக்காரந்தாண்ணு எனக்குத் தோணுகு. நான் கொஞ்சம் மனக்கணக்குப் போட்டுப் பார்த்தேன். நல்ல பொருத்தம். எட்டுப் பொருத்தம் வாய்க்கது அபூர்வம் பார்த்துக்கோ. எதுக்கும் நீ உனக்குப் பிடிச்சவாகிட்டே காட்டிக்கோ. நாம பார்த்துச் சொன்னா அவாளுக்கும் சம்மதம்தான்...''

கையில் காப்பியுடன் நீலாப்பிள்ளை மங்களாவுக்கு வந்தாள். முக்காலி மீது காப்பியை வைத்துவிட்டு ஓரமாக ஒதுங்கி நின்றாள்.

''என்னம்மா? உனக்கும் சம்மதந்தானே!''

''நான் என்னத்தைக் கண்டேன். எல்லாம் அவ்வோ சொன்னாச் சரிதான். ஆனா ஒண்ணே ஒண்ணு சொல்லீருகேன். சோலியுமில்லாம, வேற கஞ்சித் தண்ணிக்கு வழியுமில்லாத வனுக்குக் கெட்டிக் குடுக்கப் போறோம் - பையன் படிச்சிருக் கான்ங்கது ஒரு பக்கம் இருக்கட்டும் - நல்லவனாட்டு இருக்கணும். இந்த காலத்திலே படிச்ச பிள்ளைகளை நம்ப முடியாது!''

''அதைப்பத்தி நீ கவலையே படாதே. வேலையில்லே... சொத்து சுகமில்லே... நானும் இல்லேங்கல... ஆனா பையன் தங்கக் கம்பிதான். நாலு வருசம் தினமும் எம் பக்கத்திலே உக்காந்து காலேஜுக்குப் போனான். பிறகென்ன? நான் உனக்கு வேண்டாததையா சொல்லுவேன்?''

''அது சரிதான் சித்தப்பா... நம்ம பார்வதியைத்தான் உங்களுக்குத் தெரியுமே! தரமா இருப்பானா? ரெண்டு பேரும் சேர்ந்து போனா சேர்ச்சையா இருக்குமா?''

அவர்கள் உட்கார்ந்து பேசிக்கொண்டிருந்த அறையின் பக்கவாட்டில், சண்முகம் பிள்ளையின் நேர் எதிர்ப்புறம், ஒருக்களித்திருந்த கதவின் ஓரத்தில் தாவணியின் முனையொன்று அவர் கண்ணில் தட்டுப்பட்டது. அதைப் பார்த்ததும் அவர் உற்சாகம் கரைபுரண்டது.

''பையனை நீ பார்த்தேண்ணா உனக்கு இந்தக் கேள்வியே வராது. இருவத்திமூணு வயசுதான் ஆச்சு! ஆனா பய நல்ல எடுப்பா இருக்கான்! ஒரு மூச்சு ஆளு... ஓரணை ஏரு கெதியா அடிப்பாண்ணா, அதுக்கு மேலே என்னாண்ணேன்? முதல்லே கலியாணத்துக்கே அவன் உடை குடுக்கல்லே... என்னை வித்துப் போடலாம்ணு பார்க்கேளா அப்படீண்ணு பெத்தவளைப் பார்த்துக் கேட்டாண்ணு அவ எங்கிட்ட சொல்லுகா... பொறகுதான் எல்லாத்தையும் சொல்லி அவனை மனசிலாக்கியிருக்கா... பய சொணையிலே கூடினவனாக்கும்! சொக்கலிங்கத்துக்கே தெரியும். வழியைக் காணிச்சுக் குடுத்துட்டா அவன் எப்படியாப்பட்ட ஆளுண்ணு பொறகு தெரிஞ்சுக்குவே... உனக்கு பார்வதி குடுத்து வச்சவதான்...''

கதவிடுக்கில் புரண்டு விழுந்த தாவணிமுனை காணாமற் போய்விட்டது.

''நீ ஒண்ணையும் ஆலோசிக்காண்டாம் நீலாப்பிள்ளை. பையனை நீ வேணும்ணாலும் பாரு. பார்வதியும் பார்க்கட்டும். பையன் பொண்ணைப் பார்க்கது வழக்கமில்லைதான். இருந்தாலும் எல்லாம் நான் ஏற்பாடு பண்ணுகேன். பார்வதி ஒருதரம் அவனைப் பார்த்திட்டாண்ணா, கண்ணை மூடிக்கிட்டுக் கழுத்தை நீட்டீருவா...நீதான் பாரேன்...''

ஏதோ யோசித்துக் கொண்டிருந்த சொக்கலிங்கம் பிள்ளையைப் பார்த்துச் சொன்னார்.

''நீ இப்பிடி ஒரு ஐடியாவை எங்கிட்டே சொன்னையில்லா? நானும் அஞ்சாறு பையன்களைப் பத்தி யோசிச்சேன்... ஆனா இதைப்போல உனக்கு வசதியா ஒண்ணு அமையுமாங்கது சமுசியம்தான். துணிஞ்சு இதிலே இறங்கலாம்....''

சொக்கலிங்கம் பிள்ளையின் முகத்தில் ஒரு தெளிவு.

7

வடபத்தில் சிவசூரியன் தெவக்கத்தில் சிவதாணு நின்றிருந்தான். பெரிய கால்வாயில் அணைபோட்டு வெள்ளத்தைத் தேக்கிக் கொப்புக்காலில் திருப்பியிருந்தான். கால்வாயின் வடபுறம் மூன்று வயல்கள் தள்ளியிருந்த நடுத்தளைக்கு வெள்ளம் பாய்ந்து கொண்டிருந்தது.

காலையில் வயல்களைச் சுற்றிப் பார்க்க வரும்போது வெள்ளம் அடைக்கின்ற நோக்கம் அவனுக்கு இருக்கவில்லை. ஆனால், நடுத்தளையின் வடக்கு வரப்பில் வருகையில் அவனுக்குப் பகீர் என்றிருந்தது. வயலில் ஒரு சொட்டு வெள்ளம் இல்லை. காலடித் தடம் பதியும் பக்குவம். முந்தாநாள் குளம் போலத் தேங்கியிருந்த வயல் இப்போது எப்படி வெட்டையாகக் காய்ந்து போயிற்று என்பதில் அவனுக்கு ஆச்சரியம். ஆனால், தெற்கு வரப்பில் வந்ததும் அவனுக்குக் காரணம் புலப்பட்டு விட்டது.

நடுத்தளையின் தெற்கு வயல் அரையடிப் பள்ளம். மெலிதான இடைவரப்புத்தான் உண்டு. நண்டுப் புடையில் மண்வெட்டிக் கையை விட்டுக் குடைந்து பெரிய போடுகள் இரண்டு வைக்கப்பட்டிருந்தன. வயலின் வெள்ளம் பூராவும் அதன் வழியாகத்தான் வடிந்து விட்டிருக்க வேண்டும். ஆனால், தெற்கு வயல்காரர் அப்படிச் செய்பவர் என்று அவனுக்குத் தோன்ற வில்லை. அவன் ஒரு நாள் வயலுக்குப் போகாமல் இருந்து, அவன் வயலில் தண்ணீர் குறைவாக நின்றால் மெனக்கெட்டு அவனைத் தேடி வந்து சொல்பவர் அவர். இது வேறு யாரோ செய்திருக்க வேண்டும்.

எல்லாம் கோலப்ப பிள்ளையின் வேலையாகத்தான் இருக்கும். மனிதனுக்குக் குசும்பும் தந்திரமும் அதிகம். தெற்கு வயலுக்குத் தெற்கு வயல் அவருடையது. இவனுடைய வயலில் போடு வைத்து தெற்கு வயலிலும் போடு வைத்துத் தன் வயலில் வெள்ளத்தைத் தள்ளியிருப்பார். கரிக்கொட்டை கோலப்ப பிள்ளை இதுவும் செய்வார் - இதற்கும் மேலும் செய்வார்.

எதற்கும் போய்ப் பார்த்துவிடலாம் என்று, தெற்கு வயலைச் சுற்றிக் கொண்டு அங்கே போனபோது, அவன் நினைத்தது சரி என்று ஆயிற்று. மண்வெட்டியால் வரப்பைச் செதுக்கி நடுத்தளையின் போட்டையும், தெற்கு வயலின் போட்டையும் அடைத்தான்.

கோலப்ப பிள்ளை வயலின் தண்ணீர் 'கெத்துக் கெத்து' என்று தெவங்கிக் கிடந்தது. சிவதாணுவுக்கு எரிச்சலும் ஆத்திரமும். மனிதன் ஒட்டிலே புட்டவிப்பதில் மன்னன். அவருக்குச் சரியான பாடம் புகட்ட வேண்டும் என்று அவன் எண்ணினான். அவர் வயலின் தென்புறம் வாய்க்கால் உயரே தெவக்கம் கிடந்ததால் கால்வாயில் ஒரு சொட்டுத் தண்ணீர் இல்லை. சேற்றில் வளர்ந்திருந்த பாசிச் செடிகளுக்கிடையில் சிலேபி மீன்கள் துள்ளிக் குதித்தன.

கோலப்ப பிள்ளையின் கால்வாய் வரப்பில், மண்வெட்டிக் கையைக் கொடுத்து போடு துளைத்தான். வேப்பந்தாங்கியை முன்னும் பின்னுமாக இழுத்துப் போட்டை அகலப்படுத்தினான். 'குமுகுமு' என்று வயலிலிருந்து வெள்ளம் கலங்கலாகக் கீழே சாடத் தொடங்கியது. போட்டின் வாயைப் பெரிதாக்கி, நண்டுப் புடைபோலக் காட்சி தரும்படி அதைச் செப்பம் செய்தான்.

வேகமாகப் பள்ளத்தில் வெள்ளம் பாய்வதைப் பார்த்த பிறகுதான் அவனுக்குத் திருப்தியாயிற்று. சாயங்காலம்வரை புள்ளிக்காரர் வயலுக்கு வரவில்லை என்றால் மாலையில் அவர் வயலில் கால்பந்து ஆடலாம் என்று எண்ணியபோது அவனுக்குச் சிரிப்பு வந்தது. மீண்டும் உயரே போய், சிவசூரியன் காலில் இருந்து மேற்கே பாய்ந்துகொண்டிருந்த வெள்ளத்தை தத்துப்போட்டுத் திருப்பி கிழக்கே விட்டு நடுத்தளையில் விலவிய பிறகுதான் அவனுக்கு ஆசுவாசம் ஏற்பட்டது.

கெடுதல் செய்ய வேண்டும் என்ற நோக்கம் சிவதாணுவுக்குக் கிடையாது. ஆனால், தெரிந்தே குற்றம் செய்கின்ற இந்த ஒட்டுண்ணிகளுக்குப் பதிலுக்குப் பதில் செய்துதான் தீர வேண்டும் என்பதில் அவன் உறுதியாக இருந்தான். இடது கன்னத்தில் அறைந்தால் வலது கன்னத்தைக் காட்டு என்ற கொள்கையில் அவனுக்கு நம்பிக்கை இல்லை. அது கோழைத்தனமான ஒரு சமூகத்தை உருவாக்குகிறது என்று நம்பினான். எனவே, இடது கன்னத்தில் அறைந்தவனின் இரண்டு கன்னத்திலும் அறைய வேண்டும் என்பதே அவனது சித்தாந்தமாக உருவெடுத்திருந்தது.

சிவதாணுவுக்குப் பதில் அப்பா வயலுக்கு வந்திருப்பாரே யானால், போட்டை அடைக்க மட்டுமே அவரால் முடிந்திருக்குமே தவிர, பதிலுக்கு எதிராளி வயலில் போடுவைக்கத் துணிந்திருக்க மாட்டார். அவர் தலைமுறையின் மனப்பாங்கே அதுதானே!

ஆனால், குற்றம் செய்வது எப்படித் தீமையானதோ, அதே போன்று குற்றத்தைத் தாங்கிக் கொண்டு வாளாவிருப்பதும் தவறு என்று நம்புகின்ற தலைமுறையைச் சார்ந்தவன் சிவதாணு. குயில் , தன் முட்டையைக் காக்கையே அடைகாத்து, குஞ்சு பொரிக்கச் செய்து, இரையூட்டி வளர்த்துப் பின்னர் தானமாக தனக்கே பெறுகின்ற நிலைமையை அவன் மாற்றிவிட விரும்பினான். சோம்பேறிக் குயிலினங்கள் ஏமாளிக் காகங்களை எத்திப் பிழைக்கும் வாழ்க்கை முறையை வெடிவைத்துத் தகர்க்க வேண்டும் என்று அவன் கருதினான்.

முடிந்தவரைக்கும் பலமற்றவனைப் பலவான் சுரண்டுவது; சுரண்டப்பட்டவனின் புண்களைக் கேலிகளால் குத்திக்குடைவது; குத்திக் குடைந்தபிறகு அந்தப் படு புண்ணில் சிறிது உப்புத் தூளையும் தூவிவிடுவது; என்ற இந்த உடல் கொழுத்த சோம்பேறிக் கூட்டத்தின் 'குடவண்டி' யைக் கலக்கிப் போட வேண்டும் என்ற வெறி அவனுள் அடிக்கடி எழுந்தது.

முட்ட வருகிற மாட்டைக் கண்டு ஒதுங்கிப் போகாமல் அதன் மூக்கணாங்கயிற்றை எட்டிப் பிடிக்க நினைக்கும் தனது மகனின் துணிச்சல் சிதம்பரம் பிள்ளைக்கு முதலில் ஆச்சரியமாக இருந்தது. நாட்பட, நாட்பட, இந்தக் கொடுமைகளை எண்ணி மனம் நொந்து - ஆனால் அவற்றிற்கெதிராகச் சுண்டுவிரலைக்கூட உயர்த்தத் திராணியற்ற தன் நிலையும், அநியாயங்களைக் கண்ட துண்டமாக வெட்டி நெருப்பில் போட்டுக் கொளுத்தத் துடிக்கின்ற இந்த இளம் தலைமுறையின் வேகத் துடிப்பையும் ஒப்பிட்டுப் பார்த்து வியக்கத்தான் செய்தார்.

அப்படித்தான் - மூன்று மாதங்களுக்கு முன்னால், தேரேகாலின் வடக்குக் கரையோரத்தில் இருந்த கரையடித் துண்டத்தில் வேலியை நிமிர்த்தி, ஆறு போன்று அகன்றிருந்த அந்தக் கால்வாயிலிருந்து வண்டல் மண்ணைக் கோரிப் போட்டு அணைத்து, சிறிய வரப்படிக் காய்கறித் தோட்டம் போட எண்ணி அவரும், சிவதாணுவும், செல்லப்பனும் முனைந்து கொண்டிருந்த போது பண்ணையார் நல்லபெருமாள் அந்தப் பக்கம் வந்தார்.

எடுத்த எடுப்பிலேயே அவர் கேட்ட கேள்வி, சிவதாணுவை அருவருப்பில் முகம் சுளிக்கச் செய்தது.

''ஏ சிதம்பரம்...? அப்பன் மக்கள் எல்லோரும் சேர்ந்து ஆத்தையே நிறுத்திப் போடாலாம்ணு பார்க்கேளா...?''

"சரி போகிறான்!" என்ற நினைப்பில் சிவதாணு ஒன்றும் பேசாமல் வேலையில் கருத்தாக இருந்தான். சிதம்பரம் பிள்ளை சிரித்துக் கொண்டு மௌனமாகி விட்டார்.

"என்னடே? நான் ஒருத்தன் சொல்லீட்டே இருக்கேன். கூட்டாக்காம நீங்க பாட்டுக்குச் செய்திட்டே இருக்கேளே! ஒழுங்கா வேலியை உள்ளே அடக்கி வையுங்கோ..."

"உள்ளே அடக்கித்தானே வைக்கோம். வேலிக்கு பெலமா கொஞ்சம் மண்ணை அணைக்கோம் அம்புட்டுத்தான்..."

"மண்ணைத்தான் அணைக்கியா? நல்லாருக்குடே... மரியாதையா வேலியை உள்ளே அடக்கி வெய்யி இல்லேண்ணா நாலு ஆளைவிட்டு எல்லாத்தையும் இப்போப் புடுங்கிப் போடச் சொல்லீருவேன்..."

இளைத்தவன் மேல் வலுத்தவனுக்கு ஏற்பட்டுப் போன அதிகாரத்தொனி அவர் குரலில் கூத்தாடியது. இதற்குள் நாலைந்து பேர் அந்தப்பக்கம் கூடத்தலைப்பட்டு விட்டனர். 'இங்கே ஏதோ சண்டை மூளப் போகிறது!' என்று அவர்கள் மூக்கில் வியர்த்தது.

'வேலியை ஆள்விட்டுப் பிரித்துப் போடச் சொல்லி விடுவேன்' என்ற நல்ல பெருமாளின் அச்சுறுத்தல் சிவதாணுவின் முதுகில் சூட்டுக்கோல் போல விழுந்து இழுத்தது. மண்வெட்டியைக் கீழே வைத்துவிட்டு 'வெடுக்' கென நிமிர்ந்தான்.

"உம்ம கீழப்பத்து இலுப்படி வயக்கரையிலே ஒரு மரமடி ஆத்திலே கரையை இறக்கி ரெண்டு வரிசை தென்னங்கண்ணு வச்சிருக்கேருல்லா, அதை முதல்லே பிரிச்சிப் போட்டுகிட்டு பொறகு நாலு ஆளை இங்கே அனுப்பும்..."

தலையை நிமர்த்திக்கொண்டு வேகத்துடன் அவன் பதில் சொன்னான்.

"லே சிவதாணு..."

சிதம்பரம்பிள்ளை அவனை அடக்க முற்பட்டார்.

தன் பலவீனத்தைக் குத்திக் காட்டியதால் நல்ல பெருமாளின் கோபம் கட்டுமீறி-

"யாருகிட்டலே பேசுகே? செவளையைத் திருப்பீருவேன்..."

"செவளையைத் திருப்புகது அப்புறம் வச்சிக்கிடலாம்.... முதல்லே மரியாதையாய்ப் பேசும்... ஏலே, ஓலேண்ணேருன்னா உமக்கும் அந்த மரியாதைதான் கிடைக்கும். ஆமா..."

சிவதாணுவின் குரலில் ஒலித்த துணிச்சல் அவரை அயரச் செய்துவிட்டது.

"என்னையே எதிர்த்துப் பேச வந்திட்டேயில்லா...? உன்னைப் பார்த்துக்கிடுகேன். இப்பமே இவ்வளவு கொழுப்பா? உனக்கு எவன் சோலி தரப்போறாண்ணு நானும் பார்க்கத்தாலா போறேன்?"

வேலையில்லாமல் மனம் கசந்து கிடக்கின்ற அவன் மனப்புண்ணில் அவர் தார்க்கோல் பாய்ந்ததும் உண்மையிலேயே அவனுக்கு கடுங்கோபம் வந்துவிட்டது.

"எனக்கு எவனும் வேலை தராண்டாம். உம்ம கிட்டே வந்து பத்து ரூவா நான் கடன் கேட்டனா? இல்லே சம்மந்தம் பேசதுக்கு வந்தோமா?"

அவன் கேள்வியால் அவர் முகத்தில் அறைந்தான்.

இனிமேல் பேச்சு வளர்ந்தால், அவன் இடுப்பில் தொங்கப் போட்டிருக்கிற வெட்டுக் கத்தியையும் எடுப்பான் என்று தோன்றியதால், வேடிக்கை பார்க்கக் கூடியிருந்தவர்கள் நல்ல பெருமாளைச் சமாதானப்படுத்த முயன்றனர்.

"சவம் சின்னப்பய... உமக்கு அவன் தரமா? அவன்கிட்டே போயி வாக்குக் குடுக்கீரே..." என்று ஆறுதல் படுத்தினர்.

அவர் தயவை நாடிப் பிழைக்கின்ற சிலர், "பயலுக்கு ஆனாலும் இவ்வளவு கொழுப்பு ஆகாது! குணம் அறிஞ்சுதாலா குதிரைக்குக் கொம்பு கொடுக்கல்லே!" என்று தங்களின் விசுவாசத்தைத் தெரிவிக்கவும் மறக்கவில்லை.

ஆனால், நியாயம் அநியாயம் தெரிந்தும் கையாலாகாத மௌனச் சங்கிலியில் பிணைப்புண்டு கிடந்தவர்களுக்கும் இந்த இளைய தலைமுறையின் தார்மீகக் கோபம் அதிசயமாகப்படவில்லை. காலங்காலமாக இறுகிக் கிடக்கின்ற தளைகள் கொஞ்சம் கொஞ்சமாக மூச்சுவிட்டுத் தளர்கின்றன என்றுதான் அவர்கள் எண்ணினார்கள்.

இந்தப் பிடிப்புக்கள் கழன்றே ஆக வேண்டும் என்பதில் மிகப் பிடிவாதமாக இருந்த காரணத்தால்தான், கரிக்கொட்டை கோலப்ப பிள்ளைக்குப் புத்தி வரத்த வேண்டும் என்ற நினைப்பில் அவன் அவர் வயலில் போடுவைத்துக் கீழே தள்ளினான்.

வயலைச் சுற்றிப் பார்த்துவிட்டுப் போய்விடலாம் என்ற நினைப்பில் வந்ததால், காலையில் எதுவும் அவன் சாப்பிட்டிருக்க வில்லை. மணி பத்தைத் தாண்டியிருக்க வேண்டும். வெயில் உறைக்கத் தொடங்கி விட்டது. பசி வயிற்றைக் குடைந்தது. தெவக்கத்திலிருந்து புறப்பட்டு வயலைச் சுற்றிப் பார்த்தான். வெள்ளம் நிறைந்து விட்டது. தெற்கு வாய்மடையச் சீர்பார்த்து தத்து ஒன்றைப் போட்டான். வெள்ளம் பெருகிய பிறகு தெற்கு வயலில்தான் பாயும். வீட்டுக்குப் போகலாம் என்று நினைத்தான். போகும்போது தெற்கு வயல்காரரைப் பார்த்துச் சொல்லிவிட்டால் அவர் வந்து பார்த்து வாய்மடையை அடைத்து விடுவார் என்ற நினைப்பில் வாய்க்காலில் இறங்கிக் கைகால்களில் இருந்த சேற்றைக் கழுவினான்.

சேற்றைக் கழுவும்போதே, விலகியிருந்த கல்யாணப் பிரச்சனை அவன் சிந்தையில் வந்து புகுந்து கொண்டது.

வாலிப உள்ளத்தில் கனவுகள் மெலிதான ஆனந்த மயக்கத்தைத் தந்தன. மணவாழ்வின் இனிய கற்பனைகளில் அவன் மனம் அவனை அறியாமல், அவன் விருப்பத்திற்கு மாறாக இழுத்துச் சென்றது.

என்றாலும் விளைவுகளின் அச்சுறுத்தல். பணக்கார வீட்டில் பெண்ணெடுக்கப் போகும் ஏழைப் பையனின் நிலைமை எவ்வாறு இருக்கும் என்று எண்ணிப் பார்க்கும் போது, தன்மானமுள்ள அவன் நெஞ்சு நடுங்கியது. இந்த ஏற்பாட்டை ஆரம்ப முதலே அவன் வெறுத்தான். ஏழைக்கேற்ற எள்ளுருண்டை என்பது அவன் கொள்கை. ஆனால், அவன் வெறுப்பும் எதிர்ப்பும் செயலற்றதாகி விட்டன. பிடிவாதமான பெற்றோரின் வாதத்திற்கெதிராக நிராயுதபாணியாகி, துரும்பைக்கூட எதிர்ப்புறம் எடுத்துப் போடுகின்ற சக்தி அவனுக்கு இல்லை.

வசதியான மருமகளாக வருகின்றபோது அந்தச் செல்வத்தின் வெம்மையில் குளிர்காய நினைக்கும் விருப்பத்தை அவனால் நன்றாகப் புரிந்து கொள்ள முடிந்தது. தாங்கள் குளிர் காய்ந்தாலும்

காயாவிட்டாலும், மகனின் வாழ்வாவது குறைந்தபட்சம் வளமாக இருக்குமே என்ற அவர்களின் எதிர்பார்ப்பின் நியாயம் அவனுக்குத் தெளிவாகவே விளங்கியது.

அவனுக்கு முன்னால் இப்போது மூன்று பாதைகள். ஒன்று, கண்ணை மூடிக்கொண்டு தாலியைக் கட்டிவிடுவது. இரண்டு, யாரிடமும் சொல்லிக்கொள்ளாமல் எங்காவது ஓடிவிடுவது. மூன்று, தற்கொலை செய்து கொள்வது.

மூன்றாவது வழியை அவன் தீவிரமாகச் சிந்தித்தான், தற்கொலை செய்து கொள்வதனால், தன்னுடைய சொந்தப் பிரச்சனைகளுக்கு ஒரேயடியான முடிவு கிடைத்துவிடும். ஆனால், குடும்பத்தில் அது மேலும் சுமையைத்தானே ஏற்றும்? தன்னை மட்டும் விடுவித்துக் கொண்டு தப்பியோட நினைக்கின்ற சுயநலம், மிக அவமானகரமானதாக அவனுக்குத் தோன்றியது.

எங்காவது ஓடி விடலாம். ஆனால் எங்கே? எப்படி? அவனுக்கு மலைப்பாக இருந்தது. ஓடிவிடுவதன் மூலம், தற்காலிகமான சிக்கல்களுக்கு விடுதலை கிடைக்கலாம். என்றாலும் புதிய சிக்கல்கள் ஆயிரம் ஆயிரமாகத் தோன்றி வளர்ந்து விசுவரூப மெடுக்க அது வழிவகுக்கத்தானே செய்யும்? அது தவிரவும், இப்போது ஓரளவுக்கு தான் செய்கின்ற உடல்ரீதியான உதவிகள் கூட நின்று போய்விடுமே! எந்தத் துணிச்சலில், எந்த நம்பிக்கையில் இதையெல்லாம் மறந்துவிட்டுத் தூரதேசம் ஓடிப்போய்விட முடியும்?

இந்த நிலையில், வேலை வாங்கிக் கொடுப்பார்கள் என்ற நம்பிக்கையில், தன் வாழ்வுக்கும், அதன் மூலம் பாதிக்கப்பட்டுக் கிடக்கும் தனது வீட்டாருக்கும் சற்று ஆறுதல் கிடைக்குமானால் அதை ஏற்றுக் கொள்வதில் என்ன தவறு? ஆனால், பணக்கார வீட்டில் அவமதிப்புகள், பொய்யான படோடோபப் போலித்தனங்கள், அலங்காரமான வறட்டு உபசரிப்புகள் இவைகளை எப்படித் தாங்கிக் கொள்வது? அவன் மனத்தில் வாதப் பிரதிவாதங்கள்-

சுண்டு சொல் பொறுக்க இயலாத நான், அகௌரவங்கள் ஏற்படுமானால் தாங்கிக் கொள்வதும், அசட்டைகளைச் சட்டை செய்யாமல் இருப்பதும் சாத்தியம்தானா? மனதை மரத்துப் போகச் செய்துவிடுவது அவ்வளவு எளிதானதா? சொன்னாலும் சொல்லா விட்டாலும், நான் அவர்களுக்கு அடமானம் அல்லது விலைதானே! இந்த நிலையில் தன்மானமுள்ள மனத்தில் எழுகின்ற புழுக்கங் களையும் அவலங்களையும் காயங்களையும் தாங்கிக் கொள்வதற் கான பலம் எனக்கு இருக்கிறதா?

அப்படி ஏன் தோல்வி மனப்பான்மையைக் கைக்கொண்டு என்னை நானே வருத்திக் கொள்ள வேண்டும்? அவர்களாகத்தானே ஏழையாக இருந்தாலும் படித்த பையன் வேண்டும் என்று தேடி வருகிறார்கள்? அப்படித் தேடி வருகிறவர்களுக்குப் பணபலத்தை, ஆள் பலத்தைக் கொண்டு வேலை வாங்கித் தந்துவிடுகிற நம்பிக்கை இல்லாமலாப் போகும்? அப்படி இல்லாமலா இந்த ஏற்பாட்டுக்கு இசைகிறார்கள்? அந்த நம்பிக்கை அவர்களுக்கு இருக்கும்போது, வேலை கிடைத்து என் காலில் நின்று கொண்டு, வறுமையில் உழலுகின்ற என் வீட்டாரைக் கரையேற்றவும் கடைத் தேற்றவும் நான் முயன்றால் என்ன கெட்டுவிடும்? தற்கொலை செய்து கொள்வதைவிட, எங்காவது ஓடி மேலும் அவர்களைத் துன்பப்படுத்துவதைவிட பிரச்சனைகளை எதிர் கொண்டு வென்று விடுவது நல்லதில்லையா? என் மீதே எனக்கு ஏன் நம்பிக்கை இல்லாமல் போயிற்று?

நம்மை நாடி வருகிறவர்கள் நல்லவர்களாக இருந்து, எல்லாம் நல்லபடியாக நடந்தால், என்னைவிடப் பேறுபெற்றவர்கள் வேறு யார் இருக்க முடியும்? இது களாக்காயாகக் கூட இருந்தாலும், கனவில் வருகிற பலாக்காயைவிடக் கையில் கிடைக்கிற களாக்காய் மேலில்லையா?

உள்ளக் குமைச்சல்களுக்குத் தற்காலிகமாக ஓரளவு விடை கிடைத்து விட்டதாலோ என்னவோ, அவன் மனம் வாலிபக் கனவுகளுக்குத் தாவியது.

அவள் எப்படி இருப்பாள். பெண்ணைப் பார்த்தால் நல்லதுதான்! அப்பாவும் அம்மாவும் பார்க்கத்தான் செய்வார்கள். என்றாலும் நான் பார்க்க வேண்டாமா? ஆனால், அது வழக்க மில்லையே! இந்த மூடப் பழக்கங்களையெல்லாம் வெட்டித் தாளித்து சுட்டுப் பொசுக்கிக் கடலில் கரைக்க வேண்டும் என்று ஆசைதான். ஆனால் விலையாகப் போகிற நான் பெண்ணைப் பார்க்க வேண்டும் என்று எந்த வாயால் கேட்பது? நான் வேலையில் இருந்து, சம்மந்தம் பேசி வருவார்களானால், பெண்ணைப் பார்த்துத்தான் தீருவேன்; என் கல்யாணத்தில் அர்த்தம் புரியாத மந்திரங்கள் வேண்டாம்; ஆடம்பரச் செலவுகள் வேண்டாம் என்றெல்லாம் போர்க்கொடி உயர்த்தலாம்.

ஆனால்... 'ஆடி விலைப்பட்ட தாதி நீ, உன்னை ஆள்பவன் அண்ணன் சுயோதனன்' என்று நிலைமை இருக்கிறபோது, எந்த வாயால் இதையெல்லாம் எதிர்ப்பது?

8

இந்தச் சிந்தனைகளில் வெகுவாக ஈடுபட்டு, தலையில் சுற்றிக் கட்டிய துண்டும், இடையில் மடித்துக்கட்டிய சாரமும், தோளில் காவடி போலச் சாத்தியிருந்த மண்வெட்டியுமாகச் சிவதாணு நடையில் ஏறி, படிப்புரையைத் தாண்டி, திண்ணையில் நுழைந்த போது, அங்கே சண்முகம்பிள்ளை உட்கார்ந்து அப்பாவுடன் பேசிக்கொண்டிருப்பதைக் கண்டான்.

கண்டதும், காட்டான் போல வந்து நின்ற தனது கோலத்துக்காக அவன் வெட்கினான். அவசர அவசரமாகத் தலையில் கட்டியிருந்த துண்டை அவிழ்த்து, மடித்துக் கட்டியிருந்த சாரத்தைத் தொங்கவிட்டு ''வாருங்கோ'' என்றான் மெதுவாக.

''வயல்லேருந்து இப்பதான் வாறியா? உனக்காகத்தான் காத்துக் கிட்டிருக்கேன். பரவாயில்லே. நான் இருக்கேன். நீ காப்பி கீப்பி குடிச்சக்கிட்டுவா... உங்கிட்டே கொஞ்சம் பேசணும்...''

சிவதாணு தலையசைத்துவிட்டு, அடுக்களையில் போய் உட்கார்ந்து பழையது சாப்பிட்டு, கையையும் வாயையும் துடைத்துவிட்டுத் திண்ணைச் சுவரோரமாகச் சாய்ந்து நின்றான்.

''சிவதாணு.... உங்கம்மா எல்லாம் எங்கிட்டே சொன்னா... நீ அப்பிடியெல்லாம் முரண்டு பிடிக்காதே! எனக்குச் சொக்கலிங்கத்தை இருபது வருசமாகத் தெரியும். உன்னையும் அஞ்சாறு வருசமாகத் தெரியும். எல்லாம் உன் நன்மைக்குத்தான் செய்யோம். இப்போ சாதகமும் நல்லாப் பொருந்தி இருக்கு. மேற்கொண்டு ஆகவேண்டியதைப் பார்க்க வேண்டியதுதான் மனசிலே ஒண்ணையும் போட்டு நீ குழப்பிக் கிடாதே....ஆமா!''

சிவதாணு மௌனமாகத் தலைகுனிந்து நின்றான்.

''அப்போ சிதம்பரம்.... நீயும் உன் பொண்டாட்டியுமா வேறே யாரையும் கூட வேணும்ணாலும் கூட்டீட்டுப் போயிப் பொண்ணைப் பார்த்துக்கிட்டு வாங்கோ... பொண்ணைப் பாத்தாச்சுண்ணா மறுபேச்சுச் சொல்லமாட்டே. பொண்ணு குணத்திலே தங்கம்ணா தங்கம்... சிவதாணு! உனக்குப் பொண்ணைப் பார்க்காண்டமாடே?''

சிவதாணுவுக்கு 'ஆமாம்' என்று சொல்ல வேண்டும் போல இருந்தது. ஆனால், எப்படிச் சொல்வது? அவன் மனத்தில் ஓடிய எண்ணங்களைச் சண்முகம் பிள்ளை அப்படியே படித்துவிட்டார்.

''இன்னும் பழைய பஞ்சாங்கமெல்லாம் பார்த்துக்கிட்டிருந்தா நடக்குமாடே? ஆனா வீட்டிலே போய் பார்த்தா நாலுபேரு நாலும் சொல்லுவா...! பொண்ணு வீட்டுக்காராளுக்கும் தான் உன்னைப் பார்க்கணும்னு ஆசை இருக்காதா? ஒண்ணு செய்யலாம்.... இன்னைக்கு மார்கழி இருவத்தி ஏழு, தைமாசம் ரெண்டாம் வெள்ளிக்கிழமை நல்லநாள் தான். சொக்கலிங்கத்தைக் குடும்பத்தோட கன்னியாகுமரிக்குக் கூட்டீட்டு வரச் சொல்லுகேன். சாயங்காலமா நீயும் நானுமாப் போலாம்... வெளிக்குத் தெரியவும் செய்யாது... ரெண்டு பேரும் ஒருத்தரை ஒருத்தர் நல்லா பார்த்துக்கிடவும் செய்யலாம்...''

சிவதாணுவுக்குச் சிரிப்பு வந்தது. மனப்பூர்வமாக நல்லதல்ல என்று நம்புகின்ற போலிச் சம்பிரதாயங்களை, செய்யவும் மனமில்லாமல் செய்யாமல் இருக்கவும் முடியாமல் இப்படிப் போடும் வேஷங்கள் இந்தத் தலைமுறையின் சாபத்தீட்டுக்களோ?

''சரி சிதம்பரம். நான் போய்ட்டு வாறேன். தை பொறக்கட்டும்... நிச்சயதாம்பூலத்தை தை கடைசிலே வச்சுக்கிடலாம். பங்குனி முத்தேதியிலே முகூர்த்தத்தை வச்சுப் போடுவோம்... என்னா நான் சொல்லுகது? உனக்குக் கலியாணச் செலவுக்கு அப்போ மூவாயிரம் ரூபா வாங்கித் தந்திருகேன்... சொத்து சுகம் எல்லாம் ரெண்டிலே ஒண்ணு அவளுக்குத்தாலா! உருப்பிடியைப் பார்த்தா நீ ஆச்சரியப்பட்டு போவே! எல்லாம் பார்க்கத்தானே போறே...ம்... பொறகு நீங்க சம்மந்தக்காரளா ஆயிருவியோ! நான் மூணாம் மனுசன்தாலா....!''

சிரித்துக்கொண்டு சண்முகம் பிள்ளை விடை பெற்றார். போகும்போது அவர் மெதுவாகச் சிவதாணுவின் தோளில் தட்டிக் கொடுத்தார்.

கல்யாணச் செலவுகளுக்கும்கூட மூவாயிரம் ரூபாய் அவர்களிடம் இருந்து வாங்க வேண்டியதாக உள்ள இழிவு, அவனுக்குத் தலைகுனிவை ஏற்படுத்தியது. தான் சம்பந்தப்பட்ட காரியங்களானாலும், தன் கைகளை மீறியே எல்லாம் நடப்பதைக் கண்கூடாக அவனால் பார்க்க முடிந்தது.

தலையில் எண்ணெய் புரட்டி, துண்டை எடுத்துத் தோளில் போட்டுக் கொண்டு, துவைக்க வேண்டிய வேட்டி சட்டையையும், அரைக்கட்டி பார் சோப்பையும் கையில் எடுத்துக் கொண்டு சிவதாணு ஆற்றங்கரையை நோக்கி நடந்தான். பழையாறு என்றும் பாறையாறு என்றும் அழைக்கப்பெறும் ஆற்றிலிருந்து சீப்பு மூலம் கிளை பிரியும் தேரேகாலின் பிறப்பிடத்தில்தான் அவ்வூர் ஆண்கள் குளிக்கும் துறை. பாலத்திலிருந்து படிக்கட்டுக்கள் மூலம் அவன் கீழே இறங்கினான். அங்கே நாலைந்து புன்னை மரங்கள் வரிசையாக வளர்ந்து சுகமான நிழலைப் பரப்பிக் கொண்டிருந்தன. 'முன்றில் முஞ்ஞையொடு முசுண்டை பம்பி, பந்தர் வேண்டாப் பலர் தூங்கு நீழல்' என்று புறநானூற்றை நினைவுக்குக் கொண்டு வரும் துறை.

கால்வாயின் நீரோட்டத்தைக் கடிவாளம் மாட்டிக் கட்டுப் படுத்துவதற்காக, இருகரையிலும் சிமெண்டால் கற்கட்டுச் சுவர்கள். ஒரு புறம் ரோடு. மற்றொரு புறம் பத்தடி அகல மணல் திரடு. அதையடுத்துத் தென்னந்தோப்பு. அதைத் தாண்டினால் வயற்காடு. தென்னந் தோப்புக்கும் ஆற்றிற்கும் இடைப்பட்டதான அந்த வடக்குக்கரை, மணல் அடர்ந்து குளிக்க வருபவர்கள் உட்காரவும் உட்கார்ந்து கதை பேசவும் தோதாக விளங்கியது.

மரச்சட்டங்களில் இடைவெளி வழியாகப் பனிநீர் போன்று பளபளக்கும் தண்ணீர் இழிந்து கொண்டிருந்தது. இதமான 'சலசல' ஓசையின் தாலாட்டு, கரையோரங்களில் ஆற்றில் மண்டிக்கிடக்கும் சேம்புகள் 'வா, வா' என்றும் ' வேண்டாம், வேண்டாம்' என்றும் 'இல்லை, இல்லை' என்றும் யானைச்செவி போன்ற இலைகளால் ஆட்டி இயற்கை மொழி பேசிக் கொண்டிருந்தன.

புன்னை மரங்களில் அணில்களின் 'கீச்சுக் கீச்சு.' எங்கோ ஒரு ஒற்றைக்காகம் உறவைத் தேடிக் கரைந்து கொண்டிருந்தது. கலைப்பதற்கு மனிதப் பூச்சிகள் இல்லாத இயற்கையின் மோனத்தவம். நித்திலத்தைப் பழிக்கும் புன்னை அரும்புகள் ஆற்றில் காம்போடு உதிர்ந்த வண்ணம் இருந்தன. ஆளைமயக்காத புன்னம்பூவின் மெல்லிய மணம். நாணல் புதரிலிருந்து செண்பகப் பறவை குரலெழுப்பிக் கொண்டிருந்தது. அதன் எதிரொலியாக ''முக்குர்ணி, முக்குர்ணி'' என்று முக்குர்ணிப் புள்ளின் பக்க மேளம். தென்னந் தோப்பின் கொடுக்கள்ளி வேலியைத் தாண்டி வந்து நாலைந்து கீரிப்பிள்ளைகள் விளையாடிக் கொண்டிருந்தன.

இந்த ஆழ்ந்த தவம், சிவதாணுவின் வருகையால் சற்றுத் தடைப்பட்டது. சப்தமிடாமல் அந்த அழகு துயிலும் இயற்கையில் அவனும் ஒன்றிவிடப் பார்த்தான். நினைவுப் புண்களை இயற்கை மெல்லத் தடவிக் கொடுத்தது.

மணல்மீது துவர்த்தை விரித்துப் படுத்தான். இலைகளின் இடைவெளி வழியாக, பன்னிரண்டு மணிச் சூரியன் பகழிகள் பூமியை வட்டமாகத் துளையிட முயன்றன. குழல்போல நேராக விழுந்த அந்த ஒளிக்கற்றைகளை அவன் கைகளை வீசிவீசிக் கலைத்தான். கலைக்கக் கலைக்க நெஞ்சில் வந்து மூட்டம் போடும் நினைவுகளைப்போல, அவை மறுநொடியில் இணைந்து கொண்டன.

அவன் உள்ளம் மயங்கி இயற்கைத்தாயின் மடிமீது முகத்தைப் புதைத்துக் கொள்ள முயன்று முனைந்து கொண்டிருந்த போது, திடீரென எழுந்த அந்தக் குரல் அவன் சிந்தனைக் கொடியை வெட்டித் துண்டாக்கியது.

''என்னா பேரப்பிள்ளை? இங்கே வந்து படுத்திட்டே?''

தகரச் சிலேட்டில் ஆணியால் கீறியதைப் போன்ற அந்தக் குரலின் கரகரப்பு அவனைக் கலைத்தது. படுத்திருந்த சிவதாணு ஒருக்களித்துத் தலையைத் தூக்கிப் பார்த்தான். அங்கே நீராடுவதற்கான சகல ஆயத்தங்களுடன் கரிக்கொட்டை கோலப்பிள்ளை நின்றிருந்தார். வெற்றிலைக் காவியேறிய பற்களைக் காட்டி அவனைப் பார்த்துச் சிரித்தார். கோலப்ப பிள்ளை சிரிக்கிறார் என்றால் அதன் பின்புலத்தில் கூரிய அம்புகள், வேல்கள், ஈட்டிகள் போன்ற படைக்கலன்கள் எல்லாம் மறைந்திருக்கின்றன என்று பொருள்.

''சும்மாதான் பாட்டா.... குளிக்க வந்தேன்... நிழலு சொகமா இருந்துதா? கொஞ்சம் தலைசாச்சேன்...''

''அதுக்கென்னா சும்மா படுத்துக்கோ... காசா பணமா? ஆமா... நான் ஒரு சங்கதி கேள்விப்பட்டேனே உள்ளதுதானா?''

சிவதாணுவுக்குச் சூட்டுக்காயைப் புறங்கையில் வைத்ததைப் போல் 'சுரீர்' என்றது. கோலப்பபிள்ளை யுத்த சன்னத்தமாகி விட்டார். கோதாவில் இறங்கி எதிராளியை ஆழம் பார்க்கிறார். சொற்களால் துவந்த யுத்தம் செய்வதற்கு முன்னதான ஆரம்ப ஏற்பாடுகள் இவை என்று அவன் நினைத்தான். ஒன்றும் பேசாமல் அவரைப் பார்த்தான்.

''அதாண்டே... சுசீந்திரம் சொக்கலிங்கத்துக்கு மூத்த மகளை உனக்குத்தாலா தரப்போறாளாம்? ஊரெல்லாம் ஒரே பேச்சாக்கிடக்கே!''

''அப்படியா? எனக்குத் தெரியாதே! அப்பாகிட்டதான் கேக்கணும்...''

''நல்ல கூத்தா இருக்கே! உனக்குத் தெரியாதாங்கும்... உனக்கென்ன இப்போ கலியாணத்துக்கு வயசா ஆச்சு? ஒரு வேலை கிடைக்கட்டுமே! ராசாத்தி மாதிரி பொண்ணு தரம் நான் கொண்டாருவனே... உங்க அப்பன் ஏன் இப்படிக் கிடந்து பறக்காண்டே...?

சிவதாணுவுக்குப் கோலப்ப பிள்ளையின் இயல்பு நன்றாகவே தெரியும். மனிதன் வக்கீலாகப் போயிருக்க வேண்டியவர். குறைந்த பட்சம் துப்பறியும் துறையிலாவது இருக்க வேண்டியவர். ஆனால் - ''இந்த வாத்தியார் பயல்களிடம் அடிபட்டுச் சாகவா நான் பிள்ளை பெத்திருக்கேன்'' என்று அவர் தந்தையின் சுத்த சுயம்பு சைவ வேளாள ரத்தம் கொதித்த காரணத்தால், வெறும் கோலப்பபிள்ளை (மூன்றாம் கிளாஸ்) என்றே இருந்துவிட்டார். எனினும் 'குலவித்தை கல்லாமல் பாகம் படும்' என்ற கூற்று பொய்த்துவிடுமா? இவரும் கல்லாமலேயே பதம் பட்டுவிட்டார்.

கணக்கிலும் பெரிய நிபுணர்தான். முப்பதுவரை மூச்சுவிடாமல் எண்ணிவிடுகின்ற ஆற்றல் என்றால் இலேசுப்பட்டதா? மூன்று கோட்டை நெல் விற்றாரானால், முப்பது முப்பதாக எண்ணி முக்கால் மணி நேரத்துக்குள் கணக்கிட்டுவிடுவார். அவரின் கணக்காற்றல் கருதியே, அவ்வூர் வேளாளர் சமுதாய முத்தாரம்மன் கோயிலில் அவர் டிரஸ்டியாக நியமிக்கப்பட்டுள்ளார் என்றால் வேறென்ன அத்தாட்சி வேண்டும்?

''மக்கா... உனக்கு நல்லதுக்குத்தான் சொல்லுகேன். நீ என்னை என்ன நினைச்சாலும் சரிதான். அந்தப் பிள்ளை எம்மக பகவதியம்மைக்கு ஓட்டையாங்கும்... இந்த ஆவணியிலே இருவத்திநாலு வயசு முடிஞ்சிருக்கும். அம்மாசி, பௌர்ணை யிண்ணா விளக்கு வச்சாப் போரும்... தலைசுத்து மாதிரி வந்து விழுந்திரும்... வாயிலேருந்து வெண்ணுரை வெண்ணுரையாச் சாடும் பார்த்துக்கோ... இருந்திருந்து அதைப் போயி உன் தலையில் கட்டப் பார்க்கானுக. அருமாந்த பிள்ளையை இப்பிடி மனசறிஞ்சு கெடுப்பாளா? அந்த நாவல் காட்டுக்காரனுக்கு இதேதான் தொழிலு!

நல்ல பிள்ளைகள் கழுத்திலே நாங்கல், தூங்கல், நடைதாந்தது, கூன் குருடு, குண்டு பாஞ்சதுண்ணு கட்டி வச்சிர வேண்டியது... பொறகு வேடிக்கை பார்க்க வேண்டியது. பாட்டா சொல்லுகேண்ணு கேளு... உங்க அப்பன் உங்கிட்டே சொன்னான்ணா ஒத்தைக் கால்லே முடியாதுண்ணு சொல்லீரு... ஆமா! காசு பணத்தைச் சம்பாதிக்கலாம். கெட்டின தாலியை அவுக்க முடியாது பார்த்துக்கோ...!''

''நீரு சொல்லுகது சரிதாம் பாட்டா... போயும் போயும் நாங்கல் தூங்கல் நடைதாந்தது, கூன், குருடு, குண்டு பாஞ்சதுக்கா நான் தாலி கட்டுவேன்? அதும் உம்ம மகளுக்கு ஓட்டைண்ணு வேறே சொல்லுகீரு... பின்னே கேக்கவே வேண்டாம்...!''

கோலப்ப பிள்ளை அசந்து போனார்.

'பய வெளைஞ்ச கொள்ளிதான்... நம்ம மடியிலேயே கையைப் போடுகானே!' என்று மனதுக்குள் நினைத்துக்கொண்டு, வெற்றியுடன் பின்வாங்கி குளிப்பதற்கு ஆற்றில் இறங்கினார்.

'தற்காலிகமாக இவர் வாயை அடைத்துவிட்டோம் என்றாலும், இந்தப் பாம்பு இத்துடன் நிற்காதே என்று சிவதாணு எண்ணினான். அப்படியே, இந்தக் கல்யாணம் தடைப்பட்டுப் போனால்கூட, அதுவும் ஒரு வகையில் நல்லதுதான் என்று நினைத்தான். ஆனால், சண்முகம் பிள்ளை எடுக்கின்ற முயற்சியை நினைக்கும்போது, அவர் பிடித்த பிடி உடும்புப் பிடியாக இருக்கும் என்பதும் அவன் கவனத்துக்கு வந்தது.

9

தை பிறந்து விட்டது! வீரநாராயணமங்கலத்தின் நான்கு புறங்களிலும் நெற்பயிர்கள் தலைபழுத்து, நெல்மணிகள் முதிர்ந்து தரையோடு தரையாகப் படிந்து கிடந்தன. 'எத்தனை முறைதான் தைபிறந்தாலும் வழி பிறக்காது' என்று ஏங்கி வாடி நிற்கும் ஏழைக் குடியானவர்களைப் போல, படிந்து கிடக்கும் நெற்பயிர்களின் இடையே செத்தவேரும், ஊரையும், குழலியும் தலைநிமிர்ந்து நின்றன.

அறுவடைக்கு இன்னும் பத்து நாட்கள் ஆகும் என்ற நிலையில் முன்னேற்பாடுகள் கணிசமாகவே நடந்து வந்தன. களங்களைத் தட்டிக் கொட்டிச் சமன்படுத்துவதும், சாணியால்

வழிப்பதுமாகச் சில்லறை வேலைகள். வரப்போகும் தற்காலிகமான செழிப்பின் எதிர்பார்ப்பு மயக்கத்தில் நிகழ்கால நிரந்தர வறுமை ஏங்கிக் கிடந்தது.

அறுவடைக்கு வயல்கள் தயாரானவுடன், நாள் கிழமை நட்சத்திரம் பார்த்து 'நாட்கதிர்' கொண்டாகிவிட்டது. நாட்கதிர் கொள்வதற்குச் சொந்த வயலோ, பாட்ட வயலோ இல்லாதவர்கள், கோயில் கதிர்வாங்கி 'கதிர் நிறை' செய்தார்கள். புதுநெல் வர வேண்டும், பொங்கித் தின்பதற்கு வயல் முன்னதாக அறுத்தவர் களிடம் நெல் 'முன்னறுப்பு' வாங்க வேண்டும் என்ற நிலையில் இருப்பவர்கள், பழைய அரிசியுடன் ஏழெட்டுப் புதுநெல் அரிசிகளையும் உதிர்த்துப் போட்டுப் 'புத்தரிசி'யும் அன்றே பொங்கிவிட்டார்கள். சடங்குகளை முடித்துவிட்ட மனச்சாந்தி அவர்களுக்கு. வீடுகள் தோறும் 'அடை' யும் சேமியாவும் கடனுக்காவது வாங்கிப் பாயசம் வைத்தார்கள்.

நாட்கதிர் அன்று நாள் நல்லதாக இருக்கிறது என்று சிதம்பரம் பிள்ளையும், செண்பகமும், செல்லப்பனும், சிவதாணுவின் சித்தி முத்தம்மையும் சண்முகம் பிள்ளையுடன் 'பெண் பார்க்கப்' போனார்கள். அடுத்த வீட்டு அக்காளிடம் வாங்கிய இரவல் முத்துமாலை சிவதாணுவின் அம்மா கழுத்தில் சூழ்நிலைக்குப் பொருந்தாமல் தனியாகத் தெரிந்தது.

பெண்ணின் போட்டோ ஒன்றைக் கையோடு வாங்கி வரும்படி லட்சுமி அம்மாவிடம் திரும்பத் திரும்பச் சொல்லி அனுப்பினாள். கல்யாணத்துக்கு முன்பே மதனியின் போட்டோவை யாவது பார்த்து விட வேண்டும் என்ற சிறுபிள்ளைத்தனமான துடிப்பு.

சாயங்காலம் மூன்று மணிக்குக் கிளம்பி சுசீந்திரம் போனவர்கள் திரும்பி வர இரவு எட்டரை மணியாயிற்று.

'கல்லான நெஞ்சுகளைச் செல்லாய் அரித்துக்
கருணைகளை அவ்விடத்தில் குறையாமல் நிறைத்து
பொல்லாத மனநிலையைப் பூக்களென ஆக்கிப்
பொய்வேடதாரிகளின் பேய்க்குணங்கள் நீக்கி'

என்ற கவிதை ஒன்றனில் ஆழ்ந்திருந்த சிவதாணு, பேச்சரவம் கேட்டுக் கீழே இறங்கினான்.

அப்பா, அம்மா, சித்தி ஆகியோரின் முகத்தில் பிரகாசம் அவனையும் தொற்றிக் கொண்டது. செல்லப்பன் அவனைப்

பார்த்துக் குறுஞ் சிரிப்பொன்றைச் சிந்தினான். அவனைத் தனியே அழைத்துக் கொண்டு போய் 'அவள்' எப்படி இருக்கிறாள் என்று கேட்க அவனுக்கு ஆசைதான். வெட்கத்தை விட்டு எப்படிக் கேட்பது?

"அண்ணன்கிட்டே சொல்லும்மா! அவன் ஏமாந்து போய் நிக்கான் பாரு..." லட்சுமியின் கேலி. அவன் கோபப் பார்வைக்கு வழக்கமாகக் கிடைக்கும் பலன் இன்று கிடைக்கவில்லை. அவள் சிரிப்பும் அடங்கவில்லை.

சித்தி அவனிடம் சொன்னாள்.

"எலே மக்கா... பொண்ணு செண்டுபோல இருக்கு. நல்ல லெச்சணம் அடக்க ஒடுக்கம். கொஞ்சம் கூட கெவுரவம் கிடையாது...."

சிவதாணுவின் கடைக்குட்டித் தம்பிகள் இருவரும் நாகர் கோயிலிலிருந்து வாங்கி வந்திருந்த கொய்யாப் பழத்திலேயே கண்ணும் கருத்துமாக இருந்தார்கள். அம்மா, முத்துமாலையைக் கழற்றிப் பக்கத்து வீட்டு அக்காளிடம் கொடுத்துவிட்டு வரச் சொன்னாள்.

லட்சுமி, பார்வதியின் போட்டோவைக் கையில் வைத்துக் கொண்டு அதையே திருப்பித் திருப்பிப் பார்த்தவாறிருந்தாள். இடையிடையே குறும்பாகச் சிவதாணுவையும் பார்த்துக் கொண்டாள். 'இவன் கேட்கிறானா இல்லையா பார்ப்போம்!' என்ற பிடிவாதம்.

சாப்பிட்டான பிறகு மீண்டும் தட்டில் ஏறி உட்கார்ந்து கவிதையைத் தொடர்ந்து படிக்க நினைக்கும்போது, அவன் மனம் அதில் ஒன்றவில்லை. தானே ஒரு கவிஞன் ஆகிவிடுவதைப் போன்ற கனவுகளும் கற்பனைகளும் ஊற்றெடுத்தன.

கடைசியில் எப்படியோ ஃபோட்டோ அவன் கையில் வந்து சேர்ந்தது. கலைக்க யாரும் இல்லாத தனிமையின் ஆட்சி. அதில் சிவதாணு மூழ்கினான்.

கல்யாணத் திட்டங்களில் சிதம்பரம் பிள்ளையும் செண்பகமும் மூழ்கி இருந்தார்கள். காலை பதினொரு மணிக்குக் கோலப்ப பிள்ளை வீட்டுப் படியேறி உள்ளே வந்தார். நல்ல காரியம் நடக்க இருக்கும்போது, நிறைபொலியில் வாய் வைப்பதைப் போல, 'இந்தக் கரிநாக்கு அண்ணன் என்னவாவது சொல்லிவிடப் போகிறானே' என்ற நினைப்பின் திடுக்கிடலில் சிதம்பரம் பிள்ளை நிமிர்ந்து பார்த்தார்.

"வாரும் அம்மாச்சா! என்ன பிறை கண்டாலயில்லா இருக்கு?"

''என்ன செய்யதுடே? முன்னே மாதிரி ஓடிச் சாடவா முடியி? வலது கால் முட்டிலே சூலைக்கூறு... இருந்தா எந்திரிக்க முடியில்லே... எந்திரிச்சா இருக்க முடியில்லே... அப்பாப் பாப்பாப்பா...''

முனகிக் கொண்டு முட்டியைக் கையால் அழுத்திப் பிடித்துக் கொண்டு பெஞ்சில் உட்கார்ந்தார். வெறுப்பும் திகிலும் முகத்தில் மண்டிக்கிடக்க வெற்றிலைச் செல்வத்தை அவர்முன் நகர்த்திவிட்டு, செண்பகம் உள்ளே போனாள்.

''ஒண்ணுமில்லே உங்கிட்டே இளநெல் வித்து ஏதாவது இருக்குமாண்ணு கேட்டுகிட்டுப் போகலாம்ணு வந்தேன்...''

வித்தையே அவித்துத் தின்கிற நிலையில் இருக்கின்ற தன்னிடம் போய் இவர் இத்தனைக் காலமும் இல்லாமல் இளநெல் விதை கேட்க வருவானேன் என்ற திடுக்குறல் சிதம்பரம் பிள்ளையிடம்.

'முடிவா....! வித்துக் கேக்கதுக்கா வந்திருக்கே? சாகப்போற வயசிலும் உன் புத்தி உன்னைவிட்டுப் போகுமா? எல்லாம் துப்புப் போடத்தான் வந்திருக்கே!...' என்று மனத்துக்குள் திட்டிக்கொண்டு, மேலால் அவரிடமிருந்து புறப்படப்போகிற கணைகளுக்குத் தன்னைத் தயார் படுத்திக்கொண்டார் அவர்.

''மகனுக்குத் கலியாண ஏற்பாடெல்லாம் நடக்கு போலிருக் கேடே? மூணாம் மனுசன் மாதிரி என்னையும் நினைச்சுட்டே... இல்லேண்ணா ஒரு வார்த்தை சொல்லீருக்கமாட்டியா?''

''அதெல்லாமில்லே அம்மாச்சா! எல்லாம் கூடி வரட்டும்ணு தான் சொல்லல்லே... இல்லேண்ணா உம்மகிட்டே சொல்லாமலா இருப்பேன்?''

''நல்ல இடம்தாண்டே... சொக்கலிங்கம் நல்ல வசம் உள்ள புள்ளிதான்! புதுப்பணக்காரன்தான்னாலும் ஆளு கெட்டிக்காரன் பார்த்துக்கோ...நமக்குத் தெரியாததா? அவனுக்குப் பணம் எப்ப வந்தது, எப்படி வந்ததுண்ணு? அவ்வோ அம்மை வீடுவீடா நெல்லு குத்திதாலா அவனை வளர்த்தா? இப்பதாலா வீடும், விதைப்பாடும், கடையும், தோப்பும் எல்லாம் வந்தது? பணம் வந்தாப்பிலே ஆளுகளுக்கு கண்ணே தெரிய மாட்டேங்குது!''

கோலப்ப பிள்ளை இல்லாத பம்மாத்தெல்லாம் காட்டி மெது வாகத் தன் வாய் வரிசையைக் காண்பித்தார். நல்ல வேளையாக

அவர் முறையாகத் தமிழ் படிக்கவில்லை. படித்திருந்தால் அறம் பாடியே எல்லோரையும் அழித்திருப்பார். ஆனால், நந்திவர் மன்கள்தான் வேண்டும். பொடி வைத்து நகாசு செய்து மர்மத்தில் குத்துவதில் ஆசாமி மன்னன். 'புதுப் பணக்காரன்', 'அவர் அம்மா நெல்லு குத்தினாள்.' என்பதெல்லாம் எந்த நோக்கத்துக்காக இப்போது வெளியே வருகிறது என்பது சிதம்பரம் பிள்ளைக்குப் புரியாமலா போகும்?

''உனக்குத்தான் என்ன குறைடே சிதம்பரம்? இப்பம்தாலா தாரித்திரியம் புடுங்கித் திங்குது? உங்க அப்பா காலத்திலே பார்க்கணும்... மேலப்பத்துலே பொன்னாங்காணி மடையைப் புடுங்கினா, பதினைஞ்சு கோட்டை விதைப்பாடும் பாஞ்சாத்தாலா மத்தவாளுக்குப் பாயலாம்? குறுக்கே காகம் பறக்குமா? அவ்வளவு அங்குசா இருந்த மனுசம்லா? அம்மன் கோயில்லே அவரு போயில்லாம பௌர்ணைக்குத் தீவார்ணை நடக்குமா? சின்ன நிலையா? எல்லாத்தையும் கெடுத்துக் குட்டிச் சுவராக்கீட்டுத் தாலாபோனாரு...! இப்பம் தாலா காணி நிலமில்லே, கலப்பை சாத்த இடமில்லேண்ணு ஆச்சு! நீயும் பெரிய குடும்பக்காரன் தாண்டே... சொக்கலிங்கத்தைவிடக் குறைஞ்சவன் ஒண்ணும் இல்லே...!''

பழைய பவிசையும் புதிய ஓட்டைகளையும் சாமர்த்தியமாகக் குத்திக் குடைந்தார் அவர். 'கொள்ளையிலே போவானுக்கு நினைப்பு என்னாண்ணு தெரியலியே? இப்படிச் சுத்தி வளைக்கானே!' உச்சுக் கொட்டினார் சிதம்பரம் பிள்ளை.

''சிதம்பரம்.... நாம ஒண்ணுக்குள்ளே ஒண்ணாங்கும். பொறகு அம்மாச்சன் தெரிஞ்சிருந்தும் நம்மட்ட சொன்னாரில்லியே அப்படீண்ணு வருத்தப்படாதே... எல்லாம் நல்லா விசாரிக்சுக்கிட்டு சம்பந்தம் பேசு. இதைவிட நல்ல தரம் உம் மகனுக்குக் கிடைக்காமலா போகும்? நினைச்சா ஆயிரங் கொண்டாருவேன்... ஆமா! வழியெல்லாம் நல்லா விசாரிச்சையாடே...?''

சிதம்பரம் பிள்ளைக்கு இலேசாக எரிச்சல் வந்தது.

''வழியெல்லாம் பார்த்தா நடக்குமா? அதெல்லாம் இப்போ யாரு பார்க்கா?''

''என்ன நீ அப்பிடிக் கேட்டுட்டே? அதுல்லாடே முக்கியம்? காசு பணமா பெரிசு? வழி சுத்தமாட்டு இருக்காண்டாமா...? சொக்கலிங்கத்துக்கு அம்மை மருமக்க வழிக்காரியாங்கும்... உனக்கென்னா நல்ல மக்க வழியிலே பொண்ணா கிடைக்காது?''

வகையாகக் கொக்கி போட்டுப் பிடித்துவிட்ட எக்களிப்பில் கோலப்ப பிள்ளை குடவண்டியைத் தடவினார்.

"அது சரிதான் அம்மாச்சா! ஆனா சொக்கலிங்கம் பிள்ளைக்குத் தம்பி மகனுக்கு உம்ம தங்கச்சிக்க பேத்தியாளைத் தாலா குடுத்திருக்காளாம்... நீரு இப்பம் வந்து இப்படிச் சொல்லுகீரே..."

'அடப்பாவி! இவன் எங்குவரை துறண்டி போட்டுத் தோண்டுகிறான்' என்று பொறிகலங்கிப் போனார் கோலப்ப பிள்ளை. 'பய மசிய மாட்டான். சுசீந்திரம் வரை ஒரு நடை போயிட்டு வந்திர வேண்டியதுதான். ரெண்டு ரூவா கைச்செலவு ஆகுமேண்ணு பார்த்தா முடியாது...!' என்று தீர்மானித்தார்.

"அப்போ நான் வாறேண்டே... சொல்லுகது என் கடமை. பிறகு உனக்கு இஷ்டம்...." என்று சொல்லி "அப்பாப்பாப்பா...." என்று கால் முட்டைப் பிடித்துக் கொண்டு எழுந்து வெளியே இறங்கினார்.

"நீக்கம்புலே போவானுக்கு ஒரு சாக்கலாம் வராதா?" என்று அடுக்களையிலிருந்து செண்பகம் திட்டியது அவருக்குக் கேட்டிருக்க நியாயமில்லை.

10

அந்த ஊரில் யார் விரும்பினாலும் விரும்பாவிட்டாலும், சொக்கலிங்கம் பிள்ளையைப் பலரும் கலைக்க முயன்றும், ஒன்றும் பலனளிக்காமல் அந்தத் திருமணம் நிச்சயமாகி விடத்தான் செய்தது. கல்யாண ஏற்பாடுகள் அழகாக நடந்து கொண்டிருந்தன. சிவதாணுவின் வீடு பழுது பார்க்கப்பட்டு வெள்ளையும் அடித்தாகி விட்டது. சிவதாணு படுக்கின்ற தட்டில் சில சில்லறை மாற்றங்கள். நிச்சயதார்த்தமன்று வாங்கிய மூவாயிரம் ரூபாய் தண்ணீராகச் செலவழிந்து கொண்டிருந்தது.

கல்யாணப் பெண்ணின் தாலிச் செயினுக்கும், பட்டுக்கும் மட்டும் எழுநூறு ரூபாய் ஆகியிருந்தது. அவள் வீட்டுப் பணத்தைக் கொண்டு அவளுக்கே புடவையும், சங்கிலியும் செய்கின்ற மாயம் சிவதாணுவுக்குப் புரியவில்லை.

அவர்கள் பணம்தான் என்றாலும், வாங்கிய புடவையில் குறை சொல்லிவிடக் கூடாதே என்ற கவலை சிவதாணுவின் அம்மாவுக்கு. கங்கா ஸ்டோர்ஸையும் ஜெயலக்ஷ்மி ஸ்டோர்ஸையும் சலித்து எடுத்து முந்நூற்று ஐம்பது ரூபாய்க்குப் பட்டுவாங்கி விட்டார்கள். அவர்களுக்குப் பிடித்திருக்கிறதா என்று செல்லப்பன் கொண்டு போய்க் காட்டிவிட்டு வந்தான். நிறமும் புடவையும் பிடித்திருப்பதாக அவர்கள் சொல்லிய பிறகுதான் செண்பகத்துக்குச் சமாதானமாயிற்று. வேண்டியவர் எல்லோரும் கல்யாணம் விசாரித்து வந்தபோது, பட்டுப்புடவையை வெளியே எடுக்கவும் உள்ளே வைக்கவும் நேரம் சரியாக இருந்தது.

சுசீந்திரத்தில் நிச்சய தாம்பூலம் நடந்த மூன்றாவது நாள், வீர நாராயண மங்கலத்தில் தாலிக்குப் பொன்னுருக்கினார்கள். சிறிய சடங்குதான் என்றாலும் செலவுக்கு குறைவில்லை. சண்முகம் பிள்ளையும், சொக்கலிங்கம் பிள்ளையும், அவர் மைத்துனர் நல்லகுற்றாலமும் வந்திருந்தார்கள். அவர்கள் திரும்பி சுசீந்திரம் போகின்றபோது, எவர் சில்வர் தூக்குவாளியில் பிரதமன் கொடுத்தனுப்பச் செண்பகம் மறக்கவில்லை. வாயாறாமல் பத்துப் பேரிடமாவது அந்த விபரத்தைச் சொல்லியிருப்பாள்.

சிவதாணு இப்போதெல்லாம் யாருடனும் பேச்சுக் கொடுக்க அஞ்சினான். எதையாவது சொல்லிக் குத்திக் குடைந்துவிடுவார்களே என்ற ஒதுக்கம். இருந்தும்கூட அவன் ஒதுங்கலையும் நீங்கலையும் யாரும் பொருட்படுத்தியதாகத் தெரியவில்லை. வலிய இழுத்துப் பேச்சுக் கொடுத்தார்கள்.

''ஏ சிவதாணு...! மூவாயிரம் ரூவாதான் கையிலே குடுத்தாளா? ஏன் ஐயாயிரம் தாறதுக்குக் கசக்கவா செய்யி? ஏமாந்தவன் அகப்பட்டா இப்படியா மொட்டை அடிக்கது?'' - அக்கறையாகக் கேட்கும் அடுத்த தெருக்காரர்.

''உருப்பிடி எவ்வளவுக்குடே போடுகா? கலியாணத்துக்கு முந்தி எல்லாம் நிறுத்துப் பார்த்திருங்கோ... சொக்கலிங்கம் பெரிய திமிங்கலமாக்கும். பேச்சை பார்த்தா அஞ்சுமாசப் பிள்ளையும் அழுகி விழுந்திரும்... வாய் சர்க்கரை. கை கருணைக் கிழங்குதான்...'' மேலத் தெரு மாடி வீட்டுக்காரர்.

''என்னா புதுமாப்பிள்ளே. இப்பவே கெவுரவம் காட்டாதடே... ஆமா சொத்தெல்லாம் எழுதி வச்சிட்டானா? கலியாணத்துக்கு முந்தி பத்திரத்தை முடிச்சிருங்கோ... இந்த

காலத்திலே ஒருத்தனையும் நம்ப முடியாது! நம்ம பரமசிவம் கலியாணத்துக்கு அப்பிடித்தான் ஆச்சு பார்த்துக்கோ! முதல்லே மூணு ஏக்கர் தாறேண்ணான்... பொறகு என் காலத்துக்குப் பிறகு என்ன இருக்குதோ அதை எல்லாரும் பாகம் பிரிச்சு எடுத்துக் கிடலாம்ணுட்டான். அதும் ராசாக்க மங்கலத்துக்காரன்கிட்டே வழக்குக்கா போக முடியும்? எதுக்குச் சொல்லுகேண்ணா, தாயும் பிள்ளையுமானாலும் வாயும் வயிறும் வேறேயில்லா?'' - வயதான வயிற்றெரிச்சல்காரர் ஒருவர்.

''மக்காசிவதாணு... கலியாணத்துக்கப்புறம் மாமனாரு வீடே கெதிண்ணு கிடந்திராதே! இதுகளையும் ஒரு கண்ணு பார்த்துக்கோ... உன்னைப் படிக்க வைக்கதுக்குச் சிதம்பரம் என்ன பாடுபட்டான்? பாடு பட்டுப் படிக்க வைச்சு ஆளாக்கிவிட்டா, பொண்ணு தாறதுக்கு எல்லாவனும் வருவான்... பயக்களுக்கும் பொண்டாட்டி மயக்கத்தில் கண்ணே தெரியாது... பொறகு பொண்டாட்டி ஆத்தா பெரியாத்தா ஆயிருவா... எல்லாம் மனசிலே வச்சுக்கோ...'' நல்லகண்ணுப்பாட்டா.

''என்னடே? கலியாணத்துக்கு வாச்சு, மைனர் செயின் எல்லாம் உண்டா? சூட்டுத் தச்சுத் தரச் சொல்லு... இருந்தா இப்பிடியில்லா இருக்கணும். யோகக்காரன்தாண்டே...'' ஒத்த வயதுடைய நண்பர்கள்.

இந்த உரையாடல்கள், அவன் மனதின் இண்டு இடுக்குகளில் நுழைந்து பெருவடிவெடுத்து இதயத்தையே துண்டுதுண்டாகப் பிளந்தெறியத் துடிக்கும் அபாய அறிவிப்புக்கள். ஆமாம் என்றாலும் போயிற்று; இல்லையென்றாலும் போயிற்று என்கிற பாணியில் கொக்கியாக விழுந்து கொழுவும் கேள்விகள். முதுக்குப் பின்புறம் கேலிக் கிசுகிசுப்புக்கள். முகத்துக்கு நேரே பொய்யாகக் காட்டும் சிரிப்புகள். கேலிகளைப் புரிந்துகொள்ள - தாங்கிக் கொள்ள முடிந்தாலும் முகத்துக்கு நேராகக் காட்டப்படும் மரியாதைகள் அவனைப் பஞ்சாகப் பறக்கத்தான் செய்தன.

பின்னால் வரப்போகின்ற எத்தனையோ கணக்கற்ற குத்தல் மொழிகளுக்கு இவை வெறும் ஒத்திகைதானோ? கேட்டுக் கேட்டுப் புளித்து, உள்ளம் மரத்துப் போவதுகூட ஒரு வகையில் நல்லதுதானோ?

பயிராவதற்குத் தயாராகின்ற நஞ்சை நிலம், புண்பட்டுப் புண்பட்டுப் பண்படுவதைப்போல, நாமும் பயிரிடப்படு

வதற்குத்தான் தயார் படுத்தப்படுகின்றோமோ? ஆனால், இந்தப் பண்பட்ட நிலத்தில் பயிர் விளையுமா? பயிர் விளைந்தாலும் அது அந்த நிலம் விரும்புகின்ற விவசாயிக்குப் பலனளிக்குமா? இல்லை, எங்கோ நிழலில் சோம்பலில் புரளுகின்ற நிலத்தின் 'உடைமை' க் காரனுக்குப் பயன்படுமா?

ஏற்பாடுகள் குறையற்று நடந்து கொண்டிருந்தன. அவனை அழைத்துக் கொண்டு போய்ச் சட்டைக்கும் பேண்டுக்கும் துணிஎடுத்தார்கள்.

சாதாரண பேண்ட், அரைக்கைச் சட்டையிலேயே கல்லூரிக்குப் போய் வந்தவனுக்கு, ரேமாண்டும், குவாலியரும் மஃபத்லாலும் பார்த்தவுடன் மருட்சியாக இருந்தது.

''வேட்டியே போதுமே....''

அவனுடன் துணி எடுத்துத்தர வந்தவர் வினோதமாகப் பார்த்தார்.

''அட உங்களுக்கு வேட்டி போரும்... எங்களுக்கு ஆசை இருக்காதா?'' சிவதாணுவை அவர் மடக்கிய பிறகு, அவனால் மறுக்க முடியவில்லை.

இந்த முரண்கள் - அடிப்படையிலேயே எழுகின்ற இந்த முரண்கள் - இவற்றைத் தாங்கிக் கொண்டும் தவிர்த்துக் கொண்டும் போவது எத்தனை தூரம் சாத்தியம்? வளைந்து கொடுப்பதில்தான் வாழ்க்கையின் வெற்றியே அடங்கியிருக்கிறது என்ற அறிஞர் ஒருவரது கூற்று அவன் நினைவுக்கு வந்தது. ஆனால், இந்த 'வளைவு' என் பக்கத்திலிருந்து மட்டுமே வர வேண்டும் என்று எதிர்ப்பார்க்கப்படுமானால், நாளடைவில் வளையவே தேவையில்லாமல் 'கூனல்' ஏற்பட்டுப் போகாதா? இந்த வளைவு எதிர்ப்பக்கத்திலிருந்தும் வந்தால் - வாராது என்று இப்போதே ஏன் ஒருதலைப் பட்சமாக முடிவெடுக்க வேண்டும்.?

என்றாலும் கூட, இந்த மனம் இருக்கிறதே, அது ஒரு தினுசான பேர்வழிதான். கருங்குரங்கை நினைத்துக்கொண்டு மருந்தைக் குடிக்காதே என்றால், சதா சர்வகாலமும் அது அதைத்தானே நினைத்துக் கொண்டிருக்கிறது! கவிஞனொருவன் அங்கலாய்ப் பதைப்போல, எதையெதையோ எல்லாமோ கணக்கிட்டு அளப்பதற்கு மனிதன் கருவி கண்டு விட்டான். ஆனால் - இந்த மனக்கடலையும், அதன் ஆழத்தையும், அலை பாய்ச்சலையும்,

உள்ளார்ந்த நீரோட்டங்களையும் - அதன் அடிவாரத்தில் எப்போதும் உலவிக் கொண்டேயிருக்கும் அற்பத்தனம் என்னும் விஷப் பாம்புகள், சுயநலத்திமிங்கலங்கள், துரோகச் சுறாமீன்கள், புயல்கள், அந்தப் புயலின் மையங்கள் - இவற்றையெல்லாம் அளப் பதற்குக்கருவி கண்டானில்லையே!

வேண்டியவர்களுக்கெல்லாம் அழைப்பிதழ்கள் அனுப்பியாகி விட்டது. நேரில் அழைக்கப்பட வேண்டியவர்களும் அழைக்கப் பட்டாயிற்று. கல்யாணம் பெண் வீட்டில்தான் என்றாலும், ஆழமான தொரு பரபரப்பு. எதிர்ப்பார்ப்பு எல்லாமே சிவதாணு வீட்டில் தெரிந்தது.

ஆயிற்று! இன்னும் எட்டே நாள்தான்!

சுசீந்திரத்தில், சொக்கலிங்கம் பிள்ளையின் வீட்டை அடுத்திருந்த அறுத்தடிப்புக் களத்தில் இரட்டை மோட்டுப் பந்தல் போட்டாயிற்று என்ற தகவல் வந்தது. ஏற்பாடுகளைக் கவனிக்கும் போது கல்யாணம் நல்ல எடுப்பாகவே செய்யத் திட்ட மிட்டிருக்கிறார்கள் என்று தோன்றியது.

வடிவீசுவரம் சீனி ஐயர் வைப்பு. தாழக்குடி கோவிந்தபாணி - சக்ரபாணி நாதசுர வாசிப்பு. இலை, சளவோலை, கூந்தல்பனை, குலைகளுக்கெல்லாம் வடக்குமலை பாலமோர் எஸ்டேட்டில் அச்சாரம் தந்தாகி விட்டது. மாலை வரவேற்புக்காக ரோஜாப்பூ மாலைகளும் செண்டுகளும் திருவனந்தபுரத்திலிருந்து வர இருக்கின்றன. ஈத்தாமொழி வெற்றிலை, இரணியல் சந்தையிலிருந்து கத்தரிக்காய், வழுதுணங்காய் குலசேகரத்திலிருந்து சிங்கள் வாழைக் குலைகள், கனகமூலம் சந்தையில் தேங்காய், தடியன்காய் இத்யாதி - இப்படிச் செய்திகள் காற்று வாக்கிலாவது வந்து காதில் விழுந்தன. இவற்றையெல்லாம் சேர்த்துக்கூட்டி கணக்கிட்டுப் பார்க்கும்போது சிவதாணுவின் அடிவயிற்றைக் கலக்கியது.

இது தேவையானதுதானா?

கல்யாணம் சடங்கு, பிள்ளைப்பேறு, சாவு என்ற வகைக்காக வாரியிறைக்கப்படும் பணம். வயதில் இளையவனேயானாலும் சிறுவயது முதலே வரவுக்கும் செலவுக்கும் இருக்கின்ற இடைவெளி, இருப்பதா இறப்பதா என்ற வினாக்குறியாகி அலைக்கழிப்பதை உணர்ந்தே வளர்ந்து வந்திருப்பதால் பொருளாதாரப் பாடத்தில் சிவதாணு பல படிகள் முன்னேயே

நின்றான். ஆனால், எதற்குப் பயன்? யார் கேட்கப் போகிறார்கள்? சொந்தத் தங்கை கல்யாணத்துக்கே சிக்கனமாகச் செய்தால் போதும் என்றால் செவிசாய்க்கவா போகிறார்கள்?

''ஆமா... இவனுக்கு அம்புட்டும் தெரியும்!'' என்று எவ்வளவு எளிதாக ஒதுக்கி விடுவார்கள்?

ஆக, என்னதான் கவலைப்பட்டாலும் உலகின் மாறுதல்கள் மெல்ல மெல்லத்தான் வரும். போலிருக்கிறது! வராமலேயே இருப்பதை விடவும் பையப் பையவாகவாவது வருவது நல்லதுதான்! என்றாலும் ஒவ்வொரு முயற்யிசிலும் சறுக்குக் கட்டைகள் வைத்து வேகத்தைத் தடைப்படுத்தவும் முடிந்தால் நிறுத்திவிடவும் முடிகின்ற கூட்டம்தானே அதிகம் இருக்கிறது! இதில், 'அம்மணங்குண்டி ராச்சியத்தில் கோவணங் கட்டியவன் பைத்தியக்காரன்' என்பதைப் போல மாறுதல்களை வேண்டு கின்றவர்களும், அதற்காக முயற்சிக்கிறவர்களும் மூக்கறுந்து மூளிபட்டுத்தானே நிற்க வேண்டியதாகிறது? சூர்ப்பனகைகளாக அல்லவா அவர்கள் சட்டையுரித்துக் காட்டப்படுகிறார்கள்?

கலியாண நாள் நெருங்க நெருங்க, ஏதாவது ஒரு சாக்கில் ஆட்கள் இங்கிருந்து அங்கும், அங்கிருந்து இங்கும் போய் வருவது அதிகரித்து விட்டது. புதிதாக யாரையாவது காணுகின்றபோது, முகத்துக்கு நேரே முகமன் கூறுகின்ற அண்டை வீட்டார், முதுகுக்குப்பின் நொடிப்பதை சிவதாணு உணர்ந்தான்.

''செண்பகத்துக்கு இப்பமே கால் தரையிலே பாவ மாட்டேங்குதே! இனி மருமக வந்தா கேக்காண்டாம்!''

''ஆமாம்... நீ மெச்சுப் போட்டுக்கோ... மருமக இவ வீட்டிலேதான் வந்து பொங்கிப் போட்டுக்கிட்டு இருக்கப் போறாளாக்கும்? மூணாம் நாளே அந்தப் பய பொண்டாட்டிக்கு கொடுக்கை பிடிச்சுக்கிட்டுப் போகத்தாலா போறான்.''

ஆற்றில் குளிக்கும்போதும், துணி துவைக்கும்போதும் பரிமாறிக் கொள்ளுகின்ற அங்கலாய்ப்புகள்; ஆற்றாமைகள்; அடிமன எரிச்சலின் விடுதலைகள். எல்லாம் அவன் காதுகளில் பட்டுத் தெறிக்கத்தான் செய்தன. இவையெல்லாம் சொல்லிப்புரிய வைக்கிற சமாசாரங்களா? இந்தச் சொல்லாடல்களின் மேற்பரப்பில் இவன் இப்படியெல்லாம் போய்விடப் போகிறானே என்ற அனுதாபம். அடி ஆழத்தில் இவன் இப்படித்தான் போக வேண்டும் என்கின்ற விருப்பு; எதிர்பார்ப்பு.

இவற்றையெல்லாம் அவன் புரிந்துகொண்டாலும் மனதில் ஏற்படுகின்ற சிராய்ப்புகள்...அவை தருகின்ற வேதனைகள்...

இந்த எதிர்பார்ப்புகளையெல்லாம் ஏமாற்றங்களாக மாற்றிக் காட்டத்தான் போகிறேன் என்று அவன் மனதுள் சவால்விட்டான்.

11

பொழுது புலர்ந்தது. இருள் தன் கட்டுக் குலைந்தது. கீழ் வானத்தில் செஞ்சுடர் எழுந்து உயர்ந்தது. நாலு மணிக்கே சிவதாணுவின் வீடு பரபரப்பில் மூழ்கித் திளைக்க ஆரம்பித்த கலகலப்பு இன்னும் அதிகரித்த கோலம். குழந்தைகளும், குட்டிகளும், உறவினர்களும் அல்லோல கல்லோலம்.

நெடுநேரம்வரை பேசிக் கொண்டிருந்துவிட்டு அவன் முன்தினம் இரவு படுக்கப்போன போது மணி பதினொன்றரை ஆகிவிட்டிருந்தது. கேலியும் கிண்டலும் 'இறக்கு' வெட்டு' என்று சீட்டுப் போர்க்களும் அமர்க்களம் தான். சற்று வயதானவர்கள் பழங்கதைகளில் நேரத்தைக் கொன்று கொண்டிருந்தார்கள். புடவைக்கதையும் நகைக்கதையும் பேசியே பெண்களுக்கு மாளவில்லை. இடையிடையே, அவள் கல்யாணத்தில் இது நடந்தது. இவள் கல்யாணத்தில் அது நடந்தது என்ற நினைவூட்டல்கள். புதிய சூழ்நிலையில் தூங்க முடியாமல் வீறிடும் கைக்குழந்தைகளின் வாய்களில் முலைக்காம்புகளைத் திணித்துக் கொண்டே பேச்சுத் தொடரத்தான் செய்தது.

ஐந்தாறு வயதானவை உறக்கம் பிடிக்காமல், அங்கும் இங்கும் அலைந்து கொண்டிருந்தன. ஒரு தலையணைக்காக மூன்று குழந்தைகள் சண்டையிட்டுச் செய்த ஆதாளி. போரிட்டு வென்று பெற்ற தலையணை ஓரடி தள்ளிக் கிடக்கத் தரையிலே படுத்துக் கொண்டிருந்த குழந்தைகள். விழித்துப் பார்த்த வேறொரு குழந்தை சப்தம் காட்டாமல் அதனை 'அபேஸ்' செய்த குறும்பு. ஒன்றின் மேலொன்று காலையும் கையையும் தூக்கிப்போட்டு ஆடைகள் அலங்கோலமாகிக் கிடக்க படுத்துத் தூங்குகின்ற கூட்டம்.

இவற்றிடையே அவர்களை மிதித்துவிடாமல், லாவகமாக நடைபோடும் பெரியவர்கள். காலைக் காப்பிக்காக அடுக்களையில் இட்டிலிக் கொப்பரைகள் அடுப்புகளின் மீது ஏறியாகி விட்டது. சீராக அடுப்பெரியும் இரைச்சல். இந்த சந்தடியில் உறக்கம் எப்படி

வரப் போகிறதென்று சற்று நேரம் பேசிக் கொண்டிருக்கலாம் என்றால் விடவா செய்கிறார்கள்? ஆரல்வாய்மொழியில் வாழ்க்கைப்பட்டிருந்த அவன் அத்தை மகள்- மதனி சொன்னாள்.

''கொழுந்தன் பிள்ளே... போய்ப் படுத்து உறங்கும்... இண்ணைக்கு முழிச்சிருந்தா நாளைக்கு ராத்திரி கும்பகர்ணனா உறங்குவீரு.''

அந்தக் கிண்டல் வீடு முழுதும் எழுப்பிய சிரிப்பலைகள். மற்ற சமயமாக இருந்தால் சிவதாணு சரியாகப் பதில் சொல்லியிருப்பான். ஆனால், இந்தப் பட்டாளத்தில் பதில் சொல்லப் புறப்பட்டால் அது அவனையே மாட்டி வைத்துவிடும். எனவே, மௌனமாகத் தலையைக் குனிந்து கொண்டான். யாரும் பார்க்காத வேளையில் அவளைப் பார்த்து வலிப்புக் காட்டினான். அவள் கள்ளத்தனமாகச் சிரித்தாள்.

''சிவதாணுவுக்கு வாய் அடைச்சுப் போச்சுப் போலிருக்கே...'' அவன் மௌனத்தையே வம்புக்கு இழுத்தாள், வயதான பாட்டி ஒருத்தி. அவன் அவளைப் பார்த்துப் புன்னகைத்தான். நல்ல வேளையாக அவன் சித்தி துணைக்கு வந்தாள்.

''மக்கா... நீ ஏன் கண்ணு முழிக்கே? போய்ப் படுத்துக்கோ. காலம்பற நாலு மணிக்கே எந்திரிக்கணும்...''

அதைச் சாக்காகக்கொண்டு அவன் தட்டில் ஏறினான். அங்கே அவன் வழக்கமாகப் படுக்கும் இடம் ஏற்கனவே ஆக்கிரமிப்புக்கு உள்ளாகியிருந்தது. கிடைத்த இடத்தில் சமுக்காளத்தை விரித்து முடங்கினான்.

தனியாகவே படுத்திருந்து பழகினவனுக்கு, இந்த மனிதர்கள் கூட்டமும், அவர்கள் குறட்டையொலியும், 'மூசுமூசு' என்ற மூச்சிரைச்சலும் திக்கு முக்காட்டிச் சங்கடப்படுத்தியது. மனதுக்குள் ஒருவிதமான பீதியும், திகிலும், ஆனந்தமும், ஆவலும் கலவையிட்டன. எதையெதையெல்லாமோ யோசித்துக் கொண்டிருந்து விட்டு எப்போதோ தூங்கிப் போனான்.

''சிவதாணு! எலே சிவதாணு... மக்கா எந்திரி... மணி நாலாகு...'' சித்தி, முத்தம்மையின் துயிலெழுப்பல். ஏழரை மணிக்குத்தான் மாப்பிள்ளை அழைப்புக்கு கார் வரும். பத்து - பத்தரைக்குள் முகூர்த்தம் ஆகையால் ஒன்பது மணிக்குள் மாப்பிள்ளை சுசீந்திரத்தில் இருந்தால் போதும். இப்போதே பிடித்து எதற்காக எழுப்புகிறாள் என்று யோசித்தான்.

வீடு முழுவதும் மெதுவாக உயிர்த்துக் கொண்டிருந்தது. இனிமேல் உறக்கத்தைத் தொடருவது என்பது முடியாத காரியம். சில பெரியவர்களும் குழந்தைகளும் உறங்கிக்கொண்டுதான் இருந்தார்கள். சிவதாணு கீழே இறங்கி வந்து முகத்தைக் கழுவினான்.

''மாப்பிள்ளை முழிச்சாச்சு - ராத்திரியெல்லாம் உறக்கம் வந்ததோ என்னமோ?'' அவன் கொழுந்தி வாயாடினாள்.

சிவதாணுவைவிட நாலு வயது இளையவள். போன வருடம்தான் வீமநேரியில் அவளுக்குக் கல்யாணம் ஆகியிருந்தது. அவளை அடிப்பதற்காக விளையாட்டாகக் கையை ஓங்கினான். அடிபட்டுப் பழகிய மாடு, கம்பை ஓங்கியவுடன் முகத்தை நீட்டி முதுகை வளைத்துக்கொண்டு ஓடுவதைப்போல, அவள் நெளிந்து ஓடினாள்.

''எலே காலறுவான்... இனி நீ அவளை அடிக்கதுக்குக் கையை ஓங்கினா நல்லா இருக்காது பார்த்துக்கோ... ஒருத்தன் வீட்டுக்கு அவ போயாச்சு. உனக்கும் ஒருத்தி வரப்போறா...'' விளையாட்டாக எச்சரித்தாள் சித்தி.

முகம் கழுவிவிட்டு வந்தவனிடம், சூடாக காப்பியை நீட்டினாள் தங்கம். சித்தியின் மூத்த மகள். நாகர்கோயிலில் அவளுக்குக் கல்யாணமாகி இருந்தது. அவனைப் பார்த்து ஆதரவாக அவள் சிந்திய சிரிப்பு அவனுக்கு யானைப்பலம் தந்தது. வீடு முழுவதும் எல்லோர் முகத்திலும் ஒரு மங்கல மலர்ச்சி. அந்தச் சூழல் மனதுக்கு இதமாக இருந்தது.

''அன்னா நயினாரு வந்திருக்கான்.. போயி முகம் வழிச்சுக்கோ...'' கட்டளையை நிறைவேற்ற அவன் நயினாருடன் போனான்.

முகத்தை மட்டும் சவரம் செய்துகொண்டு, நயினாருக்குச் சேர வேண்டிய வேட்டியும், உரிமைப் பணமும் வாங்கித் தந்தான். பழைய தலைமுறையினருக்கு, நாவிதன்தான் சவரம் செய்ய வேண்டும் என்ற நிர்ப்பந்தம் இருந்த போது ஏற்பட்ட பழக்கம். கால மாற்றத்தில், சர்வாங்க சவரம் என்பது வெறும் சடங்குக்காக என்று முகத்தளவில் நின்றது. குலத்தொழில்கள் என்று அருவெறுத்து ஒதுக்கப்பட்டவை எல்லாம். விரும்பியோ விரும்பாமலோ எல்லோருக்கும் பொதுவுடமை ஆகிவிட்ட பிறகும், சடங்குகளை விட்டுவிடத் தயாராகிவிட்டோமா என்ன?

குளிப்பதற்கு வெந்நீர் தயாராக இருக்கிறது என்றார்கள். தீபாவளிக்குக் கூட வெந்நீரில் சிவதாணுவுக்குக் குளித்துப் பழக்கம்

இல்லை. ஆற்று நீரில் அலசிக் குளித்தால்தான் அவனுக்குச் சமாதானமாகும். தங்கத்தின் கணவனையும் எழுப்பிக்கொண்டு அவன் பழையாற்றை நோக்கி நடந்தான். பின்பனிக்காலத்தின் விடிகாலைக் குளிர். நினைத்தபோதே உடம்பு 'வெடவெட' என்று நடுங்கியது. நாகர்கோயில் அத்தான் வைகாசி மாதம்கூட வெந்நீரில் குளிப்பவர். இவன் நிர்ப்பந்தம் காரணமாகத்தான் அசைந்து கொடுத்தார்.

''இண்ணைக்கு ஒருநாள் பச்சைத் தண்ணீலேதான் குளிங்களேன்... சன்னியா மூடுகு? அவன் கூப்பிடுகாம்லா...'' என்று தங்கம் கடப்பாரை போட்டு இளக்கிய பிறகுதான் எழுந்தார்.

''என்னப்பா இது? உன் அநியாயத்திலே என்னை உறைய வச்சிருவே போலிருக்கே...!''

அவர் அழுது வடிந்தார். தண்ணீரில் இறங்கி இரண்டு முக்குளி போட்ட பிறகு குளிரே சுகமாகத்தான் இருந்தது. ஆளரவம் உணர்ந்த வௌவால்கள் புன்னை மரத்திலிருந்து சிறகடித்துப் பறந்தன. குளித்துக் கரையேறிய பிறகு உடம்பின் கதகதப்பு. குளிர்காற்றில் கூட ஒரு இதம். கண் எரிச்சலும் உடம்புச் சூடும் தணிந்த சுகம். சிவதாணு அதை ரசித்து அனுபவித்தான்.

குளித்துவிட்டு வீட்டுக்கு வரும்போது வீடு முழுவதும் விழித்து விட்டது. சில சிறுசுகளின் ''ஙே...'' என்ற அழுகை. ஆரல்வாய்மொழி மதனியின் மகளின் குரல் தாழக்குடி வரை கேட்கும் போலிருந்தது.

''அம்மையைவிட மேலாத்தான் பிள்ளைக்கும் தொண்டை... ஈயம் இப்பத்தான் பூசினா போலிருக்கு! என்னா சத்தம் போடுகு...'' சிவதாணுவின் கேலியில் வீடு கலகலத்தது.

''ஆமா... என் தொண்டைதான் பெரிசாக்கும். வரப்போறவ அதைவிட விண்ணாணமா இருப்பா பாரு...''

செல்லக் கோபத்தில் அவள் ஒரு வெட்டு வெட்டினாள். இனிமேல் இவள் வாய் கொஞ்ச நேரத்துக்காவது அடைத்துக் கிடக்கும். ஏழு மணிக்கு அவன் நண்பன் கந்தசாமி வந்து எட்டிப் பார்த்தான்.

''மாப்பிள்ளைத் தோழனே இப்பத்தாலா வாரான்...'' யாரோ வியாக்கியானம் செய்தார்கள்.

அடுக்களையிலிருந்து சாம்பாரின் மணம். பெரிய மைசூர் சருவத்தில் காப்பியைத் தூக்கி ஆற்றுகிற 'சர்... சர்' ஓசை.

எல்லோரும் குளித்து, இட்லி, காப்பி சாப்பிட்டுவிட்டு உடைகள் மாற்றித் தயாராகி விட்டார்கள். நாலைந்து வில் வண்டிகள் கட்டப்பட்டுத் தயாராக நின்றன. பெண்களும், குழந்தைகளும், கிழங்கட்டைகளும் ஏறிக்கொண்ட பிறகு வில்வண்டிகள் ஒவ்வொன்றாக நகர ஆரம்பித்தன. கோசுப் பெட்டியில் உட்கார்ந்திருந்த சிறுவர்களுக்கும் சிறுமிகளுக்கும் ஒரே கொண்டாட்டம்.

ஏழரை மணிக்கே வண்டிகள் புறப்பட்டு விட்டதானாலும், தேரேகால் புதூர், புதுக்கிராமம், தேரூர், அக்கரை வழியாக ஆறுமைல்கள் சுற்றிச் சுசீந்திரம் அடைய மணி ஒன்பதேகால் ஆகிவிடும். ஆண்களும், பெண்களில் சிலரும் இறச்சகுளம் போய் பஸ்ஸில் வந்துவிடுவார்கள். சிலர் சைக்கிளில் வந்துவிடுவதாகச் சொல்லியிருந்தார்கள்.

ஏழே முக்காலுக்குக் கார் வந்துவிட்டது, மாப்பிள்ளை அழைப்புக்கு பெரிய கார். பெரிய சிவந்திப்பூ மாலை போடப்பட்டு மாலையின் முகப்பில் ஆரஞ்சு, அரளி, பச்சைகளால் குஞ்சம் கட்டப்பட்டுப் பார்ப்பதற்கு அழகாக இருந்தது.

மாப்பிள்ளையை அழைத்துக்கொண்டு போவதற்காக, சொக்கலிங்கம் பிள்ளையின் அண்ணாச்சி மகன் சுந்தரலிங்கம் வந்திருந்தார். அம்மா, அப்பா, சித்தி, சித்தப்பா, தாத்தாக்கள், ஆத்தாள்கள், அத்தைகள், மாமாக்கள் என்று திருநீறு பூசுகின்றவர்களின் பட்டியல் நீண்டு, எல்லாம் பெரியவர்களின் கால்களில் விழுந்து வணங்கி ஆசிகளைப் பெற்றுக்கொண்டு, நெற்றியிலும், உச்சியிலும் திருநீறு வெண்மையைப் பரத்த அம்மன் கோயிலை வழிபட்டு, தேங்காய் உடைத்து, பெண்டிரின் குரவை ஒலி மங்களம் முழக்க, சிவதாணு காரில் ஏறும்போது மணி எட்டு.

அவனும், தங்கமும், அத்தானும், மருமகளும், மாப்பிள்ளைத் தோழன் கந்தசாமியும், மற்றும் சில குழந்தைகளும், அழைத்துப் போக வந்திருந்த மைத்துனர் சுந்தரலிங்கமுமாக கார் கிளம்பியபோது மூச்சுவிடக்கூடச் சிரமமாக இருந்தது.

இந்த இன்பமயமான சூழ்நிலையிலும் - அண்டை அயலாரும், ஊராரும் காருக்குள் கண்களைத் திணித்து அவனைப் பார்வையிட முயலுகின்ற கூச்சத்திலும் - அவன் மனதின் உள்ளார்ந்த பாகத்திலிருந்த ஏதோ ஒன்று புறப்பட்டு அவனை விழுங்க யத்தனித்தது. எதையோ, யாரையோ பிரிந்து போகின்ற வேதனை

அடிமனதில் அமிலமாக விழுந்து அரித்தது. வேட்டி சட்டையினுள்ளே அவனுக்கு வியர்த்து வழிந்தது. தனக்கே மணநாளில் இப்படியொரு திகில் இருக்குமானால், பழகிய சூழ்நிலையையும், பெற்றோரையும் விட்டுப் பிரிந்து, இதற்குமுன் பார்த்தேயிராத உறவினை நாடிவருகின்ற, தன்னை அத்துடன் இணைத்துக்கொள்ள நினைக்கின்ற பெண்ணின் நிலை எப்படி இருக்கும்?

இந்தப் புதிய உள்ளக் குமைச்சலின் ஊடேயும் அவனுக்குச் சிரிப்பு வந்தது. நெற்றியில் வெண்ணீறு படிந்து குளித்துப் புதிய ஆடைகளுடன் இருக்கும் தன்னைப் பற்றிச் சிந்தித்தான். கோயில் கொடைக்கு வெட்டுப்படப் போகும் வெள்ளாட்டுக் கிடாவுக்குக்கூட மாலையும் மரியாதையும்தான்!

சே! கல்யாண நாளில் இந்த நினைவா?

அவன் மனம் சலித்துக்கொண்டாலும், முரணான இந்த உவமையின் உள்ளோட்டத்தில், அபூர்வ ஒருமையும் இருப்பதாக அவனுக்குத் தோன்றியது.

திருப்பதிசாரம், தேரேகால்புதூர், புதுக்கிராமம் என்று கார் ஓடிக் கொண்டிருந்தது. புதுக்கிராமம் தாண்டியதும் கார் வில்வண்டிக் கூட்டத்தைக் கடந்தது. கோசுப் பெட்டியில் இருந்த சிறார்கள், காரைக் கண்டதும் எழுப்பிய உற்சாகக் கூச்சல் உரக்கக் கேட்டது.

எல்லோருக்கும் முன்னாலேயே வண்டி பூட்டிய நீலகண்ட பிள்ளை சித்தப்பாவின் வண்டி கடைசியாக வந்து கொண்டிருந்தது. கார், வண்டியைக் கடந்ததும் சிவதாணு திரும்பிப் பார்த்தான். அவர் மூக்கினுள் பொடியைத் திணித்துக் கொண்டு, காளைகளைத் தாரினால் குத்தி விரட்ட முயன்றார். காளைகள் வாலை கேள்விக்குறியாகத் தூக்கிக்கொண்டு குடங்குடமாக பீச்சி அடித்து, வாலை நனைத்து அவர் முகத்தில் வீசின. அவர் பல்லைக் கடித்துக் கொண்டு மாடுகளைத் திட்டத் தொடங்கினார். மாட்டை அவர் திட்ட ஆரம்பித்தால் அது எங்குபோய் நிற்கும் என்பது ஊரறிந்த சேதி.

''செத்த பய மாடு. நடக்க நடையைப் பாரேன்... நிலவு அடிக்கோவ்? அசைஞ்சு அசைஞ்சு போறியே! வெட்டிக் கூறு போட்டிருவேன். அட மூதி.... வாலையா வீசுகே... வா வா... வீட்டுக்கு வருவேயில்லா? உனக்கு வச்சிருக்கேன். பருத்திக் கொட்டையும் கருப்பட்டியுமா வைக்கணும் உங்களுக்கு? மண்ணைத்தாரேன்... நாய்பறிச்ச மண்ணை...!

''மாடு பிடிச்சிட்டான் மாடு.. இவனுக மாடு பிடிக்கவா போறான்? போனாப்பிலே போத்தி கடையிலே சூடா அல்வாவும், ரசவடையும், இட்டிலியும் திண்ணா மாடா பார்க்க முடியும்? புடிக்கற மாட்டிலே பெண்டாட்டிக்குத் தெரியாம எவ்வளவு ஒசத்தலாம்ணு பார்த்தா மாடு இப்படித்தாலா வாய்க்கும்? ஓடேன் சவமே! கறியாயில்லே... செம்மான் கெணக்க இருக்கியே... ரெண்டு தொட்டி தண்ணி குடிக்கத் தெரியில்லா? நாய்க்கு பொறந்த பய மாடு...''

திட்டித் தீர்த்துவிடுவார். மாட்டுச் சொந்தக்காரர் வண்டியினுள் இருந்தால் நான்று கொண்டுதான் சாக வேண்டும். அந்தக் கேள்வியெல்லாம் கேட்டுவிடுவார். ஒரு வாரத்திலேயே இவர் குணமும் 'கிண்ணாரமும்' மாட்டுக்குப் படிந்து போகுமாகையால், 'என்னதான் செய்கிறார் பார்ப்போமே!' என்ற மெத்தனத்தில் அதுகளும் அவரிடம் கொஞ்சத்தான் செய்யும். வண்டியிலோ, கலப்பையிலோ வருகின்ற போது பேசுவாரே தவிர, வீட்டுக்கு வந்தவுடன் பதமாகச் சம்பாத்தவிடும், நனைந்த பருத்தி விதையும், கருப்புக் கட்டியுமாகக் கவளம் கொடுப்பதும் அவர்தான். மாட்டை அடிக்கவோ, திட்டவோ அவருக்கு மட்டும்தான் உரிமையுண்டு. சொந்தக்காரன் தொட்டால்கூடச் சண்டைக்குப் போய்விடுவார்.

தான் இப்போது அவர் வண்டியில் இருந்தால் எப்படிப் பேச்சை ரசிக்கலாம் என்று சிவதாணு எண்ணினான். அவன் மருமகள், தங்கத்திடம் இருந்து அவனிடம் தாவியது. அதைப் பிடித்து மடிமீது இருத்திக் கொண்டான். அதற்கு இரண்டரை வயதுதான் ஆயிற்று. அவனை கூர்ந்து பார்த்துவிட்டுத் திடீரென்று கன்னத்தில் அறைந்து சிரித்தது.

கார் சுசீந்திரத்தை நெருங்கும்போதே, ஒலிபெருக்கிச் சத்தம் இரைந்து காதில் விழத் தொடங்கியது. பாடகி பச்சையாக உருகிக் கொண்டிருந்தாள். கொச்சையான விரகவேதனை. தெற்குத் தெருவில், கல்யாண வீட்டுக்கு மூன்று வீடுகளுக்கு முன்னாலேயே கார் நிறுத்தப்பட்டது. அந்த வீடு சொக்கலிங்கம் பிள்ளைக்கு வேண்டியவர்கள் வீடாக இருக்க வேண்டும். மாப்பிள்ளை வீட்டார் இறங்குவதற்குத் தோதாக ஒதுங்க வைக்கப்பட்டு, சமுக்காளம் பாய் எல்லாம் விரிக்கப்பட்டு ஏற்பாடுகள் செய்யப்பட்டிருந்தன.

''மாப்பிள்ளை வந்தாச்சு... மாப்பிள்ளை வந்தாச்சு!'' அறிவிப்பு ஒலிகள்.

காரிலிருந்து இறங்கி, தெருவில் நின்று தட்டுகாமணத்தின் முகப்பைச் சிவதாணு ஏறிட்டுப் பார்த்தான்.

வண்ணக் குழல் விளக்குகள்; அலங்காரச் சரவிளக்குகள்; வாயிலின் இருமருங்கும் மொந்தன் வாழைக் குலைகள்; அதன் ஓரத்தில் கெவுளி பாத்திரச் செவ்விள நீர்க்குலை; நுங்குக்குலை; நுங்குக்குலைகளைத் தொட்டுத் தடவிக்கொண்டு காவிநிறப் பாக்குக்குலை. அதை அடுத்துக் கோடாலி முடிச்சுப் போட்ட கேரளப் பெண்களின் அளகம் போலக் கூந்தல் பனைகளின் குலை நிலம்வரை தொங்கியது. தென்னை ஓலை நிரைசல் தெரியாதபடி, சளவோலைகள் அலங்காரமாகச் செருகப்பட்டிருந்தன. தரையெங்கும் கடல் மணல் நெய் போன்று பரந்து மினுமினுத்தது. புதுத்துணிகளை அழுக்காக்கிக்கொண்டு குழந்தைகளின் கும்மாளம்.

மாப்பிள்ளை இறங்கும் வீட்டின் வாசலில் கூடி நின்றவர்கள் அவனையும் வந்தவர்களையும் வரவேற்று வீட்டினுள் அழைத்துப்போய் உட்கார வைத்தார்கள். தாலி, பட்டு, தேங்காய், பூ, பழம், மஞ்சள் இவை போன்ற பிற திருமணச் சடங்குகளுக்குத் தேவையான பொருட்கள் இருந்த பெட்டியும், நாலைந்து நாள் வாசத்துக்குத் தேவையான சிவதாணுவின் துணிமணிகள் இருந்த ஏர் - பேக்கும் காரிலிருந்து இறக்கி வீட்டினுள் வைக்கப்பட்டன.

பெண் வீட்டுக்காரர்கள் 'மாப்பிள்ளை எப்படி இருக்கிறான்?' என்று எட்டிப் பார்த்துவிட்டுப் போயினர். இவனிடம் எதைக் கண்டு சொக்கலிங்கம் மயங்கி விட்டான்?' என்ற புரியாமல் சிலர் மனதுள் குமைந்தனர் என்றாலும் வாய்திறந்து எதுவும் சொல்லுகிற நிலையில் அவர்கள் இல்லை.

முற்றும் புதிய முகங்கள். சர்க்கஸ் சிங்கத்தை வேடிக்கை பார்ப்பதைப் போன்று கிட்டே வர அஞ்சும் சிறார்கள். சிலர் புன்முறுவல் பூக்க முயன்றனர். பிரதிபலிப்பாக அவனும் இணக்கமாகச் சிரித்தான். சற்று நேரத்தில் சண்முகம் பிள்ளை வந்து விசாரித்துவிட்டுப் போனார்.

வண்டியிலும், சைக்கிளிலும், பஸ்ஸிலுமாக மாப்பிள்ளை வீட்டுக்காரர்கள் வந்து குழும ஆரம்பித்தனர். அறிமுகமானவர்கள் எல்லோரும் ஒருவரையொருவர் சந்தித்து உரையாடல்களில் மூழ்க ஆரம்பித்தனர். ஒலிபெருக்கியின் ஓசையில், ஒருவருக்கொருவர் பேசியது எப்படிப் புரிந்ததோ தெரியவில்லை. ஆனாலும், பேசிக்கொள்ளத்தான் செய்தார்கள்.

12

மணவறையைச் சுற்றிக் கூட்டம் தாள முடியவில்லை. மடாதிபதிகளைச் சுற்றி நிற்கும் பக்த சிரோன்மணிகள், சொர்க்கத்துக்கு நுழைவுச்சீட்டு வாங்கக் காத்துக் கிடப்பதைப்போல மணவிழாக் காட்சிகளைக் கண்டு களிக்கப் பெண்களின் முற்றுகை! ராணி ஈயைச்சுற்றித் தேனீக்கள் மொய்ப்பதைப் போன்று மணமேடையைச் சுற்றிச் சிறுவர் சிறுமியர், நல்ல அகலமான மங்களாவின் நடுவில் மணமேடை போடப்பட்டிருந்தாலும், இடம் போதவில்லை. மின்சார விளக்குகள் ஒளியை உமிழ்ந்து கொண்டிருந்தன. மின்சார விசிறிகள் காற்றை விசிறிச் சுழற்றின.

சிவதாணுவுக்கு வியர்த்து வழிந்தது. வெப்பமான மூச்சுக் காற்றுகள் அவனைத் திக்குமுக்காடச் செய்தன. கண்களைச் சுழற்றிக் கூட்டத்தைப் பார்த்தான். உறவினர்கள் யாவரும் கண்டுகொண்ட பாவனையில் புன்னகைத்தார்கள். மகனின் மணக்கோலம் காணவேண்டி, செண்பகம் தலையை உயர்த்திப் பார்த்துக்கொண்டு நின்றாள். மணச் சடங்குகளுக்கான அழைப்பை எதிர்பார்த்து நிற்கும் ஆண்களைத் தவிர அனைத்தும் பெண்கள், பெண்கள், பெண்கள்.

அவர்களின் உடலைச் சுற்றியிருந்த பட்டுப் புடவைகளையும், கழுத்தில் தொங்கிய தங்க நகைகளையும், மூலதனமாகக் கொண்டால் இருநூறு பேருக்கு வேலை கொடுக்கும் தொழிற்சாலை ஒன்று தொடங்கலாம். இந்தக் கூட்டத்தில், சிவதாணுவின் உறவினர்கள் மிகச் சாதாரணமாகத்தான் தென்பட்டார்கள்.

நவமணிக் குவியல்களிடையே கிடக்கின்ற வெள்ளிக் கற்களைப் போல, ஆப்பிள்களின் அழகான அடுக்குகளின் இடையே 'அணாவுக்கு நாலு' புளிச்ச மாம்பழங்களைப் போல, சூழ்நிலைக்கு ஒட்டாமல் அவர்கள் தனித்தே நின்றனர். கவனிப்பும், விசாரிப்பும் இன்றித் தயங்கி நின்ற கோலத்தை அவன் மனம் ஒப்பிட்டுப் பார்த்தது.

கண்ணைக் கவருகின்ற வண்ணப் பட்டாடைகளின் நடுவில் கிடக்கின்ற பீத்தல் அழுக்குத் துணியை முகஞ்சுளித்துக் கையால் கூடத் தொட அருவருப்பதைப் போன்று தனது உறவினர்கள் எல்லோரும் ஒதுக்கப்படுவதை அவனால் ஒப்பிட்டுப் பார்க்காமல் இருக்க முடியவில்ல. வெளிப்படையாக முகஞ்சுளிக்கவில்லை என்றாலும் அவர்களின் அகம் சுளிப்பதை அவனால் உணர முடிந்தது.

இந்த உணர்வு அவர்களுக்கு ஏற்படாமலிருக்குமா என்று அவன் யோசித்தான். அதைத் தவிர்க்க முடியாது என்பதை அவன் கசப்போடு ஏற்றுக்கொள்ளத்தான் வேண்டியிருந்தது. உள்ளூர ஒதுக்கல்கள், நீக்கல்கள் இருந்தாலும், யாரும் புண்பட்டுப் போகாத முறையில் இந்தக் கல்யாணம் நடந்து முடிய வேண்டுமே என்று அவன் கவலைப்பட்டான். பொருளாதார ஏற்றத்தாழ்வுகளின் காரணமாக அவமதிப்புகள் ஏற்பட்டுப் போகுமானால், அது அவ்வளவு எளிதில் ஆறிவிடாது. நாட்பட நாட்பட புண் ஆழ்ந்துகொண்டுதான் போகுமே தவிர மருந்திட்டு மாற்றிவிட முடியாது.

பெண்ணை அழைத்துக்கொண்டு வந்தார்கள். ஆணும் பெண்ணுமாகச் சேர்ந்து செய்ய வேண்டிய வறட்டுச் சடங்குகள் ஒவ்வொன்றாக நடந்து கொண்டிருந்தன. இவற்றிலெல்லாம் மனம் ஒட்டாமல், வேறு சிந்தனைகளில் மனதை அலைபாய விட்டவனாய், கைகள் சொன்னதைச் செய்ய, வாய்சொல்லிக் கொடுத்ததை முணுமுணுக்க அவன் ஏகாந்தமாகிவிட முயன்றான்.

முகத்தைக் கூடியவரை மலர்ச்சியாக வைத்துக்கொள்ள முயற்சி செய்தான். மணப்பெண் அருகில் இருக்கின்ற உணர்வு. அவன் உடலிலும் உள்ளத்திலும் அதிர்வுகளின் அலைகளை மெல்லப் பரப்பின. பின் பக்கத்திலிருந்து தங்கம் மணப்பெண்ணின் தலையை நிமிர்த்தினாள். வெட்கம் ஒரு பக்கம்; தலையில், கழுத்தில் ஏற்பட்டிருந்த பூச்சுமை, நகைச்சுமை மறுபக்கமுமாகப் பெண்ணின் தலை குனிந்தேதான் இருந்தது. தலை நிமிர்த்தப் பட்டதைச் சாக்காகக்கொண்டு, யாரும் தன்னைக் கவனிக்காத வண்ணம் இலேசாகத் திரும்பி அவள் முகத்தைப் பார்த்தான்.

கன்னத்தின் மிருதுவும் அதன்மேல் பரந்திருந்த ஒன்றிரண்டு மயிர்களும், காதோரத்தில் பொன்னிறம் பரப்பிய பூனை முடிகளும் அவனைப் பரபரக்கச் செய்தன. அன்று சண்முகம் பிள்ளையுடன், கன்னியாகுமரியில் வைத்துச் சம்பிரதாயத்துக்கு விரோதமாகப் பெண் பார்க்கும் படலம் நடந்து முடிந்தது அவன் கவனத்தில் வந்தது.

கன்னியாகுமரிக் கடற்கரையின் மேற்குப் புறம், மணல் தேரியின் மேலே தானும், சண்முகம் பிள்ளையும் நின்றதும், கடலலைகள் கால்களைத் தழுவுகின்ற அடுப்பத்தில் பார்வதியும், அவள் தங்கையும், தாய் தந்தையரும் நின்றதும் அவன் நினைப்பில் புரண்டது.

"நல்லா பார்த்துக்கடே... பொறகு என்னைக் குறை சொல்லாதே! தலையை நிமிர்ந்து பாரு. அவள்தான் பொண்ணு. அவளே தலைநிமிர்ந்து நிக்காளே... நீயேன் குனியுறே... பொறகு அவ என்னை மாப்பிள்ளைண்ணு நினைச்சிரப் போறா!" சண்முகம்பிள்ளை செய்த பரிகாசம். தொலைவில் அன்று பார்த்ததைவிட இன்று அருகில் பார்க்கின்றபோது, அதுவும் அவள் பட்டுப் புடவையின் விளிம்பு தன் கைமுட்டில் உரசும்போது, அவன் வாலிப உள்ளத்தில் கிளர்ச்சிகள் எழுந்தன.

சந்தர்ப்பங்கள் தந்த தோல்விகளின் பயனாக ஏற்பட்ட தாழ்வு மனப்பான்மையும், வயதின் காரணமாக ஊற்றெடுத்த இன்ப உணர்வுகளும் அவன் மனதில் குழம்பாகக் கலங்கி நின்றன. ஒன்றையொன்று சண்டையிட்டு முறியடிக்கப் பார்த்தன. ஜீவமரணப் போராட்டம். வெற்றி தோல்விகள் அங்கு இருபுறமும் மாறி மாறி வந்த வண்ணம் இருந்தன. அந்த வெற்றி தோல்விகளின் பிரதிபலிப்பைப் போன்று அவன் முகமும் மலர்ந்து... சுருங்கி...

மங்களாவின் கிழக்கு மூலையில் இருந்த தவில் நாதசுரங்கள் சேர்ந்து முழங்கின. தவில்காரர் 'திடும்' 'திடும்' என்று அறையும் ஓசை, அவன் நெஞ்சில் விழுவதைப் போன்ற மயக்கம். அவன் கையில் மங்கலநாணைத் தந்தார்கள். கோயில்களில் ஆடுவெட்டிப் பலி செய்த பிறகு "வெட்டாங் கிடுகிடு. வெட்டாங் கிடுகிடு..." என்று ஒற்றை முரசு ஒலிப்பதைப் போன்று, கெட்டி மேளம் சிவதாணுவின் காதில் விழுந்தது. அந்த நினைவை அவசர அவசரமாகத் தூர ஒதுக்கிவிட்டு, அவன் மங்கல நாணை முடித்தான். தற்காலிக அமைதி, சிவதாணுவின் முகத்தில். நெஞ்சுப் படபடப்பு நீங்கி, இப்போது சற்று ஆசுவாசமாக அவனால் மூச்சுவிட முடிந்தது.

களத்தில் போடப்பட்டிருந்த மோட்டுக் காமணத்தினுள் சரியான நெரிசல். வெள்ளைக் கட்டும், பச்சை, சிவப்பு வர்ண ஜாலர்களும், கூடாரம்போல் தொங்குகின்ற மாலைக் கொத்துகளும் கவர்ச்சிகரமாகக் காட்சி தந்தன. காமணத்தின் கிழக்கு ஓரத்தில் மேசை அலங்காரம்.

மேசையின் மேல்விரிப்பு; அதன்மீது தாம்பூலத் தாம்பாளங்கள், சந்தனம், குங்குமம், பன்னீர் செம்பு, மேசையின் நேர் உயரே, பக்கச் சுவர் நிரைசலில் முகம் பார்க்கும் கண்ணாடி. கண்ணாடியின் வலதுபுறம் மகாத்மா காந்தி பொக்கை வாய்ச்சிரிப்பில் தடியூன்றிக்கொண்டு. கண்ணாடியின் இடதுபுறம்,

வேறொரு கிழவனாரின் படம். சொக்கலிங்கம் பிள்ளையின் அப்பாவாக இருக்கலாம். எப்படியோ, அன்று மகாத்மாவின் சரிநிகர் சமானமாகும் பேறு அவருக்கும் இருந்தது.

வந்திருந்தோர்களுக்கெல்லாம் காட்சி தந்து ஆசிபெறவேண்டி, சிவதாணுவும் பார்வதியும், பந்தலுக்குள் வந்தார்கள். வாழ்த்துப்பாக்களின் மிகையான புகழ்ச்சிகள்.

பெரியவர்களிடம் வாழ்த்துப் பெறுதல், பாலும் பழமும் சாப்பிடுதல் என்ற நிகழ்ச்சிகள் ஒன்றன்பின் ஒன்றாக. எதையும் உண்கின்ற அல்லது குடிக்கின்ற நிலையில் சிவதாணு இல்லை. ஆனால், எதை மறுத்திட இயலும்? வெளியே போய்ச் சற்று நேரம் காற்று வாங்கினால் போதும் என்று அவன் எண்ணினான்.

பாலும் பழமும் சாப்பிட்டான பிறகு, அதிகம் நெரிசல் இல்லாத உள்ளறையில், கட்டிலின்மேல் தன்னருகே இருந்த பார்வதியை அவன் பார்த்தான்.

பாவம்! இன்னும் எத்தனை நேரம் இந்தச் சுமைகளைத் தூக்கிக்கொண்டு, குனிந்த தலை நிமிராமல் இருக்க வேண்டுமோ! தன்னுடைய நிலையில், தன்மனம் இந்தப் பாடுபடும்போது - செல்லமாக இதுவரை வளர்ந்துவிட்டு, வறுமையின் பிடியில் சிக்கித் தவிக்கும் கணவன் வீட்டில் நுழைய வேண்டுமே என்கிற நிலையில் அவள் மனமும் இதுபோலச் சிந்திக்கத்தானே செய்யும் என்பதையும் அவனால் எண்ணிப் பார்க்காமல் இருக்க முடியவில்லை.

''கொஞ்சம் மாப்பிள்ளையை நிமிந்து பாரு... பாவம் முகத்தைப் பார்த்திரணும்னு அவரு என்ன பாடு படுகாரு?''

அவள் உறவுக்காரப் பெண்ணொருத்தியின் கேலி. தொடர்ந்து கிணுகிணுக்கும் நகைப்பொலி. சிவதாணு தலையைத் தூக்கி, தன் உறவினர்கள் யாராவது தட்டுப்படுகிறார்களா என்று பார்த்தான். அறையின் நுழைவாயிலில் அம்மா, அவள் கண்களில் மெலிதான கண்ணீர்த் திரை, ஆனந்தமோ?

பதினொன்றரை மணிக்கு உடன் மறுவீடு போக வேண்டும். வீட்டில் கிடக்கும் ஆத்தாக் கிழவிக்கு முகம் காட்டி வருவதற்காக. சிவதாணுவின் அத்தை ஒருத்தி, ஏற்பாடுகளைக் கவனிப்பதற்காக அங்கேயே தங்கியிருந்தாள். இன்னும் கால்மணி நேரம் இருக்கிறது. அறையில் இருந்து விடுபட்டுத் தெருவுக்கு வந்தான். வேண்டியவர்களின் அங்கீகாரப் புன்னகை. அறிமுகக் கைகுலுக்கல்.

பந்தி வைப்பதற்கான ஏற்பாடுகள் தடபுடலாக நடைபெற்றுக் கொண்டிருந்தன. ஆட்களின் பரபரப்பு. ஓட்டசாட்டம் தாம்பூலம் பெற்றுக்கொண்டு புறப்பட்டவர்களைப் பிடித்து நிறுத்திச் சாப்பிடச் செய்யும் வற்புறுத்தல்கள். இனி கொஞ்ச நேரத்துக்குப் பெண்வீட்டைச் சேர்ந்தவர்களுக்கு மூச்சுவிட நேரமிருக்காது.

சமையல் செய்யப்பட்டு, பகிர்ந்து பரிமாறும்போது உயர்ந்து எழுந்த கறிவகைகளின் மணம் எங்கும் பரவ ஆரம்பித்தது. சாப்பாடு நடைபெறும் பந்தலையொட்டித் தெருவில் பிச்சைக்காரர்கள் குழுமத் தொடங்கினர்.

காய்ந்த வயிற்றோடு இருப்பவர்கள். சமையல் மணம் அவர்கள் நாவில் நீரைச் சுரப்பித்துச் சங்கடப்படுத்தியது. பெண்வீட்டார் ஒருவர் அவர்களைத் தூரப்போய் உட்காரும்படி விரட்டிக்கொண்டிருந்தார்.

அவர்களுக்கு உண்டானதைப் போட்டு அனுப்பும்வரை, இந்த ஓட்டிப்பு மாறிமாறி நடந்துகொண்டுதான் இருக்கும் வெள்ளை வேட்டிகள் பலர் இவர்களைக் கண்டவுடன் முகத்தைக் கோணலாக்கிக் கொண்டார்கள். தினமும் இவர்களைப் பார்த்து முகத்தைக் கோணிக் கோணி, சிலரின் முகத்தில் அது படிந்து நிரந்தரக் கோணலாகிவிட்டிருந்தது.

மாமனார் வீட்டில் போட்டிருந்த மைனர் செயின் சிவதாணுவின் கழுத்தில் அரித்தது. இதுவரை இருந்த வெறுமையில் இந்த அந்நிய ஊடுருவல். இடதுகை மணிக்கட்டில் படிந்திருந்த புதிய கைக் கடிகாரம். மோதிர விரலில், அவள் இனிஷியல் போட்ட பட்டை மோதிரம். இவையெல்லாம் புதிய தொந்தரவு உணர்ச்சியை ஏற்படுத்தியது. இது, இனிமேல் ஏற்படப்போகும் அத்துமீறல்கள், ஊடுருவல்களின் குறியீடோ?

உடன் மறுவீட்டுக்கு கார் தயாராகிவிட்டது. அவனை வீட்டினுள் அழைத்தார்கள். கழுத்தில் மாலையைப் போட்டுக் கொண்டாயிற்று. மீண்டும் காலடி தொட்டு வணங்கி பெண்களின் மங்கலக் குரவை. சுந்தரலிங்கமும், அவர் மனைவியும், ஒரு சிறுமியும் காரில் ஏறிக்கொண்டார்கள். டிக்கியில் பழக்குலை ஒன்று பத்திரப்படுத்தப்பட்டது. சிவதாணுவுக்கு கார்ப் பிரயாணம் இப்போது கஷ்டமாக இல்லை. பின்புறம் அவனும், பார்வதியும், அவள் மதனியும். முன்புறம் சுந்தரலிங்கமும், அந்தச் சிறு பெண்ணும்.

மணச்சடங்குகளின் அலுப்பைத் தீர்க்கின்ற விதமாக இந்தப் பயணம். மாப்பிள்ளை அழைத்து வரும்போது காரில் இருந்த நிலையையும், இப்போது இருக்கின்ற நிலையையும் சிவதாணு ஒப்பிட்டுப் பார்த்தான். இனிமேல் வாழ்க்கைப் பயணமும் இதுபோல் எளிதாக இருக்குமோ?

'எனக்கு ஒரு வேளை எளிதாக இருக்கலாம்.... ஆனால், என் வீட்டாருக்கு?' மீண்டும் அவன் சிந்தனையில் மூழ்கினான்.

மனைவி உட்பட எல்லோரும் புதிய மனிதர்கள். என்ன பேசுவது என்று அவனுக்குத் தெரியவில்லை. காருக்குள் கனத்த மௌனம். அந்தக் குறுக்குவழி கப்பிரோட்டில் காரின் குலுக்கலில், நொடிப்பில், வளைவில், பார்வதி அடிக்கடி அவன்மீது சாய்ந்தாள். தலை இப்போது சற்று நிமிர்ந்துவிட்டது. புதிய மனிதர்கள் யாரும் இல்லாத காரணமோ? ஆனால், அவனே அவளுக்குப் புதியவன்தானே!

''பனிரெண்டரை மணிக்குள்ளே திரும்பி வரணுமாம்... முடியுமா?''

ஏதாவது பேச வேண்டுமே என்ற நிர்ப்பந்தத்தில் மைத்துனர் சுந்தரலிங்கம்.

'வெயில் அதிகமாக இருக்கிறது!' 'மழை வரும் போலிருக்கே...!' 'ரோடு ஒரே நொடியால்லா இருக்கு' 'நெல்லு விலை குறையுமா?' என்பனவற்றைத் தவிர, இதுபோன்ற சூழ்நிலைகளில் வேறு என்னதான் பேசலாம்?

பார்வதியிடம் அவள் மதனி என்னவோ கேட்டாள். அவனை அடுத்து உட்கார்ந்திருந்தாலும், பார்வதி சொன்ன பதில் சிவதாணுவின் காதில் விழவில்லை.

திருப்பதிசாரத்தைத் தாண்டி கார் ஓடியது. ஆற்றோரத்தில் மாடுகளை இறக்கிவிட்டு மேயச் செய்துவிட்டு, ரோட்டோர மரநிழலில் உட்கார்ந்து வம்பளந்து கொண்டிருந்த சிலர், காரின் மேலிருந்த மலர்மாலைகள் ஆவலைத் தூண்ட, காரினுள் விழி பாய்ச்சினர். அவனைத் தெரிந்து கொண்டவர்களின் நயமான சிரிப்பு.

'என் வீட்டை முதன்முறையாகப் பார்க்கப் போகும் இவள் என்ன நினைப்பாள்? ஏற்கனவே, என்னையும் என் வீட்டு நிலையையும் பற்றிய உத்தேசமான கணிப்பு, ஏகதேசமான வரைபடம் இவள் மனத்தில் இருக்காமலா போயிருக்கும்?'

காரின் வெளியே ஓடுகின்ற அறுவடையான வயல்களை அவன் வெறித்துப் பார்த்துக்கொண்டிருந்தான். ஏதோ நினைப்பில் சட்டென்று அவன் காரினுள் பார்வையைத் திருப்பியபோது அவனை ஓரப் பார்வை பார்த்துக்கொண்டிருந்த பார்வதி வெட்கத்துடன் தலையைத் தாழ்த்திக் கொண்டாள். சிவதாணுவுக்குச் சிரிப்பு வந்தது.

வீட்டு வாசலில் கார் நின்றது. கல்யாணத்துக்கு வர இயலாத அண்டை அயலாரின் கூட்டம். பெண்ணைப் பார்க்கின்ற ஆவல். பணக்காரப் பெண்ணின் தன்மை எப்படி இருக்கப் போகிறது என்பதைக் கணித்துவிட முயலுகிற ஆர்வம். இவை அவர்கள் முகத்தில் தேங்கி வழிந்தன. அத்தை கரைத்து வைத்திருந்த ஆரத்தி, செஞ்சாற்றால் திலகம், வலதுகால் எடுத்து வீட்டினுள் அடிவைத்து...

ஆத்தாளைப் பார்த்தபிறகு பெஞ்சில் அமர்ந்தபின் விசாரிப்புகள்; உபசரிப்புகள், பார்வதியின் மாங்காய்மாலை, லாக்கட் செயின், கோதுமைச் சங்கிலி, நெட்டி நெக்லஸ் இன்னோரன்ன பிற ஆட்கொண்ட புகழ்ச்சி. கழற்றி எடைபோட்டுப் பார்க்காத குறைதான்!

சட்டையை, பனியனை எல்லாம் கழற்றி எறிந்துவிட்டு, சற்று நேரம் படுத்துத் தூங்க உள்ளமும் உடலும் கெஞ்சியது. நேரம் இல்லை. பத்து நிமிடத்தில் புறப்பட்டாக வேண்டுமே! போகாமல் இங்கேயே இருந்துவிட்டால் எப்படி இருக்கும்?' அவனுக்குச் சிரிப்பு வந்தது.

'ஏன் இப்படியெல்லாம் பைத்தியக்காரத்தனமாக எண்ணி உள்ளத்தை வருத்திக்கொள்ள வேண்டும்? சிக்கல்கள் வரும்போது பார்த்துக் கொண்டால் போதாதா? இன்பமான நேரத்தை வேண்டாதவற்றைச் சிந்திப்பதில் பாழாக்குவானேன்? என் மகிழ்ச்சியையும் கெடுத்து, என்னைச் சார்ந்த பிறர் மனத்திலும் அதிருப்தியின் விதையைப் போடுவானேன்?'

அத்தை கரைத்துத் தந்த எலுமிச்சை போஞ்சி இதமாக இருந்தது. நெஞ்சைக் கரிக்கின்ற உணர்வுகூட நீங்கிவிட்டது. பன்னிரண்டு மணிக்குத் திரும்பவும் காரில் ஏறி அமர்ந்து - இப்போது உரையாடலில் ஓரளவு சகஜபாவம். பார்வதிகூட கேட்கும்படியான குரலில் பேசுகிறாள்! அவன் கேட்ட கேள்விகளுக்கு, யாரையோ முன்நிறுத்தி ஒற்றைச் சொல்லில் பதில் தரத்தான் முயல்கிறாள்! சிவதாணுவுக்கு நிறைவாக இருந்தது.

மணவறையிலோ, வரும்போது காரிலோ இருந்ததைப் போல உடலை வருத்திச் சுருக்கிக் கூசி ஒடுங்காமல் இயல்பாக அவள் அமர்ந்திருந்த விதம் அவனுக்கு ஆனந்தத்தைத் தந்தது. உரையாடல்களின் சாக்கில் அவனை, அவளும் அவளை, அவனும் பார்த்த கள்ளப்பார்வைகள்!

கல்யாணவீட்டு வாசலில் கார் வந்து நின்றது. முகப்பில் சிறு கும்பல் ஒன்று கூடிப் பரபரப்பாக எதையோ பேசிக் கொண்டிருந்ததைச் சிவதாணு பார்த்தான். பெண் வீட்டுக்காரர் ஒருவரும், சிதம்பரம் பிள்ளையும் அவர்களைச் சமாதானப்படுத்த முயன்றுகொண்டிருந்தார்கள். ஏதோ நடக்கக் கூடாதது நடந்துவிட்ட உள்ளுணர்வு சிவதாணுவுக்கு.

கார் நின்றதும் கதவைத் திறந்து கொண்டு, சிவதாணு அங்கே விரைந்தான். கல்யாணத்துக்கு வந்திருந்த உறவுக்கார சிறுவன் ஒருவனை யாரோ பிரமுகர் ஒருவருக்கு இடம் கொடுக்க வேண்டும் என்பதற்காகப் பந்தியிலிருந்து எழுப்பிவிட்டு விட்டார்களாம். அழுதுகொண்டு அந்தப் பதினான்கு வயதுப் பையன் நின்றுகொண்டிருந்தான்.

தெரியாமல் எழுப்பி விட்டுவிட்டதாக, பெண்வீட்டுக்காரரின் சமாதானம். கோபத்தில் கொதித்துக் கொண்டு சிவதாணுவின் சித்தப்பா. சாதாரணமாகவே அவர் முன்கோபக்காரர். இப்போது அவரை நெருங்கினால் அவனையே கன்னத்தில் அறைந்தாலும் அறைவார். அவர் கொதிநிலை அவனுக்குத் தெரியும். அழுதுகொண்டிருந்த பையனைப் பார்த்தான். சாதாரணமான அவனது உடை. அதுதான் அவர்களைத் தூண்டியிருக்க வேண்டும். அவன் நிலை சிவதாணுவுக்கும் பரிதாபமாக இருந்தது.

இந்த நிலை சிவதாணுவுக்கும் ஏற்பட்டிருக்கிறது.

வெளியூர்க் கல்யாணங்களுக்கு அவன் அதிகம் போனதில்லை. உள்ளூரில் கல்யாணங்கள் வரும்போது, அதுவும் விடுமுறை நாட்களில், கல்யாணச் சாப்பாட்டுக்கு ஏங்கும் உள்ளம். கிராமத்தில் ஒரு கல்யாணம் என்றால், சாதாரணமாக ஊர்ச் சாப்பாடுதான் என்றாலும் சட்டையையும், நிக்கரையும், நைந்து கிழிந்த ஓரங்களையும், நீர்க்காவி நிறத்தையும் கண்டால் பந்தியிலிருந்து எழுப்பிவிட்டு விடுவார்களோ என்று அவனுக்குப் பயம்.

''போலே... போய்ச் சாப்பிட்டுகிட்டு வா! இன்னைக்குச் சாயங்காலம்தான் நம்ம வீட்டிலே வடியல்... இங்கேயே

சொர்ணாவிகிட்டு நிக்காதே... போ... பந்தி முடிஞ்சிரப் போகு..."
இது அம்மாவின் விரட்டல். இயற்கையாகவே மனதில் நல்ல சாப்பாட்டுக்கு எழுகின்ற சபலம். ஆனால், கல்யாண வீட்டை நெருங்க நெருங்க, அந்தப் புதிய சூழ்நிலையும், கதம்ப மனிதர்களும், ஆடம்பர ஆரவாரங்களும், வெள்ளை வேட்டிகள், பட்டுப் புடவைகளின் பளிச்சிடல்களும் கால்களைப் பின்னுக்கிழுக்கும். எப்படியோ மிரண்டு மிரண்டு, அஞ்சி நடுங்கிக்கொண்டே பந்தியில் உட்கார்ந்து சாப்பிட்டுவிட்டு வந்து விடுவான். அதன் பிறகுதான் 'அப்பாடா... இனி பயமில்லை!' என்று அவனுக்கு ஆறுதலாக இருக்கும்.

ஆனால் - தெற்குத் தெரு தாமோதரம்பிள்ளை மகள் கல்யாணத்திற்கு, கொஞ்சம் சீக்கிரமாகவே சாப்பிடப் போய்விட்டான். எப்படியோ அடித்துப்பிடித்து, நெருங்கி நுழைந்து பந்தியில் உட்கார்ந்தும் விட்டான். உட்கார்ந்த பிறகுதான் தான் செய்த மடத்தனம் அவனுக்குப் புரிந்தது.

பந்தியில் எல்லோரும் வெள்ளையும் சொள்ளையுமாக. தான் ஒருவன் மட்டும் தண்ணீர்க் கிண்ணத்தில் விழுந்த எண்ணெய்த் துளிபோல அழுக்காகத் தெரிவது அவனுக்கே உறைத்தது. எல்லோரும் தன்னையே பார்ப்பதாகக் குடைச்சலும் கூச்சமும்.

அந்தப் பயங்கரம் அவனையறியாமலேயே நடந்துவிட்டது. மாப்பிள்ளை வீட்டுக்காரர் ஒருவர் இடமில்லாமல் நிற்பதைக் கண்ட பெண்வீட்டு வெளியூர்க்காரர், சிவதாணுவைக் கையைப் பிடித்துத் தூக்கி வெளியில் விட்டுவிட்டார். சிறுவனானாலும், எல்லோர் முன்னிலையிலும் இழைக்கப்பட்ட அவமதிப்பு அவனைக் காயப்படுத்திக் கண்களில் நீரைக் கொணர்ந்தது...

அழுதுகொண்டே வீட்டுக்கு வந்தவன்தான். பிறகு அவன் சாப்பிடவே போகவில்லை. அந்தக் காயம் ஆறுவதற்கு நெடுநாள் பிடித்தது. இப்போதுகூட, அந்த வடு, அவன் நினைவில் நெருடத்தான் செய்தது. அன்று பட்ட காயம், இன்று புதுப் புண்ணோடியது.

அதிலிருந்து இரத்தம் கசிந்தது.

என்றாலும், சூழ்நிலையின் சூட்டைத் தணித்தாக வேண்டுமே! அந்தச் சிறுவனைத் தன்னருகே இழுத்துக்கொண்டான்.

"போட்டுண்டே... அவருக்குத் தெரியல்லே... நீ அழாதே... எங்கூட சாப்பிடலாம்..."

கார் வந்து நின்றதும், கும்பலொன்று கூடி இருந்ததும், அதில் மாப்பிள்ளை காணப்பட்டதும், ஜோடியாகத்தான் வீட்டினுள் நுழைய வேண்டும் என்பதால் வெயிலில் தனியாக மணப்பெண் காத்துநின்றதும் மற்றவர்களின் கவனத்தை இழுத்தன.

தனக்காகத் தெருவில் பார்வதி காத்து நிற்பதைச் சிவதாணு அப்போதுதான் உணர்ந்தான். பையனைத் தன்னோடு அழைத்துக் கொண்டு அவன் காரை நெருங்கினான். இருந்த உற்சாகம்கூட அவனிடமிருந்து கழன்று விழுந்துவிட்டது. வீட்டினுள் நுழைந்து மாலையைக் கழற்றி கொக்கியில் தொங்கப் போட்டான். முகூர்த்தப் பட்வேட்டியையும், சட்டையையும் மாற்றினான். இரவு கண்விழித்ததாலோ என்னவோ, கண்ணில் எரிச்சலும் உடம்பில் அசதியும்.

அறைக்கு வெளியே மங்களாவில் யாரோ பேசுகின்ற ஓசை.

''மாப்பிள்ளை வீட்டுக்காரரோ எல்லாம் சாப்பிட்டாச்சா?''

''ஆமா.. சாப்பிடத் தொலையாதே... ஆளும் பேருமத்த குடும்பம்தான் போலிருக்கு...''

யாரோ மறுமொழி சொன்னார்கள். 'சுருக்'கென்ற குத்தலில் அவன் முகம் இருண்டு சுருங்கியது. நல்ல வேளையாக அறையினுள் யாரும் இல்லை. மெதுவாக நடந்து வெளியே வந்தான். மங்களாவில், உண்ட மயக்கம் கண்களில் செருக வெற்றிலை போட்டுக் கொண்டு சிலர். உண்ணாத சோர்வைத் துடைத்தெறிய முயன்று கொண்டு சிலர். ஓரிருவர் கருத்தின்றி அவனை ஏறிட்டுப் பார்த்தனர்.

வீட்டின் வெளியே, பந்தலின் கீழ் ஆங்காங்கே நின்றிருந்த சொந்தக்காரர்களையும், தெரிந்தவர்களையும் விசாரித்தான். எல்லோர் முகத்திலும் சாப்பிட்ட நிறைவு. இருந்தாலும் ''சாப்பிட்டாச்சா'' என்ற உபசரிப்பைத் தவிர்க்கவும் முடியவில்லை. கல்யாணம் ஆன உடனேயே மாப்பிள்ளைக்குக் கண் தெரியவில்லையே என்று எழுந்துவிடுகின்ற குற்றச்சாட்டுக்களை அவன் தவிர்க்க விரும்பினான்.

பந்திகளின் பரபரப்பு ஓரளவுக்குக் குறைந்திருந்தது. 'சட்டரசம்' சாப்பிடுவதற்கு அவனுக்கு அழைப்பு வந்தது. கல்யாணப் பெண், மணமகனுக்கு உணவு பரிமாறி, அவன் பிசைந்து உருண்டையாக்கித் தருகின்ற கவளங்களை பெற்றுக்கொள்வதான சடங்குகள். அது பெண்களின் அரசவை, கேலி, கிண்டல், இரைச்சல்

பந்தியிலிருந்து எழுப்பிவிடப்பட்ட பையனுக்கு தான் மாப் பிள்ளையுடன் உட்கார்ந்து சாப்பிடுகிறோம் என்ற உணர்வு, அவனுக்கு ஏற்பட்ட அவமான வடுவை வருடிக்கொடுத்திருக்க வேண்டும். அவன் முகம் காட்டிய மலர்ச்சி சிவதாணுவையும் தொற்றியது.

13

மாலை கவிந்து கொண்டிருந்தது. வெயிலின் கடுமை குறைந்து குளிர்ந்த காற்று வீச ஆரம்பித்தது. காயிலே புளிக்கின்ற மா, கனியிலே இனிப்பதைப் போன்று நடுப்பகலில் கண்களைச் கூசச்செய்த கதிரவன், மாலை மறையத் தலைப்படும்போது இனிமையாகக் காட்சி தந்தான். கோயிலின் சாயங்காலப் பூஜையின் முன்னறிவிப்பாக ஓங்கார மணியோசை காற்றில் கரைந்து மெலிதாகக் கேட்டது.

தண்டபாணி தேசிகரின் 'தாமரை பூத்த தடாகமடா' என்ற பாடலை நாதசுரக்கலைஞர் அனுபவித்து இசைத்துக் கொண்டிருந்தார். காதை உடைக்காத லயத்தில் தவில். பகல் நேரப் பரபரப்புகள் அதிகம் இல்லாமல், வரவேற்பு அமைதியாக நடந்து கொண்டிருந்தது.

வரவேற்பு மேடை. புதிய சூட் அணிந்து கழுத்தில் ரோஜாப்பூ ஆரம் அசைய சிவதாணு, பட்டுப் புடவையில் பளிச்சிடும் பார்வதி. சிவதாணுவின் மனப்பாரம் தற்காலிகமாக ஓய்வில் இருந்தது. அவன் நண்பர்களும், கல்லூரிப் பேராசிரியர்களும் வந்து வாழ்த்திவிட்டுப் போன நிறைவு. அவர்கள் மட்டும் வந்திராவிட்டால், சொக்கலிங்கம் பிள்ளைக்கு வேண்டியவர்கள் சாரிசாரியாகச் சாய்கின்ற அந்தச் சூழ்நிலையில் அவன் ஓர் ஆயுத எழுத்தாக நின்றிருப்பான்.

பார்வதி பக்கம் குவிந்திருந்த பரிசுப் பொருட்கள். அவள் மதனி, பார்வதியின் கலைகின்ற கேசத்தைச் சரி செய்வதும் பறக்கின்ற புடவைத் தலைப்பை ஒதுக்குவதும், கூந்தல் மலர்க்கொத்தை ஒழுங்கு செய்வதுமாகப் பிரயத்தனப் பட்டுக்கொண்டிருந்தாள்.

சிவதாணுவின் நெருங்கிய உறவினர்களும், கந்தசாமியும் மட்டும்தான் மீந்திருந்தனர். சுருள் வைக்கும் முறை உடையவர்கள் கூட, தங்கியிருந்தவர்களிடம் பணத்தையும் தந்து பெயரையும் முறையையும் சொல்லிவிட்டுப் புறப்பட்டுவிட்டனர்.

தங்கியிருந்தவர்கள் பந்தலில் அமர்ந்து, நாதசுர இசைப் பின்னணியில் ஊர்க்கதை அளந்து கொண்டிருந்தார்கள். கந்தசாமிக்குக் கூச்சமாக இருந்ததோ என்னவோ! அவன் சிவதாணுவின் பக்கலில் நின்று பலரின் பார்வைகளில் குளிப்பதைத் தவிர்க்க முயன்றான். அவன் நிலையில் தான் இருந்தாலும் அவ்வாறுதானே உணர்வோம் என்ற எண்ணத்தில் சிவதாணு அதனை அனுமதித்தான்.

பெரிய மனிதத் தோரணையில், பட்டுப் பாவாடை, தாவணி அணிந்து பார்வதியின் தங்கை பவானி அங்குமிங்கும் நடை பயின்று கொண்டிருந்தாள். அடிக்கடி அக்காவையும் அத்தானையும் ஒப்பிட்டுப் பார்த்துக்கொண்டாள். அந்தச் சிறுமியின் பார்வை தன்மீது பட்டு வெட்கும்போது சிவதாணு புன்னகைத்தான். அவளுக்கும் சிரிப்பு வரத்தான் செய்தது. என்றாலும் வெட்கமும் கூடவே வந்து அதை வெட்டி வெருட்டியது.

ஆறரை மணி கடந்துவிட்டதால். வரவேற்பின் இறுதிக் கட்டம், கூட்டம் மெலிந்துகொண்டிருந்தது. பந்தலின் ஒரு மூலையில் சிறிய மாநாடு ஒன்ற கூடிப்பேசுவதைச் சிவதாணுவின் கண்கள் கவனித்தன; சிவதாணுவின் அம்மா பார்வதியின் அம்மாவின் காதில் ஏதோ கிசுகிசுத்தாள். அது சொக்கலிங்கம்பிள்ளை, சிதம்பரம் பிள்ளை, சண்முகம் பிள்ளை என்று சங்கிலியாக நீண்டது. சிவதாணுவுக்கு லேசான திகில் ஏதாவது பிரச்சனையாக இருக்குமோ என்ற கேள்விக் குறியை நெற்றியில் காட்டினான்.

மாநாட்டுப் பிரதிநிதிகளின் முகத்தில் மகிழ்ச்சித் தாண்டவம். சண்முகம்பிள்ளை அவனைப் பார்த்துக் கண்ணடித்தார் 'ஓகோ! அதுவாக இருக்குமோ?' என்று அவன் மனதில் 'அது' பிடிபட்டபோது, கூச்சத்தில் அவன் தலை கவிழ்ந்தது.

பூமித்தாய் இருட் போர்வை போர்த்திக்கொண்டாள். எத்தனை காலமாகப் போர்த்துகின்ற போர்வை! பல இடங்களில் நைந்து கிழிந்து தெரிவதைப் போன்று வெளிச்சத் திட்டுகள்.

வரவேற்பு முடிந்ததும் மாலைச் சடங்குகள். நாலு மணிக்குத் தொடங்கிய நலங்கு, பூப்பந்து, பல்லாங்குழியின் தொடர்ச்சியாக நாலா நீர்; சுருள்; தாரைவார்ப்பு. பணம் பிடுங்குவதற்காகப் பிள்ளையைப் பெற்றவர்கள் செய்கின்ற சதி. செக்கு மாட்டைப் போல சுற்றிச்சுற்றி கமலை மாட்டைப் போல ஏறி இறங்கி - தகர்த்து போகாத பழமையின் மரபுகள்.

பெண் வீட்டாரின் பணபலத்தைக் காட்டவோ என்னவோ அவர்கள் வைக்கும் சுருள்களின் வீக்கம். மாப்பிள்ளை வீட்டாரின் மூன்றும் ஐந்தும் ஏழும் நைந்து தேய்ந்து மெல்லிய குரலில் ஒலித்தன. அதைத் தொடர்ந்து வரும் இருபத்தி ஒன்றுகள், முப்பத்தி ஐந்துகள். அவை எழுப்பிய மௌனமான கேலிகள். பணத்தையும் கொடுத்துவிட்டு, இதைப்போய்க் கொடுக்க வேண்டியிருக்கிறதே என்ற தாழ்மை. தங்களைக் கூசிக் குறுகச் செய்யும் இந்த மூடச் சடங்குகள் தேவைதானா என்று ஏன் இந்த மக்கள் சிந்திக்கவே மறுக்கிறார்கள்? சுருள் வைத்தவர்களின் பெயரும் தொகையும் வாசிக்கப்படும்போது, அவமானத்தில் தீய்ந்து கரிந்த தன் ஆன்மாவின் நாற்றத்தை அவன் உணர்ந்தான்.

'ஆராம்புளி மதனி கோலம்மாள் அஞ்சு ரூவா' 'மணவாளக் குறிச்சி அத்தான் பேச்சிநாத பிள்ளை இருபத்தைஞ்சு ரூவா' களியக்காவிளை மாமா மனகாவலப் பெருமாள் முப்பத்தஞ்சு ரூவா'.. 'வீமநேரி அத்தை பொன்னம்மை ஏழுரூவா'... என்று ஒலியெழுப்பிச் சுருள் படிக்கப்படும்போது, மனிதர்களின் பொருளாதாரத் தரம் இங்கே காட்சியாக்கப்படுவதை அவன் உணராமல் இல்லை. இந்தப் பணம் கடைசியில் தன்னையே வந்து சேருகிறது என்பதை எண்ணும்போது அருவருப்பில் அவன் உடல் கூசினான்.

நாலாம் நீர்ச் சடங்குகளும், இரவுச் சாப்பாடும் நடைபெற்று முடிந்த பிறகு எஞ்சி நின்ற உறவினர்கள் ஒவ்வொருவராகப் புறப்பட்டுப் போகத் தொடங்கினர். இதுவரை கட்டுக்குள் இருந்த வீட்டு நினைப்பு, சீக்கிரம் வீடு போய்ச் சேர வேண்டும் என்ற வெறியாகி அனைவரும் அவசரப்பட்டனர். ஏழாம் நீர்ச் சடங்குக்கு காலையில் வந்து விடுவதாகக் கூறிவிட்டுச் சிவதாணுவின் அப்பாவும், அம்மாவும், எல்லோருமே நீங்கிவிட்டபோது அங்கே எஞ்சி நின்றவர்கள் சித்தியும், தங்கமும் அத்தானும் மட்டுமே.

அவர்கள் அங்கே இருந்தாலும் கூட, கலகலப்பாக இருந்த அனைவரும் பிரிந்து போன ஏக்கம். இனிமேல், தான் மிகவும் தனிமைப்பட்டுப் போவோம் என்பதை முன்கூட்டிக் கோடுகாட்டும் குறியீடாக அவனுக்குத் தோன்றியது.

ஆனாலும் அவன் வாலிப உள்ளம், இந்தச் சிக்கல்களை, எதிர்ப்படப்போகும் இடர்ப்பாடுகள் நிறைந்த வாழ்க்கைப் பாதையை எல்லாம் புறந்தள்ளிவிட்டு, வரப்போகும் அந்த இன்ப நிகழ்ச்சிக்காக ஏங்கத் தொடங்கியது. உடலும் உள்ளமும் சூடாவதைப் போன்றதொரு நிலை.

மங்களாவில் உட்கார்ந்து உறவினர்களாகிவிட்ட அனைவரும் கலகலப்பாகப் பேசிக்கொண்டிருந்தாலும், அவர்களோடு அமர்ந்திருந்த அவன் மனம் பேச்சில் ஒட்டாமல் தனித்தே இயங்க ஆரம்பித்தது. பக்கத்து அறையிலிருந்து தங்கத்தின் சிரிப்பு சற்று ஓசையாக எழுந்தது. அதைத் தொடர்ந்து அதன் பக்கவாத்தியங்கள்போல பல சிரிப்பலைகள் உரசிக் கிலுகிலுத்தன.

எல்லோரும் சேர்ந்து பார்வதியைப் 'பாடாகப்படுத்திக்' கொண்டிருக்கிறார்கள் என்பதை எண்ணியபோது அவனுக்கு அனுதாபம் பிறந்தது. தன் அனுதாபத்தை எண்ணிப் பார்த்தபோது அவனுக்குச் சிரிப்புதான் வந்தது. தூக்கத்துக்கான ஆயத்தங்களைச் செய்ய ஆரம்பித்துவிட்டார்கள். முகங்களில் சொட்டி நின்ற கிறக்கம். சண்முகம் பிள்ளை அவனருகே உட்கார்ந்து ஏதோ கிசுகிசுத்தார். காதில் விழுந்த பாவத்தில் சிவதாணு தலையசைத்தாலும், மனம் அவற்றில் ஒட்டாமல் தறிகளை மீறித் திமிறியது.

அந்த அறைக்குள் போகச் சொன்னபோது என்னவோபோல் ஒரு கலவரம். யாரும் இல்லாத தனிமை; அது ஒரு பெரிய ஆறுதலாகவும் இருந்தது. பெரிய அறைதான். இரட்டைக் கட்டில். கட்டிலின் மேல் பட்டு மெத்தை; சாட்டின் உறை போர்த்திய தலையணைகள். ஏற்பாடுகள் பலமாக இருந்தன. இலவம் பஞ்சு மெத்தையைக் கையால் அழுத்திப் பார்த்தான். இதமாக அழுந்தியது. இதுபோன்ற படுக்கைகளில் நேற்றுவரை அவன் படுத்தவனில்லை. மண்தளத்தின் மீது கோரம்பாய். கோரம்பாயின் மேல் ஓரத்தில் எண்ணெயும் அழுக்கும் பிசுக்கிடுகின்ற குடல் பெருத்த தலையணை. அதன் நான்கு மூலைகளிலும் நிரந்தர வாடகைக்குக் குடியிருக்கும் மூட்டைப்பூச்சிகள். அவற்றைக் காலி செய்ய முயன்று எத்தனை முறை பின்வாங்கி இருக்கிறான்! போர்த்துகின்ற சமுக்காளத்தை எப்போதாவது அம்மா ஏசிக்கொண்டே துவைத்துப் போட்டால்தான் உண்டு!

ஆனால் இங்கே

கட்டிலும் அதன் ஆடம்பர அலங்கரிப்புச் சுகபோகங்களும்... கட்டிலை ஒட்டிய தேக்குமர மேசை. அதன் முன் வலை நாற்காலி. கருங்காலியில் அலமாரி. மேசைமீது பழத்தட்டு, இனிப்பு வகைகள், மண் கூஜாவில் குளிர்ந்த நீர்.

சாதாரண நாளாக இருந்தால், இருக்கின்ற களைப்புக்குப் பேசாமல் நாலைந்து பழங்களை உரித்துத் தின்று தண்ணீர்

குடித்துவிட்டு, புத்தகமொன்றைக் கையில் எடுத்துக்கொண்டு படுக்கையில் விழுந்து விட்டானானால், எரிகின்ற விளக்கை யாராவதுதான் அணைக்க வேண்டும். ஆனால், இன்று உறக்கமே வராது போலிருக்கிறதே!

பிச்சிப்பூவின் நிறைந்த மணம் அறையெங்கும் பரந்து அவன் நாசியைத் துளைத்தது. தொடர்ந்து கதவைச் சாத்துகின்ற ஒலி. மங்கி மறைந்த சிரிப்பலைகள். அவன் திரும்பிப் பார்த்தான். பார்வதி நின்றிருந்தாள்!

மஞ்சளில் பச்சைப்பூப் போட்ட மெல்லிய வாயில் சாரி. அதற்கு இசைந்த ரவிக்கை. நாலாம் நீரின் போது குளித்த தலையைத் தழையத் தழையப் பின்னலிட்டு, பின்னலில் ஒரு பந்து பிச்சிப்பூ சரிந்திருந்தது. மெலிதாகப் பூசப்பட்டிருந்த பவுடரின் வெண்மை முகத்தில், நடு நெற்றியில் சாந்துப் பொட்டு. அதன் மீது ஓரிழை மேலாக திருநீற்றுக் கீற்று. கையில் பிடித்திருந்த பால் செம்பு மெலிதாக அசைந்தது. சிவதாணு நடந்து அவளருகில் சென்றான். அவள் கைகளில் இலேசான நடுக்கம், நெருங்கி நின்று அவளைக் கூர்ந்து பார்த்தான். கண்களைச் சற்று உயர்த்தி அவனைப் பார்த்துவிட்டு, அவள் தலையைத் தாழ்த்திக்கொண்டாள். இதழ்க் கடையில் தோன்றி மறையும் புன்னகை.

காலையில் கட்டிய மங்கல நாண் அவள் கழுத்தில் கொடிபோலத் துவண்டு கிடந்தது. அதனை அணைத்துக்கொண்டு அவன் போட்ட தாலிச் சங்கிலி, அதைக் கண்ணுற்றபோதே, 'இவள் என் மனைவி; என் உடைமை; என் வாழ்வின் செம்பாதி' என்று அவன் மனம் பெருமைப்பட்டது.

காலோடு தலையாக அவளைக் கூர்ந்து கவனித்தான். குமரித்துறையில் தொலைவில் பார்த்ததைவிடவும், மணச் சடங்குகளின்போது பிறர் அறியாமல் கீழ்ப்பார்வையும், கடைப் பார்வையும் பார்த்ததைவிடவும், நேருக்கு நேராக யாவரும் அறிந்தும் யாரும் காண முடியாத தனிமையில் 'இவளை நான் ஆளப்போகிறவன்' என்ற மன எழுச்சியில் பார்க்கின்றபோது அவன் உடலும் உள்ளமும் சிலிர்த்தன. அவளை நெருங்கினான். அவள் கையிலிருந்த பால் செம்பை வாங்கி மேசை மேல் வைத்தான். கட்டிலில் உட்கார்ந்து கொண்டிருந்த நான்கு கண்கள் ஒன்றையொன்று உண்டு கொண்டிருந்தன. பொருளேயற்ற அவன் கேள்விகளுக்கெல்லாம் தயங்கி, மயங்கி ஒற்றைச் சொல்லால்

அவள் பதில் சொல்ல முயன்று கொண்டிருந்தாள். அவன் உணர்ச்சிகளுக்குச் சொற்களால் ஆடைகட்டி அழகுபடுத்த முயன்றான். கேட்பவனுக்கோ, சொல்பவனுக்கோ வெறும் ஒலிகள் மட்டும்தான் உருச்சிதைந்து கேட்டன.

காது நுனிகளில் சூடுபறப்பதைச் சிவதாணு உணர்ந்தான். வறண்டு போன உதடுகளை நாக்கினால் ஈரப்படுத்தினான். மெல்ல ஒரு நடுக்கம் உடலெல்லாம் ஊடுருவி ஓடியது. அவள் கைகளைத் தன் கைகளில் பிணைத்துப் பிடித்தான். அவன் கைகளுக்குள், பார்வதியின் விரல்கள் மழையில் நனைந்த கோழிக்குஞ்சைப் போல, மெலிதாக வெடவெடத்தாள்.

அவள் இதயப் படபடப்பை அவனால் கேட்க முடிந்தது. மெல்லிய பூங்காற்றில் அலைக்கழிக்கப்பட்டு தலையிலிருந்து தாவிய மயிர்க்கற்றையொன்று, அவள் கன்னத்தின் மென்மையைத் தடவித் தடவிப் பார்த்தது. 'அது எனக்குச் சொந்தமான இடம்; நீ அதில் அத்துமீறி நுழையலாகாது' என்பதுபோல் அவன் விரல்கள் அந்த மயிர்க்கத்தையை விலக்கின.

விலக்கிய விரல்கள், கன்னத்தின் செழுமையிலும் மென்மையிலும் லயித்து அங்கேயே நின்று தயங்கின. தாமரை இதழ்களின் குளிர்ச்சி போன்ற இதம் அவனை மோகவெறி கொள்ளச் செய்தது.

அவளைப் பிடித்திழுத்து முத்தமிட்டான்.

14

கல்யாணம் முடிந்து இரண்டு நாட்களாகிவிட்டாலும், கல்யாணக்களை இன்னும் வீட்டிலிருந்து போகவில்லை. பாத்திரங்களும் பண்டங்களும் ஆங்காங்கே இறைந்து கிடந்தன. வீட்டு முகப்பில் இன்னும் பந்தல் பிரிக்கப்படாத காரணத்தால், முன் மங்களாவில் இருள் கெட்டியாக உறைந்து கிடந்தது. இருளின் இணைபிரியாத தோழியாகக் குளிர்ச்சியும் அங்கே நடமாடித் திரிந்தாள்.

பழக்குலைகளும், மலர்ச்சருகுகளும், வாடிப் பழுத்த வாழை இலைகளும், மீந்துபோன காய்கறிகளுமாகச் சேர்ந்து நூதன மானதொரு மணத்தை வீடெங்கும் நிர்ப்பிக்கொண்டிருந்தன. உறவினர்களில் பலர் போய்விட்டாலும் தொலைதூரத்தைச் சேர்ந்த

இரண்டொருவர் மீந்திருந்தனர். காலைவேளையில் குழந்தை யொன்று வீறிட்டு, அந்த வீட்டின் அமைதியைத் துண்டுபோட்டுக் கொண்டிருந்தது.

இன்று அவர்கள் எல்லோரும் வீரநாராயணமங்கலத்துக்கு மறுவீடுபோகவேண்டும். சுமார் பத்துப் பேர்தான் சுசீந்திரத்தில் இருந்து போவதாக இருந்தார்கள். சாதாரணமாக நாலு செம்பு அரிசி வைத்துக் கல்யாணம் நடக்குமானால், மறுவீட்டுக்கு மூன்று செம்பாவது வைக்க வேண்டும். சடங்குகள் அதிகம் இருக்காதே தவிர, அதுவே ஒரு முக்கால்வாசிக் கல்யாணம்தான்.

ஆனால், அப்படி யார் வீட்டுப் பணத்தையோ அடம்பிடித்து வாங்கி, வம்புக்கு வாரி இறைக்க சிதம்பரம் பிள்ளைக்கு விருப்பமில்லை. சிவதாணுவுக்கும் கூடத்தான். எனவே, ஐந்து மரக்கால் அரிசி வைத்து, நெருங்கியவர்களை மட்டுமே அழைத்து எளிமையாக மறுவீட்டை நடத்துவதாக இருந்தார்கள். பத்தரை மணிவரை இராகு காலமாம். ஆகையால் பெண்ணும் மாப்பிள்ளையும் அதன்பிறகுதான் புறப்படலாமாம்.

சிவதாணு அமைதியாகத் தூங்கிக் கொண்டிருந்தான். காலை ஆறு மணிக்கு மேல் தூங்கி அவனுக்குப் பழக்கமில்லை. பழைய பழக்கங்களெல்லாம் இங்கு இடுப்பு முறிக்கப்பட்டு விட்டதே! தூங்கி எழுந்து செய்வதற்கு வேலையொன்றும் இல்லை. பொழுது போவது கடினமாக இருக்கையில் நிதானமாகத் தூங்கி எழுந்தால் என்ன போயிற்று?

ஒருக்களித்துச் சாத்தியிருந்த கதவைத் திறந்துகொண்டு பார்வதி அறையினுள் நுழைந்தாள். சலனமற்ற தூக்கத்தில் ஆழ்ந்திருந்த கணவன் பக்கத்தில் சத்தமின்றி நடந்து போனாள். மெதுவாக அவன் தோள் பட்டையில் தட்டினாள். கைகளால் முகத்தைத் தேய்த்து, கைகளை முறுக்கி உயர்த்திச் சோம்பல் முறித்துவிட்டுச் சிவதாணு அவளைப் பார்த்தான்.

காலையில் குளித்துவிட்டுத் தலையை ஆற்றுவதற்காக கோடாலி முடிச்சுப் போட்டிருந்தாள். மஞ்சள் தேய்த்த முகத்தின் தகதகப்பு. அலங்கரிப்புகள் எதுவுமின்றி, குங்கும வட்டம் நெற்றியில் துலங்கியது. எளிமையான வாயில் சாரியில் அவள் வாகாக வளைந்து நின்றாள். அவன், அவளை வைத்த கண்ணைப் பெயர்க்காமல் பார்த்துச் சிரித்தான்.

‘‘என்னது? பாக்கியோ, சிரிக்கியோ? பைத்தியம் புடிச்சிராம! எந்திரிச்சு வாங்க... மணி ஏழரையாச்சு! குளிச்சுப் போட்டு பொறப்பிடாண்டாமா? பத்தரை மணிக்கு கார் வந்திரும்...’’

இரண்டு மூன்று நாள் பழக்கத்திலேயே, தனிமையில் இருக்கும்போது, பார்வதி அவனுடன் வாயாடத் துவங்கிவிட்டாள். அதுகூட இல்லாமற் போனால் தனிமை விலங்கைச் சிவதாணு தவிர்ப்பதெப்படி?

‘‘எல்லாம் புறப்படலாம்... இன்னும் நேரமில்லா இருக்கு... நீ இங்க வா கிட்டே...’’

படுக்கையிலிருந்தே அவளை எட்டிப்பிடிக்கக் கைகைள நீட்டினான். அவன் செயல்களில் காதலன் காட்டுகின்ற ஆசையும் ஆவலும் துளிர்த்தன.

‘‘ஆமா.... ரொம்பத்தான் கொஞ்சாதியோ... சீக்கிரம் குளிச்சிட்டு வாருங்கோ... கோயிலுக்குப் போகணும். அதுக்கு முன்னே குளிக்கக்கூடச் செய்யாம என்னைத் தொடப்பிடாது...’’ அவள் கண்டிப்பில் செல்லம் மிகுந்திருந்தது.

அவன் எழுந்து கொல்லைப்புறம் நோக்கி நடந்தான். மங்களாவைத் தாண்டும்போது பவானியின் கேலி.

‘‘கடப்பாறை போட்டுத்தான் கிளப்பணும் போலிருக்கு...’’ அவன் திரும்பிப் பார்த்தான். தங்கையை அடிப்பதற்குப் பார்வதி கையை ஓங்கினாள்.

‘‘இனி என்னைத் தொட்டேண்ணா இருக்கு பார்த்துக்கோ... பொறகு அத்தான்கிட்ட சொல்லிப் போடுவேன்...’’

அவன் மனதுக்குள் சிரித்துக்கொண்டான். குறும்புக்காரப் பெண். எதையோ அறிந்துகொண்டு பார்வதியை மிரட்டுகிறாள். நேற்று அப்படித்தான்! படிப்பதற்கு ஏதாவது தாயேன் என்று கேட்டதற்கு, அவள் எண்சுவடியை கொண்டுவந்து தந்துவிட்டு ஓடியதையும், ஒளிந்திருந்து சிரித்ததையும் எண்ணிச் சிரித்தான்.

குளித்து உடைமாற்றிக் கோயிலுக்குச் சென்று வந்தார்கள். எப்போதாவது அவன் கோயிலுக்குப் போவதுண்டு. சனிக்கிழமைகளில் திருப்பதிசாரத்திலிருக்கும் திருவாழி மார்பன் கோயிலுக்கு மாலையில் அவன் நண்பர்கள் போவதுண்டு. அவன் ஊரிலிருந்து ஒன்றரை மைல். ஆழ்வார்கள் பாடல் பெற்ற திருத்தலம்.

ஆனால், கோயிலுக்குப் போகின்ற நண்பர்கள் எல்லாம் தெப்பக் குளத்தில் மார்கட்டிக் குளிக்கும் பெண்களின் உடம்பிலும், பருவ மாற்றமுறும் சிறுமிகளின் மீதும் கண்களைப் போடும் நேரத்தில் பத்தில் ஒரு பங்கைக்கூடத் திருவாழி மார்பனின் திருப்பாதங்களில் செலுத்துவதில்லை என்பதால், அவன் அந்தக் குழுக்களைத் தவிர்க்கத் தொடங்கினான்.

கோயிலுக்குப் போய்விட்டுத் திரும்பும்போதுகூட, அவர்கள் பேச்சில் அந்தப் பெண்களே நீக்கமற நிறைந்திருப்பதாலும், கூட்டத்தைச் சாக்காகக் கொண்டு, 'நான் அவள் பின்னால் இடித்தேன்; தோளைத் தட்டினேன்; கண்ணடித்தேன்' என்று 'வீரசாகசச் செயல்களை'க் கடை விரிப்பதில் செலவழிப்பதாலும், இந்தப் 'பக்தர்'களைக் கண்டு அவன் பயந்து நடுங்கினான்.

ஆனால், இன்று - பூசைக்குரிய சாமான்களோடு பார்வதி பக்கத்தில் நடந்துவர, தன்னையும் அவளையும் பலர் கூர்ந்து பார்த்துக் கிசுகிசுப்பதைக் கவனித்த கிளுகிளுப்பில் நடக்கும்போது, அவன் மனம் மிதக்க ஆரம்பித்தது.

பத்தரை மணிக்கு, இரண்டு கார்களில் அவர்கள் புறப்பட்டார்கள். சிவதாணுவும், பார்வதியும், பவானியும், சுந்தரலிங்கமும் அவர் மனைவியும் குழந்தையும் முதல் காரில், பின்னால் சிவதாணுவின் மாமனார், மாமியார் மற்றும் ஓரிருவர்.

வீட்டையே சுற்றிப் பார்த்து பார்வதி பெருமூச்சுகள் எறிந்து, காரில் ஏறுகின்றபோது அவள் கண்கள் கலங்கி இருந்தன. யாரும் காணாமல் கண்களைத் துடைத்துக்கொண்டாலும், நாசியின் விடைப்பும், உதடுகளின் துடிப்பும் அவள் சோகத்தை விளக்குப் போட்டுக் காட்டின.

மறுவீடு அடைந்து, ஆரத்திமுன் நின்று வாசலைத் தாண்டிய பிறகு, தண்ணீரில் இருந்து எடுத்துத் தரையில் விடப்பட்ட மீன், துள்ளிக் குதித்து மீண்டும் நீரில் விழுந்ததைப் போலச் சிவதாணு உணர்ந்தான். பார்வதியைச் சுற்றிப் பெண்கள்கூட்டம்.

சாப்பாடு முடிந்து வெயில் தாழ ஆரம்பித்தது. வந்தவர்கள் புறப்படலாயினர். சொக்கலிங்கம் பிள்ளையும், நீலாப் பிள்ளையும் அவனிடம் சொல்லிக் கொண்டு பார்வதியிடம் விடைபெற முயன்றனர். அவள் கண்கள் அழுது சிவந்துவிட்டன. அப்பாவும் அம்மாவும் ஆறுதல் சொன்னாலும் பொங்கிப் பிரவகித்த கண்ணீர் வெள்ளம். பவானியைக் கட்டிக்கொண்டு விம்மினாள். அந்தச்

சிறுமி 'கோ'வெனக் கதறி விட்டாள். இதைக் காணக்காண நீலாப் பிள்ளைக்குப் பொங்கியது துக்கம். சொக்கலிங்கம் பிள்ளையின் கண்கள் கசிந்தன. தேற்றவும் ஆற்றவும் முடியாத தவிப்பில் சிவதாணு பார்வதிக்காக இரங்கினான்.

அதெல்லாம் ஓய்ந்து போனபிறகு அடுக்களையை ஒழிக்கும் வேலையில் அம்மாவும், சித்தியும், லட்சுமியும், தங்கமும் ஈடுபட்டிருந்தார்கள். கண்களை ஒருபுறம் துடைத்துக்கொண்டே, பார்வதியும் கூடமாட உதவி செய்து கொண்டிருந்தாள். சமாதானம் சொல்ல நினைத்தாலும் இயலாத பரிதவிப்பில் சிவதாணு வளைய வந்தான். பாவம்! எல்லாப் பெண்களுக்கும் இந்த நிலை ஏற்படத்தானே செய்கின்றது?

மூன்று நாட்களாகப் பார்க்காத தட்டில் சிவதாணு ஏறினான். அவன் சாமான்கள் இருந்த ஏர் பேக்கும், பார்வதியின் சாமான்கள் நிரம்பிய இரண்டு சூட்கேசுகளும் அடுக்கி வைக்கப்பட்டிருந்தன. கட்டிச் சுருட்டிக் கார்மீது வைத்துக் கொணர்ந்திருந்த மெத்தை, சமுக்காளம், தலையணைகள் பிரிக்கப் பெறாமல் கிடந்தன.

மணி நாலடித்துவிட்டது. விருந்தினர்கள் யாரும் மீதியில்லை. ஆறு மணியானால்தான் வெளியில் இறங்கலாம். வெயில் கொளுத்திக் கொண்டிருந்தது. வெயில் தாழ்ந்தால் ஆற்றங்கரை யோரமாக உலாவிவிட்டு வரலாம். அதுவரை என்ன செய்வது? மெத்தையைப் பிரித்துப் போட்டுச் சாய்ந்தான்.

'இனி என் திட்டம் என்னவாக இருக்கப் போகிறது? கல்யாணம், மறுவீடு எல்லாம் முடிந்தாயிற்று! புதுமண வாழ்வு இனிமையாகத்தான் இருக்கிறது. இந்தச் சர்க்கரைப் பூச்சு எத்தனை நாள்? சீக்கிரமே ஒரு வேலை தேடிக்கொள்ள வேண்டும். ஆறேழு மாதத்தில் லட்சுமியின் கல்யாணத்தையும் முடித்துவிட வேண்டும். வேலை கிடைத்துவிட்டால் பிறகு பார்த்துக்கொள்ளலாம்!

வேலை எவ்வளவு நாளில் கிடைக்கும்? இரண்டு மாதம் பிடிக்குமா? குறைந்தது இரண்டு மாதமாவது ஆகத்தான் செய்யும். அதற்குள்ளேயே, நான் ஏற்கனவே எழுதிப் போட்டிருக்கிற ஏதாவதொன்று கிடைத்தால் நல்லது. 'நாங்கள்தான் வேலை வாங்கிக் கொடுத்தோம் என்கின்ற பேச்சுக்கு இடமிருக்காது. தீவிரமாக முயற்சி செய்ய வேண்டும்... எனக்கும் சாப்பாடு போட்டு என் பெண்டாட்டிக்கும் போடு என்றால் எப்படி?'

நீர்ச்சுழிகள் போல வினாக்கள் அவன் மனதுள் சுழன்றன.

''புது மாப்பிள்ளையில்லா? அதா.ன் கெவுரவமா வந்து படுத்திட்டேளாக்கும்? நல்லாத்தான் இருக்கு!''

குரல் கேட்டு மோட்டு வளையத் துளைத்துக்கொண்டிருந்த விழிகளைப் பெயர்த்துத் திரும்பினான். பார்வதிதான். ஏணிப்படி ஏறித் தட்டினுள் அடியெடுத்து வைத்தாள். அவள் கையில் தேநீர்.

'இது என்ன புது வழக்கம்? சாயங்காலம் தேநீர் போட்டிருக்கிறார்கள்? சரிதான். இரண்டு மூன்று நாட்களுக்கு இப்படித்தான் இருக்கும்!' சிவதாணு எழுந்து உட்கார்ந்தான். பார்வதி நீட்டிய தம்ளரைக் கையில் வாங்கினான்.

''நீ குடிச்சியா?''

''ஆமா... நான் குடிச்சு மிச்சத்தைத்தான் உங்களுக்கு கொண்டாந்து தாறேனாக்கும்? சீக்கிரம் குடிச்சுகிட்டுத்தாங்க... நான் கீழே போகணும்... ஒரு கோட்டை சோலி கிடக்கு...''

அவன் ஆசை பொங்க அவளை இழுத்துச் சேர்த்துக் கொண்டான்.

''பார்வதி... நான் உங்கிட்டே ஒண்ணு கேட்கட்டுமா?''

''ம்... என்ன கேக்க போறியோ?''

''எங்க வீட்டை உனக்குப் புடிச்சிருக்கா? அம்மா, அப்பா, தங்கச்சி, தம்பிகள் எல்லாம் புடிச்சிருக்கா? உள்ளதைச் சொல்லு...''

அவள் பேசாமல் இருந்தாள். அவள் உள்ளத்தில் ஓடும் எண்ணங்களை அவன் படிக்க முயன்றான் அவள் கண்கள் மீண்டும் கலங்கின. அதை மறைக்க விரும்பி எழுந்து அவனுடைய புத்தக அலமாரியைப் பரிசீலிப்பவள்போல நின்றாள்.

'இவள் என்ன நினைக்கிறாள்? தன்னைப் பாழுங்கிணற்றில் கொண்டு தள்ளி விட்டார்களே என்று மாய்ந்து போகிறாளா? ஏழ்மையையும் ஏழைகளையும் கண்டுவிட்ட, உறவாகக் கொண்டுவிட்ட அருவருப்பா?' எழுந்து அவள் பின்னால் போய் நின்றான்.

''நான் கேட்டதுக்கு நீ இன்னும் பதில் சொல்லல்லே... என்னா பிடிக்கலியா?'' அவள் தோள்களைத் தொட்டுத் தன்னை நோக்கித் திருப்பினான்.

அவளால் கண்ணீரை அடக்க முடியவில்லை.

''எல்லாம் புடிச்சிருக்கு...''

விரைவாகக் கீழிறங்கிப் போய்விட்டாள்.

தாயையும், தந்தையையும், தங்கையையும், பிரிந்து வளர்ந்த வீட்டையும், ஊரையும், பழகிய நட்பையும் உறவையும், விட்டுப் பிரிந்து பிரிவாற்றாமையால் மனம் நொந்து கலங்கும் அவளைப் போய், இன்று இம்மாதிரி ஒரு கேள்வியைக் கேட்டிருக்கக் கூடாதோ என்று சிவதாணு கழிவிரக்கம் கொண்டான்.

மணி ஐந்தரை தாண்டி விட்டது. துண்டை எடுத்துத் தோளில் போட்டுக்கொண்டு சோப்புப் பெட்டியைக் கையில் எடுத்துக் கொண்டு அவன் கீழே இறங்கினான். அடுக்களையில் நுழைந்து தலையில் எண்ணெய் தேய்க்கும்போது, பார்வதியும் லட்சுமியும் ரசமாக ஏதோ பேசிக்கொண்டிருப்பதைக் காண அவனுக்கு ஆறுதலாக இருந்தது.

''முன்னே மாதிரி பதினொரு மணிவரை ஆத்து மணல்லே படுத்துக்கிடாதே...! சீக்கிரமா வந்திரு...!''

எச்சரித்த அம்மாவுக்குச் 'சரி' என்று தலையாட்டிவிட்டு அவன் தெருவில் இறங்கினான்.

''என்னா புதுமாப்பிளே தூரமா...?'' எதிரே ஒருவர்.

தலையில் எண்ணெயும், கையில் சோப்புப் பெட்டியும் தோளில் துண்டுமாகச் சினிமா பார்க்கவா போவான்! இது கிராம மக்களுக்கே படிந்துபோன வழக்கம். குளித்துக் கொண்டிருப் பவனைப் பார்த்து 'என்னா குளிக்கியா?' என்பார்கள். தோளில் மண்வெட்டியோடு பார்த்தால் 'என்னா வயலுக்கா?' என்பார்கள். எதுவும் எதிரே வருபவனின் வாயிலிருந்து வரவேண்டும் என்ற எதிர்பார்ப்பு. அப்படிக் கேட்டால்தான் திருப்தி. ஏதாவது பேச வேண்டுமே என்பதற்கான பொருளற்ற கேள்வியோ? காலங் காலமாக ஊறிப்போன இவற்றையெல்லாம் மாற்றிவிடுவது என்பது முடிகின்ற காரியமா?

தெருக்கோடிவரை நடந்து, கந்தசாமியின் வீட்டு வாசலில் நின்றான். வழக்கம்போலத் தெருவில் நின்று குரல் கொடுத்தான். நல்ல வேளையாக அவன் வீட்டிலேயே இருந்தான். இன்று அவனுக்குக் கடை விடுமுறை இல்லை. என்றாலும் மறுவீட்டுக்காக லீவு. கந்தசாமியுடன் ரோட்டோரமாக நடந்து, பிராமணந்தோப்பை அடைந்தார்கள். இரண்டு பேரும் பள்ளியிறுதிவரை சேர்ந்தே படித்தவர்கள் சிவதாணு கல்லூரியில் சேர்ந்த பிறகு, கந்தசாமி நாகர்கோயிலில் சைக்கிள் டீலர் ஒருவரின் கடையில் வேலைக்குச் சேர்ந்தான். நீண்ட காலமாகவே நெருக்கமான நண்பர்கள். இருவருக்கும்

இடையில் இரகசியங்களே இல்லை. வழிநெடுக அவர்கள் எதுவுமே பேசவில்லை. இரண்டு பேரும் சேர்ந்து இதுபோன்ற மாலையில் நடந்தால், அடிதடி விழுவதைப்போல வாதப் பிரதிவாதங்கள் நடக்கும். இன்று சிவதாணுவின் அமைதி கந்தசாமியிடமும் எதிரொலித்தது.

பிராமணந்தோப்பின் மணல்மீது துண்டை விரித்துப் படுத்தார்கள். பகலில் அடித்த வெயில் காரணமாக மணல் வெதுவெதுப்பாக இருந்தது. கால்மாட்டில், நாலடி தூரத்தில் வெள்ளம் ஒழுகுகின்ற சலசலப்பு. மூன்று நான்கு ஏக்கர் பரப்புக்கு, பழையாற்றின் மேலக்கரை ஓரமாகத் திரடாகப் பரந்து கிடக்கும் அந்த மணல் வெளியைக் காணுகின்ற போதெல்லாம், அந்தக் கோடியிலிருந்து இந்தக் கோடிவரை புரண்டு மறிய வேண்டும் என்று உற்சாகம் கிளம்பும். பேச்சுக் கிளம்பிவிட்டால் ஓசைக்குப் பஞ்சமிருக்காது.

ஆனால், இன்று - வானத்தில் முளைக்கின்ற விண்மீன்களை எண்ணிக்கொண்டே மௌனமாகப் படுத்துக் கிடந்தனர். காற்று தண்மையாக வீசியது. மரக்கிளைகளில் பறவைகளின் வம்புப் பேச்சு. பசியின் காரணமாகவோ என்னவோ, வௌவால் ஒன்று இரவு விழுமுன்னே இரைதேடித் தனியாகக் கிளம்பி, தாழ்ந்து பறந்தது.

''ஏன் ஒண்ணும் பேச மாட்டங்கே?''

மௌனத்தின் இறுக்கம் தாளாமல் கந்தசாமி அதைக் கலைத்தான்.

''ஒண்ணுமில்லை... சும்மா யோசனை...''

''என்ன யோசனைதான்... எருவிழுந்த யோசனை... நீ எப்பவும் இப்படித்தான்... துரும்பைத் தூணாக்கி வைக்கோற்படப்பை மாப்பிள்ளை ஆக்கீருவே! எல்லாந்தான் நல்லா முடிஞ்சாச்சே! பிறகு என்னா?''

''வேலையைப் பத்தித்தான்... சீக்கிரம் கிடைக்காண்டாமா?''

''எல்லாம் கிடைக்கும். அவ்வளவு நிச்சயம் இல்லாமலா உன் மாமனாரு அடைபடுவாரு? அது அவரு கவலையில்லா! நீ ஏன் கிடந்து குழம்புகே?''

''நீ அப்பிடியா நினைக்கே? சீக்கிரம் வேலை கிடைக்காட்டா நாறிப் போகமாட்டேனா?''

"கிடைக்காட்டாத்தானே! ஆராம்புளியிலே கோட்டைண்ணா அங்கே போயிக் குனிஞ்சா போராதா? இங்கேருந்தே தலையைக் குனிஞ்சு கிட்டாப் போகணும்?"

"சரி சரி... பெரிய தாக்கிழவன் மாதிரி பேசாதே! எந்திரி போலாம்... மணி ஏழரை இருக்கும்..."

"அதுக்குள்ளே பெண்டாட்டி ஞாபகம் வந்திட்டா?"

கேலி செய்தவாறு கந்தசாமி எழுந்தான். குளித்துக் கரையேறி நடந்தனர். பழையாற்றிலிருந்து கிளை பிரியும் தேரேகால் பாலத்தை நெருங்குகையில், நிழற்கோட்டு உருவமாகப் பாலத்தின்மீது இருவர் அமர்ந்திருந்தது தெரிந்தது.

"ஏ மாணிக்கம்! சிதம்பரத்துக்கு மகனுக்கு மறுவீடாமே இன்னைக்கு... நீ போனியா?

குரலுக்குரியவர் தெற்குத்தெரு சோமசுந்தரம் என்று ஊகித்துவிட முடிந்தது.

"போகாம என்னா? போயி வெத்திலை பாக்கு வாங்கீட்டு வந்தேன்.. இனிமே... அவனுக்கு கண்ணா தெரியும்? பணக்கார மருமக வந்தாச்சு..." மாணிக்கத்தின் அங்கலாய்ப்பு.

"இருக்காதா பின்னே? அந்தப் பயலுக்கும் பேங்கிலேயோ எங்கேயோ வேலை வாங்கிக் குடுக்கப் போறானாமே?"

"ஆமாமா...நீரு மெச்சுப் போட்டுக்கிடும். அவன் பெரிய எம காலம்லா! வேலையா வாங்கிக் கொடுப்பான்? எல்லாம் பார்த்துக்கிட்டே இரியும்... இன்னும் எம்புட்டு நாளு? பேசாம இந்தப் பயல சுசீந்திரத்துக்குக் கௌப்பீட்டுப் போயிருவான். இவன் காப்பிக் கடையில் இருந்து ரெசவடை விப்பான்... பாருமேன்..."

கந்தசாமி திரும்பிச் சிவதாணுவைப் பார்த்தான். இருட்டில் முகம் தெரியவில்லை. இருவரும் பாலத்தை அடைந்தார்கள்.

"யாருடே அது? கந்தசாமியும் சிவதாணுமா? சரியாப் போச்சு! புதுமாப்பிள்ளை சீக்கிரம் வீட்டுக்குப் போகப்பிடாதா?" மாணிக்கத்தின் குரலில் அன்பு ஒழுகியது. சிவதாணு அருவருப்பில் உடலைக் குலுக்கினான்.

"சும்மாதான்... குளிக்க வந்தோம்..." சமாதானம் சொல்லிவிட்டு நிற்காமல் நடந்தார்கள்.

"ஏ நீ சொன்னது அவனுக்குக் கேட்டிருக்கும் போலிருக்கே? பய இண்ணைக்கு என்னமோ கேட்டுக்கிட்டுப் பதில் பேசாமப் போறான்... கரலுறச்ச பயலாங்கும்... உனக்கு நல்ல காலந்தான்! இல்லாட்டா நல்லபெருமாள் பட்ட பாட்டுக்கு நீ எம்பாடு?"

சோமசுந்தரம் தாழ்ந்த குரலில் பேசினாலும், காற்று அதைக் கொண்டு வந்து சிவதாணுவின் காதில் மோதியது.

முதுகுக்குப் பின்னால் பேசுவதில் வல்லவர்கள். திரும்பி முறைத்துப் பார்த்தால், கல்லைக் காணும்போது கால்களுக் கிடையில் வாலை நுழைத்துக்கொண்டு அஞ்சியோடும் நாயைப் போலப் பரிதாபமாக விழிப்பார்கள்.

சிவதாணுவுக்கு வருகின்ற கோபமெல்லாம் - முப்பது நாற்பது ஆண்டுகளுக்கு முன்னால் ஏழும் எட்டும் படித்த இந்தக் 'கல்விமான்கள்' ஏன் இப்படி மனதைக் கோணலாக்கிக் கொள்கிறார்கள் என்பதில்தான்! ஒருவேளை, விவசாயத்திலேயே முடங்கி கிராமத்தினுள்ளேயே சுற்றிச் சுற்றிக் குண்டு சட்டிக்குள் குதிரை ஓட்டுவதால் இவர்கள் மனமும் குறுகிப் போய்விட்டதோ? ஆனால் எகிப்துமீது இஸ்ரேல் குண்டு வீசியது என்று தினந்தந்தியில் படித்துவிட்டு கிசிஞ்சரை இவர்கள் ஏசுகின்ற ஏச்சை அவர் கேட்டால் தற்கொலை செய்துகொள்வாரே!

வாய்வீச்சில் வல்லாள கண்டர்கள்.

"சந்தைக்குப் போயிட்டு வர எவ்வளவு நேரம்?" என்று மனைவி கேட்டுவிட்டால் போதும். சரணாகதிதான்!

ஆனால் - இந்த மனிதர்களின் பேச்சுகளால்கூட தன் மனதில் புண் ஏற்பட்டுவிடுகிறதே என்று அவன் வியந்தான்.

15

மாலை ஆறுமணிக்கு அவர்கள் சுசீந்திரத்தை அடைகையில் அன்றே திரும்பிவிட முடியும் என்று சிவதாணுவுக்குத் தோன்றவில்லை. வீட்டிலிருந்து புறப்படும்போதே, இன்று திரும்பி வீரநாராயணமங்கலம் வந்துவிட வேண்டும் என்று பார்வதியிடம் சொல்லியிருந்தான். அவளும் சரி என்ற தலையசைத்திருந்தாள். ஆனால், இந்த நேரத்தில் வந்து, இரவே திரும்பிவிட எப்படி மாமனார் வீட்டில் சம்மதிக்கப் போகிறார்கள் என்பது அவனுக்கு

யோசனையாக இருந்தது. இரண்டு மூன்று நாட்களாக அவனை அவள் நச்சரித்துக்கொண்டே இருந்தாள். சுசீந்திரத்துக்கு மறுவீடு போய்விட்டு வந்து எட்டுநாள்தான் ஆகியிருந்தது. இடையில் சொக்கலிங்கம் பிள்ளை வேறு வந்து மகளைப் பார்த்துவிட்டுப் போனார்.

என்றாலும், அவள் முகத்தில் சோர்வைப் பார்க்கின்றபோது, போய்விட்டுத்தான் வந்துவிடலாம் என்று சிவதாணுவுக்குத் தோன்றியது. ஆனால், அம்மாவிடம் சொல்லிச் சம்மதம் கேட்பதற்கு அவனுக்கு வெட்கமாக இருந்தது. எனினும் காலையில் தயங்கியபடியே சொன்னான்.

'போயிட்டு வாயேன். நானே சொல்லணும்ணு இருந்தேன். ரெண்டு நாளா அவ முகங்கூட வாடிப்போய் இருக்கு. தங்கச்சியைப் பார்க்கணும்போல இருக்குண்ணு லெச்சுமி கிட்டே சொன்னாளாம்.... போயிட்டு உடனே வந்திருங்கோ...'' அம்மாவின் பதில்.

பார்வதியின் வீட்டு வாசலை அவர்கள் நெருங்கியபோது, நடையிலேயே இவர்களைக் கண்டுவிட்ட பவானி மகிழ்ச்சியில் கூச்சலிட்டாள்.

'எம்மா... ஏ எம்மா... அக்கா வந்திருக்கா...''

''அக்கா மாத்திரம்தான் வந்திருக்காளா? அத்தான் வரல்லியா?'' என்று சிவதாணு அவளைக் கேட்டபோது, வெட்கி அவள் உள்ளே ஓட முயன்றாள். அவளை எட்டிப் பிடித்துச் சேர்த்துக்கொண்டாள் பார்வதி.

சட்டையைக் கழற்றிப் போட்டுவிட்டு மங்களாவில் அமர்ந்தான். அடுக்களையில் அம்மாவும் மகளும் தம்மை மறந்து பேச்சில் ஆழ்ந்து விட்டனர். எட்டரை மணிக்கு மாமனார் கடையிலிருந்து வந்தார். இனிமேல் சாப்பிட்டுவிட்டுக் கிளம்புகிறோம் என்று சொன்னால், அது வறட்டு ஜம்பமாகவே இருக்கும் என்று நினைத்து, அவன் அது பற்றிய பேச்சை எடுக்கவில்லை.

மருமகன் வந்திருக்கிறான் என்ற காரணத்தினால் இரவுச் சமையல் தடபுடலாக இருந்தது. சிவதாணுவின் வீட்டில் அவனுக்குப் பரிமாறுவதைவிட இங்கு அவள் ஓடியாடிப் பரிமாறினாள். 'அது எப்படி? நம் வீட்டில் இருக்கும்போது அம்மா முகத்தையும் என் முகத்தையும் பார்த்து ஒதுங்கி ஒதுங்கி நிற்பவள், அவள் வீட்டில் சிட்டாகப் பறக்கிறாளே!'

புதிய இடத்தில் பிடுங்கி நடப்பட்ட கொடி, அந்தச் சூழ்நிலைக்கும் மண்ணுக்கும் தண்ணீருக்கும் தன்னை ஒட்டுறவு கொள்ளச்செய்ய சிலகாலம் தேவைப்படும் போலிருக்கிறது.

பருப்பும், பப்படமும், பச்சடி கிச்சடிகளும், வற்றல்களும் இலை நிறைந்து கிடந்தாலும் இந்த உணவு வகைகளைத் தொடும் போதெல்லாம், அங்கே - தன் வீட்டில் அம்மாவும், அப்பாவும், தங்கையும், தம்பிகளும் சாப்பிடுகின்ற காட்சி அவன் கண்முன் வரும். இங்கே இந்த உபசரிப்பில் மூழ்கும்போதெல்லாம், தான் செய்வது அநியாயம் என்ற குற்றஉணர்ச்சி மெல்ல மெல்ல மேலெழும்.

அடுத்த நாள் காலை. இன்று மாலை வீரநாராயணமங்கலம் போகலாமா என்று சிவதாணு கேட்டான். பார்வதி பதிலொன்றும் சொல்லவில்லை. மத்தியானச் சாப்பாட்டுக்குப் பிறகும் அவன் கேட்டான்.

''இரண்டு நாள் கழிச்சுப் போகலாம்ணு அம்மை சொல்லுகா.. இருந்துகிட்டுத்தான் போவோமே! அங்க என்னை ஒரு வேலையும் செய்ய விடமாட்டாங்கா.. நேரமும் போக மாட்டேங்கு. அங்கே போய் இருப்பதை இங்கிண இருப்போமே...''

''நான் இன்னைக்கு வீட்டுக்குப் போறேன்... நாளைக்கழிச்சு வந்து உன்னைக் கூட்டீட்டுப் போறேன்...'' என்று சிவதாணு சொன்னபோது அவளுக்கு அரை மனதாகத்தான் இருந்தது.

சிவதாணு வீட்டுக்கு வந்து இரண்டு நாட்கள் ஆகிவிட்டன. கல்யாணமான பிறகு, பார்வதியைப் பார்க்காமல் இரண்டு நாட்கள் இருப்பது அவனுக்கு இதுவே முதல் முறை. திருமணமானபின் நகர்ந்துபோன இந்தப் பதினைந்து நாள் இடைவெளியை அவன் மனக்கணக்குப் போட்டுப் பார்த்தான். வீடு விரைவில் பழைய நிலைக்குத் திரும்பிவிட்டிருந்தது. மறுவீட்டுச் செலவின் மிச்சசொச்சங்களாலும், கல்யாணச் செலவுக்குக் கையில் வாங்கிய பணத்தின் செலவழியாத விளிம்புகளாலும் இந்தப் பதினைந்து நாளும், தரித்திரம் அங்கே தற்காலிக ஓய்வில் இருந்தது. புது மருமகள், அதுவும் பணக்கார மருமகள் வந்த மயக்கத்தில் தினமும் காலையில் பலகாரமும், மத்தியானம் இரண்டு கறிகளும், நாலு மணிக்குத் தேநீரும்தான்.

தம்பிகளுக்கு இந்தப் புதிய மாற்றத்தில் மனம் ஒன்றிப் போயிருந்தது. லட்சுமிக்கும் செல்லப்பனுக்கும் வீட்டு நிலைமை

ஓரளவு புரியும். அவர்களைப் போலவே சிவதாணுவும் இது எத்தனை நாள் இப்படிப் போய்விட முடியும் என்று நினைத்தான்.

அலங்காரப் பூச்செல்லாம் கழன்று விழுந்து, மூலக் கருவறையிலிருந்து வறுமைத்தேவி வீடெங்கும் பிரசன்னமாக அதிக நாள் எடுக்காது என்பதை அவன் அறிந்திருந்தான். அந்தக் கோலத்தை தரிசிக்க அவன் உள்ளுக்குள் அச்சப்பட்டான்.

வறுமையும், அதன் ஆயிரங் கரங்களும் அவனைப் பொறுத்தவரை புதியன அல்ல. ஆனால் பணக்கார வீட்டுப் பெண்ணைக் கல்யாணம் செய்துகொண்டு வந்த பிறகு, காரணமில்லாமலேயே மாமியார் - மருமகள், மதனி - சம்மந்தி சண்டைகள் கால்கொண்டு விடுகின்ற உண்மைகளும், அதுவும் வறுமை காரணமாக அது எழுந்து பூசல் புகைய வெகுநேரம் ஆகாதே!

அம்மா, தங்கை ஆகியோரின் இயல்புகளை அவன் நன்றாகவே அறிவான். இந்தப் பதினைந்து நாள் பழக்கத்தில், பார்வதியும் நல்ல பெண் என்றே அவன் நினைத்தான். பணக்கார வீட்டுப் பெண் எப்படி இருப்பாளோ என்ற அவன் ஐயத்தை அவள் கொஞ்சங் கொஞ்சமாகக் குறைத்து விட்டாள்.

ஆனாலும் - இதுவரை சிக்கல்கள் எதுவும் எழவில்லை. எழாது என்ற உறுதி சொல்ல முடியாத நிலையில், எழுந்து விட்ட பிறகு அவள் எப்படி நடந்து கொள்வாள் என்பதைப் பொறுத் திருந்து பார்க்க வேண்டும்.

சொன்ன நாளில் சுசீந்திரம் போய் பார்வதியை அழைத்து வந்துவிடவே சிவதாணு விரும்பினான். ஆனால், ஞாயிற்றுக் கிழமை சினிமாவுக்குப் போகலாம் என்று கந்தசாமி சொல்லியிருந்தான். கல்யாணமான பிறகு அவனுடன் வெளியே எங்கும் போனதில்லை. ஆகையால் அந்த அழைப்பைச் சிவதாணு வால் தட்ட முடியவில்லை. அன்று அப்படிக் கழிந்தது. திங்கட்கிழமையும் அவனுக்கு நேரம் வாய்க்கவில்லை. செவ்வாய்க்கிழமை அவன் சுசீந்திரம் போனபோது பார்வதி கோபத்துடன் இருந்தாள். நான்கு நாட்கள் பார்க்காமல் இருந்ததால் அவனுக்கும் ஆவலாய்த்தான் இருந்தது. தன்னைப் போலவே அவளும் - காத்திருந்து வராமற் போன கோபத்தை முகத்தில் கோடிகாட்டியபோது, அவனுக்கு உற்சாகம் நுரை பறித்தது.

‘ஞாயிற்றுக் கிழமையிலிருந்து அக்கா வாசற்படியிலேதான் நிக்கா...’

பவானியின் கேலி பார்வதியின் கோபத்தை கிளறியது. சிவதாணு வாய்விட்டுச் சிரித்தான். அவள் கோபமும், அந்தக் கோபத்திற்காகப் பவானி செய்த கேலியும், கேலி சிவதாணுவுக்குக் கொண்டு வந்த சிரிப்பும் சேர்ந்து பார்வதிக்குக் கண்ணீரைக் கொணர்ந்துவிட்டது. தான் காதலிக்கிற - தன்னைக் காதலிக்கிற மனைவி இவள் என்று எண்ணியபோது சிவதாணுவின் உள்ளம் கிளர்ந்தது.

சாதாரணமாக சொக்கலிங்கம் பிள்ளை மருமகனுடன் ஒன்றிரண்டு சொற்களே பேசுவார். ஆனால், அன்று சாப்பிடும்போது சற்றுத் தாராளமாகவே உரையாட ஆரம்பித்தார்.

''சோலிக்கு ஒண்ணுரெண்டு இடத்திலே சொல்லியிருக்கேன். இன்னும் ரெண்டு மாசமாவது ஆகும். அதுவரைக்கும் அங்கே இருந்து என்ன செய்யப் போறியோ? சோலி கிடைக்கதுவரை இங்கணயே இருங்களேன்! நேரம் போகல்லேண்ணா கடையிலே வந்து உட்காருங்கோ! எனக்கும் நீங்க கொஞ்சம் மேல்பாத்தா அங்கே இங்கே போக வசதியாட்டு இருக்கும்.''

சிவதாணுவுக்கு இந்தத் திட்டம் எதிர்பாராதது. கூடிய விரைவில் வேலை கிடைத்து வீட்டுக்கு உதவியாக இருக்கின்ற நாளை அவன் ஆவலோடு எதிர்பார்த்தான். மாமனார் சொல்கின்ற ஏற்பாட்டில் எள்ளளவும் அவனுக்கு உடன்பாடு இல்லை.வேலை கிடைப்பது வரைக்கும் நேரம் போகட்டும் என்று ஆரம்பித்து, வேலை தேடுவதில் தாமதத்தையும், தன்னை வீட்டோடு இழுத்துக்கொண்டு விடுவதில் துரிதத்தையும் அது கொண்டு வந்துவிடும் என்று அவன் அஞ்சினான்.

'மாமனார் வீட்டிலேல்லா போயிக் கெடக்கானாம்...'

'நான் நினைச்சதுதாலா... நாலு ஆப்பம், ரெண்டு தோசை, மூணு காப்பிண்ணு கணக்குச் சொல்லீட்டு இருப்பான்...'

'ஆக சிதம்பரம் பிள்ளை வாயிலே நாய்பறிச்ச மண்ணுதான்ணு சொல்லும்...'

என்பது போன்ற மறைமுக வர்ணனைகளை நினைத்துப் பார்க்கும்போது அவன் நெஞ்சு கூசியது. தன்மீது மாமனார், மாமியார், பார்வதி, பவானி ஆகிய எல்லார் பார்வையும் விழுந்து பிடுங்குவதை அவன் உணர்ந்தான்.

''நான் யோசிச்சுச் சொல்லுகேன். அப்பாகிட்டே கேக்கணும். ஆமா! உங்களுக்கு கேசவன்புதூர் நீலகண்டனைத் தெரியுமா?

அவருதான் முதன் மந்திரிக்குப் பி.ஏ.யாம்... ரெண்டு மாசத்துக்கு முந்தி எலக்ட்ரிசிடி போர்டிலே பரீச்சை எழுதியிருக்கேன்... யாரையாவது பிடிச்சு அவருகிட்டே சொல்லிப் பாருங்களேன்...''

சொக்கலிங்கம் பிள்ளை கேட்ட கேள்வியிலிருந்து அனைவரது கவனத்தையும் சிவதாணு திருப்ப யத்தனித்தான். அவர் வியாபாரி யல்லவா? நெளிவு சுளிவுகள் தெரியாதவரா? எனவே இவனைக் கொஞ்சம் விட்டுத்தான் பிடிக்க வேண்டும் என்று நினைத்தார்.

''அப்பிடியா? விசாரிச்சுப் பார்க்கேன்...''

அந்தப் பேச்சுக்குத் தற்காலிகமாக ஒரு முற்றுப்புள்ளி விழுந்தாலும், அதைக் குறித்து சிவதாணுவின் சிந்தனை சுழன்றது. அப்பாவிடம் இது குறித்துக் கேட்காமலிருப்பதே நல்லது. கேட்பதில் பயன் எதுவும் இருக்கப் போவதில்லை. இரண்டு மாசம் பொறுத்துப் பார்ப்பதை விடுத்து அவரிடமும் வெறுப்பைச் சம்பாதிப்பானேன்?

ஆனால், வீரநாராயணமங்கலம் வந்து இரண்டு நாள் கழியுமுன்னே பார்வதி அவனை நச்சரிக்கத் தொடங்கிவிட்டாள். கேட்கிறேன் கேட்கிறேன் என்று சிவதாணு தள்ளிப் போட்டுக் கொண்டே வந்தான். ஒரு மாதம் போவதற்குள்ளேயே அப்பா நாலைந்து முறை கேட்டு விட்டார், வேலை விஷயம் என்ன ஆயிற்று என்று.

அவர் அவசரம் அவனுக்குப் புரிந்தது. இந்த இரண்டு வருட காலத்தில் எத்தனை முறை 'ஏதாவது வந்ததா' என்று கேட்டிருப்பார். அவருக்கு இருக்கின்ற நெருக்கடிகளில், நாளையே வேலை கிடைத்து, மறுநாளே இருநூறு ரூபாய் சம்பள அட்வான்ஸ் கிடைத்தால் நல்லதுதான். அவரை நெருக்குகின்ற சிக்கல்களில் சூடான தோசைக் கல்லின் மீது உட்கார்ந்திருப்பதைப் போலத் தவிக்கின்ற அவர், இந்த அளவுக்குப் பொறுமையாக இருப்பதே பெரிய காரியம்.

வயல்கள் அறுவடையாகி விட்டாலும், கல்யாணச் செலவுகள் காரணமாகப் பத்தயம் குலுக்கை எல்லாம் காலி. பத்து நாளைக்குத்தான் வடிக்க அரிசி வரும். அதன் பிறகு - யார் வீட்டு நெல்லுப் புரையிலோ கிடக்கின்ற நெல், காசுக்காக அல்லது கடனுக்காக, இங்கே வராமல் வேறு வழியில்லை. செல்லப்பனுக்குப் பரீட்சைகள் நடந்து கொண்டிருந்தன. எப்படியும் அவன் முதல் வகுப்பு வாங்குகிறவன். என்ஜினீயரிங், ஐ.ஐ.டி என்று அனுப்பா

விட்டாலும் பி.எஸ்.சி யிலாவது சேர்க்க வேண்டும். சேர்ப்ப தென்றால் இன்னும் இரண்டு மாதத்தில் மொத்தமாக மூன்னூறு ரூபாய் இருக்க வேண்டும்.

இந்த நிலையில் நல்ல இடத்தில் மகனுக்குச் சம்மந்தம் செய்ததினாலோ என்னவோ, லட்சுமிக்கு வேறு ஒன்றிரண்டு தரங்கள் வந்தன. இப்போது சிதம்பரம் பிள்ளையிடம் கொஞ்சம் பசை இருக்கும் என்ற மாப்பிள்ளை வீட்டுக்காரர்களின் மனப்பான்மை புதியதல்லவே!

இந்தப் பூட்டுகளுக்கெல்லாம் திறவுகோல் சிவதாணுவுக்குக் கிடைக்கப் போகிற வேலையில் இருந்தது. பூட்டுக்கள் திறக்கப்படும் வரை, இருளும் புழுக்கமும் நிறைந்த அறையில் அடைந்திருப்பதைப் போல அவன் உணர்ந்தான். இந்த மூச்சு முட்டல் அவனுக்குக் களைப்பையும் சோர்வையும் தந்தது. வீட்டிலேயே எப்போதும் இருக்கின்ற பார்வதிக்கு, இந்தத் தவக்கம் எப்படிப் புரியாமல் போகும்? அவள் முகத்தில் அதிருப்தியின் சாயல் கோடிட்டிருப்பதாக அவனுக்குத் தோன்றியது. வெளிப் படையாக இல்லாவிட்டாலும் உள்ளுக்குள் மெல்ல மெல்ல முரண்கள் கிளம்பிக் கொண்டிருப்பதை அவன் உணர்ந்தான். பார்வதி நேரடியாக இதை அவனுடன் விவாதிக்கத் தயங்கிக் கொண்டிருந்தாள். என்றாலும், ‘‘அப்பாவிடம் போய் கேட்டுக்கிட்டு வாருங்களேன். ஏதாம் துப்பு உண்டாண்ணு?’’ என்று அவனைக் கிளப்பினாள்.

‘‘அவருகிட்டே போயி என்னாண்ணு கேளுலே.. கலியாணமாகி ரெண்டு மாசம் ஆகு... பாக்காரா இல்லியா?’’ பார்வதி இல்லாத சமயம் பார்த்து அம்மா குறைப்பட்டாள்.

செத்த மாட்டை இழுத்து ஆற்றங்கரையில் போட்டிருக்கும் போது, அதை உரிப்பதற்கு முன்னாலேயே வெகு ஆவலாகத் தென்னை மர உச்சிகளிலும், புன்னை மரங்களிலும் மோனத்தவம் செய்தும், வானத்தை வட்டமிட்டும் காத்திருக்கும் கழுகுக் கூட்டத்தைப்போல - ‘இன்னும் மாமியாருக்கும் மருமகளுக்கும் சண்டை கிண்டை ஒண்ணையுங் காணோமே... அதிசயமாட்டுல்லா இருக்கு!’ என்ற நினைப்புடன் அடிக்கடி வீட்டினுள் நுழைந்து மோப்பம் பிடிக்க முயலும் அண்டை அயலாரையும் அவன் கவனித்தான்.

துரும்பு நுழைய இடம் கொடுத்தால் இவர்கள் பனைமரத்தையே நுழைத்துவிடத் தயங்கமாட்டார்கள். பார்வதியை ஏற்கனவே அவன் எச்சரித்து வைத்திருந்தாலும் கூட, எசகுப் பிசகாக

யாராவது பேசி, ஊராருக்கு ஒரு 'செய்தி'யைத் தந்துவிடக்கூடாதே என்ற தற்காப்பு உணர்வின் உந்துதல். இன்று சுசீந்திரம் போய்வர, அவளே கேட்டுச் சம்மதம் வாங்கிவிட்ட பிறகு, மாலை போகலாம் என்ற உத்தேசத்தில், இவள் உற்சாகமாக இருந்தாள்.

ஆனால், சிவதாணுவுக்கு இருக்கின்ற பிரச்சனை - அவன் கையில் சல்லிக்காசு கூட இல்லை. அம்மாவிடம் கேட்டால், எப்படியாவது இரண்டு ரூபாய் புரட்டித் தந்துவிடுவாள். ஆனால், பெண்டாட்டி வீட்டுக்குப் போவதற்குப் பணம் தா என்று எப்படிக் கேட்பது? அவனுக்கு அவமானமாக இருந்தது. கல்யாணம் நடந்த புதிதில் தாராளமாக அவன் கையில் பணம் புழங்கியது. சுருள் என்றும், அன்பளிப்பு என்றும் வந்த பணத்தில் தனக்கு என்று கொஞ்சம் எடுத்து வைத்திருந்தான். மீதியைத்தான் அப்பாவிடம் தந்தான்.

அவ்வப்போது மறுவீடு கூப்பிட்டு விருந்துபோட்ட உறவினர்கள், விருந்து முடிந்து திரும்புகின்றபோது ஐந்து, பத்து என்று வெற்றிலையில் மடக்கிக் கையில் தந்த பணம் வேறு. ஆனால் இந்த இரண்டு மாத காலத்தில், போக்கு வரத்துச் செலவுகளும், சில சில்லறைச் செலவுகளும், இரண்டு முறை சினிமா பார்க்கப் போய் வந்ததுமாகக் காசெல்லாம் கரைந்து விட்டிருந்தது.

கடந்த நான்கு நாட்களாக, மனத்தின் அதிகமான புழுக்கம் இருந்தாலும் கையில் காசில்லாததால் அவன் நாகர்கோயிலுக்குக் கூடப் போகத் துணியவில்லை. ஆனால், பார்வதியும் இன்று சுசீந்திரம் போக வேண்டும் என்று புறப்படத் தயாராகி விட்டபிறகு அவனுக்கு என்ன செய்வது என்று புரியவில்லை.

அவளிடம் பணம் இருக்கும். அவள் பணம் வேறு, அவன் பணம் வேறு என்று இல்லாவிட்டாலும்கூட, அவளாகத் தர வேண்டும். அவளிடம் இருக்கத்தான் செய்யும் என்பது அவனுக்குச் சர்வ நிச்சயம். பூட்டிக் கிடக்கின்ற அவள் பெட்டிகளின் சாவிகூட, அவன் புத்தக அலமாரியின் மூலையில் இருந்தது. திறந்தே எடுத்துக் கொள்ளலாம். ஆனால், அது சரியா? மனைவியின் பணம்தான் என்றாலும், அவள் தந்தால் வாங்கிக் கொள்ளலாமே தவிர, பூட்டைத் திறந்து எடுத்துக் கொள்வது முறை கெட்ட செயலாக அவன் கருதினான். கேட்டே வாங்கிக் கொள்ளலாம் என்ற ஏற்பாடும் அவனுக்கு நியாயமாகப் படவில்லை. அவள் வீட்டுக்குப் போக அவளிடமே பணம் கேட்பதா? அதைவிடப் போகாமல் இருந்து விடலாமே. சரி, கடனாகப் பெற்றுக் கொண்டால் என்ன?

கடனாகவா? எங்கிருந்து திருப்பித் தருவது? மட்டுமன்றி மனைவியிடம் கணவன் வாங்குகின்ற பணம் கடன் என்ற பெயரில் வந்தாலும் அது இனாம்தானே! எந்தக் கணவன் மனைவியிடம் வாங்கிய கடனைத் திருப்பித் தந்திருக்கிறான்? அவள் கொடுமனக்காரியாக இருந்தாலொழிய கணவனிடம் வசூலிப்பது என்பது அவ்வளவு எளிதா?

ஒரு வேளை தன்னிடம் பணம் இல்லை என்ற விபரம் பார்வதிக்குத் தெரிந்திருக்காதோ? தெரிந்தால் தராமலா இருப்பாள்? சே! ஏன் தெரியாது? காலி மணிபர்ஸ் புத்தக அலமாரியில் தொழுநோயாளியைப் போல ஒதுங்கிக் கிடப்பது அவள் கண்களில் படாமலா இருந்திருக்கும்? பார்க்காமலா இருப்பாள்? பார்த்தும் அவளே வலியத் தரவில்லையென்றால் வெட்கங்கெட்டு நாம் போய்க் கேட்பதா?

காலையில் தெரிந்திருந்தால் கந்தசாமியிடம் கேட்டிருக்கலாம். இருந்தால் அவன் தராமல் இருக்க மாட்டான். மூன்றாம் பேருக்குத் தெரியவும் செய்யாது. ஆனால், இப்போது என்ன செய்வது? அம்மாவிடமே கேட்டு வாங்கிக் கொள்வது என்று தீர்மானித்தான்.

சாப்பிட்ட பிறகு, இந்த நினைவலைகளில் சிக்குண்டு படுக்கையில் படுத்துப் புரண்டு கொண்டிருந்த சிவதாணுவுக்கு எல்லோர் மீதும் கோபம் வந்தது. கையாலாகாத இந்தக் கோபம் அவனுக்குப் புதியதில்லை. என்றாலும், கல்யாணத்தளையில் தன்னை மாட்டிவிட்டுவிட்டவர்களின் மீது அளவு கடந்த எரிச்சல்.

'ஏன் நான்கூட இதற்கு உடந்தைதானே! முதலில் வேண்டாம் என்று மறுத்தாலும், பிறகு மெல்ல மெல்ல மயக்கத்தில் நான் ஆழ்ந்து போகவில்லையா?' தன்னையே அவன் குற்றம் சாட்டினான்.

ஏணிப்படிகளின் மீதேறி பார்வதி தட்டினுள் வந்தாள். அவன் அவளைப் பார்த்தான். கைக் கடிகாரம் மூன்றரை மணி காட்டியது. புறப்படுவதற்கு உடை மாற்றத்தான் வருகிறாள் என்று அவனுக்குப் புரிந்தது. பொருளின்றித் தன்னைப் பார்த்த சிவதாணுவின் சிந்தனை எங்கேயோ ஊடுருவி நிற்பதைப் பார்வதி கண்டு கொண்டாள். இப்போதெல்லாம் இப்படி உறைந்த மௌனங்களைக் கலைப்பதற்கு அவள் பெரும்பாடு பட வேண்டியிருந்தது.

வந்தவள் அமைதியாக அவன் பக்கம் அமர்ந்தாள். எதுவும் பேசாமல் கிடந்த அவன் கைகளிலொன்றைக் கரங்களில் எடுத்துக் கொண்டாள்.

''என்ன யோசிக்கியோ...? புறப்படாண்டாமா...? எந்திரிச்சு மொகத்தைக் கழுவுங்கோ... மணி நாலாகு...''

திறந்திருந்த சன்னல் வழியாக வெளியே பார்த்தான் சிவதாணு. எதிர்வீட்டு ஓட்டுக் கூரையின்மீது உதிர்ந்திருந்த முருங்கைப் பூக்களை இரண்டு அணில்கள் முன் கைகளால் தூக்கிப் பிடித்துக் கொறித்துக் கொண்டிருந்தன. பூங்கொத்துப் போன்ற வால்களை உயர்த்தி அசைத்து 'ணிக்ணிக்' என்று சப்தித்தன. முருங்கை மரத்திலிருந்த காகம் செத்த மீன் ஒன்றை உண்டு முடித்த திருப்தியில் அலகைக் காலில் உரசிக் கொண்டிருந்தது.

சிவதாணுவின் பக்கத்திலிருந்து எழுந்த பார்வதி, பெட்டியைத் திறந்தாள். சாரி, ஜாக்கெட் இவற்றை வெளியே எடுத்து வைத்தாள். அவன் சட்டை, வேட்டியையும் எடுத்து கொக்கியில் மாட்டினாள். திடீரென நினைத்துக் கொண்டவளைப் போன்று, பெட்டியின் அடியில் கிடந்த மணிப்பர்சைத் திறந்து, அதிலிருந்து இரண்டு ஐந்து ரூபாய் நோட்டுக்களை எடுத்துக் கையில் வைத்துக்கொண்டு, காலிபர்சை பெட்டியிலேயே போட்டாள். பணத்தை எடுத்துக் கொண்டு அவன் பக்கத்தில் வந்து மீண்டும் அமர்ந்தாள். அவன் எண்ணங்களைப் படித்து விட்டவளைப்போல

''செலவுக்கும் பணம் இல்லேண்ணு தானே 'உம்'ண்ணு இருக்கியோ... இன்னா எங்கிட்ட பத்து ரூவா இருக்கு...''

இலேசான சிணுங்கலோடு பணத்தை அவனிடம் நீட்டினாள். தன் அந்தரங்கத்தைத் திறந்து பார்த்துவிட்டாளே என்ற வேதனையில் அவன் மௌனமாக அவளையே பார்த்தான்.

''இன்னும் என்னதான் முகத்திலே பார்க்கிகோ? சில்லறை சில்லறையா எங்கிட்டே நூத்திருவது ரூவா இருந்தது.... அப்பப்போ யாராவது குடுத்தது... அம்மாகிட்ட குடுத்ததுக்கு எங்கிட்டயே இருக்கட்டும்ணுட்டா... அதிலேதான் ஒரு கோட்டை நெல்லு வாங்கதுக்கு நேத்தைக்கி அத்தையிட்டே நூத்திப்பத்து ரூவா குடுத்தேன்.

அவள் பேசிக்கொண்டே போனாள். அது சிவதாணுவின் நெஞ்சில் பூச்சிமுள் குத்தியதைப் போலச் 'சுரீர்' என்று வலித்தது. கோபத்தில் முகம் சிவந்தது.

''யாரைக் கேட்டுக்கிட்டுக் குடுத்தே?''

கோபத்தில் அவன் தெறித்தான். இதுவரை சுண்டு சொல் கேட்டிராத பார்வதி, அவன் முகத்தில் வெடித்த கோபத்தையும், அவன் குரலில் தெரிந்த கொடுமையையும் கண்டு திகைத்துப் போய்விட்டாள். சற்று நேரம் அவளுக்கு வார்த்தையே வரவில்லை.

"ஏன்? கொடுத்தா என்னா? அஞ்சாறு நாளைக்குத்தான் வடிக்க அரிசி இருக்கு... இப்பமே நெல்லு வாங்கி அவிச்சுப் போட்டாத்தான் காயும்... வீட்டு நிலைமை எனக்குத் தெரியாதாக்கும்? அதான் பேசாம அத்தைகிட்டே கொடுத்தேன். வேண்டாம்ணுதான் சொன்னா... நான்தான் விடல்லே...!"

"வடிக்க அரிசி இல்லேண்ணா பட்டினி கிடந்து சாகிறோம். அதுக்காச்சுட்டி உன் பணத்தை நீ யாருக்கிட்டே கேட்டுக்கிட்டுக் குடுத்தேங்கேன். மனசிலே என்ன நினைச்சுக்கிட்டிருக்கே?"

அவனுக்குத் தணியாத கோபம். அவள் கண்களில் பொல பொலவெனக் கண்ணீர் சுரந்தது. இரண்டு சொட்டு சூடாக அவன் கைமீது விழுந்தன.

"நான் அப்போ யாரோண்ணுதானே நினைக்கியோ? வீடு வாசல் எல்லாம் விட்டுப்போட்டு உங்கபுறத்தால வந்தவளைப் பார்த்து, நீ யாரு பணம் குடுக்கதுண்ணுதானே கேக்கியோ? நான் வேற நீங்க வேறண்ணு நினைச்சதுனாலதானே உங்க மனசிலே இப்பிடியொரு எண்ணம் தோணியிருக்கு? வடிக்க அரிசி இல்லாம இருக்கதைப் பார்த்துக்கிட்டு, என் பணத்தை நான் பூட்டி வச்சுகிட்டு இருக்கணுமாங்கும்... அப்போ சரீண்ணு சொல்லுவிகோ... அப்பிடித்தானே!"

அவள் விசும்பினாள். விசும்பலுக்கிடையே சொற்கள் கோர்வையின்றித் துண்டு துண்டாகத் தெறிந்து விழுந்தன. கன்னத்தில் வடிந்த கண்ணீர், அவள் முந்தானை மீது விழுந்து சிதறியது. நாசி சிவந்து புடைத்தது.

சிவதாணு திகைத்துப் போனான். கல்யாணத்துக்கு முன்னால், கன்னியாகுமரியில் பார்த்தபோது சிறுமியாகத் தெரிந்தவளா இவள்? மணமேடையில் நாணிக் கண் புதைத்தவளா? முதலிரவில் முழுமையாகத் தன்னை தந்துவிட்டு, மறுநாள் காலை கீழ்ப்பார்வை பார்த்துக் குறும்புடன் சிரித்தவளா? இரண்டுமாத இல்லறம், இவளுள் என்ன இரசாயன மாற்றத்தை ஏற்படுத்திவிட்டது?

முந்தானையால் கண்ணைத் துடைத்துக்கொண்டே அவள் விசித்துக் கொண்டிருந்தாள். அவள் பார்வை பூமியிலேயே நிலைத்து நின்றது. அவளைப் புண்படுத்திவிட்டோம் என்பதை அவன் உணர்ந்தான். தன்னுடைய மன அவலங்களுக்காக இவளை - இந்த வெள்ளை உள்ளத்தை குத்திக் கிளறி ரணப்படுத்தி விட்டோமே என்று அவன் பச்சாதாபப்பட்டாள்.

சிவதாணுவின் கழிவிரக்கம், அழுகையில் சிவந்த பார்வதியின் கன்னங்கள். இலேசாகத் துடித்த அவள் உதடுகள். அவன் உணர்ச்சி வசப்பட்டான். இவளை எப்படிச் சமாதானப் படுத்தப் போகிறோம் என்ற கவலை ஊடாக ஓடியது. எவ்வளவு நல்ல பெண் தனக்கு மனைவியாக வாய்த்திருக்கிறாள் என்று எண்ணியபோது அவன் ஆசை பெருக்கெடுத்தது.

கைகளை நீட்டி அவளை இழுத்து மார்புறத் தழுவிக் கொண்டான். இழுக்கப்பட்ட வேகத்தில் துவண்ட அவள் கழுத்துச் சரிவில் அவன் முத்தமிட்டான். அந்த இறுக்கமான அணைப்பிலும் அவள் உடல் மெல்ல நடுங்கியது.

16

அன்றென்னவோ உடனேயே பஸ் கிடைத்துவிட்டது. இரண்டு நாகர்கோயில் என்று சிவதாணு டிக்கட் வாங்கிய போது பார்வதி ஆச்சரியத்துடன் ஏறிட்டுப் பார்த்தாள். அவன் மெல்லக் கண் சிமிட்டினான். ஐந்து மணிக்கு நாகர்கோயிலில் இறங்கியபோது அவள் கேட்டாள். ''இங்க ஏன் டிக்கட் வாங்கினியோ? சினிமா பார்க்கவா?''

''சினிமாவைத்தவிர உனக்கு வேறே நினைப்பே கிடையாதா? அஞ்சு மணிதான் ஆச்சு.. இங்கேயிருந்து நேரா கன்னியாகுமரி போகலாம்.. எட்டரை மணிக்கு மேல் தாயமாட்டாமல் அங்கேயிருந்து பஸ் ஏறிச் சுசீந்திரம் வரலாம்... என்ன சொல்லுகே?''

முதன் முறையாக அவனுடன் கடற்கரைக்குப் போகப் போகிறோம் என்ற புளகாங்கிதத்தில் அவள் புன்னகைத்தாள். பஸ்ஸில் ஏறி உட்கார்ந்ததுமே, கன்னியாகுமரியில் வைத்து முதலாவதாகச் சிவதாணுவைப் பார்த்த காட்சி அவள் நினைவில் வந்தது. பிரயாணம் பூராவும் அவள் அந்த நினைவிலேதான் லயித்திருந்தாள். கன்னியாகுமரியில் இறங்கியதும், ஏதாவது சாப்பிட்டுவிட்டுப் போகலாமா என்று அவன் கேட்டான்.

"எனக்குப் பசிக்கல்லே! நீங்க வேணும்ணா போயி என்னமாம் திண்ணுகிட்டு வாருங்கோ, எனக்கு ஒண்ணும் வேண்டாம். நான் வெளியிலேயே நிக்கேன்..."

"அறைஞ்சேன்னா... வெளியிலே நிப்பாளாம் வெளியே... பட்டிக்காட்டுப் பொண்ணுகூடக் கொள்ளாம் போலிருக்கே..." சிவதாணு செல்லமாகக் கடிந்து கொண்டான்.

இரண்டு இட்லிகளை வைத்துக்கொண்டு அவள் கொறித்துக் கொண்டிருப்பதைக் காண அவனுக்கு அழுவதா, சிரிப்பதா என்று தெரியவில்லை.

"இப்பம் சீக்கிரமா திங்கியா? நான் எந்திரிச்சு வெளியிலே போகட்டுமா?"

அடிக்குப் பயந்த குழந்தை, அவசர அவசரமாக அள்ளி விழுங்குவதைப்போல அவள் தின்று முடித்துவிட்டு அவனைப் பரிதாபமாகப் பார்த்தாள். காப்பியைக் குடித்து விட்டு வெளியே இறங்கியதும், கோயிலுக்குப் போய்விட்டுப் போகலாமே என்றாள்.

"உனக்குச் சமய சந்தர்ப்பம் தெரிய மாட்டேங்குது...! கோயிலுக்குப் போகவா இங்க வந்தோம்?"

"போயிட்டுப் போலாமுங்க... இவ்வளவு தூரம் வந்துகிட்டு கோயிலுக்குப் போகாமப் போனா எப்பிடி? மனசுக்கு என்னமோ மாதிரி இருக்கும். போயிட்டு வரப்பிடாதாண்டு அம்மா கூடக்கேப்பா..."

அவள் குரலின் குழைவு அவனை இளக்கியது. கோவிலில் நுழைந்து விட்டுப் போவதில் கஷ்டமொன்றுமில்லை. ஆனால், சட்டை பனியன் எல்லாம் கழற்ற வேண்டும்; திரும்பவும், உள்ளே போய் வெளியே வந்த பிறகு போட வேண்டும் என்ற அலுப்புத்தான் காரணம். தென்தமிழ் நாட்டுத் தெய்வங்களை மட்டும் இன்னமும் காலத்துக்குத் தகுந்தாற்போல் மாறாமலேயே இருந்தன. பேண்ட் போட்டுக்கொண்டு உள்ளே நுழையக் கூடாது. ஆனால், வேட்டி கட்டிக்கொள்ளலாம். அப்படி வேட்டி அணியாமல் காற்சட்டைகளோடு வருபவர்களுக்கென்றே நாலணா கட்டணத்தில் வேட்டி வாடகைக்குத் தருவார்கள். அப்படி வாடகை வேட்டியை வாங்கிக் கட்டுகின்றபோது தோன்றும் அருவருப்புணர்ச்சி...

கோயிலை விட்டு வந்ததும், பிரசாதமாகத் தரப்பட்ட மஞ்சள் குங்குமம் பார்வதியின் சாந்துப் பொட்டுக்கு மேலே தகதகத்து

ஒளிர்ந்தது. விவேகானந்தர் பாறைக்குப் போய் வருவதில் சிவதாணுவுக்கு ஆசை. ஆனால், நேரம் இல்லை. எனவே, மணல் தேரியை நோக்கி நடந்தார்கள்.

விசேஷ நாள் இல்லையாதலால், சாலையில் அதிகக் கூட்டம் இல்லை. ஒரு புறம் அரசாங்கச் சுற்றுலா மாளிகைகளின் கற்சுவர். மறுபுறம் கண்ணுக்கெட்டிய தொலைவு வரைக்கும் கடலுக்குக் கரையாக மணல் திரடு. நெய் போன்ற மினுமினுப்பு. சீனி போன்ற துகள்கள். மணல் திரட்டின் கீழே, பனை ஆழத்தில் கடலலைகள். அது ஒரு அபூர்வமான காட்சி. மணல் தேரிக்கும் கற்சுவருக்கும் இடையே நீண்டு கிடந்த தார் ரோட்டில் அவர்கள் நடந்தார்கள்.

காந்தி மண்டபத்திலிருந்து நாலு பர்லாங் நடந்து, நீச்சல் குளத்தைத் தாண்டினார்கள். கூட்டம் அதிகம் இல்லாத துணிச்சலில் சிவதாணு பார்வதியின் கையுடன் தன் கையைப் பிணைத்துக் கொண்டான். ஊரிலிருந்து தனியாகவே இருவரும் நாகர் கோயிலுக்கோ வேறு வெளியூர்களுக்கோ பயணம் செய்திருக் கிறார்கள். என்றாலும், கணவனும் மனைவியும் கைகளைக் கோத்துக் கொண்டு நடப்பது என்பது அங்கே ஒரு சபிக்கப்பட்ட பாவம்.

கணவன் முன்னால் சென்றால், அவனுக்குப் பத்துத் தப்படியாவது பின்னால்தான் மனைவி நடக்கலாம். பின்னால் வருகிறாளா, இல்லை தங்கி விட்டாளா என்று திரும்பித்திரும்பிப் பார்த்துக் கொள்ள வேண்டும். அவள் பின்தங்கிவிட்டாளே என்று அவன் நடையின் வேகத்தைக் குறைக்க, அதைப் பார்த்து அவளும் பின் தங்க, இப்படியாக ஒரு மைல் நடக்க ஒரு மணி நேரம் பிடிக்கும்.

அந்த அளவுக்கு இல்லாமல், தன் பக்கத்திலேயே அவளைச் சிவதாணு நடக்கச் செய்தாலும், கைகளைப் பிடித்துக்கொள்ளுகிற துணிச்சல் அவனுக்கு வந்ததில்லை. இப்போது கூட்டம் இல்லாத கடற்கரைச் சாலை. தெரிந்தவர்கள் யாரும் இருக்க முடியாத ஊர். பார்வதியின் கையைப் பிடித்துக்கொள்வது அவனுக்குச் சுலபமாக இருந்தது. அவளும் அதை விரும்பியதுபோல், தோளோடு உராய்ந்துகொண்டே, அவன் பக்கத்தில் நடந்தாள். இருவரும் சாலையை நீங்கி மணல் மேட்டில் அமர்ந்தார்கள்.

கடல் இமைகளுக்கு மேலே, வான நெற்றியில் பூமிப் பெண் குங்குமப் பொட்டு வைத்துக்கொண்டதைப்போல, மேற்றிசையில் சூரியன் செங்கோளமாகச் சரிந்து கொண்டிருந்தான். கிளை தாழ்ந்து தொங்குகின்ற மாமரத்தின் செங்காய்களைச் சிறுமிகள் கரங்களை

உயர்த்திப் பிடித்துப் பறிக்க முயல்வதைப் போல சூரியன் செங்கோளத்தைப் பறித்துவிட கடல் சிறுமி அலைக்கரங்களைத் தூக்கித் துள்ளி ஆர்ப்பரித்தாள். அவளுக்கு இரங்கியதைப் போன்று கதிரவன் மெல்ல மெல்ல தாழ்ந்து கொண்டிருந்தான்.

தன் கை, அவள் கைகளில் சிறையுண்டு கிடக்க, அவன் அவளுக்கு மேற்குத் திசையைக் காட்டினான். கடல் நீரில் கருமையின் பகைப்புலத்தில், வானம் குங்குமச் சிவப்பாகிக் கொண்டிருந்தது. பகலவனின் விளிம்பு கடலலைகளைத் தொட்டு முத்தமிட்டது. பழம் கிடைத்துவிட்ட வெற்றிக்களிப்பில், கடலலைகள் 'ஓ' வென ஆர்ப்பரித்தன.

பாஞ்சாலி சபதத்தில் பாரதி சொல்வானே! 'உமை கவிதை செய்கின்றாள்' என்று. அது சிவதாணுவின் நினைவில் ஆடியது. சூதாடப்போன பாண்டவர்களைப் போல, சூதில் பணயப்பட்டு விட்டோமோ என்று அவன் மயங்கினான்.

''பார்வதி! உனக்கு அப்பா சொல்லுகபடி வேலை கிடைக்கதுவரை நீயும் நானும் சுசீந்திரத்திலேயே இருக்கதுங்கது எனக்குச் சரியாத் தோணல்லே... நேரம் போகல்லியேண்ணு நான் காப்பிக் கடையிலேயே உக்காந்து மேல் பார்க்கேண்ணு வச்சுக்கோ... பார்க்கிறவாளுக்கு அது நல்லா இருக்குமா? இல்லே நான் மாத்திரம் மூணு வேளையும் மூக்குப்பிடிக்கச் சாப்பிட்டுக் கிட்டு சொகமா இருந்துகிட்டா, என் கையை எதிர்பார்த்து அங்கே இருக்கவா என்ன கெதியாவா?''

திடீரென அவன் இந்தப் பேச்சைத் தொடங்குவான் என்று அவள் எதிர்பார்க்கவில்லை. அதுவும் இந்த வேளையில் - அவன் இப்படிப் பேச ஆரம்பித்தது அவளுக்கு ஏமாற்றமாகக்கூட இருந்தது. ஆனால், அவன் முகத்தில் தெரிந்த சிந்தனையும், குரலில் இருந்த அமைதியும், இதையெல்லாம் மனம்விட்டுப் பேசுவதற்குத் தான் இங்கே கூட்டிக்கொண்டு வந்தானோ என்று அவள் எண்ணினாள்.

''ஏன் அதுலே என்ன தப்பு? அங்கே சும்மாத்தானே இருக்கியோ? அதை இங்கிண இருந்தா என்னா? நம்ம ரெண்டு பேருக்கும் சோறு போடுகதா பெரிசா இருக்கப் போகு?''

''அதுக்கில்லே பார்வதி... கஞ்சி குடிச்சாலும் நாம அங்கே இருக்கதுதான் மரியாதை... கலியாணத்துக்கு முந்தியே நான்

இதையெல்லாம் யோசிக்கத்தான் செய்தேன். அப்படி நானும் நீயும் இங்கே வந்து கூடாரம் போடுகது நல்லா இருக்காது... நாலு பேரு என்ன சொல்லுவா?''

''ஊரு பலதும் சொல்லும்... வாயென்ன வலிக்கவா செய்யி... நரம்பில்லாத நாக்குத்தாலா?''

''எனக்கு அதிலே இஷ்டமில்லே... வேலை விஷயம் என்னாச்சுண்ணு திரும்பத் திரும்ப கேக்க எனக்கு குறைச்சலா இருக்கு... நீயே உங்க அப்பாகிட்டே கேளு... சோலி கிடைக்கல்லேண்ணாக்கூட என்னால இனி சும்மா இருக்க முடியாது.

''நாகர்கோயில்லே அஞ்சாறு பேருக்கு ட்யூஷன் எடுக்கப் போறேன்... செலவு போக நூறு ரூவா மிஞ்சாதா? இதுக்கு முந்தியே செய்திருக்கணும். பட்டாத்தானே புத்தி வருகு?''

''சரி, சரி... எல்லாம் அப்பாகிட்டே நானே கேக்கேன்... பிறகு பார்த்துக்கிடலாம்...''

அவனை ஆசுவாசப்படுத்துவதைப்போல அவன் தோள்மீது அவள் தலை சாய்த்துக் கொண்டாள். சொற்களால் ஆறுதல் சொல்வதைவிடவும் அன்பையும் ஆதரவையும் காட்டுகின்ற இது போன்ற சிறிய செய்கைகளினால் அவன் மனம் நெகிழ்ந்து போனான்.

இருள் நன்றாக விழுந்துவிட்டது. மணல் திட்டு மீது அங்கும் இங்குமாக நிழற்கோட்டு உருவங்கள். ஓங்காரப் பேரிரைச்சலோடு அலைகள் வெண்ணுரை கக்கிக்கொண்டு புரண்டு மறிந்தன. நிலத்திடம் தங்கள் குறைகளைச் சொல்வது போன்று அவை மீண்டும் மீண்டும் வந்து முறையிட்டன. கீழ்த்திசையில் சொக்க வெள்ளிப் பாற்குடம் உயர்ந்தது. நிலவின் குளிர்ச்சியும் கடற்காற்றின் தண்மையும் நெருங்கி உட்கார்ந்திருந்த அவர்களின் உடல் கதகதப்பைத் தணிக்க முயன்றது.

ஒன்பது மணிக்கு மேல்தான் அவர்கள் சுசீந்திரத்தைச் சேர்ந்தார்கள். இந்த நேரத்தில் அவர்களை எதிர்பாராததால் எல்லோருக்கும் வியப்பு. சாப்பாடு முடிவதற்குள் மணி பத்தைத் தாண்டிவிட்டது. பத்தரை மணிக்குத்தான் பார்வதி அவனிடம் வந்தாள். அவன் தூங்காமல் காத்திருந்தான்.

''அப்பா கிட்டே கேட்டேன்...'' என்ன சொன்னார் என்ற பாவனையில் அவன் புருவக்கோட்டை உயர்த்தினான்.

''முயற்சி பண்ணத்தான் செய்யாளாம்... பர்ஸ்ட் கிளாஸ் இருந்தா ஈசியாக் கிடைக்குமாம்! நீங்க செகண்ட் கிளாஸ்தானே வாங்கியிருக்கியோ?''

தகப்பனாரிடம் பேசித் தோற்ற ஏமாற்றம் அவள் குரலில் ஊடாடியது. அவனுக்குச் சடக்கென்று கோபம் வந்தது. பலவீனமான பாகம் தாக்குண்ட அதிர்வின் அலைகள்.

''நான் செகண்ட் கிளாஸ்தான்னு உங்கப்பாவுக்கு இண்ணைக்குத்தான் தெரியுமோவ்..'' அவன் குரலில் மனத்தாங்கலும் இளக்காரமும் இழையோடியது.

''நீங்க வீட்டுப்பாடம் சொல்லிக் குடுக்கப் போறியோண்ணு கேட்டதும் அப்பாவுக்கு ரொம்ப வருத்தம். நூறு ரூவா கிடைக்கும்ணா அந்தப் பணத்தை மாசாமாசம் நான் தாரேண்ணு சொல்லு... ரெண்டு பேரும் இங்கிணயே இருங்கோ... கடையை மாத்திரம் கொஞ்சம் கவனிச்சுக்கிடச் சொல்லு போரும்கா...''

''ஓகோ...! அந்த அளவுக்கு வந்தாச்சா? எனக்கும் உனக்கும் சாப்பாடு போக எனக்கு மாசம் நூறு ரூவா சம்பளம்... அப்பிடித்தானே!''

''நீங்க ஏன் அப்படி வித்தியாசமா நினைக்கியோ? எல்லாம் ஒரு வேலை கிடைக்கதுவரை தானே... நாலுபேரைத் தேடி ட்யூஷனுக்கு நடக்கதைவிட இது என்ன மோசமா?''

''நீ எனக்குப் புத்தி சொல்ல வந்திட்டியா?''

கோபத்தில் அவன் குரல் உயர்ந்தது. அவனிடம் பேச்சுக் கொடுத்தால் பிரளயம்தான் என்பதை உணர்ந்து அவள் மௌனமானாள். கட்டிலில் பக்கத்தில் வந்து படுத்துக்கொண்டு அவளைத் திரும்பிக்கூடப் பார்க்காமல் அவன் நெடுநேரம் யோசித்துக் கொண்டே இருந்தான். முரண்டு பிடிக்கும் குழந்தையைப் போல, அவளுக்கு முதுகைக் காட்டியபடி படுத்தான். பார்வதிக்கு அழுகை வந்தது.

மறுநாள் காலையிலும்கூட அவனிடம் சுரத்தில்லை. அதன் காரணம் எல்லோருக்கும் புரிந்தே இருந்தது. எனவே, யாரும் அவனிடம் வார்த்தையாடவில்லை. எல்லோர் முகத்திலும் கட்டப்பட்டிருந்த மௌனத்திரை. காலையில் பவானி மட்டும், ''இந்த வழியாத்தானே கன்னியாகுமரிக்குப் போயிருக்கியோ...

இறங்கி என்னையும் கூட்டீட்டுப் போகப்பிடாதா? அக்காளை மாத்திரம்தான் கூட்டீட்டுப் போகணுமாங்கும்...'' என்று சண்டைக்கு வந்தாள். விபரம் புரியாத அந்தச் சிறுமியிடம் கூடக் கலகலப்பாகப் பேச முடியாமல் அவன் உள்ளம் இறுகிக் கிடந்தது.

மாலை மணி நாலானதும் சிவதாணு பார்வதியிடம் கேட்டான்.

''நான் வீட்டுக்குப் போகப் போகிறேன்... நீ வாறதானா வா!''

அவன் கோபம் இன்னும் தணிந்து விடவில்லை என்று அவன் கேள்வியே சொன்னது. இரவு அவன் காட்டிய முரண்டும் புறக்கணிப்பும், காரணமற்றுத் தன்மேல் கோபங்கொள்வதும் அவளுக்கும் எரிச்சலைத் தந்தது.

''நான் இண்ணைக்கு வரல்லே. நாலுநாள் இருந்துகிட்டுப் போண்ணு அம்மாவும் சொல்லுகா...'' அவளை அவன் முடிக்க விடவில்லை.

''அப்போ நீ இங்கே இருந்து சீராடிக்கிட்டு இரி... உனக்குப் பிடிக்கிற போது வா...''

அவளைப் பதில் சொல்லக்கூட விடாமல், முகத்தைத் திருப்பிக் கொண்டு சட்டையை எடுத்துப் போட்டுக் கொண்டு புறப்பட்டு விட்டான். அவன் போவதையே மௌனமாகப் பார்த்துக்கொண்டு நின்றாள் பார்வதி.

17

மனைவியைத் தாய் வீட்டில் விட்டுவிட்டுச் சிவதாணு மட்டும் வீரநாராயணமங்கலம் வருவது இது முதல் முறையல்ல. என்றாலும் பார்வதி வரவில்லையா? என்று செண்பகம் கேட்கத்தான் செய்தாள். அவன் முகம் குழம்பிக் கிடந்ததைப் பார்த்து அவர்களுக்குள் ஏதோ சண்டை போட்டிருப்பார்கள் என்று எண்ணிச் சிரித்துக் கொண்டாள். ஆனால் நாட்கள் நான்காக. அவன் சுரத்தில்லாமல் நடமாடுவதும், அவளைக் கூட்டிக்கொண்டு வரவேண்டும் என்ற எண்ணமில்லாமல் இருப்பதும் செண்பகத்துக்குச் சந்தேகத்தைத் தந்தது. அவனது குணம் தெரிந்தவளாகையால், கேட்டால் எங்கே 'சள்'ளென்று விழுந்துவிடுவானோ என்று பயந்து சும்மா இருந்தாள்.

அடுத்த நாளே ''மதினியைப் போயிக் கூட்டீட்டு வாண்ணேன்... நாலைஞ்ச நாளா நேரமே போகமாட்டேங்கு...'' என்று லட்சுமி ஆரம்பித்தபோது அதையே சாக்காகக் கொண்டு, ''ஆமாலே மக்கா... அஞ்சாறு நாள் ஆச்சுல்லா? சடைவாறியிருப்பா போய்க் கூட்டியாந்திரு...'' என்றாள் அவன் அம்மாவும்.

மேலும் இரண்டு நாள் கழிந்த பிறகு, அவனுக்கே ஒரு மாதிரியாக இருந்தது. அவள்தான் என்ன செய்வாள் பாவம். அப்பா சொன்னதுக்கு அவளைக் கோபித்தால் எப்படி? என்று தன்னைச் சமாதானப்படுத்திக் கொண்டு அவன் சுசீந்திரம் போனான். அங்குபோன பிறகுதான் எல்லோருமாகச் சேர்ந்து அக்கரையிலிருந்த டூரிங் சினிமாத் தியேட்டரில் சினிமா பார்க்கப் போயிருந்தது தெரிந்தது. உறவுக்காரக் கிழவியொருத்தி மட்டும் வீட்டில் காவலுக்கு இருந்தாள்.

தான் இல்லாதபோது, அதுவும் தான் வருகின்ற நாளாகப் பார்த்து சினிமாப் பார்க்கப் போயிருக்கிறாளே என்று முதலில் சிவதாணு நினைத்தான். 'நான் இண்ணைக்கு வருவேண்ணு சொப்பனங் கண்டாளா என்னா?' என்று தன்னையே சமாதானப்படுத்தினான். மணி ஏழுகூட இன்னும் ஆகியிருக்க வில்லை. டூரிங் கொட்டகையில் சினிமா என்றால் பத்தரை மணிக்கு முன்னால் இங்கே அவர்கள் திரும்பி விடப்போவதில்லை. திரும்பிப்போய்விடலாம் என்றாலும் நன்றாக இருக்காது. கோபப் பட்டுக்கொண்டு போய்விட்டான் என்றுதான் நினைப்பார்கள். என்ன செய்வதென்று சிவதாணுவுக்குப் புரியவில்லை.

கோபத்தில் சிணுங்கும் பார்வதியின் முகமும் நினைவில் வந்து கொஞ்சியது. சற்று நேரம் அறையிலேயே இருந்தான். திடீரென ஏதோ நினைத்துக்கொண்டு எழுந்தான்.

''நான் கொஞ்சம் வெளியிலே போயிட்டு வந்திருகேன்... அவ்வோ வரவும் பத்தரை மணி ஆகுமே...' என்று கிழவியிடம் சொல்லி, அவள் காப்பி போடப் போவதாகச் சொன்னதையும் மறுத்துவிட்டு வெளியே புறப்பட்டான்.

காலாற நடப்பது என்றால் எப்போதுமே அவனுக்குப் பிடிக்கும். முன்பெல்லாம் கந்தசாமியுடன் நெடுநேரம் மாலை வேளைகளில் அவன் நடப்பதுண்டு. அவன் இல்லாவிட்டாலும் தனியாகவே நடந்துவிட்டுத் திரும்புவான். மௌனத்தைக் கலைக்க யாருமில்லாமல் தன்மயத்தில் ஆழ்ந்து அமிழ்ந்து, நினைவுகளில்

உள்வாங்கி, அருமையான நிலவொளியையும் நெல்வயல்களில் சிலுப்பிக்கொண்டு வரும் குளிர்ந்த காற்றையும் நுகர்ந்துகொண்டு நடப்பது என்றால் அவனுக்குப் பஞ்சாமிர்தம் சாப்பிடுவதைப் போல.

இன்னும் பௌர்ணமிக்கு நாளிருக்கிறது என்றாலும் வளர்பிறையின் தண்ணொளி இனிமையாகவே இருந்தது. தெருவைத்தாண்டி, சாலையின் ஓரமாக ஆசிரமத்தை நோக்கி, நாகர்கோயில் சாலையில் நடந்தான். மௌனம்கூட ஒருவகை சுகம்தான். பாரமாகப் பிரச்சனைகள் அழுத்தும்போது, தனிமை ரசமாகக்கூட இருக்கிறது. மனத்தின் இண்டு இடுக்குகளிலெல்லாம் ஒளியைப் பாய்ச்சி விடைதேட முயலுகின்ற அந்த யாகம்கூட ஒரு நிம்மதியைத் தரவே செய்கிறது.

நாகர்கோயிலிலிருந்து ஓடிவரும் பஸ்கள் எல்லாம் அடிக்கொரு தரம் அவன் மீது ஒளியைப் பாய்ச்சி அவன் சிந்தனையின் போக்கை மாற்ற முயன்றன. தன் நினைவின்றி வெகுதூரம் நடந்தவன் திடுக்கிட்டுக் கைக் கடிகாரத்தைப் பார்த்தான். மணி எட்டு இருபத்தி ஏழு. கரியமாணிக்கபுரம் வரை வந்துவிட்டதை உணர்ந்து, சாலையைக் கடந்து மறு ஓரமாகச் சுசீந்திரம் நோக்கித் திரும்பினான். நேரமாகிவிட்டதால் நடையை எட்டிப் போட்டான். ஒன்பதரை மணிக்கெல்லாம் சுசீந்திரம்.

சிவதாணுவுக்கு நன்றாக பசித்தது. வீட்டுக்குப் போகலாம். ஆனால், அவர்கள் வந்திருக்க மாட்டார்கள். பசிக்கிறது என்று கிழவியிடம் சோறு போடச் சொல்லி சாப்பிடுவது - அதுவும் மாமனார் வீட்டில் அவனுக்குச் சரியானதாகப் படவில்லை. அவர்கள் வருவதுவரை சாப்பாட்டுக்காகக் காத்திருப்பதும் தன்மானக் குறைவாகத் தோன்றியது.

ஓட்டலிலேயே ஏதாவது சாப்பிட்டு விடலாம் என்று தீர்மானித்தான். மாமனார் கடையிலிருக்கும் யார் கண்ணிலும் பட்டுவிடாமல் அதைத்தாண்டி இரண்டு மூன்று கடைகள் கடந்து ஒரு சிறிய காப்பிக் கடையினுள் நுழைந்தான். நல்ல வேளையாக, அந்த நேரத்தில் அங்கு அதிகக் கூட்டமில்லை. தெரிந்த முகங்களும் இல்லை. கடைக்காரர் அவனைப் பார்த்துச் சற்று முறைத்தார். எங்கோ பார்த்த ஞாபகமாக இருக்கிறதே என்று அதற்குப் பொருள். அவரை ஊகிக்க இடம் கொடாமல், ''சூடா தோசை இருக்கா?'' என்றான்.

அவர் இன்னும் கல்லை இறக்கிப் போட்டுவிடவில்லை. நாலைந்து தோசையும் ரசவடையும் சாப்பிட்டு இரண்டு பேயன்

பழங்களையும் உரித்துத் தின்று தண்ணீர் குடித்தான். நெடுந்தூர நடை அவனை களைப்படையச் செய்திருந்தது. சூடாகச் சாப்பிட்டது வேறு வியர்வையைக் கொணர்ந்துவிட்டது. வீட்டை அடைந்து சட்டையையும், பனியனையும் கழற்றிப்போட்டு, துண்டை உடுத்திக்கொண்டு கொல்லைக் கிணற்றில் குளித்தான். கிணற்றுத் தண்ணீர் உடல் கசகசப்பை மாற்றியது.

''சாப்பிடுறியாப்பா?'' கிழவி கேட்டாள்.

''வேண்டாம்... சாப்பிட்டாச்சு...'' என்று பதில் சொல்லிவிட்டு ஆச்சரியம் படர்ந்த கிழவியின் முகத்தைச் சட்டை செய்யாமல் கட்டிலில் படுத்தான். களைத்த உடம்புக்கு இதமான குளியல். அவனுக்கு உடனேயே உறக்கம் வந்துவிட்டது.

சொக்கலிங்கம் பிள்ளையும், நீலாப் பிள்ளையும், பார்வதியும், பவானியும், பத்தே முக்காலுக்குத்தான் சினிமா முடிந்து திரும்பினார்கள்.

''உன் மாப்பிள்ளை வந்திருக்கான்மா...'' கிழவி சொன்னதைக் கேட்க பார்வதிக்கு வியப்பாக இருந்தது. சற்று அச்சம்கூட எழுந்தது. அவர் வருகின்ற நாள் பார்த்துச் சினிமா பார்க்கப் போய்விட்டோமே என்று சஞ்சலப்பட்டாள். அறைக்குள் ஓடிப்போய்ப் பார்த்தாள். விடிவிளக்கை மட்டும் போட்டு விட்டு அவன் தூங்கிக் கொண்டிருந்தான். நல்ல அயர்ந்த தூக்கம் என்று ஆழ்ந்து நீண்டு வந்த அவன் மூச்சு சொல்லியது. சாப்பிட்டாரோ இல்லையோ என்று எண்ணிக்கொண்டு மங்களாவுக்கு வந்தாள்.

''ஏழு மணிக்கு முன்னாலேயே வந்திட்டான். வெளியிலே போயிட்டு வாறேன்ணு போயிகிட்டு பத்து மணிக்குத்தான் திரும்பி வந்தான். வந்து குளிச்சான். சாப்பிடேன்பாண்ணு சொன்னேன். ஆச்சுண்ணு சொல்லிப் போட்டு பெரையிலே போயிப் படுத்தான்...'' கிழவி நீலாப்பிள்ளையிடம் நேர்முக வர்ணனை செய்து கொண்டிருந்தாள்.

''எழுப்பிச் சாப்பிடுகாராண்ணு கேளுட்டீ... வெளியிலே சாப்பிட்டாரோ? இல்லை சும்மாத்தான் சொன்னாரோ?'' நீலாப்பிள்ளை மகளிடம் சொன்னாள்.

மீண்டும் அறையில் நுழைந்து அவன் உறங்குவதைப் பார்த்துக் கொண்டு நின்றவளுக்கு எழுப்பலாமா வேண்டாமா என்ற தயக்கம். ஆழ்ந்த உறக்கத்தில் இருக்கும்போது எழுப்பினால் 'சள்'ளென்று விழுந்தாலும் விழுந்துவிடுவானே!

இருந்தாலும், ஒருவேளை சாப்பிடாமலேயே படுத்திருந்தால்? மெதுவாகச் சிவதாணுவின் தோளைத் தொட்டாள். அவனுக்கு விழிப்பு வரவில்லை. இலேசாக உலுக்கினாள். அவன் கண் திறந்து பார்த்தான்.

"சாப்பிட்டுகிட்டு வந்து படுங்கோ..."

"ம்..." தூக்கம் நன்றாகக் கலையாமல் முனகினான்.

"எந்திரிச்சு முகத்தைக் கழுவுங்கோ... சாப்பிட்ட பிறகு படுக்கலாம்..."

அவனுக்கு நன்றாகவே விழிப்பு வந்துவிட்டது. கண்களை இடுக்கிக்கொண்டு பார்த்தான்.

"நான் சாப்பிட்டாச்சு... என்னை சிறைப்படுத்தாதே... உறக்கம் வருகு..."

"எங்கே சாப்பிட்டியோ?"

அவன் பேசாமல் திரும்பிப் படுத்தான்.

"அவ்வோ சாப்பிட்டாச்சாம்..." தாயிடம் சொல்லிய பார்வதியின் குரலில் புகார் தொனித்தது.

"வேண்டிய லெச்சணந்தான். ஏன் வீட்டிலயே சாப்பிடுகது? நாம் வெளியிலே போயிருந்தா என்னா? ஆத்தாதானே இருந்தா! சோறு போடச் சொல்லி சாப்பிடப்பிடாதா? நல்ல சீருதான்... ஆளுகளுக்குப் பௌருசம் இப்பிடியும் உண்டா?"

சிவதாணு கேட்டுக் கொண்டிருக்கப் போகிறானே என்ற அச்சத்தில் பார்வதி குறுக்கு வெட்டினாள்.

"சரி சரி... சாப்பிட்டாச்சுண்ணா அந்தாலே விடேன். அதையே போட்டு நூத்துக்கிட்டு இருக்கியே... அவ்வோ முழிச்சாச்சு... கேட்டுக்கிட்டு இருக்கப் போறா..."

"ஆமாமா... மாப்பிள்ளையைச் சொன்னா உடனே கோவம் மாத்திரம் வந்திருகு... பாலையாவது சுடவச்சுக் கொண்டு குடு... குடிச்சுக்கிட்டுப் படுக்கட்டும். சனங்களுக்குக் கெவுரவத்திலே ஒண்ணும் குறைச்சல் இல்லே..."

பார்வதி, சாப்பாட்டுக் கடை முடிந்த பிறகு, பாலைச் சுட வைத்து ஆற்றி, இரண்டு மூன்று வாழைப் பழங்களையும் கையில்

எடுத்துக்கொண்டு அறையில் நுழைந்தாள். சிவதாணு உறக்கம் கலைந்து கட்டிலின் மரச்சட்டம் மீது தலையணையைச் சாய்த்து வைத்து அதன்மேல் சாய்ந்தவாறு கூரையை வெறித்துத் துளையிட்டுக்கொண்டிருந்தான். அவன் பார்வையையும், மார்புமீது கட்டப்பட்டிருந்த கைகளையும் பார்த்ததும் பார்வதிக்குப் 'பகீர்' என்றது. அம்மா சொன்னது இவன் காதில் விழாமல் இருக்காது என்று நினைத்தாள்.

அவள் நீட்டிய பழங்களை மறுதலித்துவிட்டுப் பாலை மாத்திரம் கையில் வாங்கினான். இங்கே வந்தால் பால் சாப்பிடுகிற இந்தப் பழக்கம்கூட ஒரு பகட்டாகப் போய்விட்டதை எண்ணினான். கருப்புக் கட்டிக் காப்பி போடுகிற அமாவாசை, ஒடுக்கத்திய வெள்ளிக்கிழமைகளில் நாலணாவுக்கு வாங்கி, காப்பிச்சட்டி முழுதும் கருமை மண்டிக் கிடக்கிற காப்பி மீது ஊற்றப்படுகின்ற பால் - கருமையை நீக்க முயன்று தோல்வியுற்ற பாலின் பலவீனம். கறுப்பும் இல்லாமல், வெளுப்பும் இல்லாமல் பொதுநிறத்தில் காப்பி பரிதாபமாகக் காட்சி அளிக்கும் தோற்றம்.

தேர்வுக்கு ஒரு மாதம் இருக்கும்போது, காலை மூன்று மணிக்கே எழுந்து படித்துப் படித்துக் களைத்து, இரண்டு நாள் சேர்ந்தாற்போல இரும ஆரம்பித்தால், 'நாலு நாளைக்குப் பயலுக்குப் பால் வாங்கிக் காய்ச்சிக் குடு'' என்று அப்பா போடுகின்ற அவசரச் சட்டம். அதை நிறைவேற்ற அம்மா படுகின்ற கஷ்டம். எதிர் வீட்டு இசக்கியம்மையுடன் கடன் உடன்படிக்கை ஒன்று செய்துகொண்டு, நாலணாவுக்குப் பால் வாங்கி, அதில் மேலும் தண்ணீர் சேர்த்து இரவு ஒன்பதரை பத்துக்குமேல், தம்பிகள் உறங்கிய பிறகு கண்டாங்கியால் மறைத்துக்கொண்டு வந்து தரும் அம்மா. கைகளில் பிடித்திருந்த பாலின் கவனமின்றி எங்கெங்கோ அலைந்து திரிந்த சிவதாணுவின் சிந்தனையை வளைத்துப் பிடித்தது பார்வதியின் குரல்.

''பாலைக் கையிலே வச்சுக்கிட்டு என்ன யோசனை-''

அவன் 'மடக்மடக்' கென்று குடித்தான். பார்வதி உடைமாற்றிக் கொண்டே கேட்டாள்.

''ஏழு மணிக்கே வந்தாச்சாமே... பின்னே பத்து மணிவரை எங்கே போனியோ?''

''சும்மா நடந்தேன்... ஆச்ரமம் வரை...''

''எங்கே சாப்பிட்டியோ?''

''வேற எங்கே...? காப்பிக் கடையிலேதான்...?''

''ஏன்? அது வீட்டிலே சாப்பிடப் பிடாதா? ரொம்பதான் முறுக்கிக் கிடாதியோ!''

''பசிச்சு... சாப்பிட்டேன்... அதுக்கு என்ன இப்போ? குத்தவாளியைப் கேக்கிற மாதிரி குறுக்கு மறுக்கா கிராஸ் பண்ணுகியே!''

அவள் பதில் ஒன்றும் சொல்லாமல் விளக்கை அணைத்தாள்.

மறுநாள் மாலை, பார்வதியைப் புறப்படச் சொல்லிவிட்டுச் சிவதாணு தயாராகிக் கொண்டிருந்தான். மங்களாவில் அம்மாவும் மகளும் பேசிக் கொண்டிருந்த குரல். அவன் காதிலும் விழட்டுமே என்ற நீலாப்பிள்ளையின் தீர்மானம் உரக்க ஒலித்தது.

''பிள்ளை கொஞ்சத்தான் செய்யி. ரொம்பயுங் கொஞ்சீராதே! அவுரு கூப்பிடத்தான் செய்வாரு... இப்போ அங்கே போயி என்ன செய்யப் போறியோ? அங்கேயே விலைக்கு அரிசி வாங்கித் திங்கிறாண்ணு வேற சொல்லுகே... பொறகு நீயும் போயி இருந்துகிட்டு பத்துந் தண்ணியிலே பங்கு போடவா? சும்மா இங்கிணே இரிங்கோ! ரொம்ப வீஞ்சிக்கிட்டா எப்படி? அப்பா சொல்லுக மாதிரி, இங்கே கடையையும் கொஞ்சம் கவனிச்சுக்கிட்டு இருக்கதுக்கு என்ன கொள்ளை? வேலை கிடைக்கிற காலத்திலே கிடைக்கட்டுமே! நூறு ரூவா வேணும்ணா மாசம் எடுத்துக் கிடட்டும்ணுதானே சொல்லுகா! நானும் கண்டேன் கேட்டேன்மா... இப்பிடியும் உண்டா உலகத்திலே?''

மருமகனிடம் நேரில் பேசுவதோ, முன்னால் வருவதோ குற்றமாகக் கருதப்பட்டதால், மகளை முன் நிறுத்தி, சுவருக்கு அந்தப் புறம் நின்று கொண்டு, சிவதாணு நன்றாகக் கேட்கட்டும் என்று நீலாப்பிள்ளை 'படபட'வென்று பொரிந்தாள்.

பட்டுப்போல் மென்மையான, ஆனால் விறைப்பாக இழுத்துப் பிடிக்கப்பட்டிருக்கும் அவன் உள்ளத்தில் கத்தியால் டர்'ரென்று கிழிப்பதைப்போல இச்சொற்கள் விழுந்திருக்கும் என்று பார்வதி ஊகித்தாள். அம்மாவின் பேச்சையும் நிறுத்த முடியாமல், கணவன் கேட்டுக்கொண்டிருப்பதையும் தடுக்க முடியாமல் அவள் பரிதவித்தாள். அவள் குறுக்கீடுகள் எதையும் பொருட்படுத்தாமல், சொல்ல வேண்டியதைச் சொல்லித்தான் முடிப்பேன் என்ற பிடிவாதத்தில், நீலாப் பிள்ளை பேசி ஓய்ந்தாள். இந்த

வெக்கையில், சிவதாணுவின் முகத்தை சந்திக்கிற தைரியம் இல்லாமல், அடுக்களைக்குள் ஓடி, பார்வதி கைகளால் முகத்தை மூடிக்கொண்டு அழுதாள்.

''இப்போ நான் என்ன சொல்லிப் போட்டேண்ணு மூந்திக்கருக்கல்லே மூலைபிடிச்சு உட்காந்து அழுகிறே... கோழி கொல்லப் பிடிச்சாலும் வாளுவாளுங்கும். வளர்க்கப் பிடிச்சாலும் வாளு வாளுங்கும்'' அடுக்களையிலிருந்து கேட்ட மாமியாரின் இரைச்சல்.

சிவதாணுவின் முகம் கருத்து இறுகியது. கண்களை மூடிக் கொண்டு சில நிமிடங்கள் கட்டிலில் அமர்ந்து யோசித்தான். பார்வதி வருகின்ற வழியாகக் காணோம். வீணில் கூச்சலிட்டுப் 'பெகளம்' உண்டாக்குவதில் அவனுக்குச் சம்மதமில்லை. ஒரு தீர்மானத்துக்கு வந்தவன்போல், கட்டிலிலிருந்து எழுந்து சட்டையைப் போட்டுக்கொண்டான். மங்களாவின் மூலையில் கிடந்த செருப்புக்களைத் தேடி அணிந்து தெருவில் இறங்கினான்.

18

மாமனார் வீட்டுக்குப் போனவன் பெண்டாட்டியைக் கூப்பிடாமல் வந்திருக்கிறானே என்று செண்பகத்துக்கு யோசனையாக இருந்தது. உடம்புக்கு ஏதாவது வந்துவிட்டதோ என்ற சந்தேகம்.

''வரல்லே... உடம்புக்கு ஒரு கொள்ளையுமில்லே...'' என்று அசிரத்தையாகச் சிவதாணு சொன்ன பதில் வேறு அவளைக் குழப்பியது. நாலைந்து நாட்கள் ஆகியும் குட்டி போட்ட பூனை மாதிரி வளையவளைய வருவதும், மனம்விட்டுப் பேசாமல், சாப்பாட்டில் கூடக் கவனம் செலுத்தாமல் அலைந்த அவனைக் காண அவளுக்குக் கவலையாக இருந்தது. மனதுக்குள் எதையோ நினைத்து சிவதாணு மறுகுவதாக அவளுக்குப் பட்டது.

கணவன் மனைவிக்குள் ஏதாவது மனத்தாங்கல் இருக்கக் கூடும் என்றுதான் முதலில் நினைத்தாள். ஆனால், வாரம் ஒன்றாகியும் அவனிடம் மாறுதல் ஏற்படாமற் போகவே, இவன் ஏதாவது சொல்லிச் சண்டை பிடித்துவிட்டு வந்திருப்பான் என்று எண்ணினாள். மகனின் முன்கோபம் அவளுக்குத் தெரியும். மருமகளைப் பொறுத்தவரை இப்படியொரு நல்ல பெண் தனக்கு

வாய்த்ததே பெரிய காரியம் என்று நினைத்தாள். அதுவும் நாலைந்து நாளைக்கு மட்டுமே வடிக்க அரிசி இருக்கிறது என்பதை அறிந்து, யாரும் கேட்காமலேயே தன் பணத்தைக் கொண்டுவந்து தந்தபோது, செண்பகத்துக்கு மருமகளை அப்படியே கட்டிக் கொள்ள வேண்டும் போலிருந்தது. எவ்வளவு மறுத்தும் கேட்காமல், பிடிவாதமாகத் தன்னிடம் திணித்துவிட்டுப் போனதை எண்ணி உருகினாள்.

கல்யாணத்துக்கு எடுத்த புதிய சாரியைத் தவிர, பீத்தலான பழைய கண்டாங்கிகளையே துவைத்தும் தைத்தும் மாறிமாறி லட்சுமி கட்டிக் கொண்டிருப்பதைப் பார்த்து, தன் சாரிகளில் இரண்டை அவளிடம் கட்டச் சொல்லித் தந்த பார்வதியை அவள் சாதாரணப் பெண்ணாக நினைக்கவில்லை.

பதினெட்டு வயதுவரை, பணக்கார வீட்டில் செல்லமும் செலவுமாக வளர்ந்தாலும், முகஞ்சுளிக்காமல் கூடமாட வேலை களைச் செய்வதும், இருப்பதை மனங்கோணாமல் சாப்பிடுவது மாகப் பார்வதி இருந்தபோது, செண்பகம் பூரித்துப் போனாள்.

அப்படிப்பட்ட பெண் இவனிடம் சண்டை போடுவதற்குக் காரணம் இல்லை. எனவே, 'இந்த மூதிதான் முசுறுக் குணத்தைக் காணிச்சிருக்கும். இதுக்குச் சீருதான் தெரிஞ்சிருக்கே! நின்னாக் குத்தம், இருந்தாக் குத்தம். தொட்டாவாடி கணக்க முகத்தைச் சுருக்கிக்கிட்டு அலையும்' என்று மகன் மீதே தவறு இருக்க வேண்டும் என்று தீர்மானித்தாள். சிவதாணு கோபப்பட்டாலும் கூட, இரண்டு நாளில் அதை மறந்துவிட்டுப் பழையபடி கலகலப்பாகி விடுவதுதான் வழக்கம். இப்படி எட்டு நாள் ஆன பின்பும் தம்பிகளுடன்கூடச் சிரித்துப் பேசாமல், கருத்தின்றியே நடமாடுவதைக் காண அவளுக்கு ஆற்றாமையாக இருந்தது.

'சவத்துக்கிட்டே ஏம்முண்ணு கேட்டா முகத்திலே விழுந்து தோண்டி எடுத்திருமே... கொணங்கெட்டதில்லா! அவ்வோகிட்டே சொல்லலாம்ண்ணா, அவ்வோளுக்கு இருக்க பாரத்திலே இது வேறயாண்ணு கோவந்தான் படுவாரு. கந்தசாமியைக் கண்டாலாவது அவன் கிட்ட என்னமாம் சொன்னானாண்ணு கேக்கலாம். அந்தப்பய தெரிஞ்சாக்கூட சிரிச்சு மழுப்பீட்டுப் போயிருவான். அவனையும் கண்ணிலே காணல்லியே!'

இப்படி இரண்டு நாள் மறுகியவள் அவனிடமே கேட்டு விடுவது என்ற எண்ணத்தில், சாப்பிட்டு முடிக்கப் போகையில் ஆரம்பித்தாள்.

''ஏம்முலே? உனக்கும் அவளுக்கும் என்னமாவது சண்டையா என்னா? பத்து நாளாச்சு... இன்னும் கூட்டீட்டு வரணும்கிற கருத்தைக் காணோம்... இருந்தாப்பிலே என்ன எழகீட்டுதா உனக்கு? பிராந்து பிடிச்சவன் மாதிரி அலையே!''

''சண்டை ஒண்ணுமில்லே...''

''பின்னே என்ன தீனம் உனக்கு? போயிக் கூட்டியாறதுதாலா?''

''நான் கூப்பிட்டேன்... அவ வரமாட்டேங்கா... என்னை என்ன செய்யச் சொல்லுகே? தூக்கி இடுப்பிலே வச்சுக்கிட்டு வரவா?''

''ஏன்? ஏன் வரமாட்டாளாம்? இங்கே சண்டை ஒண்ணும் இல்லியே! பின்னே என்ன வந்திட்டு திடீர்னு?

''நான் அங்கே போயி இருக்கணுமாம். சோலி கிடைக்கது வரை காப்பிக் கடையையும் மேற்பார்வை பார்த்துக்கிடணுமாம். வேணும்ணா செலவுக்கு நூறு ரூவா எடுத்துக்கிடலாமாம்... அதான் அவ அம்மா அனுப்ப மாட்டேங்கிறா... போருமா!''

''ஓகோ! அப்படியா சமாச்சாரம்? எனக்கு முந்தியே தெரியுமே! இப்படித்தான் நடக்கும்ணு... ஆமா அதுக்கு நீ என்ன சொன்னே?''

''சொன்னேன்; சோத்துக்கு உப்பில்லேண்ணு... முந்தியே தெரியுமாம். அதை இப்பச் சொல்லு... அண்ணைக்குக் கலியாணம் வேண்டாம்னு நான் சொன்னனா இல்லியா? அது உங்க காதிலேயே ஏறல்லே... இப்போ என் உசிரை வாங்குங்கோ!''

கோபத்தில் கையை உதறிவிட்டு எழுந்து போன சிவதாணுவைப் பார்த்து ஒன்றும் பேசத் தெரியாமல் நின்றாள் செண்பகம்.

மலைமுகட்டில்கருக்கொண்டு மழையாகப் பெய்யலாமா வேண்டாமா என்று யோசித்துக்கொண்டு தயங்கி நிற்கும் மேகம், வெயில் ஏற ஏற மெல்ல மெல்ல வானில் எழுந்து உயர்ந்து நடு உச்சியில் நின்று வெண்மையாகிச் சிரிப்பதைப் போல - யாவரும் உணர்ந்தே சிக்கலொன்று மெல்ல மெல்ல மேலெழுந்து தலைக்குமேல் நின்று எக்காளம் கொட்டியது.

கந்தசாமியிடம்கூட இதுபற்றி எதுவும் சொல்லாமல், பார்வதியின் நினைவையே மறந்துவிட்டவனைப்போல, அவன் நடந்து கொண்டதைப் பார்த்தால் அவளாக வந்தால் வரட்டும், இல்லாவிட்டால் அம்மா பக்கத்திலேயே இருக்கட்டும் என்று தீர்மானித்துவிட்டதைப் போல் தோன்றியது. நாளிதழ்களைப் பார்த்து வேலைக்கு எழுதிப் போடுவதும், வயல் வேலைகளில் ஈடுபடுவதும் ஒழிந்த நேரத்தில் எதையாவது படித்துக் கொண்டிருப்பதுமாக இருபது நாட்கள் கழிந்து விட்டன. இனியும் இப்படியே நீண்டு போனால், ஊரும் உறவும் கிசுகிசுக்கத் தொடங்கிடும் என்ற அச்சம்கூட செண்பகத்துக்குத் தோன்ற ஆரம்பித்துவிட்டது.

அன்று மாலை, நாவற்காட்டுச் சண்முகம்பிள்ளை வீட்டுக்கு வந்ததைப் பார்த்ததும் அவளுக்குச் சற்றுத் தெம்பாக இருந்தது. சிவதாணு வெளியில் போயிருந்ததுகூட ஒரு வகையில் வசதியாக இருந்தது.

"என்னம்மா செண்பகம்? மாமியார்க்காரி மககிட்டே சொன்னாண்ணு இவன் கத்திக்கிட்டு வந்திட்டான். நாளு இருபதாச்சு... அந்தப் பிள்ளை வேறு எப்பம் பார்த்தாலும் கண்ணைக் கசக்கீட்டு நிக்கு... அம்மாக்காரி கிட்டே கூடச் சரியாப் பேச மாட்டேங்கு. என்னைக் கொண்டு விடு... என்னைக் கொண்டு விடுண்ணு தகப்பனைப் பஞ்சரிக்குதாம். இவன் என்னண்ணா சோலியைப்பாருடா சொக்காண்ணு பேசாம இருக்கான் போலிருக்கு!"

"நானும் நூறுமட்டம் சொல்லியாச்சு... போயிக் கூட்டீட்டு வாலேண்ணு.. நம்ம சொல்லு அவன் காதிலேயே ஏறமாட்டேங்கு. அவ்வோகிட்டே சொன்னா மலைகல்லுதான் மம்பட்டி இரும்புதான்ணு இருக்கா. எனக்கு ஈரக்குலை துடிக்கு..."

இவர்கள் பேசுவதைச் சிதம்பரம் பிள்ளை மௌனமாகக் கேட்டுக் கொண்டிருந்தார். அவரைப் பார்த்துச் சண்முகம் பிள்ளை சொன்னார்.

"சிதம்பரம்... முந்தா நாள்தான் சொக்கலிங்கம் எல்லாம் எங்கிட்டே சொன்னான். அவனுக்கு வேற ஆம்பிளைப் பிள்ளையா இருக்கு? மகன் வேற மருமகன் வேறேண்ணு அவன் நினைக்கலே... நீலாப்பிள்ளை கொஞ்சம் பொடுபொடுப்புக்காரி... எதாம் மனசிலே பட்டதை படபடண்ணு சொல்லீருவா...

அவ்வளவுதான். எனக்குச் சொக்கலிங்கம் சொல்லுகது சரிதாம்ணு தோணுது. ஒரு வேலை கிடைக்கதுவரை எல்லாத்தையும் மேற்பார்வை பார்த்துக்கிட்டு இருக்கட்டுமே! செலவுக்கு மாசம் நூறோ நூத்தம்பதோ எடுத்துக்கிடட்டும். அதை அவனே வச்சுக்கிட்டாலும் சரி, உன்கிட்டே தந்தாலும் சரி. அதுக்கும் சொக்கலிங்கம் அட்டி சொல்ல மாட்டான். இன்னொருத்தன்கிட்டே வேலை பார்க்கதைவிட அது என்ன மோசமா? அவனுக்கும் ஒத்தாசையா இருக்கும். உனக்கும் ஏந்தலா இருக்கும், என்ன நான் சொல்லுகது?''

செண்பகம் மூலமாக இதை ஏற்கனவே அறிந்திருந்ததால் சிதம்பரம் பிள்ளைக்கு அதிர்ச்சியாக இல்லை. என்றாலும் மாமனார் வீட்டில் போய் இருந்துகொண்டு, அவரிடமே சம்பளம் வாங்கித் தனக்குத் தருவது என்ற ஏற்பாடு அவருக்கு ஏற்புடையதாக இல்லை. வியாபாரியாக இருந்தால், இதில் இவ்வளவு இலாபம், அதில் இவ்வளவு நட்டம் என்று ரூவா, பைசா கணக்குப் போட்டுப் பார்த்து இந்த முடிவு தனக்கு லாபகரமானது என்று கருதி உடனேயே சிதம்பரம் பிள்ளை 'சரி' என்று சொல்லியிருப்பார்.

ஆனால், மண்ணோடு தன் வாழ்வைப் பிணைத்துக்கொண்டு, மான அவமானம் என்று அஞ்சி வாழ்கிற விவசாயியின் மனம் இதை எப்படி ஏற்றுக்கொள்ளும்? என்றாலும், இது தன் மகன் சம்பந்தப்பட்ட பிரச்சனை; தன்னைவிட எவ்வளவோ படித்தவன். அவனே தீர்மானித்துக் கொள்ளட்டும் என்று எண்ணினார்.

''என்னா சிதம்பரம் பதிலு சொல்லு!'' என்று சண்முகம் பிள்ளை தூண்டியபோதும் அவர் இதைத்தான் சொன்னார்.

''இந்தாப் பாரும்.. அவன் எனக்குத் தந்தாலும் சரி, தரலைண்ணாலும் சரி. எனக்குக் கையுங்காலும் திறனாத்தான் இருக்கு... அவனுக்கு இஷ்டம்ணா அங்கேயே இருக்கட்டும். எனக்கு ஆட்சேபணை இல்லை'' என்று தன் முடிவைக் கறாராகச் சொல்லிவிட்டார்.

''அவன்கிட்டே நான் பேசிக்கிடுகேன். நான் சொன்னாக் கேப்பான். நல்ல பிள்ளை ஆனா சொல்லுக மாதிரி சொல்லணும். இண்ணைக்கு பங்குனி இருபத்தி மூணாச்சு... நாளை, நாளைக்கழிச்சு அவளைக் கூட்டீட்டு வரட்டும். கல்யாணமாகி முதலாவது சித்திரை வருசப் பெறப்பை எடுக்கப்பிடாது! ஆனாலும் அண்ணைக்கு அவ இங்கேதான் இருக்கணும். அதான் முறை.

நாலைஞ்சு நாள் கழிச்சு ரெண்டு பேரும் அங்கே போகட்டுமே. ஒண்ணும் கவலைப்படாதடே! மனசறிஞ்சு ஒருத்தனுக்கு நான் கெடுதல் செய்ய மாட்டேன்... உனக்கே தெரியும்!''

அவர் சொல்லிக்கொண்டிருக்கையில் ஆற்றில் மேல் கழுவிவிட்டு நனைத்துப் பிழிந்த துவர்த்து தோளில் கிடக்க, சிவதாணு வீட்டில் நுழைந்தான். சண்முகம் பிள்ளையை அங்கே பார்த்ததும் அவனுக்கு வியப்பாக இருந்தது. மனதுள் குற்ற உணர்ச்சி 'சுருக்'கென்றது.

''வாடே... உன்னைத்தான் எதிர்பார்த்துக்கிட்டிருக்கேன்... தலையைச் சீவிட்டு, சட்டையும் போட்டுக்கிட்டு வா... என்னை இறச்சகுளம் வரை கொண்டு விட்டிரு...'' தன்னிடம் தனியாக ஏதோ பேச விரும்புகிறார் என்பதைத் தெரிந்துகொண்டு. அவசரமாக உடைமாற்றித் தலைசீவி வெளியே வந்தான். வீட்டிலிருந்து இறங்கியவர்கள், ஊர் எல்லையைத் தாண்டுகிறவரை ஒன்றும் பேசிக்கொள்ளவில்லை. பாறையாற்றுப் பாலத்தைத் தாண்டியதும், சண்முகம் பிள்ளை சொன்னார்.

''என்னடே சிவதாணு? நீ கொஞ்சம் புத்திசாலியா இருப்பேண்ணுல்லா நினைச்சேன்... பொம்பிள்ளைகளுக்குள்ளே ஏதோ பேசிக்கிட்டாண்ணா இப்படியா சொல்லாமப் பறையாம ஓடி வருவா? நீ இன்னும் சின்னப் பிள்ளையாடே? இல்லை கேக்கேன்...! வந்து இருவது நாளாச்சு. இன்னும் அந்தத் திசைக்கே எட்டிப் பார்க்கல்லே... அந்தப் பிள்ளை மானா மறுகிட்டுல்லா நிக்கு!''

சிவதாணு ஏதோ சொல்ல வாயெடுத்தான்.

''இந்தா பாரு. நீ ஒண்ணும் எங்கிட்டே சமாதானம் சொல்லாண்டாம். படிச்ச பிள்ளை கொஞ்சம் வெவரம் தெரியாண்டாமா? உனக்குச் சோலி கிடைக்க இன்னும் ஆறுமாசம் ஆகும்ணு வச்சுக்கோ... அதுவரை சும்மையா லாத்திக்கிட்டு இருப்பே? வீடு இருக்க நிலைமைக்கு உனக்கும் உம் பொண்டாட்டிக்கும் சும்மா வச்சுச் சோறு போடணும்ணா லேசா? சின்னப்பயக்க வேற படிக்கணும்... சிதம்பரம் அப்பிடியெல்லாம் நினைக்காதவன் தாண்ணாலும் அப்படி என்னத்துக்கு வீம்புக்கு.. பல்லுப் பறையணும்? மாமானாரு சொல்லுகது மாதிரி அங்கதான் கொஞ்ச நாள் இரியேன். அட சும்மா இருக்காண்டாம்பா... உன்னால் முடிஞ்ச வேலையைச் செய்யி. மாசம் நூறோ நூத்தம்பதோ செலவுக்கு எடுத்துக்கோ... உம் மனசு போல அதை

என்ன வேணும்ணாலும் செய்யி... சொக்கலிங்கம் ஏமுண்ணா கேக்கப் போறான். அட! அப்படித்தான் அவன் வேற யாருமா? நீ மூத்த மருமகன்.. நாளைக்கு எல்லாப் பொறுப்பும் உனக்குத்தானே! அவன் சம்பாதிக்கதும் உங்களுக்காகத்தானே... போகச்சிலே கொண்டுகிட்டா போகப் போறான்? இல்லே வைப்பாட்டி வச்சிருக்கானா? நல்லதுக்குச் சொன்னா இப்படியா முரண்டு பிடிப்பா?''

அவர் அடித்துப் பேசினார்.

''அதுக்கில்லே... ஆனா நான் அங்கே போயிட்டா பொறகு வேலைக்கு முயற்சி செய்வாருண்ணு என்ன நிச்சயம்? அதுவே நிரந்தரமாகப் போயிருமே!''

''அப்படிப் பார்த்தா, நீ இங்கே இருந்தா மட்டும் வேலைக்கு அவன் முயற்சி செய்வாண்ணு என்ன உறுதி? ஒரு பேச்சுக்குக் கேக்கேன்.... அட கொஞ்ச நாள் போய் இரி... அவனும் நாலு இடத்திலே சொல்லுவான். நீயும் எழுதிப் போடு... வேலை கிடைச்சா போகாண்டாம்னு யாராஞ் சொல்லுவாளா?''

தான் வீணே வறட்டுக் கௌரவம் பார்க்கிறோமோ என்று சிவதாணுவுக்குத் தோன்றியது. சண்முகம் பிள்ளை சொல்வதுகூட ஒரு விதத்தில் நியாயமாகவல்லவா படுகிறது? 'ஊரு, உறவு சொல்லத்தான் செய்யும். அதைப் பார்த்தா என்னதான் நடக்கும்? மாசம் நூறு ரூவா வீட்டுக்குக் கொடுத்தா ஒரு சீட்டை நாட்டைப் போட்டு வாற ஆவணியிலே லெச்சுமிக்குக் கலியாணத்தை முடிச்சுப் போடலாம்... செல்லப்பனையும் பி.எஸ்.சியிலே சேர்க்கலாம்.... அப்பாவுக்கு எவ்வளவு ஏந்தலா இருக்கும்?' அவன் மனத்தராசு மறுபக்கம் சாய்ந்தது.

'பய மொறட்டுத்தனமா முரண்டு பிடிக்காமே கொஞ்சம் யோசிக்கான்... யோசிச்சுப் பார்த்தா இதுக்குச் சம்மதிக்காமலா போவான்!' அனுபவங்கள் தந்த பாடத்தின் நம்பிக்கையில் மௌனத்தைக் கலைக்காமல் நடந்தார் அவர்.

கொஞ்ச தூரம் நடந்த பிறகு அவரை ஏறிட்டுப் பார்த்தான் சிவதாணு. மிச்ச சொச்சமாக அவன் மனதில் இருக்கின்ற ஐயப்பாடுகளையும் அறவே துடைத்துவிட வேண்டும் என்ற நினைப்பில்,

''ஒண்ணும் யோசிக்காதே! நான் சொல்லுகதைக் கேளு. நாளைக்கு பொண்டாட்டியைப் போய்க் கூட்டீட்டு வா... சோறு

தண்ணீகூட திங்காம அது ஏங்கிப் போயி நிக்கு. அஞ்சாறு நாள் இங்கிண இரிங்கோ... வருசப் பொறப்பு கழிஞ்சதும் ரெண்டு பேருமாப் போங்கோ... பொழைக்கிற வழியைப் பாரு...''

சோறு தண்ணீர் இல்லாமல் தனக்காகப் பார்வதி ஏங்கிப்போய் நிற்கிறாள் என்ற அஸ்திரத்துக்குப் பிறகு, அவர் சொன்னதெல்லாம் அவன் காதில் விழவே இல்லை. பலவீனமான இடத்தில் பீரங்கியால் பிளக்கப்பட்ட கோட்டை பொடிப்பொடியாகச் சரிவதைப் போல, அவனிடம் மீந்திருந்த பிடிவாதம் எல்லாம் தகர்ந்து போயிற்று. பரிதாபமாக அவரைப் பார்த்துத் தலையசைத்தான்.

வீரநாராயணமங்கலம் - இறச்சகுளம் பாதையில் குறுக்கிட்ட 'குண்டாறு' என்ற கால்வாயின்மேல் கட்டப்பட்டிருந்த நொண்டிப் பாலத்தை அவர்கள் தாண்டிக் கொண்டிருந்தார்கள். சுடு செங்கல்லாலும், சுண்ணாம்புச் சாந்தாலும் எந்தக் காலத்திலோ கட்டப்பட்ட பாலம், ஒருபுறம் மண்ணில் புதைந்து நின்றது. அதன் பக்கத்தில் கட்டப்பட்டிருந்த புதிய பாலம் புது மாப்பிள்ளைபோல் மினுங்கியது. இரண்டு கால்களில் ஒன்று காயம்பட்டு வளைந்து நிற்பதைப் போலக் காணப்படுவதால், இரண்டுக்கும் சேர்த்தே 'நொண்டிப் பாலம்' என்று காரணப் பெயர் உண்டாகி அது நிலைத்தும் விட்டது.

மண்ணில் புதைந்து நின்ற பாலத்தின் இரண்டு கண்மாய்களில் மேல்புறம் இருந்ததில் மணல் பாய்ந்து, திரடாகப் புல் படர்ந்து மெத்தை போலாகிவிட்டிருந்தது. பகலில் மாடுமேய்க்கும் சிறுவர்களின் ஓய்விடமாகவும், மாலை மங்கியபின் மலிவாகச் காதல் வாங்கும் சந்தையாகவும் அது பயன்பட்டு வந்தது. சமயா சமயங்களில் இரண்டு இணைகள் இந்த இடத்தில் மோதிக்கொள்வதும் உண்டு. எனினும் 'கள்ளனிடம் குள்ளன்' பாய்ந்ததைப் போலச் சண்டை போட்டாலும் அங்கு, 'புனிதங்கள்' போற்றப்பட்டுத்தான் வந்தன.

பழையாற்றிலிருந்து பிரிகின்ற கால்வாய் அந்த இடத்தில் சாலையைத் தாண்டி புத்தேரி நெடுங்குளத்தை நோக்கி ஓடும். கால்வாயின் கீழ்க்கரை, இரட்டை மாட்டு வண்டிகள் போகும் அளவுக்கு அகலமுள்ளது. ஆனால், விவசாய வேலைகள் அதிகம் இல்லாத நாட்களில் அங்கொன்றும் இங்கொன்றுமாகத்தான் ஆட்கள் நடமாடுவார்கள். சாலையின் வடபுறம் கால்வாயின்

இருபுறமும் வரிசை வரிசையான தென்னந்தோப்புகள். பகல் இரண்டு மணிக்குப் பிறகு, ஓதுக்கம் பார்த்து சுள்ளி பொறுக்கவும், புல்லறுக்கவும், புன்னைக் கொட்டை பொறுக்கவும், வருகின்ற குமரிகளுக்கு இரண்டு ரூபாய்க் காசைக் கொடுத்துவிட்டு 'மடிமீது தலை வைத்து விடியும்வரை தூங்குவோம்' என்று பாட்டுப் பாடுகின்ற வசதிகள் எல்லாம் அங்கு உண்டு.

நொண்டிப் பாலத்தைத் தாண்டி இறக்கத்தில் அவர்கள் நடந்தார்கள். தூரத்தில், தனியாக கந்தசாமி நடந்து எதிரே வருவதைச் சிவதாணு கவனித்தான். அவனைக் கண்டதும் பழைய நினைவொன்று மனக் கண்முன் எழுந்தது.

எப்போதாவது தோன்றினால், சாப்பிட்ட பிறகு, கையில் ஒரு கவிதைப் புத்தகத்தை எடுத்துக்கொண்டு, பிராமணந்தோப்பில் புன்னை மரத்தின் நிழல் கவிந்திருக்கும் மணல்மீது துண்டை விரித்துப் படுத்துக்கொண்டே, பிடித்தால் படிக்கவும், இல்லாவிட்டால் உறங்கவும் செய்வான் சிவதாணு.

அப்படித்தான் அன்றொரு நாள் - பதிவாக அவன் உட்காரும் இடத்தை வேறுசிலர் ஆக்கிரமித்துக் கதை பேசிக் கொண்டிருந் தார்கள். வீட்டுக்கும் திரும்பிப் போக மனமின்றி, வேறு ஒதுக்குப்புறமான இடம்தேடி அவன் அலைந்தபோது, கிட்டத்தில் ஆற்றங்கரையை ஒட்டி மேற்புறத்தில் இருந்த அந்தத் தென்னந் தோப்பு வசதியாகப் பட்டது. வெறும் தென்னை மரங்கள் மாத்திரமே. வேறு தோட்டப் பயிர்கள் எதுவும் இல்லை. எனவே ஏதோ பெயருக்குத்தான் வேலி என்று இருந்ததே தவிர உள்ளே போக வர யாருக்கும் தடை இல்லை.

தோப்பின் மத்தியில் குடைபோலக் கொல்லா மா கவிந்திருந்தது. வெயில் மேற்குத் திசையில் சரிந்துவிட்டதால் நிழல் பரந்திருந்த கீழ்ப் பக்கம் துவர்த்தை விரித்துப் படுத்துப் புத்தகத்தைத் திறந்தான். பத்துப் பக்கங்கள் கூடப் படித்திருக்க மாட்டான்.

ஆணும் பெண்ணுமாகக் கிசுகிசுக்கும் பேச்சரவம். சுற்றுமுற்றும் பார்த்தால் யாரையும் காணோம். கொல்லா மாவின் கிளைகள் வளைந்து அடிமரத்தைச் சுற்றிக் குகைபோல் கவிந்து நிழலும் மறைவும் இருட்டும் வளையமிட்டிருப்பது அவனுக்குத் தெரியும். அங்கிருந்துதான் சத்தம் வரவேண்டும்.

''போரும் போரும்... வந்து ரொம்ப நேரமாச்சு. விடு நான் போகணும்...'' காதில் விழுந்த பெண்குரல்.

''அட விடுண்ணா கேளேன்... இந்தால செத்தா போயிரப்போறே... ரெண்டு நாள் கழிஞ்சாப்பிலேயே ஈண்ணு இளிச்சுக்கிட்டு சுத்தித்தாலா வருவே...'' என்று அந்தக் குரல் கொஞ்சும்போது இசகுபிசகான இடத்துக்கு வந்துவிட்டோமோ என்று சிவதாணு எண்ணினான்.

எழுந்து போய்விடலாமா என்று நினைக்கும்போதே, சருகுகள் மிதிபடுகின்ற நொறுநொறுப்பு. அவர்கள் எழுந்து வருகிறார்கள் போலிருக்கிறது. இனிமேல் எழுந்து போனால், அவர்கள் யாராக இருந்தாலும் பார்வையில் படுவது திண்ணம். அப்படி நேர்கையில் ஒளிந்திருந்து பார்த்துவிட்டுப் போகிறான் என்றுதானே நினைப்பார்கள்? அந்தச் சங்கடத்தைத் தவிர்க்க எண்ணினான். எனவே, கண்களை மூடித் தூங்குவதாகப் பாசாங்கு செய்வதே உசிதமானதாகத் தோன்றியது.

இலைச் சருகுகளின் சரசரப்பு அண்மையில் கேட்டது. கண்களை மூடியபடியே காலடிகளை உணர்ந்தான். அவனருகில் சற்று நேரம் தயங்கிவிட்டு அவை நகர்ந்தன. கொஞ்சதூரம் போய்விட்டிருப்பார்கள் என்ற அனுமானத்தில் அரைக்கண் போட்டுப் பார்தான். இவன் உண்மையிலேயே தூங்குகிறானோ, இல்லை தூங்குவதுபோல் நடிக்கிறானா என்ற சந்தேகத்தில் 'காதல் இணை' திரும்பிப் பார்த்தது சிவதாணுவுக்குச் சிரிப்பை அடக்க மிகக் கடினமாகிவிட்டது. போனது வேறு யாருமல்ல. கந்தசாமியும், தோப்பின் சொந்தக்காரரின் மனைவி கல்யாணியும்தான்.

''அடப்பாவி!''

சிவதாணு மனதாரத் திட்டினான். இருவருக்கும் பத்து வயதாவது வித்தியாசம் இருக்கும். அவள் கையில் பறித்துக் கட்டப்பட்ட முருங்கைக் காய்கள். கீரைக்கட்டு. 'முருங்கைக்காய் பறிக்கின்ற சாக்கில் முற்றுப் பெறாத ஆசைகள் தணிக்கப் படுகிறதாக்கும்' என்று அவன் நினைத்தான். யாராவது கண்டுவிடக் கூடாதே என்ற பயத்தில் அவள் ஆற்றங்கரைக்கும், கந்தசாமி மேற்குப்புறமும் திரும்பினார்கள்.

இந்த நினைவுகளோடு நெருங்கி வந்துகொண்டிருந்த கந்தசாமியைப் பார்வையிட்டான். சாலையின் இருபுறமும் கட்டி உழவு உழுது போடப்பட்ட நஞ்சை நிலம் மழையை எதிர்நோக்கி வாய்பிளந்து கிடந்தது.

சிவதாணு அன்று கந்தசாமியை அந்த நிலையில் கண்ணால் கண்டிருக்காவிட்டாலும் கூட மறுநாளே, சிறு அசைவுகளைக் கூட, ஒளிக்காமல் அவனிடம் சொல்லி விடுவான். இது போன்ற சில்லறைக் குணங்கள் உடையவன் என்று அறிந்திருந்தே, அவன் நல்ல உள்ளத்திற்காக அவனுடன் நெருக்கமான நட்பு பூண்டிருந்தான் சிவதாணு.

கொஞ்ச நாளாகவே கல்யாணி 'முழிக்கிற முழி' சரியில்லை என்று கந்தசாமி சொல்லி வந்தான். 'உன் முழியைச் சரியா வச்சுக்கோ... அவ முழியும் சரியாத்தெரியும். சாத்தப்பிள்ளை அறிஞ்சா குடலைப் புடுங்கீருவான்...' என்று சிவதாணு எச்சரித்தும்கூட. அது நிகழ்ந்து விட்டது. மறுநாளே அதைச் சாதித்ததைக் கந்தசாமி அவனிடம் சொன்னாலும், அவனைத் தூங்கும் கோலத்தில் மரத்தின் நிழலில் கண்டு பயந்ததை என்ன காரணத்தாலோ மறைந்துவிட்டான். இவனும் காட்டிக் கொள்ளவில்லை.

கந்தசாமி பக்கத்தில் வந்ததும் சிவதாணுவின் நடையும் சிந்தனையும் நின்று போனது. இறச்சகுளம் நெருங்கிவிட்டதாலும், திரும்பிப் போகச் சிவதாணுவுக்குத் துணை கிடைத்ததாலும், ''அப்போ நான் சொன்னதை மறந்திராதே'' என்று விடைபெற்றார் சண்முகம் பிள்ளை. கந்தசாமியுடன் வீடு நோக்கித் திரும்பினான் சிவதாணு.

19

''**உ**ன்னைத் தொலைவிலே பார்த்த உடன் என்ன நினைச்சேன் தெரியுமா?'' - சிவதாணு கந்தசாமியிடம் கேட்டான்.

''என்ன நினைச்சே? காலனாப் போவான் எதிர்ப்பு வாறானேண்ணா?'

''இல்லே... வேறே...''

''என்ன... வேறே? சினிமாவுக்குப் போகலாம்ணா? என்னைக் கமுத்திப் போட்டடிச்சா காக்காசு கிடையாது... நீ கூட்டீட்டுப் போறதானா இப்பவே திரும்பு! இன்னும் நேரமிருக்கு!''

''அட அதில்லைடா... எனக்குப் பழைய ஞாபகம் வந்தது... அதான்... உனக்கு கூட்டுக்காரி... சாத்தப்பிள்ளைக்குப் பொண்டாட்டி கல்யாணிடே...''

“பொளந்து போச்சு... அவ ஞாபகம் இப்பம் என்னத்துக்கு வந்தது? பொண்டாட்டியைப் பார்த்து நாளு அஞ்சாறு ஆச்சுண்ணா? வேணும்ணா சொல்லு... இண்ணைக்கே சொல்லி ஏற்பாடு பண்ணுகேன்...''

''பல்லை உடைப்பேன்... அப்பமே வேண்டாம்ணு சொன்னவனா இப்பம் வேணும்பேன்... நல்ல ஆளப்பா நீ... பெரிய பளுவன்தான்... அசந்தாப் போதும்...''

''பின்னே எதுக்கு இப்ப அவ ஞாபகம் வந்ததுங்கிறேன்?''

''ஒண்ணுமில்லப்பா... பாலத்துக்கிட்டே நடந்தேன்... பிராமணந் தோப்பு மணலு, தென்னந்தோப்பு, கொல்லாமர நிழலு எல்லாம் ஓர்மைக்கு வந்து...''

கந்தசாமியின் முகத்தில் வியப்பு. சட்டென்று புரிந்துகொண்டு விட்டான்.

''அட ஆக்கங்கெட்ட அண்ணே... நீ உறங்கலியா அண்ணைக்குப் பின்னே...!''

''ஆமா... உறங்கினேன். அவ போட்ட அவயத்திலே இறச்சகுளத்திலே இருந்து ஆளு வந்திருக்குமே! நான் உறங்கினாலும் முழிக்காமலா இருந்திருப்பேன்...''

''தீயை வையி. நீ நெசமாட்டே உறங்கிட்டண்ணுதாலா எல்லாத்தையும் சொன்னவன், உன்னைக் கண்டதை மட்டும் சொல்லல்லே... அப்பவே அவளுக்குச் சந்தேகம்தாலா... நான்தான் சொன்னேன். அவன் முழிச்சிருந்து பார்த்தாக்கூட ஒண்ணுமில்லே, கண்டதாக் காட்டிக்கிட மாட்டாண்ணு... இப்பம்லா தெரியி... அவளுக்கு உன் பேருலேகூட ஒரு கண்ணுதாண்டே...''

''அவளுக்கு ஊரிலே உள்ளவன் பேரிலே எல்லாம் கண்ணுதான்... அரண்மனைக்கு ஆயிரங்கிடா செல்லும். குடியான் தெண்ட முறுப்பானா?''

''இன்னாப்பாரு... உனக்குப் பிடிக்கலைண்ணா அந்தால விடு. அவளை என்னத்துக்குக் குறை சொல்லுகே? எவ்வளவு நல்ல பொம்பிளை தெரியுமா?

''அப்பிடியா? அப்போ சாத்தப்பிள்ளையை டைவர்ஸ் செய்யச் சொல்லீட்டு நீ கட்டிக்கயேன்... மூணு பிள்ளை தாலா இருக்கு. அதுனால என்ன வந்திரப் போகு? வயசுகூட முப்பந்தஞ்சு ஆயிருக்காது...''

''சரி சரி! பேச்சை விடு... இண்ணைக்கு நீ என்னமோ சந்தோசத்திலே இருக்கே... ஆமா சம்முகம் பிள்ளை எப்படி திடீர்ணு இந்தப் பக்கம்? உன் தம்பிக்கும் பொண்ணுத் தரம் கொண்டாந்திருக்காரா?''

சிவதாணுவின் முகம் இலேசாகக் கறுத்தது. தன் தவற்றை உணர்ந்து கந்தசாமி நாக்கைக் கடித்தான்.

''சும்மா விளையாட்டுக்குச் சொன்னேன்... தப்பா நினைச்சுக்கிடாதே...''

''நீயும் பின்னே இப்பிடிப் பேசினா எனக்குக் கோவம் வராதா?''

''மறந்து போய் சொல்லீட்டேன்பா... விடேன் அதோட...''

இருவரும் நடந்து பாறையாற்றைச் சமீபித்தார்கள். பங்குனிக் கோடையாகையால், பாறையின்மீது சிறிது வெள்ளம்தான் ஒழுகிக் கொண்டிருந்தது. நீர்ப்பாசிகள் இளம் பச்சையும் கரும் பச்சையுமாகக் கொத்து கொத்தாக மிதந்தன. தேரேகாலில் மட்டும் ஆற்றின் ஊறல் கொஞ்சம் அதிகமாகப் போய்க் கொண்டிருந்தது.

''மணல்லே கொஞ்சம் இருப்போமா? உன்கிட்டே கொஞ்சம் பேசணும்...'' சிவதாணு கேட்டான்.

''எவ்வளவு நேரம்ணாலும் இருப்போம்... கலியாணம் ஆனதுக்குப் பொறவு நீதான் நம்மளை மறந்து போனே...''

ஆற்று மணல்மீது சம்மணம் போட்டு உட்கார்ந்தனர்.

''என்ன விஷயம்? இந்த முறை உன் பெண்டாட்டி சுசீந்திரம் போயி ரொம்ப நாளாச்சு... நீயும் பரக்கப் பரக்கப் பார்த்துக்கிட்டு அலைகிறே... ஏதாவது 'கசாமுசாம்' ஆயிட்டா என்ன?''

சிவதாணு ஒன்றுவிடாமல் சொன்னான்.

''இப்படித்தான் என்னவாவது இருக்கும்ணு எனக்கும் மனசிலாச்சு... இருந்தாலும் நீயாச் சொல்லுகையா பார்ப் போம்ணுதான் நானும் சும்மா இருந்தேன்...''

''அதைப் பத்தி நீ என்ன நினைக்கே?''

''இதிலே நினைக்கதுக்கு என்ன இருக்கு? என்ன இருந்தாலும் பொண்ணைக் கெட்டித்தந்த மாமனாருதாலா? நீ மண்ணாப் போகணும்ணா அவரு நினைப்பாரு.. தன்மானம், தெருப்புழுதி

எல்லா ஈரமண்ணையும் நினைச்சுக் குமையாதே! நான் ஒண்ணு சொல்லுகேன். நம்பினா நம்பு. நம்பாட்டாப்போ... என் வீட்டிலே கூரையை மாத்தி பனங்கை போட்டு ஓடு பரத்தினேனே ஏது பணம்ங்கிறே? நான் கெட்டியா வச்சிருந்தேன்? கல்யாணி எவகிட்டேயோ சீட்டுப்போட்டு ஆயிரம் ரூவா வச்சிருந்தா... வாங்கிக்கோ... வட்டியும் வேண்டாம், மண்ணும் வேண்டாம்... எப்பம் முடியுதோ திருப்பித்தா. திருப்பித் தராட்டா அந்தால ஒழிஞ்சு கட்ட மண்ணாப்போ. அப்படீண்ணு உசிரை வாங்கினா. எனக்கு முதல்லே யோசனையாத்தான் இருந்தது... மறுநாள் பத்து நூறு ரூவா நோட்டு... சலவை நோட்டு... முந்தியிலே முடிஞ்சு கொண்டாந்து 'இன்னா புடி'ங்கிறா. பார்த்தேன்... ஏன் விடணும்? சாத்தப் பிள்ளைகிட்டே பூசணம் பூக்கிற பணம்தாலா? நமக்குத்தான் உபயோகப் படட்டுமேண்ணு வெளிக்குத் தெரியாம வாங்கிட்டேன்... அதுபோல பொழைக்க வழிதேடுவையா?''

''அப்ப அதும் இதும் ஒண்ணுதாண்ணு நீயே சொல்லுகே...''

''அட நீயொரு நொறுநாட்டியம் புடிச்சவனால்லா இருக்கே? கொஞ்ச நாளைக்குத்தானே! முதல்லே ஒருவசத்தைப் புடிச்சுக்கிட்டா பொறவு சௌகரியம்போலச் செய்யலாம்லா! நான் வேண்டாம்ணா சொல்லுகேன்?''

கந்தசாமி நியாயமெல்லாம் பனைவெட்டிப் பிளந்தாற்போல நெடுநீட்டமான நியாயம். சில சமயம் தென்காசி வழக்காகத் தீர்த்து விடுவதும் உண்டு.

''அப்போ இனி சுசீந்திரம் பக்கம் வந்தா, காப்பி குடிக்கக் காசு கொடுக்காண்டாம்...''

சிவதாணுவை, கந்தசாமி உற்சாகப்படுத்த முயன்றான்.

''ஆமா... நாக்கைத் தீட்டீட்டு வா சொல்லுகேன். பணம் இல்லாம காலடி வச்சேன்னா காலை வெட்டி முறிச்சிருவேன்.. வேணும்ணா வீட்டிலே வந்து உண்டானதைத் திண்ணுக்கிட்டுப் போ...''

விளையாட்டாக மிக உரிமையோடு சொல்லிவிட்டானே தவிர, தானே மாமனார் வீட்டில் தண்டச்சோறு தின்கின்றபோது தன்னைத்தேடி வருகின்றவர்களை உபசரிக்க முடியுமா என்பதை அவன் அச்சத்தோடு எண்ணிப் பார்த்தான்.

மறுநாள் காலையே சிவதாணு சுசீந்திரம் போய்விட்டான். பதினோரு மணி ஆகிவிட்டதால் மாமனார் வீட்டில் இல்லை.

இனிமேல் ஒரு மணிக்குத்தான் சாப்பிட வருவார் போலும். முதலில் வீட்டை நெருங்கும்போதே அவனுக்கு வெட்கமாக இருந்தது. நல்ல வேளையாகப் பவானி பள்ளிக்கூடம் போய்விட்டாள். இல்லையென்றால் அதுவேறு 'பிலுபிலு' என்று பிடித்துக் கொள்ளும். வீட்டில் நுழைந்ததுமே பார்வதி அவன் பார்வையில் தட்டுப்பட்டுவிட்டாள். இல்லையென்றால் சங்கடத்துடன் கொஞ்ச நேரம் நெளிய வேண்டியதாகிவிடும். பகல் என்றும் பாராமல் பசுங்கன்றாகத் துள்ளி அவன் பக்கத்தில் வந்து அவன் கையைப் பிடித்துக் கொண்டாள்.

அவள் உற்சாகத்தைக் கண்டதும் கன்னத்தைத் திருப்பி அவளிடம் காட்டினான். அவன் எண்ணத்தைப் புரிந்து கொண்டவள் குறுஞ்சிரிப்புடன் பொய்க்கோபம் காட்டி அறைக்குள் ஓடினாள்.

"ஆனாலும் உங்களுக்குக் கல்நெஞ்சுதான்... கல்லுள்ளி மங்கன் கணக்கா இருந்திட்டேளே..."

அறைக்குள் நுழைந்ததும் பார்வதி புகார் செய்தாள். கல் நெஞ்சாக இருந்திருக்குமானால் தொய்வுகளாவது இல்லாது இருந்திருக்குமே என்று கருதிக்கொண்டு சிவதாணு புன்னகைத்தான்.

"இருபது நாளா இந்தப் பக்கமே திரும்பிப் பார்க்காம இருந்திட்டேளே... உங்க ஏதுவினாலே எனக்கும் அம்மாவுக்கும் பெரிய சண்டை. 'பதினெட்டு வயசுவரை நான் பெத்து வளர்த்து விட்டிருக்கேன்... ஒரு நல்லது கெட்டது நாலு வார்த்தை நான் சொல்லப்பிடாதா? மாப்பிள்ளை வந்து மூணு மாசம் ஆகல்லே... அதுக்குள்ளே இவ்வளவு கரிசனம் வந்திட்டா அப்படீண்ணு திட்டிக் குட்டையிலே வாரீட்டா. அஞ்சாறு நாளா நான் முகங்கொடுத்தே பேசல்லே! அதைப் பார்த்து அப்பாவுக்கும் கோபம். நீ என்னத்துக்கு அவ்வோ மோதாவிலே அப்படிச் சொன்னே? எல்லாம் நான் பார்த்துக்கிட மாட்டேனா? ஆளுக்கு ஒரு மூப்பு... சமயம் சந்தர்ப்பம் தெரியாம என்னத்துக்கு என்னவாம் பேசி எல்லாத்தையும் கெடுத்து குட்டிச்சுவரு பண்ணீருகே... இப்போ அது கண்ணைக் கசக்கீட்டு நிக்கு'ண்ணு அம்மாவைச் சண்டை பிடிச்சா. ஆக ஒரே பௌகம்தான்..."

'ஏட்டி பார்வதீ... என்னா அந்தால பேசிக்கிட்டே நிக்கே... ஒரு மடக்கு தண்ணீகூடக் கொண்டு கொடுக்காம. இன்னா இந்தக் காப்பியை வந்து வாங்கீட்டுப் போ...'

அறைக்கு வெளியே மங்களாவில் நின்றுகொண்டு நீலாப் பிள்ளை குரல் கொடுத்ததைக் கேட்டு அவள் எழுந்து போனாள். வெளியே போய்க் காப்பியுடன் வந்தவள்,

''அத்தை, லெச்சுமி எல்லாரும் எம்மேலே ரொம்பக் கோவமா இருக்காளா?'' என்றாள்.

அவள் குரல் மன்னிப்பு கேட்பதுபோல் அஞ்சித் தயங்கியது.

''உன் பேரிலேதான் தப்பே இருக்காதுங்காளே... எல்லாருமாச் சேர்ந்து என்னை நச்சுப் போட்டா. நான்தான் எதாம் சண்டை போட்டிருக்கேண்ணு மொத்திப் போட்டாளே''

தன் பேரில் அவர்களுக்குக் கோபமில்லை என்றறிந்ததும் அவள் முகம் மகிழ்ச்சியில் பிரகாசித்தது.

''அதும் நேத்து சண்முகம் பிள்ளை பாட்டா வந்து சொல்லீட்டுப் போனதுக்கப்புறம் என்னை இருக்கவிட்டாளா? லெச்சுமி பிச்சுப் புடுங்கீட்டா! எப்படித்தான் எல்லாரையும் மயக்கிப் போட்டியோ தெரியல்லே...''

''ஆமா! மயக்கினேன்... அதான் இருவது நாளா இருக்காளா செத்தாளாண்ணுகூட எட்டிப் பார்க்காம இருந்தேளாக்கும். அப்பா! இவ்வளவு அடம் இருக்கும்ணு நானும் நெனைக்கல்லம்மா! பார்த்ததுக்குப் பொறகுல்லா தெரியி...''

பார்வதி கொஞ்சிச் சிணுங்கினாள். அந்தக் கொஞ்சலின் அடியில் வண்டலிட்டிருந்த உள்ளார்ந்த சோகம் அவனை வருத்தியது. தன்மீதே அவனுக்குக் கோபம் வந்தது. சில சமயம்தான் மிக முரட்டுத்தனமாக நடந்து கொள்கிறோமோ என்று நினைத்தான்.

மாலையில் பள்ளிக்கூடம் விட்டு வந்த பவானி அவனைப் பரிகசித்தாள். 'போன மச்சான் திரும்பி வந்தான் பூமணத்தோடே...'' என்று ராகம் போட்டுப் பாடினாள். ''ஏட்டி... சின்னச் சவமே! சும்மா இருக்கல்லியா'' என்று அவள் அம்மா போட்ட அதட்டல்கள் ஒன்றும் பலிக்கவில்லை.

நல்லவேளையாக 'மச்சான் பூமணத்தோடு திரும்பி வந்தான்' என்றாவது பாடுகிறாளே என்று சிவதாணு நினைத்தான். அதன் பாடபேதமாகச் சிறுவர்கள் பாடுவதை எண்ணும்போது அவனுக்குச் சிரிப்புத்தான் வந்தது.

என்றாலும் தன்னைப் பொறுத்தவரை, பாடபேதம்தானே பொருத்தமானது என்று எண்ணியபோது அவனுக்கு அடிநாக்கில் கசந்தது.

20

சித்திரை மாதம் ஐந்தாம் தேதியே சிவதாணுவும் பார்வதியும் சுசீந்திரம் வந்துவிட்டார்கள். அம்மா, அப்பா, லட்சுமி, தம்பிகள், ஆத்தாள் எல்லோருக்கும் மனதுக்குள் வருத்தம். தாங்களே காட்டிக் கொண்டால் வேதாளம் மீண்டும் முருங்கை மரத்தில் ஏறிவிடுவதைப்போல, இவன் மறுபடியும் அடம் பிடிக்க ஆரம்பித்து விடுவான் என்று பயந்து அவர்கள் அதிகமாக வருத்தத்தை வெளிக்காட்டிக் கொள்ளவில்லை.

லட்சுமிக்கு கட்டுப்பாட்டையும் மீறி, அவர்கள் கிளம்புகையில் கண்கள் சிவந்து கலங்கின. மூன்று மாதங்கள் இழைந்து பழகிய தோழியொருத்தியைப் பிரிகிற ஏக்கம். பார்வதியும் சங்கடப் படவே செய்தாள். என்றாலும் தானே விரும்பியல்லவா புறப்படுகிறாள்.

''எங்கே போறேன்? நினைச்சா ஓடி வந்திரமாட்டேனா?'' என்று லட்சுமியின் தோள்களைத் தட்டி ஆறுதல் சொன்னாள்.

சொக்கலிங்கம் பிள்ளை ஏற்பாடு செய்திருந்த டாக்ஸியும் வந்துவிட்டது. சிவதாணுவுக்கு நிலைமையின் பயங்கரம் புரிந்தது. தன்னைக் கூர்ந்து பார்க்கிற ஒவ்வொரு கண்ணிலும் ஓராயிரம் கேள்விகள் உறைந்து கிடப்பதைக் கண்டான்.

இப்படியொரு ஏற்பாட்டுக்கு இசைந்து சுசீந்திரம் போய்விடப் போகிறான் என்ற செய்தி ஊரில் பரவ ஆரம்பித்ததுமே, துட்டி விசாரிப்பதைப்போல ஒவ்வொருவராக விசாரிக்க ஆரம்பித்து விட்டார்கள். மற்றவன் காயம் பட்டுக் குருதி கொப்பளிக்க நிற்கின்ற போது, அந்தக் குருதியைக் கண்டு ஆனந்திக்கின்றவர்கள். பலர் வெளிப்படையாகவே கேட்டார்கள். எதையுமே பண்பாட்டோடு சொல்லத் தெரியாத கரிக்கொட்டைக் கோலப்ப பிள்ளையைப் போன்றவர்கள் அவனைக் குடைந்து தள்ளி விட்டார்கள். நண்பர்களாக வேஷங் கட்டிய இந்தத் தெவ்வர்கள் எதிர்ப்படும்போது கண்டும் காணாதது போல் போய்விட முயன்றாலும் பயனில்லை. இழுத்து நிறுத்திப் பேச்சுக் கொடுத்தார்கள்.

முகத்துக்கு நேரேயும் முதுகுக்குப் பின்னாலும் அந்த மனிதர்களின் சொல்லம்புகள் தாக்கிப் புண்ணாக்கின.

‘ஏ சிவதாணு! இது என்னடே புது வழக்கம்? கடைசிலே மாமனாரு உன்னை விலைக்கே வாங்கீட்டாரு போலிருக்கே?’

‘கிடைச்சாலும் இப்படியில்லா பொண்ணு கிடைக்கணும்! யோகக்காரன்தான்டே! ஆனா சூடு சுரணை எல்லாம் விட்டுப் போடணும் பார்த்துக்கோ...’

‘‘ஆதாய மில்லாமலா செட்டி ஆத்தோட போவான்? நான் அப்பவே நினைச்சேனே.. இதுக்குத்தான் சொக்கலிங்கம் இல்லாத பம்மாத்தெல்லாம் பண்ணுகாம்ணு...’’

‘உங்க அப்பன் இதுக்கு எப்படிலே மக்கா் சம்மதிச்சான்? மாமனாரு வீட்டிலே போயி பால் சோறு திங்கறதைவிடப் பட்டினி கிடந்து சாகலாமே! ம்... நாம சொன்னா யாரு கேக்கப் போறா?’

- என்றெல்லாம் ஆளுக்கொரு விதமாகப் பீராய்ந்து விட்டார்கள். இவற்றையெல்லாம், குப்பையைக் கூட்டி வெளியே தள்ளுவதைப் போல மனத்திலிருந்து புறந் தள்ளினாலும், மீண்டும் குப்பை சேர்ந்து கொண்டே இருந்தது. அவனுடைய இந்த வாதனையைப் புரிந்து கொண்டாலும் கூட, பார்வதிக்குப் பிறந்த வீட்டுக்கே போய்விடப் போகிறோம் என்ற பூரிப்பு இல்லாமல் இல்லை.

அவனைக் கூட்டிக்கொண்டு போவதில் அவள் முனைப்பாக இருந்தாள். சிவதாணுவுக்கு அது புரியவும் செய்தது. புரிந்துகொண்டு விடுவதால் மட்டும் எதைத்தான் நடத்தவோ அல்லது தடுக்கவோ முடியும்?

டாக்ஸியில் அவனையும் பார்வதியையும் தவிர யாரும் இல்லை. வழியில் கந்தசாமி ஏறிக் கொண்டான். நாகர்கோயில்வரை அவன் சளசளப்பு. அவள் பெட்டிகள் இரண்டையும், அவன் பெட்டி ஒன்றையும் காரிலிருந்து இறக்கி வைத்துவிட்டு, நிரந்தரமாகத் தங்குவதற்கென்று அந்த அறையினுள் நுழைகையில், சிவதாணுவின் உள்ளத்தில் உருவம் சொல்ல முடியாத உணர்ச்சிகளின் கலவைதான் எஞ்சி நின்றது.

சுசீந்திரம் வந்து சேர்ந்த நாலைந்து நாட்களிலேயே வாழ்க்கை ஒரு தடத்துக்கு வந்துவிட்டது. வெட்டி முறிக்கிற வேலைகள் ஒன்றும் இல்லை. வயல் வேலைகளை மேற்பார்வை செய்வதும்,

சுற்றிப் பார்ப்பதும், தோப்புக்களுக்குப் போய் எட்டிப் பார்த்து விட்டு வருவதும் படிந்து போயின. இதற்கெல்லாம் தோதாக ஒரு சைக்கிள்கூட வாங்கப் பெற்றாகிவிட்டது.

மாமனார் சாப்பிட வீட்டுக்கு வருகின்ற நேரங்களிலும், சந்தைக்கோ வேறு சாமான்கள் வாங்கவோ போகின்ற வேளை களிலும் கடையில் கல்லாவில் உட்கார்ந்திருப்பதும் அவனுக்குப் பெரிய சுமையாகப் படவில்லை. கணக்கு வழக்குகளைப் பார்ப்பது கூட எளிதாகவே இருந்தது. இது தவிரவும் அவனுக்கு நிறையப் பொழுது மீந்திருந்தது. எப்போதுமேயா மனைவியைக் கொஞ்சிக்கொண்டு கிடக்க முடியும்?

எப்படி விவசாயம் செய்வதற்கு இத்தனை படித்திருக்கத் தேவை இல்லையோ, அதுபோலக் காப்பிக் கடை நடத்தவும் இவ்வளவு பாடுபட்டிருக்க வேண்டியதில்லையே? ஒருவேளை படிப்பு என்பதுகூட கல்யாணச் சந்தையில் கிராக்கி பெறுவதற்கான வசதிதானோ?

இல்லாமல் என்ன? யார் ஒத்துக்கொண்டாலும் கொள்ளா விட்டாலும், பெண் வீட்டில் பணம் பறிப்பதற்காகத்தான் படிப்பு பயன்படுத்தப்பட்டு வருகிறது என்ற உண்மை மறைந்துபோய் விடுமா என்ன? எம்.பி.பி.எஸ்-க்கு இவ்வளவு ரொக்கம். இத்தனை ஏக்கர் நிலம், நகை இவ்வளவு, கார் அல்லது ஸ்கூட்டர் என்றும், இன்ஜினீயருக்கு இவையிவை என்றும், பட்டதாரி கிளார்க்குக்கு இன்னின்ன என்றும், பரிதாபத்திற்குரிய பள்ளி ஆசிரியனுக்கு இத்தனை என்றும், சந்தை விலை வைத்திருக்கின்ற சமுதாயச் சீரழிவுகளில் படித்தவன் பண்டமாற்றாக மாறுவதில் என்ன வியப்பு இருக்க முடியும்?

அதையே ஒரு வசதியாகக் கொண்டு மாமனாரின் இரத்தத்தை உறிஞ்சுகின்ற மாட்டு ஈக்களும் உண்ணிகளும் எத்தனை? தாலிகட்டிய உடனேயே தன் கழுத்தில் கிடக்கும் தன்மானத்தையும் கழட்டித் தூர எறிந்துவிடும் மருமகன்கள் கூட்டத்தில் சிவதாணு வித்தியாசமான பிறவியாகவே தோன்றினான்.

இந்த முறுக்கும், தன்னம்பிக்கையும், தன்மானமும் பணக்காரனிடம் இருந்தால் அதுவே ஒரு கம்பீரமாக அனுமதிக்கப் படும். ஆனால், அன்றாடங் காய்ச்சியும், இராப் பட்டினிக்காரனும் இதையெல்லாம் விடாப்பிடியாக வைத்துக் கொண்டிருந்தால் இரந்துதான் தின்ன வேண்டும் என்பது சிவதாணுவுக்குப் புரிந்தது.

என்றாலும் தன் முனைப்பின் முனையை ஒடித்து மழுங்கச் செய்து விடுவது அவனால் முடியாத காரியமாக இருந்தது. மற்றவர்கள் வலுக்கட்டாயமாக அதை முறித்து விடும் முன்னால், இந்தக் கூட்டிலிருந்து வெளியேறிவிட வேண்டும் என்று துடித்தான். பத்திரிகைப் புரட்டல்களும் விண்ணப்பப் படையெடுப்புகளும் முன்னைவிட வேகம் பெற்றன.

சுசீந்திரம் வந்து ஒரு மாதமும் ஓடிவிட்டது. ஒருநாள் காலை நூற்றைம்பது ரூபாயை அவனிடம் கொண்டு வந்து தந்தாள் பார்வதி. அதைத் தொடவே கூச்சமாக இருந்தது அவனுக்கு. 'இது என்னுடைய முதல் சம்பளம்' என்று நினைக்கின்றபோதே, அந்தச் சம்பளம் வந்த வழியையும் யோசித்தான். 'இது நான் செய்த வேலைக்குக் கூலியா? தினமும் மூன்று, நான்கு மணிநேர வேளைக்குச் சுவையான சாப்பாடும் சுகமான மனைவியும் தந்து நூற்றைம்பது ரூபாய் சம்பளமும் தருவதற்கு எவனுக்குப் பைத்தியம் பிடித்திருக்கிறது? இது சம்பளம் இல்லை; மகளுக்கு மாப்பிள்ளையாக இருப்பதற்காகத் தரப்படுகின்ற கூலி- பட்டதாரி மருமகன் என்ற கௌரவத்திற்காகத் தரப்படும் வாடகை' என்று அவன் எண்ணினான்.

தான் உழைத்துத் தன் மனைவிக்கும் குடும்பத்தாருக்கும் சாப்பாடு போடுகின்ற பொறுப்பைத் தட்டிக் கழித்துவிட்டு, மாப்பிள்ளைப் பதவிக்கான வாடகை வாங்கித் தன் வீட்டுக்குத் தருவது எந்த வகையில் நியாயம்?

ஆனால் -

உப்பு மிளகைத் தொட்டுக்கொண்டு கஞ்சி குடித்துவிட்டுப் பள்ளி செல்லும் தம்பிகள்; கிழிந்த புடவையைத் தைத்துத் தைத்து உடுத்திக்கொள்ளுகிற தாய்; சாப்பாட்டுக்கு நெல்கடன் வாங்க வீடு வீடாக ஏறியிறங்குகிற தந்தை, பருவத்தின் வாசலில் நின்று கொண்டு, வரப்போகின்ற கணவனுக்காக ஏங்கிக் கண்களில் கனவுகளோடு காத்து நிற்கின்ற தங்கை - இந்தச் சூழ்நிலை அவன் கண்முன் படமென விரிந்தது.

பேசுவதற்குக் கொள்கை, சீர்திருத்தம், எல்லாம் அழகாகவே இருக்கின்றன. ஆனால், பேச்சு மாத்திரம் அவற்றை நடப்பில் கொண்டு வந்து விடுமா? வாயினால் உப்புமா கிளறி விடலாம்! ஆனால், அதைத் தின்று பசியாறு என்று சொன்னால்?

சிவதாணு நூறு ரூபாயை எடுத்துக்கொண்டு, ஐம்பது ரூபாயை அவளிடமே வைத்திருக்கச் சொல்லி விட்டான். அந்த நூறு ரூபாயை அப்பாவிடம் நேரடியாகத் தருவதற்கு அவனுள் எழுந்த கூச்சம். அம்மா கையில் தரும்போது மனம் எத்தனை சங்கடப்பட்டது?

இந்த வாதிப்புகள் அவனுள் இருந்துகொண்டே இருந்தாலும் நாட்கள் நகரத்தான் செய்தன. காலத்தின் நட்டுவாங்க ஒலி. ஒன்று இரண்டு என்று மாதங்கள் ஓடிக் கொண்டிருந்தன. அவை மாற்றங்கள் எதனையும் தந்து விடவில்லை என்றாலும், தான் போய்க்கொண்டிருக்கும் பாதை, பயணம் செய்கின்ற ரயில், தவறான திக்கில் போய்க் கொண்டிருப்பதை அவன் அடிக்கடி உணரலானான். அவன் விருப்பத்திற்கு எதிராக, அவன் திரும்ப நினைத்த திசைக்கு மாறாக வண்டி ஓடிக்கொண்டிருந்தாலும், சந்தர்ப்பம் வாய்க்கின்ற ரெயில் சந்திப்பில் இறங்கி, வண்டியை மாற்றிக் கொண்டுவிட அவன் திட்டமிட்டான்.

இரண்டொரு தேர்வுகளை வேலைக்காக எழுதினான். எதுவும் பயனில்லாமல் நம்பிக்கைகள் நசிக்கத் தொடங்கியபோதுதான் கந்தசாமி அந்த யோசனையைச் சொன்னான். நாகர்கோயில் மீனாட்சிபுரத்தில் புதிதாகக் கட்டப்பட்ட பஸ் நிலையத்தின் வெளிவட்டத்தில், நகராட்சி கடைகள் கட்டிமுடித்து வாடகைக்கு விடப் போகிறார்கள் என்று அவன் சொன்னபோது சிவதாணுவுக்கு முதலில் புரியவில்லை.

நகரின் மையப்பகுதியான அதில், கடையொன்றை வாடகைக்கு எடுத்தால் ஸ்டேஷனரி மார்ட் ஒன்று திறக்கலாம் என்று கந்தசாமி விபரம் சொன்னபோது அது சரியென்றே அவனுக்குப் பட்டது. எப்போதும் மாணவர்கள் கூடிக் கலகலக்கிற இடமாகையால், வியாபாரத்துக்குக் குறைவிருக்காது.

மாமனார் வீட்டில் ஒட்டிக்கொண்டு கிடப்பதை விடவும் இது எவ்வளவோ மேல். நேர்மையுடன் வியாபாரம் செய்தால் வருமானம் குறைவாக வந்தாலும் பயமின்றி வாழலாம். இது சரியானதென்று அவனுக்குப் பட்டது. ஆனால் கந்தசாமியுடன் போய் நகராட்சியில் விசாரித்தபோது, மூவாயிரம் ரூபாய் காப்பீடாகச் செலுத்த வேண்டும் என்ற தகவல் துணுக்குறச் செய்தது. அதற்கும் பலத்த போட்டி இருக்கும் போலிருக்கிறது. ஆனால், எப்படியும் எடுத்துவிடலாம். பணத்தைத் தயார்

செய்துவிடு என்று கந்தசாமி அழுத்தமாகச் சொன்னபோது, அவனுக்கு ஓரளவு நம்பிக்கை வந்தது. தன் வாழ்வின் திருப்பு முனையாக இது அமையப் போகிறது என்று எண்ணினான்.

ஆனால், பணம்?

டெபாசிட் கட்ட மூவாயிரம், சாமான்கள் வாங்க முன்பணமாகக் குறைந்தது ஒரு இரண்டாயிரம். பணத்துக்கு எங்கே போவது. யார் தருவார்கள்?

அவர் பார்வதியிடம் சொன்னான்.

''மாமாகிட்டே கேட்டுப் பாரேன்... கொஞ்ச நாள்லே திருப்பிக் கொடுத்திரலாம்...''

சற்று நேரத்தில் அவள் திரும்பி வந்தாள்.

''கேட்டாயா?''

''கேட்டேன்...''

அவள் குரலில் உற்சாகம் இல்லை.

''என்ன சொன்னா?''

''ஐயாயிரத்துக்கு இப்ப எங்கே போறதுங்கா! ஆயிரம் ரெண்டாயிரம்ணா கூடப் பெரட்டீரலாமாம்... கையிலிருந்த பணத்தையெல்லாம் போட்டு, போன மாசம்தான் கீழத்தெரு வீட்டை ஒத்தி வாங்கினாளாம்...''

''சும்மாத் தராண்டாம். கடனாகத் தரச் சொல்லு. ஒரு வருசத்திலே கொடுத்திரலாம்; வட்டி வேணும்ணாலும் குடுத்திடுவோம்...''

அதைக்கேட்ட பார்வதியின் முகம் கறுத்தது.

''அதெல்லாம் எனக்குத் தெரியாது... நீங்களே கேட்டுக் கிடுங்கோ... என்னை என்னத்துக்கு இடையிலே போட்டு தேய்க்கியோ.''

அவள் அப்போதைக்கு அப்படிச் சொல்லிவிட்டாலும், தகப்பனாரிடம் கேட்கத்தான் செய்தாள்.

''கடன் தாறதுக்கு நான் என்ன வட்டிக்கடையா வச்சிருக்கேன்? இல்லேண்ணா இல்லைதான் - உன் மாப்பிள்ளைக்கு இவ்வளவு செய்தது போராதா? இனியும் நான் எங்கே போவேன்? இன்னும் ஒரு பொம்பிளைப் பிள்ளே இருக்கே எனக்கு!''

அவர் போட்ட இரைச்சல் சிவதாணுவின் காதுகளை, எட்டாமலில்லை. அவரைக் கேட்ட தவறை உணர்ந்தான். எந்த நியாயத்தில், மாமனார் வீட்டில் தங்குவதை ஏற்றுக் கொள்ள முடியாத தன்னால், கடன் கேட்பதை அங்கீகரிக்க முடிந்தது? அவனுக்கு தான் செய்த மடத்தனம் புரிந்தது.

இனி ஒரேயொரு வழிதான்.

"பார்வதி, எம்பேரிலே உனக்கு நம்பிக்கை இருக்கா?"

அவள் புரியாமல் அவனைப் பார்த்தாள்.

"இன்னா பாரு... ஐயாயிரம் ரூவா உண்டுமானா, கடையை நடத்தலாம்... கண்ணுங் கருத்துமா இருந்தா லாபம் வரத்தான் செய்யும். உன் உருப்பிடியைத் தரச் சம்மதமானா அடமானம் வச்சு கடையை எடுத்திருவோம்... எப்படியும் ஒரு வருசத்திலே அடமானத்தைத் திருப்பித் தாரேன்..."

"அதெல்லாம் அம்மா தொடவிடமாட்டா... உருப்பிடியை அடமானம் வைக்கலாம்ணு சொன்னாலே என்னைக் கொண்ணு போடுவா..."

"உன் நகையை நீ எனக்குத் தாறதுக்கு உங்க அம்மா என்னா கொண்ணு போடுகது? உனக்குச் சம்மதமானா தா... இல்லேண்ணா வேண்டாம். நம்ம அத்தியாவசியத்துக்கு இல்லாதது வேற என்னத்துக்குத்தான் இருக்குங்கேன்?"

பார்வதிக்கு அதில் விருப்பமில்லை. ஆனாலும் இவ்வளவு பிடிவாதமாக அவன் கேட்கின்றபோது மாட்டேன் என்று சொல்லவும் மனமில்லை. அம்மாவை நினைத்தால் அச்சமாகவும் இருந்தது. இருந்தாலும் தன் நகைதானே என்ற சமாதானம். சற்றுத் துணிச்சலை வரவழைத்துக்கொண்டு விபரத்தைச் சொல்லாமல், நீலாப்பிள்ளையிடம் அலமாரிச் சாவியைக் கேட்டாள்.

"இப்ப என்னத்துக்கு உனக்குத் தொறவலு?"

"வேணும்..."

"அதான் என்னத்துக்குங்கேன்?"

"என் செயினை எடுக்கணும்"

"என்னத்துக்குச் செயினு? எங்கேயாம் போகப் போறேளா?"

இப்போது உண்மையைச் சொல்வதைத் தவிர வேறு வழியில்லாத நெருக்கடி. இப்போது பொய் சொன்னாலும் நாளை தெரியாமலா போய்விடப் போகிறது? என்னதான் செய்துவிடுவாள் பார்ப்போம் என்ற வேகம்.

''இல்லே... அவ்வோ கேக்கா... அடமானம் வச்சுப் பணம் வாங்கப் போறாளாம்...''

இதைக் கேட்டவுடன் நீலாப் பிள்ளைக்கு ஆராசனை வந்து விட்டது.

''ஓகோ... அவ்வளவு தூரத்துக்கு வந்தாச்சா? அவாளுக்கு வித்துத் திங்கதுக்கா உருப்படி செய்து போட்டிருக்கேன்... நல்லாருக்கே நியாயம்! அதெல்லாம் ஒரு பொடி தொடப்பிடாது. மாப்பிள்ளைக்கும் பொண்டாட்டிக்கும் சாப்பாடு போட்டு துணிமணியும் எடுத்துக் கொடுத்து, போராததுக்குச் சொளை சொளையா மாசம் நூத்தம்பது ரூவாயும் தாறது போராதா? உருப்படியும் வேற வேணுமோவ்? நான் அப்பமே சொன்னனே... இது இப்படித்தான் போகும்ணு... சனங்களுக்கு ஆசை பெருத்துத்தான் போச்சு. கப்பல்லே பொண்ணு வருகுண்ணா, எனக்கொண்ணு எங்க அப்பாவுக்கு ஒண்ணுங்கிற கதையால்லா இருக்கு...''

அடுக்களையிலிருந்து கொண்டு நீலாப் பிள்ளை போட்ட கூச்சல் அந்த வீட்டைக் குலுக்கியது. சிவதாணுவின் செவிகளைக் கிழித்து இதயத்தைச் சென்று தாக்கியது. ஈட்டி எறிபட்ட யானையைப் போன்ற அவனுள்ளம் வேதனையில் பிளிறியது. அவமானம் சூழ்ந்து நெருக்கியது. அவன் கூசிப்போனான். அந்தக் குறுகலைத் தாங்கிக்கொண்டு உயிர் வாழ்வதைவிட, பூமி பிளந்து அதன் வெடிப்பினுள் புகுந்து மறைந்து விடக் கூடாதா என்று எண்ணினான்.

இதை யாரிடம் வாய்விட்டுச் சொல்ல முடியும்? பூமியில் படுத்துக்கொண்டு, ஆகாயத்தை நோக்கி எச்சில் உமிழ்வதைப் போன்று, யாரை நோக முடியும்? இதயத்தில் பூச்சி முள்ளைப் புதைத்து வைத்ததைப்போல, எண்ணங்கள் அதில் பதியும்போதெல்லாம் அவனுக்குச் 'சுருக் சுருக்'கென்று வலித்தது. ஊற்றென எழுகின்ற கண்ணீரை உறைய வைப்பதற்காக அவன் சிரமப்பட்டான். ஆழமாகக் காயம்பட்டு, நெடு நாள் புண்பட்டு பின்பு ஆறித் தழும்பேறிப் போன வடுவின்மீது, மீண்டும் கத்தியால் கீறியதைப் போன்று, வதைக்கின்ற வலி.

சீர் என்றும் நகை என்றும் நிலபுலன்கள் என்றும் தனக்குத் தரப்பட்டவை எல்லாம் தன் அவசியத்துக்கு எள்ளளவும் பயன்படாமல், கனவில் வந்து போகிற ஐசுவரியங்களைப் போல ஏமாற்றுகின்ற விந்தை...

வருத்தத்தையும், வியப்பையும் தொடர்ந்து தன் கையாலாகாத் தனத்தின்மீது அவனுக்கு வந்த கோபம்... தன்னைத் தவிர உலகத்தில் எல்லோரும் நிம்மதியாக இருக்கும்போது, தனக்கு மட்டும் ஏனிந்தச் சஞ்சலமும் அவமானமும் அவமதிப்புக்களும்? தன்னையே அழித்துக் கொள்கிற கோபவெறி அவனுள் மூண்டெழுந்தது.

ஆனால், யதார்த்தம் அவன் கால்களைப் பிடித்துப் பின்னிழுத்தது. ஆனது ஆயிற்று! இனிமேலாவது கூடிய விரைவில் இதற்கொரு வழி கண்டாக வேண்டுமே என்று எண்ணியபோது தோன்றிய பதற்றம்...

பழையபடி இங்கிருந்து வெளியேறி, நாலு பேருக்கு ட்யூஷன் எடுக்கலாம் என்றால், அது முடிகின்ற காரியமா? உள்ளுக்குள் இத்தனை புகைச்சலும் புழுக்கமும் இருந்தாலும் வெளியே பார்ப்பவர்களுக்கு புனுகு பூசப்பட்ட புண்ணாக அவன் மணக்கவும் செய்கின்றானே!

மீண்டும் இந்தத் தடம் மாறி, புதிய தடத்தில் வாழ்க்கைச் சகடம் ஓட வேண்டுமானால், பாதை பண்படுவதுவரை திரும்பவும் ஊரும் உறவும் கேலிகளை அள்ளி வீசத்தானே செய்யும்? இந்த வேதனைகள் இருக்கும்போது, இதற்கு மேலும் துரும்பு நுழைத்துப் புண்ணாக்கி விடுவதைத் தாங்குகின்ற தெம்பும் திராணியும் தனக்கு இருக்குமா? எனவே, தீர்மானமான ஒரு வழியைப் பிடிப்பது வரையில் இந்தக் காயத்தை உள்ளேயே போட்டுப் புதைத்துவிட விரும்பினான்.

என்னதான் உணர்ச்சிகளை ஆடைகட்டி மறைத்துவிட முயன்றாலும், எதிர்பாராத சமயங்களில் ஆடை விலகி நிர்வாணம் வெளிப்பட்டு விடுகின்றதே? அந்த நிகழ்ச்சியின் பிறகு, இரண்டு மூன்று நாட்கள் அவன் முகத்தை ஏறிட்டுப் பார்க்கக்கூட அஞ்சி நடந்தாள் பார்வதி. சிவதாணு வேறுபுறம் பார்த்துக் கொண்டிருக்கும் போது அவனையே கூர்ந்து பார்த்து - திடீரெனக் கோபப்பட்டு விடக்கூடிய இவன், படபடப்பாக பேசிவிடக்கூடிய இவன் என்ன திட்டத்தில் இப்படி மௌனமாக, வளைய வருகிறான் என்று பார்வதி பிடிபடாமல் விழித்தாள்.

கேட்கவும் அஞ்சி, மனம் விட்டுப் பேசமாட்டேன் என்கிறானே என்ற ஏக்கத்தில் தோய்ந்து, அவள் அல்லாடுவதைப் பார்க்கும்போது, அவனுக்கு இரக்கமாகவும் இருந்தது. தன்னை இயல்பாக வைத்துக்கொள்ள முயன்றாலும்கூட, 'திடீர்திடீர்' என்று மூடுபனியாகக் கவிந்து விடும் மௌனம்.

ஒற்றைச் சொல்லால் கேள்வி அல்லது பதிலைத் தவிர மாமனாரிடமும் வேறு பேச்சுவார்த்தை இல்லை. கொஞ்ச நாள் இப்படி இருந்தாலும் பிறகு வசப்பட்டு விடுவான் என்ற எண்ணத்தில் அவர் அதைப் பொருட்படுத்தவே இல்லை. பவானி மாத்திரம் வழக்கம்போல அவனிடம் விளையாட்டாகப் பேசித் திரிந்தாளே தவிர, மற்றெல்லாரும், திரைபோட்டுக் கொண்டதாகவே சிவதாணுவுக்குத் தோன்றியது.

தன்னைக் குறித்து இலேசான அச்சம் நீலாப்பிள்ளைக்கு ஏற்பட்டிருப்பதை அவன் உணர்ந்தான். அவற்றின் ஊடேயே ஒருவிதமான புறக்கணிப்பும் கரைகட்டி நின்றதை அவன் கவனிக்காமல் இல்லை.

21

ஆறுமுகநேரியில், சாரங்கா கெமிகல்ஸில் சிவதாணுவைப் பேட்டிக்கு அழைத்திருந்தார்கள். புள்ளி இயல் பிரிவில் உதவியாளன் வேலைக்கு. அவனே விண்ணப்பித்திருந்தது. கணிதத்துடன் புள்ளி இயலையும் பட்டப்படிப்புக்கு எடுத்துக் கொண்ட புத்திசாலித்தனத்தை நினைக்கும் வாய்ப்பு, இத்தனை வருடங்களில் இன்றுதான் அவனுக்குக் கிட்டியது.

நாளை காலை பத்து மணிக்குப் பேட்டி. இன்று இரவே போய்விடுவது நல்லது. நாகர்கோயிலில் இருந்து திருச்செந்தூருக்குப் பஸ் இருந்தது. ஆறு மணிக்குப் பஸ் பிடித்தால் எட்டரை மணிக்குப் போய்விட முடியும். அங்கு ஏதாவதொரு லாட்ஜில் இரவு தங்கிவிட்டுக் காலையில் அங்கிருந்து ஆறுமுகநேரிக்குப் போகலாம் என்று நினைத்தான்.

திருச்செந்தூரிலிருந்து ஆறுமுகநேரிக்கு நாலைந்து மைல்கள் தான். கம்பெனி அமைந்திருப்பது ஆறுமுகநேரியின் வெளி வட்டத்தில். அங்கே ஒரு நகர் உருவாகி அதற்குச் சாகுபுரம் என்ற

பெயரும் வைக்கப்பட்டிருந்தது. இந்த விபரங்களை விசாரித்துத் தெரிந்து கொண்டதால், காலையில் திருச்செந்தூரிலிருந்து புறப்பட்டால் போதும் என்று அவன் எண்ணினான்.

கல்யாணமான பிறகு, சுசீந்திரத்துக்கு வந்து வாழ்ந்து கொண்டிருந்த இந்த ஆறுமாத காலத்தில், வெளியூருக்குப் பேட்டிக்காக அவன் போவது இதுவே முதல்முறை. இப்போது அழைக்கப்பட்டிருந்த பேட்டியில் வெற்றி பெற்று வேலையும் கிடைத்துவிட்டால், தன் வாழ்வில் புதிய கதவொன்று திறக்கப்படும் என்று அவன் நினைத்தான்.

ஆறுமுகநேரிக்குப் போகப் போகிறேன் என்று மாமனாரிடம் சொன்னபோது அவர் அதில் அதிக உற்சாகம் காட்டவில்லை. இவனுக்கெங்கே கிடைக்கப்போகிறது என்று நினைத்தாரோ என்னவோ!

''போயிட்டு வாருங்கோ... கிடைக்கா பார்ப்போம்'' என்கிற மாதிரி பதில் சொன்னார். தொற்றிக் கொள்வதற்கு ஓர் இடம் கிடைத்தால், குறைந்தபட்சம், மன உபாதைகளாவது இல்லாமல் இருக்குமே என்று சிவதாணுவுக்குத் தோன்றியது.

நாலு மணிக்கே புறப்படுவதற்கான ஆயத்தங்கள் நடைபெற்றுக் கொண்டிருந்தன. சிறிய ஏர் - பேக் ஒன்றில் சட்டை, பேண்ட், உள்ளாடைகள், பிரஷ், பேஸ்ட், இன்னோரன்ன பிற யாவற்றையும் பார்வதி எடுத்து வைத்தவாறு இருந்தாள். பேட்டிகள் தோறும் வெளியே எடுக்கப்பட்டு தூசி தட்டப்பட்ட சான்றிதழ் களை மடிக்காமல் ஃபைல் ஒன்றில் அடுக்கினான் சிவதாணு. நன்னடத்தைக்குச் சான்றாக இரு சட்டமன்ற உறுப்பினர்களின் சான்றிதழ்கள். அவற்றைப் பார்க்கும்போது, யார் நடத்தைக்கு யார் சான்று தருவது என்ற எண்ணம் அவனுள் எழுந்தது.

எப்படிப்பட்ட பொய்யான சம்பிரதாயங்களை வைத்துக் கொண்டு இன்றைய சமுதாயமும் சட்டமும் வாழ்கிறது? எது தேவை, எது தேவையில்லை; எது பயனுள்ளது, எது பயனில்லாதது என்றுகூட உணர முடியாத, உணர்ந்தாலும் அதன்படி நடக்கத் துணியாத ஒரு பொய் மரபு உருவாகி வருவதை அவனால் உணர முடிந்தது.

''உங்க மோதிரத்தை எங்கே காணல்லே?''

பைக்குள் தேவையானவற்றை எடுத்து வைத்துவிட்டு, மீதி இருப்பவற்றைப் பெட்டியில் ஒழுங்காக அடுக்கப் புறப்பட்ட பார்வதி கேட்டாள்.

''பெட்டியிலேதான் கிடக்கும்...''

சிரத்தையில்லாமல் சிவதாணு பதில் சொன்னான்.

''காணல்லியே இங்கே... செயின் கிடக்கு... மோதிரம் மாத்திரம் எங்கே போச்சு? பெட்டியா முழுங்கீரும்?''

''ப்ச்... அங்கேதான் கிடக்கும். வேற எங்கே போயிரும்? பெட்டியை மூடிக்கிட்டு எந்திரி... எனக்குப் போகாண்டாமா?''

கேள்வியின் மையத்தைத் தவிர்க்க விரும்பி, அவன் தட்டிக் கழிக்கப் பேச்சை மாற்றினான்.

''இங்கே கிடந்தால் எங்கே போச்சு?'' அவள் விடுவதாகக் காணோம். அவன் மழுப்ப முயன்றதைப் பார்த்து அவளுக்குச் சந்தேகம் வலுத்தது.

''உள்ளதைச் சொல்லுங்கோ. என்ன செய்தியோ?''

அவன் பேசாமல் இருந்தான். அவன் மௌனம் அவள் ஊகத்தை உறுதிப்படுத்தியது.

''வித்தேளா? இல்லை பணயம் வச்சேளா?''

''..........''

''அப்படி என்ன செலவு வந்திட்டு உங்களுக்கு?''

''செலவு வந்தது...''

''அதான் என்ன செலவுங்கேன்...? சாப்பாடு இங்கே ஆகு... மாசாமாசம் பணம்வேற எடுத்தாகுது. பின்னே என்னதான் அப்படி மாயச் செலவு?''

''அதான் அண்ணைக்கே உங்க அம்மா சொன்னாளே? நீ வேற சொல்லிக் காட்டணுமா?''

''ஆமா... சொன்னா மாத்திரம் கோவம் வந்திருகு... அப்பிடி என்ன செலவுண்ணாலும் சொல்ல மாட்டயோ?''

''ஏன் சீவனை வாங்கறே? என்ன செலவு என்ன செலவு, என்ன செலவு? நான் செலவழிக்கிற ஒவ்வொரு பைசாக்கும் கணக்குக் கொடுக்கணுமா?''

''அப்பிடியா சொன்னேன்... மோதிரத்தை விக்கிற அளவுக்கு அப்பிடி எனக்குத் தெரியாம என்ன செலவுண்ணுதானே கேக்கேன்...

அழகா ரெண்டு கழஞ்சு மோதிரம்லா? அப்பிடி ஒரு அர்ச்சண்டுண்ணா எங்கிட்ட சொல்லப்பிடாதா? அப்பாட்ட கேட்டு வாங்கித் தருவம்லா?''

"ஆமாமா... நீ வாங்கித் தருவே! பொறகு 'தரித்திரம் பிடிச்சதுகளுக்கு எவ்வளவு போட்டாலும் ஆத்தா'துண்ணு வசை சொல்லுகதுக்கு..."

"அப்போ வித்துத் திண்ணுங்கோ... செயினையும் வாச்சையும் வேணும்ணாலும் கொண்டு கொடுத்துக்கிட்டு வாருங்கோ... வித்துத் திங்கதுக்குத்தானே நல்லாக்கிப் போட்டிருக்கு..."

எதற்காக விற்றோம் என்று இவளிடம் சொல்லலாமா என்று சிவதாணு யோசித்தான். 'வேண்டாம் என்னத்துக்குச் சொல்லணும். இவ என்ன பெரிய அண்ணாவியோ? விக்கத்தான் விப்பேன்... ஆனதைப் பார்த்துக்கிடட்டும்...' சிறு பிள்ளை போன்ற வீம்பு சிவதாணுவுக்கு.

போன மாதம். வீரநாராயணமங்கலத்துக்குப் போயிருந்த போது. அம்மா அப்பா யாரும் இல்லாத தனிமையில் செல்லப்பன் தயங்கித் தயங்கி அவனிடம் வந்தான். அவன் தயக்கமும், முகத்தில் தெரிந்த கலக்கமும், எதையோ அவன் கோரித்தான் நிற்கிறான் என்பதைக் காட்டியது. சாதாரணமாக அவன் சிவதாணுவிடம் அப்படித் தயங்கி நிற்பவனல்ல.

"என்னலே..." சிவதாணு கேட்டான்.

"செகண்ட் டெர்ம் பீஸ் கட்டணும். பத்து நாளா அப்பாகிட்டே கேக்கேன். தாறேன் தாறேன்ங்கா... எங்கேயாம் பெரட்டித்தான் தரணும், யாருக்கிட்டேல்லாமோ கேட்டா போலிருக்கு... கிடைச்சாத்தாலா... போன வாரம் நீ கொடுத்த ரூவாயிலே வயக்களுக்குக் களையும் பறிச்சு உரமும் எடுத்துப் போட்டாச்சு..."

"அப்பா எங்கிட்ட கேக்கச் சொன்னாளா?"

"இல்லே... நானாத்தான் கேக்கேன்..."

"ம்ம்..." சிவதாணு யோசித்தான்.

"நான் கேட்டேன்ணு அப்பாட்டச் சொல்லீராதே... வீட்டுக் கஷ்டம் உன் காதிலே விழப்பிடாதுண்ணு எல்லாருட்டேயும் சொல்லி வச்சிருக்கா!"

"ஆமா! பீஸ் எவ்வளவு கட்டணும்?"

"பர்ஸ்ட் டெர்ம் இருநூத்திப் பத்து ரூவா கட்டினோம்... இப்போ நூத்தி எண்பது ரூவா கட்டணும்..."

சற்று நேரம் யோசனை செய்தான் அவன். பிறகு ஒரு முடிவுக்கு வந்தான்.

"நாளைக்குக் காலேஜ் விட்டு வரச்சிலே மணிமேடையிலே பயனீர் தியேட்டர் பக்கத்திலே என்னைப் பாரு... அப்பா கேட்டாக்க நானாத்தான் தந்தேன்னு சொல்லு, என்னா? அஞ்சரை மணிக்கு நான் அங்கே நிப்பேன்..."

செல்லப்பன் போன பிறகு, நிலைமையை யோசித்தான் சிவதாணு. அவனுக்கு சங்கடமாக இருந்தது. 'பணம் கொடுத்தால்தான் காலேஜுக்குப் போவேன் என்று என்னிடம் இவனுக்கு அடம் பிடிக்க முடியும். என் தம்பி இவன்... உரிமையோடு கேட்கலாம். ஆனால் - மூன்றாம் மனிதனிடம் கடன் கேட்பதைப் போல, நகத்தைச் சுரண்டிக்கொண்டு குரலை அடக்கி நசுக்கி... என்ன கொடுமை இது? கல்யாணமான பிறகு, சுசீந்திரம் போன பிறகு, வேற்றாளாகவா நான் போய் விட்டேன்?' அவனுக்கு ஆற்றாமையாக இருந்தது.

மறுநாள் நான்கு மணிக்கு நாகர்கோயிலுக்குப் போய் மோதிரத்தை விற்றுவிட எண்ணினான். சொல்லிவிட்டானே தவிர, மனதின் வாதிப்பு நின்று விடவில்லை. அது என்ன நியாயம்? அவர்கள் செய்து போட்டதைத் தன் விருப்பப்படி விற்பதற்கு என்ன உரிமை இருக்கிறது?

அவர்கள் செய்து போட்டால் என்ன? என்னுடையதுதானே! என் விருப்பப்படி விற்பதையோ, பணயம் வைப்பதையோ, இல்லை தானம் தருவதையோ யார் தடை செய்ய முடியும்? மனம் எதிர்வாதமும் செய்கிறது.

பார்வதியிடம் சொல்லலாமா? சொன்னால் சம்மதிக்கவா செய்வாள்? அம்மாவிடமோ, அப்பாவிடமோ கேட்டுப் பணம் வாங்கலாம் என்பாள். அது என்ன ஒழுங்கு? ஒரு தரம் நகையைக் கேட்டு, உள்ளத்தில் பட்ட காயத்தின் வலி இன்னும் மாறவில்லையே?

நல்ல உணவுகளை மாமனார் வீட்டில் உண்கின்றபோது உள்ளெழுகின்ற வேதனை... இந்த நேரத்தில் வீட்டில் என்ன சாப்பிடுகிறார்களோ என்று எண்ணுகின்றபோது பீறிடும் துயரம்...

இவற்றோடு சேர்ந்து கொண்டு, சொந்தத் தம்பியே என்னை யாரோ ஒருவனாக நினைத்துத் தயங்குகின்ற கொடுமை... இந்த நிலையில் - அவனுக்குப் பணம் கொடுக்க வேண்டி மோதிரத்தை விற்கப் பார்வதியிடம் வரம் கேட்க வேண்டுமா

தனக்கு ஒரு வசதியைத் தேடிக் கொள்வதற்கே பணம் கேட்டபோது, ரோட்டில் போகின்ற எவனையோ பேசியதைப் போலப் பேசியவர்களிடம் போய் 'என் தம்பி படிப்புக்குப் பணம் வேண்டும்' - என்று கூசாமல் கேட்பதா?

பார்வதியிடம் சொல்லவும் வேண்டும். இந்த வம்பும் வேண்டாம் என்றால் முடியுமா? வினையை விலைக்கு வாங்குவானேன்? சும்மாவே இருந்து விடலாம். பெட்டியில் சும்மாதானே கிடக்கிறது? அவள் தெரிந்து கொள்கிறபோது சொல்லிக் கொள்ளலாம் என்று அதை மறைத்து விட்டான்.

ஆனால், அது இவ்வளவு சீக்கிரம் வெளிப்படும் என்று ஊகிக்கவில்லை. இப்போதுகூட அவளிடம் சொல்லியிருக்கலாம். அவள் அதை அம்மாவிடம் சொல்லாமல் இருப்பாளா? பிறகு குத்தல் மொழிகளை யார் தாங்குவது? வீட்டுச் செலவுக்காகத்தான் விற்றிருப்பேன் என்று ஊகிப்பது அவளுக்குப் பெரிய காரியமில்லை. இருந்தாலும் தானாக ஏன் சொல்ல வேண்டும்?

எப்படியும் மோதிரத்தை விற்று விடுவது என்று தீர்மானித்த பிறகு, அதை விற்பது ஒரு பிரச்சனையாகவே இருந்தது. முன்பின் பழக்கமில்லாத இதுபோன்ற காரியங்களை எப்படிச் செய்வது? தனக்குத் தெரிந்தவர்கள் யாராவது தான் காசுக்கடையில் இருப்பதைக் கண்டுவிடக்கூடாதே என்ற அச்சம். யாரிடமாவது அடகு வைக்கலாம் என்றால் - யாரிடம்? அது வெளியில் தெரியாது போகுமா? அது மட்டுமல்லாமல் எந்தச் சம்பாத்தியத்தில் பணயத்தைத் திருப்ப? ஆக ஒரேயடியாக விற்றுத் தொலைத்து விடுவதே நல்லது என்று பட்டது. அல்லல் இல்லையல்லவா?

விற்ற பணத்தில் இருநூறு ரூபாயைக் கையில் வைத்துக்கொண்டு மீதியைப் பேங்க் ஒன்றில் கணக்குத் தொடங்கி அதில் போட்டான். எப்போதாவது அவசரத்துக்கு ஆகும். இல்லையென்றால், கொஞ்சம் பணம் சேமித்து அதே மாடலில் புதியதாக ஒரு மோதிரம் செய்து கொள்ளலாமே!

நூற்று எண்பது ரூபாயையும் கைச் செலவுக்கு என்று பத்து ரூபாயும் செல்லப்பனிடம் தந்துவிட்டு, சுசீந்திரம் வந்தபோது

அவனுக்குப் படபடப்பாக இருந்தது. ஏற்கனவே கழற்றிப் பெட்டியில் போட்டிருந்ததால், உடனடியாக யாரும் கண்டுபிடித்து விடுவதற்கு வாய்ப்பில்லை. என்றாலும் குற்ற உணர்ச்சியால் அவனுக்கு அடிக்கடி திடுக்கிடல்கள் நேர்ந்தன.

மூன்று மாதங்கள் கழிந்து, இப்போது பார்வதி கண்டேபிடித்து விட்டாள். இன்னும் அவள் பார்வை அவனைத் துளைத்துக்கொண்டுதான் இருந்தது. தன்னிடம் ஒரு வார்த்தைகூடச் சொல்லாமல், கல்யாண மோதிரத்தைக் கொண்டுபோய் விற்று விட்டு வந்திருக்கிறானே என்ற கோபம். ஏதாவது சொல்லப் போக, அவன் ஊருக்குப் புறப்பட்டுப் போகிற நேரத்தில் சண்டை போட்டு விடப் போகிறானே என்ற அச்சத்தால் அவள் வாய் மூடிக் கிடந்தது.

பரிசாகத் தந்த மோதிரம்... அதை நான் விற்பேன். வெளியே வீசுவேன்... இவர்கள் யார் அதைக் கேட்பது? அதற்குக்கூட அனுமதி கேட்டுக்கொண்டு நிற்க வேண்டுமா? எனக்கென்று தந்துவிட்ட பொருளை மனம்போல நான் உபயோகிக்கக்கூடத் தடையா? அந்த உரிமை கூட இல்லையா?' முரட்டுப் பிடிவாதம் ஒன்று சிவதாணு மனத்தில் திரண்டது.

அவளைச் சமாதானப்படுத்தவோ, மனம்விட்டுப் பேசி நிலைமைகளைப் புரிய வைக்கவோ அவன் முயலவில்லை. அவளும் அம்மா அப்பாவுடன் சேர்ந்துகொண்டு, தன்னையும் தன் வீட்டாரையும் இழிவு படுத்தப் பார்க்கிறாள் என்று அவன் நினைத்தான். இப்போதெல்லாம், 'வீரநாராயண மங்கலம் போய்விட்டு வரலாம் வா' என்று அவன் நான்கு தரம் கூப்பிட்டால் தான் ஒரு முறை வருவதற்கு இசைகிறாள்! ஏதாவது சாக்குப் போக்குச் சொல்லி, அங்கே வருவதைத் தவிர்க்க முயல்கிறாள். அப்படியே மனதில்லாமல் வந்தாலும், கூடிய விரைவில் அங்கிருந்து கிளம்பிவிடத் துடிக்கிறாள்.

கல்யாணமான புதிதில், எல்லோரிடமும் ஆசையும் பாசமும் காட்டிய பார்வதியா இவள்? இரண்டு மூன்று மாதம் கணவன் வீட்டில் வறுமையின் தீண்டலை உணர்ந்துவிட்டு, தாய் வீடே தஞ்சமென்று வந்துவிட்ட பிறகு, அங்குள்ள வசதிகளும் செழிப்பும் முன்னைவிடவும் 'பளிச்'சென்று தெரிந்ததோ? போதாக்குறைக்கு நீலாப் பிள்ளையின் போதனையும் சேர்ந்துகொண்டதோ?

அவள் மனப்பான்மையில் மாறுதல் ஏற்பட்டிருக்க வேண்டும் என்று சிவதாணுவுக்குத் தோன்றியது. போன மாதம் "உன்னை

லெச்சுமி பார்க்கணும்ங்கா... இண்ணைக்கு நான் போறேன்... நீயும் கூட வாறியா?" என்று அவன் கேட்ட போது "எனக்குத் தொடப் பிடாது!" என்று பதில் சொன்னாள்.

ஆனால், அப்படிச் சொன்ன பத்தாவது நாள், உண்மை யாகவே அவளுக்கு வீட்டு விலக்காகியபோது 'இந்தச் சாலமும் பாசாங்கும் என்னிடம் எதற்கு?' என்று சிவதாணு வருந்தினான். தன் வீட்டுக்கு வருவதை எண்ணும்போதே, இவளுக்கு அருவருப்பு உணர்ச்சி ஏற்படுகிறது என்பதை அவனால் புரிந்துகொள்ள முடிந்தது.

ஒப்புக்குப் பார்வதியிடம் சொல்லிக் கொண்டு, நாகர்கோயில் வந்து திருச்செந்தூருக்குப் பஸ் பிடித்து வசதியாக ஏறி உட்கார்ந்துகொண்ட போதும், அந்தத் தடத்திலிருந்து அவன் சிந்தனை நீங்கவில்லை. பசித்தவன் பழங்கணக்குப் பார்ப்பது போல, கல்யாணமான அந்த ஓராண்டு வாழ்வின் நிகழ்ச்சிகளை மனத்தால் சிவதாணு மெல்ல ஆரம்பித்தான். 'ஆரம்ப காலத்தில், என் எண்ணங்களுக்கெல்லாம் இசைந்தவளாக, என் மன அசைவு களைப் புரிந்து கொண்டு லயம் தவறாது ஆடுபவளாக காட்சி தந்ததெல்லாம் வெறும் மாயமும் மயக்கமும்தானா? இல்லை கண்டறியாத தேகசுகத்தில் படிந்து திளைத்ததனால் விளைந்த பரிவா?

'இப்போதும்கூட, என் அம்மாவுக்கும், அப்பாவுக்கும், தம்பி களுக்கும், தங்கைக்கும் கருத்துக்கிசைந்த மருமகளாகவும், மனதுக்கிசைந்த மதனியுமாகத்தானே இருக்கிறாள்? முதலில் அழுத்தமாக நிறுவப்பட்டுவிட்ட நல்லெண்ணத்தை மாற்றிக் கொள்ளும் கீறல் அனுபவங்கள் கிடைக்காத காரணமோ?

ஆனால், எனக்கு -

சாப்பாடுபோடச் சொன்னால்கூட, நான்கு முறை வருந்தி அழைக்க வேண்டியதிருக்கிறது. சமயா சமயங்களில், "ஏட்டி பவானி... அத்தானுக்குச் சோறு போட்டுக் கொடு...", என்று தங்கையிடமே ஏவி விட்டு, கதை பேசுவதில் ஆழ்ந்துவிடுகிறாள்! தொடக்ககாலத்தைப் போல வீட்டோடு வந்துவிட்ட பின்பு புதுமாப்பிள்ளை உபசரிப்பை எதிர்பார்க்காமல் அங்கேயே ஓர் அங்கமாகிவிட முயன்றாலும் இதையெல்லாம் எப்படிச் சகித்துக்கொண்டிருப்பது? என்னை இவள் புறக்கணிக்கத் தலைப்படுகிறாளா?

மாமியார் குத்திக்கூறிய பிறகு, உரையாடல்களை, மனம் திறந்த பேச்சுக்களைப் பெருமளவுக்குச் சுருக்கிக்கொண்டு

விட்டாலும் ஒத்து தீர்ப்பதுபோல, எதையாவது சாக்கிட்டு மாமியார் உபசரிப்பாகப் பேசும்போது, அது மனதில் ஒட்டாமல் யாரையோ சொல்வதைப்போல அவன் உணர்ந்தான்.

நல்ல பசியுடன் கடையிலிருந்தோ, வயலிலிருந்தோ அவன் வீட்டுக்கு வருகையில் பார்வதி வீட்டிலேயே இருந்தாலும் பவானி அடுக்களையில் நிற்பதைக் கண்டால், அவளிடமே சாப்பாடு போடச்சொல்லி அவன் சாப்பிட்டு விடுவதுண்டு. சாப்பிட்டு விட்டான் என்று தெரிந்தால், யார் போட்டுத் தந்தார்கள் என்ற கேள்வியோ, பவானி பரிமாறினாளா என்ற விசாரிப்போ இல்லாமல், கவலையற்று அவள் இருந்துவிடுவதைக் காண அவனுக்கு எரிச்சல் வந்தது.

சில நாட்களில், சாப்பிட வீட்டுக்குப் போகத்தான் வேண்டுமா என்ற கேள்வி கடையில் இருக்கும்போது எழுந்து விட்டால், சரக்கு மாஸ்டர் சாம்பசிவ அய்யரையே பரிமாறச் சொல்லி சாப்பிடுகையிலும், அவர் காட்டுகின்ற பரிவைக்கூட பார்வதி காட்ட மாட்டேன் என்கிறாளே என்று அவன் ஆயாசம் அடைந்தான்.

இவற்றையெல்லாம், கந்தசாமியிடம் கூட மனம் விட்டுப் பேச அவன் தயங்கினான். இந்த மறுக்கத்தையும் குமைச்சலையும் அவன் தாய்கூடக் கண்டுகொண்டதாகத் தெரியவில்லை.

"என்னலே பார்வதி ஒழுங்காகக் குளிக்காளா? ஒண்ணும் தெரிய மாட்டேங்கே? நீயாவது அவகிட்டே கேளு!" என்று பேரன் அல்லது பேத்தியைப் பார்க்கத் துடிக்கும் அம்மாவின் ஆவல், "உன் வேலைக்கு ஏதாவது துப்பு உண்டா?" என்று கேட்கும்போது காணோமே!

மகன் சௌகரியமாகத்தானே இருக்கிறான்! வீட்டுக்கு முடக்கமில்லாமல் மாதாமாதம் பணம் தருகிறானே என்ற மப்பு காரணமாக வேலை அவர்களுக்கு ஒரு பொருட்டாகத் தெரியவில்லையா? மாமனார் சொத்தையெல்லாம் தன் மகன் கட்டி ஆள்கிறான் என்ற தீர்மானத்தில், லட்சுமியின் கல்யாணம் உறுதிப்பட்டால் இரண்டாயிரம், மூவாயிரம் அவனிடம் சொல்லிப் புரட்டி விடலாம் என்று எதிர்பார்க்கிறார்களோ என்னவோ? இப்போது அவர்களின் நம்பிக்கை. தன்னைவிட செல்லப்பனிடம் பரிபூரணமாகத் தேங்கியிருப்பதைச் சிவதாணுவால் கணக்கிட முடிந்தது. மூத்த மகன் எப்படியோ வசதியாக வாழ்கிறானே என்ற திருப்தியே அவர்களுக்குப் போதும் போலிருந்தது.

ஆனால் - 'தாளம் படுமோ, தறிபடுமோ?' என்று அவன் படுகின்ற பாட்டை அவர்கள் எங்கே கண்டார்கள்?

பஸ் தோவாளையைத் தாண்டி, ஆரல்வாய்மொழியை நோக்கி ஓடிக்கொண்டிருந்தது. இருபுறமும் 'பறபற'வென்று காற்று. சாலையில் கவிந்து நின்ற ஆலமரங்கள் மூந்திக் கருக்கலிலேயே இருளைக் கெட்டி தட்டிவிடச் செய்திருந்தன. 'டர்ர்ர்...' என்ற சீரான இரைச்சலுடன் பஸ்ஸின் சக்கரங்கள் முன்னோக்கிப் பாய்ந்து கொண்டிருந்தன.

'உண்மையிலேயே பார்வதி என்னிடம் அக்கறை காட்டவில்லையா? இல்லை சிறுசிறு சம்பவங்களையும் மலையாக எண்ணி நான்தான் மறுகுகிறேனா?' மாமனாரைப் பொறுத்த வரையில், 'இவன் படிந்து விட்டான்', என்னும் தீர்மானத்தில் இருக்கிறார் போலும். அவர் பேச்சும் நடவடிக்கைகளும் அதைத்தான் சொல்லியது.

அவனுடன் நேரடியாக உரசிக்கொள்ளும் சந்தர்ப்பம் அவருக்கு இன்னும் ஏற்படவில்லை. மரியாதைக் குறைவாக அவர் எதையும் வெளிப்படுத்தவில்லை என்றாலும், மனைவியே கண்டும் க ாணாததுமாக நடத்தத் தொடங்கியிருக்கும் இந்த நிலையில் - அவர் தரும் மரியாதை கூடக் கழுதை தேய்ந்து கட்டெறும்பானதைப் போல் - மெலிந்து தேய எத்தனை நாள் பிடிக்கும்?

பவானி ஒருத்திதான் அவனிடம் கள்ளமில்லாமல் பழகுகிறாள். கபடமற்ற நட்பைக் காட்டுகிறாள். அதுகூட - தினமும் மாலையில் கணக்கும் ஆங்கிலமும் சொல்லித் தருவதன் காரணமாகவோ? சேச்சே! இருக்காது! அவளுடன் பேசிக் கொண்டிருக்கும்போது மனதுக்கு இதமாக இருப்பானேன்? அத்தான் என்ற முறையில், அவள் செய்யும் கேலிகள்கூட புண்பட்ட அவன் நெஞ்சை மருந்திட்டு ஆற்றுவதைப் போல் உணர்ந்தான்.

இப்போதெல்லாம், கிடைக்கின்ற ஓய்வுகளில் இலக்கியங்கள்தாம் அவனைத் தம்வயப்படுத்தின. அதுவும் சலிக்கின்றபோது, பவானியின் பேச்சு அவனுக்குப் புத்துணர்ச்சி ஊட்டும். அவளுக்குப் பிடிக்குமே என்று தோட்டத்தில் இருந்து திரும்பும்போது, கைநிறைய புளிய மரத்திலிருந்து உதயன் பழம் பொறுக்கிக்கொண்டு வந்து கொடுக்கும்போது அவள் முகத்தில் ஏற்படும் மலர்ச்சி பல நாட்களுக்கு அவனுக்கு உற்சாகம் தரும்.

ஆயிற்று! இன்னும் நாலோ, ஐந்தோ மாதங்கள். பதினான்கு வயதிலும் சிறுமியாக அலைந்து கொண்டிருப்பவள், எந்த நிமிடமும் குமரியாகி விடுவாள். அதன் பின்? அதன் பின் அவளால் கள்ளமின்றி அவனுடன் பழக முடியுமா? இல்லை அவனும்தான்,

இப்போதுபோலச் செல்லக் கோபத்தில் தோளில் தட்டிவிட முடியுமா? மங்கைப் போர்வை போர்த்துக்கொண்டால் அப்பா உடன் பிறந்த அண்ணன், தம்பிகள் அனைவருமே 'ஆண்கள்' என்ற பிரிவில் ஆட்படும்போது எப்படி அவனுடன் ஒட்டி அவளால் பேசிக்கொண்டிருக்க இயலும்? அதை நினைக்கின்றபோது இப்போதே சிவதாணுவுக்குத் திகைப்பாக இருந்தது.

பார்வதியை எண்ணினால்தான் பற்றிக்கொண்டு வந்தது. மாமனாரோ, மாமியாரோ அசட்டையாக இருப்பதைக்கூட அவனால் பகுத்துப் பார்க்க முடியும். தாங்கிக்கொள்ள முடியும். ஆனால் இவள் அப்படியா? அவனுக்கே தன்னைத் தந்து, அவனில் பாதியாக இருக்க வேண்டியவள், இப்படி நடக்கத் தொடங்கியதை எண்ணும்போது கோபமும் வருத்தமுமே மிஞ்சியது.

பரஸ்பரம் உடல் தேவைகளின் அவசியம் நேரும் போதெல்லாம் தணித்துக் கொள்ளத் தயங்கியதோ தவறியதோ இல்லையென்றாலும், அவளிடம் இருந்து கிடைக்க வேண்டிய சிநேகமும், ஆறுதலும், பரிவும் கிடைக்காமல் அவன் ஏங்கினான்.

அவனிடம் ஒரு வார்த்தைகூடச் சொல்லாமல், பக்கத்து வீட்டுப் பெண்களுடன் சினிமாவுக்கு வேறு நினைத்த போதெல்லாம் போக ஆரம்பித்திருந்தாள். 'எங்கே போயிருந்தாய்?' என்று கேட்டாலும், மிகச் சாதாரணமாக எதுவுமே நிகழாத பாவனையில் கிணற்றடிக்குத்தான் போயிருந்தாள் என்று சொல்வதைப்போல அவள் பதிலைக் கேட்க அவனுக்கு எரிச்சல் பொங்கி எழும்.

ஏழே முக்காலுக்கு பஸ் வள்ளியூரில் நின்றபோது அவன் சிந்தனை கலைந்தது. காப்பி, டீ குடிப்பதற்காக, வெற்றிலை, சிகரெட் வாங்குவதற்காகப் பயணிகள் இறங்கினார்கள். ஒன்றேகால் மணி நேரம் உட்கார்ந்திருந்த அலுப்புக்கு ஒரு மாற்று. இன்னும் ஒன்றரை மணி நேரம் தொடர்ந்து இருக்க வேண்டும் என்பதால் சிவதாணுவும் கீழிறங்கி உலவினான்.

22

வள்ளியூர் தாண்டி, திருநெல்வேலி சாலையிலிருந்து பிரிந்து திருச்செந்தூர் நோக்கி பஸ் ஓட ஆரம்பித்தது. நன்றாக இருட்டிவிட்டது. காட்டுப் பாதை. அவ்வப்போது எதிர் வருகின்ற போக்குவரத்து பஸ்களையும் ஒன்றிரண்டு மாட்டு வண்டிகளையும்,

தனி வழி நடக்கின்ற ஒற்றை மனிதர்களையும் சீறிக் கடந்து பஸ் விரைந்து கொண்டிருந்தது. இரண்டு பக்கமும் புஞ்சைக் காடுகள். உடையும் கருவேலமும் சாலையோரத்தில் வேலி கட்டி நின்றன. பரந்து கிடந்த செம்மண் காட்டில் ஒளிபட்டுப் பரக்கும் போதெல்லாம் ஆங்காங்கே தென்படுகின்ற கமலைக் கிணற்றின் மரச்சட்டங்கள் அறுதலி போலச் சோக வயப்பட்டிருந்தன. கமலைக் கிணறுகளின் பக்கத்தில் சாமையோ, வரகோ, வாழைகளோ, சோளமோ இருண்ட பச்சையாகத் தெரிந்தன.

இந்த வேகத்தில் போனால் எட்டரை மணிக்குத் திருச்செந்தூர் போய்விடலாம். போய் ஏதாவது லாட்ஜில் இடம் பிடிக்க வேண்டும். நல்ல வேளையாக நாளை திங்கட்கிழமை. வெள்ளியாக இருந்தால், சத்திரங்களும லாட்ஜ்களும் பொங்கி வழியும். செந்தில் முருகனின் அருள் வேண்டி பஸ்ஸிலும், இரயிலிலும், கால்நடையாகவும் சாய்கிற கூட்டம். பட்டும், வைரமும், தங்கமுமாகச் சுமந்து வருகின்ற காரிகைகள். அரையில் பட்டு, தோளில் நேரியல், கழுத்தில் தங்கம் கட்டிய உருத்திராட்ச மாலையுடன் முருகன் மீதும் மனைவி மீதும் பக்தி கொண்ட செல்வந்தர்கள். எங்கும் நெரிசலும் ஜனப்புழக்கமும் நிறைந்திருக்கும்.

மற்ற நாட்களில், வழிதப்பிப் போன இரவுப் பறவைகள் போல ஒன்றிரண்டு உல்லாசப் பயணிகளைத்தான் காண முடியும். இல்லையென்றால் நாகர்கோயிலிலிருந்து இத்தனை எளிதில் இடம் கிடைக்குமா? பார்வதியையும் அழைத்து வந்திருக்கலாம். கல்யாணமான புதிதில் தன்னிடம் ஒன்றியப் பட்டு உலவி வந்த அதே பார்வதியானால் சிவதாணுவும் வற்புறுத்திக் கூப்பிட்டிருப்பான். அவளும் வந்திருப்பாள். ஆனால் இவள், அவளிடமிருந்து மெல்லத் திரிந்துகொண்டு வருகிறாளே!

பூதப்பாண்டிக்குக் கல்யாணத்துக்குப் போய் வந்தது சிவதாணுவுக்கு நினைவு வந்தது. அவன் அத்தை பெண்ணுக்குக் கல்யாணம். அவன்தான் முறை மாப்பிள்ளை. முறைப் பெண்ணையே கட்டிக்கொள்ள வேண்டும் என்ற கட்டுத் திட்டங்கள் கழன்று வருவதால், விரும்பினால்தான் இப்போதெல்லாம் நடக்கும். நிர்ப்பந்தம் இல்லை; ஆகவே பிணக்குகளும் இல்லை.

கல்யாண அழைப்புத் தந்ததோடு மட்டுமின்றி, சுசீந்திரத்துக்கு வந்து நேரிலும் அழைத்திருந்தார்கள். அவன் நின்று நடத்த வேண்டிய கல்யாணம். முன்தினம் மாலை அவன் புறப்பட்டான்.

பார்வதியைத் தயாராகச் சொன்னான். அவள் சொன்ன சாக்குப்போக்குகளை நினைக்கையில் இப்போதுகூட அவனுக்குக் கோபம் வந்தது.

"சாயங்காலமே போனா, ராத்திரி படுக்கதுக்கு வசதியிருக்காது... காலம்பற குளிக்க, கொள்ள சங்கடமாக இருக்கும்... காலம்பற போனாப் போராதா?" என்றாள்.

சிவதாணுவுக்குக் கோபம் வந்தது.

"இன்னா பாரு... கொடுக்காத இடையன் சினை ஆட்டைக் காணிச்ச மாதிரி நீ இந்த நொண்டிச் சமாதானமெல்லாம் சொல்லாதே. நான் எப்படியும் இப்பம் போகப் போறேன். நாளைக்கு முகூர்த்த நேரத்துக்குப் போயி நிண்ணா அவ்வோ என்ன நினைப்பா? ஒரு நாள் கொஞ்சம் முன்னேப் பின்னேதான் இருக்கும்... நீ வாறதானா வா."

மனமில்லாத குழந்தை முகத்தைச் சுளித்துச் சிணுங்கிக் கொண்டே இஞ்சிச் சாற்றை குடிப்பதைப்போல, வேண்டா வெறுப்பாக அவள் புறப்பட்டாள். அப்படியும் அங்கே போய்ச் சேர இரவு ஏழுமணி ஆகிவிட்டது. ஏற்கனவே வந்திருந்த உறவினர்கள், அவர்களைச் சூழ்ந்து கொண்டார்கள்.

"நல்லாருக்குடே... கொழுந்திக்குக் கல்யாணம்... நீ என்னாண்ணா பொழுது அடைஞ்ச பிறகு வாறயே..."

அந்தக் கோபத்திலும் ஓர் இன்பம்தான். அதன் பின்புலத்தில் இழையாக ஓடும் உரிமையும் நெருக்கமும் இதமாகவே இருக்கிறது. உறவுக்காரப் பெண்களுக்கெல்லாம் பார்வதி கற்பகத்தின் பூங்கொம்பு - அவளைத் தாங்குகிற தாங்கலைப் பார்த்தால் அவனுக்கே பொறாமையாக இருந்தது. சட்டையைக் கழற்றி அவளிடம் தந்துவிட்டு துண்டொன்றை வாங்கித் தலையில் சுற்றிக்கொண்டு கல்யாண வேலைகளில் பரபரப்பாக ஈடுபட்டான். ஊரழைக்கப் போகும் பெண்கள் கூட்டத்தில் பார்வதியின் தலையும் தெரிந்தது. சாயங்காலம் அவள் பிடித்த முரண்டை மறந்து அவன் அவளைப் பார்த்துச் சிரித்தான்.

மறுநாள், கல்யாணம் முடிந்து பந்திகளும் ஓய்ந்த பின்னர் அவள் அவனைத் தேடி வந்தாள்.

"வாங்கோ... புறப்பட்டுப் போகலாம்..."

''இப்பமே எப்படிப் போறது? ஏழாநீரு கழிஞ்சுதான் போகணும்ங்கா அத்தை... ஏழா நீருக்கு நிக்காட்டாக்கூட, நாலா நீருக்காவது இருக்காண்டாமா?''

''ஆமா... ஏழா நீருக்கும் இருந்து பாத்திர பண்டமெல்லாம் கழுவித் துடைச்சு எண்ணி ஏப்பிச்சுக்கிட்டு வாங்கோ... நானும் பார்க்கத்தான் செய்யேன்... வேலைக்காரன் மாதிரி வேட்டியை மடிச்சுக் கெட்டிக்கிட்டு துவர்த்தையும் தலையிலே சுத்திக்கிட்டு... நல்ல அலங்காரமாத்தான் இருக்கு...''

சிவதாணுவின் முகம் சுண்டிப் போயிற்று. இவள் என்ன சொல்கிறாள்? நாம் யார் வீட்டில் வேலை செய்கிறோம். வசதியாக கல்யாணம் ஆகிவிட்டதென்றால், மகாராஜா மாதிரி சட்டையைக் கழற்றாமல், தோளில் பாம்புச் சட்டையாக நேரியல் தவழ கம்பீரமாக உட்கார்ந்திருக்க வேண்டுமா? நம் வீட்டுக் கல்யாணத்தில் வேலை செய்தால் குறைந்தா போவோம்? அவனுக்குப் புரியவில்லை.

''இப்போ வரப் போறேளா இல்லையா? வரல்லேண்ணா நான் போறேன்...''

''ஆகாங்... தனியா போயிருவியா? போயேன் பார்ப்போம்!''

இவன் மசியாத மாடன் என்று தெரிந்த கோபத்தில் விலாவில் இருக்கும் ஈயை முகத்தால் இடிக்க முயலும் பசு மாட்டைப்போல, தலையைத் தோள்பட்டையில் வெட்டிக்கொண்டு அவள் போய்விட்டாள். நாலா நீர்ச் சடங்குகள் முடிந்து சாப்பிட்டு, இரவு எட்டரை மணிக்குப் பஸ் ஏறும் போது பார்வதி கலகலப்பாக இல்லை. இரண்டொரு முறை வலிய அவன் பேச்சுக் கொடுத்தான். அவள் விறைப்பாகவே பதில் சொல்லிக்கொண்டு வந்தாள்.

''இவ்வளவு தூரம் வந்தாச்சு... வீட்டுக்கு வந்திட்டு நாளைக்குப் போங்கோ...'' என்று அம்மா சொன்னபோது அவளால் தட்ட முடியவில்லை.

இறச்சகுளம் விலக்கில் எல்லோரும் இறங்கி வீரநாராயண மங்கலம் நோக்கி நடக்கும்போது, பார்வதிக்கு 'உர்'ரென்ற பாவனை தான். வீட்டை அடையும்போது ஒன்பதரை மணி அடித்துவிட்டது. சிவதாணு கந்தசாமியைத் தேடிக்கொண்டு போனான். பழைய கதைகளெல்லாம் பேசிக்கொண்டிருந்து விட்டுப் பத்தேமுக் காலுக்குத்தான் சிவதாணு வீட்டுக்கு வந்தான். நேற்று இரவு முழுவதும் உறக்கம் விழித்திருந்தும், வேண்டியவர்களை எல்லாம் ஒருசேரக் கண்ட மகிழ்ச்சியில் அலுப்புத் தெரியவில்லை.

"இந்த அர்த்த ராத்திரியிலே எங்கே போய்ச் சுத்தீட்டு வாறே? உறக்கம் வருகுண்ணு அவ தட்டிலே போய்ப் படுத்தாச்சு..." அம்மாவின் கடிந்துரை.

சிவதாணு தட்டில் ஏறினான். அங்கே படுத்துத் தூங்கி நீண்ட நாட்களாயிற்று! மாதமொரு முறையோ இரண்டு மாதத்துக்கு ஒரு முறையோ பார்வதியுடன் அவன் அங்கு வந்தாலும் இரவு தங்குவதற்கான சந்தர்ப்பம் ஏற்படவில்லை, சுசீந்திரம் போனபிறகு - இருபத்தி நான்கு வயதுவரை வாழ்ந்த இந்த வாழ்க்கையை எப்படி மறக்க முடிந்தது? பாம்பு சட்டையை உரிப்பதுபோல, எப்படிப் பழைய நினைவுகளை இவ்வளவு எளிதாகத் தன்னால் உரிக்க முடிந்தது? ஒருவேளை எல்லோரையும் போலப் பெண்டாட்டி வீட்டுப் புதுவாழ்வின் மயக்கம் தன்னையும் பீடித்து விட்டதா என்று அவன் எண்ணினான்.

வினாக்களின் ஊடேயே அவன் பார்வதியை பார்த்தான். பெரிய சமுக்காளம் ஒன்றைக் கோரம்பாய்மீது விரித்து அதன்மீது படுத்திருந்தாள். அவன் பங்குக்கான இடமும் ஒரு தலையணையும் காலியாகக் கிடந்தது. மங்கலாக விடிவிளக்கு எரிந்து கொண்டிருந்தது. இடது கையை மடித்துத் தலைக்காக வைத்து, முகத்தை அவன் திசையில் திருப்பிக் கண்களை மூடி அவள் கிடந்த கோலம்! சிக்குப் பிடித்து விடாதிருக்கத் தலையணைக்கு வெளியே எடுத்து விடப்பட்டிருந்த கருங்கூந்தல், சாரைப்பாம்புபோல் வளைந்து நெளிந்து கிடந்தது. கல்யாண வீட்டில் வைத்த பிச்சிப்பூ கசங்கி, வெள்ளை நிறம்மாறி இதழ்களின் விளிம்பில் காவி நிறம் கட்டி விட்டிருந்தது.

இரவிக்கைக்கு வெளியே விம்மி நின்ற புயங்களின் வெண்மையும் திரட்சியும் அவனைக் கிறக்கின. படுக்கையில் போய் உட்கார்ந்து அவளையே பார்த்தான். என்னதான் மனதினுள் சஞ்சலம் புகை மூட்டமிட்டிருந்தாலும், இரவுகளின் எழுச்சி மட்டும் என்றும் மாறாத புதுமையாகி, அவள் ஆழ்ந்து மூச்சுவிடும்போது உடலில் ஏற்படும் ஏற்ற இறக்கங்கள். தலைக்கேசம் பிரிந்து ஒன்றிரண்டு கற்றைகள் கன்னத்தில் புரண்டு விழுந்திருந்த காட்சி... அயர்ந்து உறங்குகின்ற முகம் காட்டும் தெளிவு - எல்லாம் அவனை மயக்கின.

'எல்லாப் பெண்களையும் போலத்தானே இவளும்? அவ்வப்போது சிணுங்கவும், முரண்டவும், சினக்கவும் செய்யத்தான் செய்வாள்! நாம் மாத்திரம் என்ன ஒழுங்கு? இப்படிச் சில்லரைச் சச்சரவுகள் எல்லாத் தம்பதிகளுக்கும் இருக்குமே! இவள் - இதோ குழந்தைபோலத் துயில் கொள்ளுகிற இவள் என்னவள் அல்லவா? எனக்கே எனக்காக சொந்தமல்லவா? அவள் கோபப்பட்டாலும்கூட என்னையல்லாமல் யாரிடம் கோபப்படுவாள்?

கல்யாணமான புதிதில், சுசீந்திரத்துக்குப் புறப்பட்டபோது, பஸ் செலவுக்குக்கூடத் தன்னிடம் காசில்லாமல் இருந்ததும், பத்து ரூபாயைத் தன்னிடம் தந்துவிட்டு, வடிக்க அரிசி இல்லை என்பதால் நெல் வாங்க நூற்றிப் பத்து ரூபாயை அம்மாவிடம் கொடுத்ததாகச் சொன்னபோது தான் சினந்ததும், கண்களில் நீர்வழிய. 'நான் உங்கள் இன்ப துன்பங்களில் பங்குகொள்ள வந்தவளில்லையா?' என்று அவள் விசும்பியவாறே சொன்னதும்...' அவன் நினைவில் அவை நிழலாடின.

அவள் விடுகின்ற மூச்சு வேகமாக, சூடாக அவன் விலாவில் வந்து மோதியது. ஆரம்பகால இனிய நினைவுகளில் அவன் கிளர்ச்சியுற்றான். தன்னை மறந்து கிணற்றுநீர் போலச் சலனமில்லாமல் உறங்கிக் கொண்டிருந்த அவள் கன்னத்தில் உதட்டைப் பதித்தான்.

சிறகுகளைப் பஞ்சுப் பொதிபோலப் பரப்பிக்கொண்டு, முகத்தைச் சிறகினுள் புதைத்துக்கொண்டு சோம்பித் தவம் செய்யும் அடைக்கோழி மீது ஒருகை தண்ணீர் தெளித்ததைப் போல, ஆழ்ந்த அவள் நித்திரையை அவன் தொடுவுணர்வும் மூச்சுக் காற்றும் கலைத்தன. திடுக்கிட்டு அவள் கண் விழித்தாள்.

ஆசையில் கண்கள் மலர, அவளை அள்ளி விழுங்கி விடுபவன்போல, அவளிடம் கைகளை நீட்டினான். தன்னைத் தீண்ட வந்த கைகளைப் பொசுக்கென விலக்கினாள். அவள் கண்கள் கோபத்தைக் காட்டின. அதைப் பொருட்படுத்தாமல் -

''என்னா? இன்னுங் கோவந் தீரல்லியா?'' என்று மீண்டும் கைகளால் அவளைத் தழுவ எண்ணியபோது, பார்வதியின் கண்களும் முகமும் வெறுப்பை உமிழ்ந்தன.

''போருங் கொஞ்சினது. ஒண்ணும் எங்கிட்டே வராண்டாம்...''

வெடுக்கென்று சொல்லிவிட்டு, அவள் மறுபக்கம் திரும்பிப் படுத்துக் கொண்டாள். சிவதாணு மனம் புண்பட்டான்.

'பகலில் கோபப்பட்டது சரி! ஒருவேளை அவளுக்கே தன்மீது வருத்தம் இருக்கும். ஆனால் இரவில்' - ஆசையோடு நெருங்கும் கணவனை வலுக்கட்டாயமாக வேண்டாம் என்று விலக்கும் அவளை அவன் வருத்தம் கலந்த திகைப்போடு பார்த்தான்.

'இவளிடம் இவ்வளவு அடமும் திமிருமா?' அவனுள் எரிச்சல் பீறிட்டெழுந்தது. சற்று நேரம் அசையாமல் படுக்கையில் படுத்துக் கிடந்தான். அவள் இன்னமும் உறங்கி விடவில்லை.

மூச்சே சொல்கிறது. முகத்தைத் திருப்பாமல் விறைப்புடன் கிடந்தாள் முந்தானையால் முழங்கையைப் பொதித்து மூடிக்கொண்டிருந்தாள். யாரிடம் இருந்து இவள் விலகுகிறாள்? யாரை விலக்கப் பார்க்கிறாள்? சிவதாணுவுக்கு உறக்கம் வரமாட்டேன் என்றிருந்தது. பத்து மணிக்கு உதித்திருந்த நிலா வானில் உயர்ந்து சன்னல் வழியாக ஒளியை உள்ளே எறிந்தது. தென்னை ஓலைக் கீற்றுக்களிடையே பாதரசம் போலப் பட்டுத் தெறித்த ஒளி அவனைக் கிடக்கவிடவில்லை. மனதின், உடலின் வெம்மை எரிந்தது. படுக்கையில் இருந்து எழுந்தான். துண்டை மட்டும் எடுத்துத் தோளில் போட்டுக்கொண்டு மெதுவாகக் கீழே இறங்கினான். சத்தமின்றிக் கதவைத் திறந்து வழி நடையைத் தாண்டினான். படிப்புரையில் முடங்கிக் கிடந்த நாய் சுருக்கென்ற தலையைத் தூக்கி 'உர்'ரிட்டது. அவனைக் கண்டுகொண்ட சாடையில் வாலை ஆட்டியபடி கால்களுக்கிடையில் மீண்டும் தலையைப் புதைத்தது.

தெருவின் புழுதியில் இறங்கி வீட்டின் வடபுறம் இருந்த முடுக்கைக் கடந்து ரோட்டுக்கு வந்தான். ரோட்டில் நின்று ஆற்றுத் தண்ணீரிலும், நொச்சிப் புதரிலும், புன்னை மரங்களிலும், நாணல் புதர்களிலும் வழிந்து சொட்டிய நிலவொளியைக் கண்களால் பருகினான். ஆற்றின் நீரில் சேம்பும், கோரையும் சொடக்குப் புற்களும் வளர்ந்து செழித்து மண்டிக் கிடந்தன. அவ்வப்போது சளக் சளக்கென்று சள்ளை மீன்கள் தண்ணீரின் மேல் தாவிக் குதித்தன. ஒரு ரூபாய் வட்டம் போல் அவை தாவிச் சரியும்போது, உடலில் நிலவொளி பட்டுப் பளபளத்தது.

ஒன்பதரை மணிக்கே ஊரடங்கிவிடும் சிற்றூரில் ரோட்டிலோ, தெருக்களிலோ மனித நடமாட்டமே இல்லை. வீடுமாறிப் படுப்பவர்களின் உலா தொடங்குவதற்கு இன்னும் நேரமிருந்தது. சற்று நேரம் நின்றபடியே கண்களை நீட்டிப் பாய்ச்சினான். ஆற்றங்கரையின் இடைவெளி வழியாகக் கண்ணுக்கெட்டிய தூரம்வரை கதிர்கள் பழுத்துத் தலைசாய்ந்து கிடந்தன. தென்னைக் குருத்தின் வெண்மையும் பழுப்புமாக அவை தரையோடு தரையாகப் படிந்து பரவசமூட்டின.

கந்தசாமி உறங்கியிருப்பான். இனிமேல் எழுப்புவது என்பது சரியல்ல! எழுப்பினால் எழுந்து வருபவன்தான். ஆனால், சிவதாணுவுக்கு இப்போது தனிமை தேவைப்பட்டது. மனித வாசனையே இல்லாத தனிமையில், ஊழி ஊழி காலங்களுக்கு வாய்பொத்திக் கண்மூடி மௌனத்தில் புதையுண்டு போக முடியுமானால்...?

எந்தப் பக்கம் நடக்கலாம் என்று யோசித்தான். பாறையாற்றுப் பக்கமா? வேண்டாம். இந்தப் பதினொன்றரை மணி நடுநிசிக்குப் பிறகு, பாறையாற்று மணலில் தனியாகப் போய்ப் படுத்திருப்பது நல்லதல்ல. கந்தசாமி கூட இருந்தால், காலை இரண்டு மணிவரையிலும்கூட வேண்டுமானாலும் இருக்கலாம்; அவர்கள் இருந்திருக்கிறார்கள். ஆனால் - இந்த நிலவொளியிலும் கூட, ஆற்று மணற்பரப்பின் வெண்மையும், அதன் பகைப் புலன்களாக ஆற்றங்கரையோரத் தென்னந் தோப்புகளும் அதனையொட்டிய புன்னைமரக் கூட்டமும் மரங்கள் அடர்ந்த பிராமணர், வெள்ளாளர் சுடுகாடுகளின் பாறைபோன்று கட்டி தட்டிய இருட்டும் அவனைத் தயங்கச் செய்தன.

எனவே வலது புறம் திரும்பி, தாழக்குடி போகும் தார் ரோட்டில் நடக்கத் தொடங்கினான். தாழக்குடியையும் வீரநாராயண மங்கலத்தையும் இணைக்கும் கற்பாலமும், ஆற்றின் ஓரத்தில் படர்ந்து வளர்ந்திருந்த ஆலமரமும், ஆலமரத்தின் கீழே கூரையில்லாமல் மரத்தையே கூரையாகக் கொண்டு நின்ற சுடலை மாடன், ஈனாப் பேச்சி முழு உருவக் கற்சிலைகளும்... கற்சிலைகளின்மீது ஆலிலைகளின் இரண்டு இடுக்குகளின் இடையே நழுவி விழுந்த சந்திர ஒளி திட்டுத் திட்டாக. கொடுவாள் மீசையும். மஞ்சணை பூசிச் சிவந்த வெட்டரிவாளும், எண்ணைப் பிசுக்கில் பளபளக்கும் கல்லுடலும், இடையில் அரக்குச்சிவப்பில் பட்டுத்துண்டும், பக்கலில் வீரப் பற்களோடும் செப்பு முலைகளோடு பேச்சியுமாக நிற்கின்ற சுடலை மாடனைக் கூர்ந்து பார்த்தால் திடுக்கிடத்தான் வைக்கும்.

கோயிலைத்தாண்டி, பாலத்தைக் கடந்து தாழக்குடி ரோட்டில் நடந்தான். தாழக்குடி புதுக்குளத்திலிருந்து பூதத்தான் கோயிலின் பின்புறமாக ஓடி வரும் கால்வாயில் வெள்ளி நீரின் தகத்தகாயம். வயல்களுக்குத் தேவையில்லாத தண்ணீர், கேட்பாரற்று ஒழுகிக் கொண்டிருந்தது. நிலவு... எங்கும் அதன் ஆட்சி... நிலவுக்கென்று ஒரு தனி மணம்கூட இருக்கிறதா?

தன்னந்தனியனாய், ரோட்டின் நடுவாக நடந்தான். நெல்மணி முற்றிய பயிர்கள், பிரசவத்துக்கு நாளாகிவிட்ட பெண்போல முனகிச் சாய்ந்து கிடந்தன. ரோட்டின் இரண்டு பக்கமும் வயல்கள், வயல்கள், வயல்கள்தாம்.

பாலத்திலிருந்து முதல் பர்லாங்கில், கால்வாய் ஓரம் இரண்டு கடுக்காய் மரங்கள். முண்டும் முடிச்சுமாக, தரையை நோக்கித்

தாழ்ந்து - பள்ளியில் படிக்கும் நாட்களில் அந்தக் கிளைகளில் ஏறி அமர்ந்து, புத்தகப்பையையும் அலுமினியச் சோற்று வாளியையும் கவடியொன்றில் தொங்கப் போட்டுவிட்டு, மேலும் கீழுமாக ஆடிக் குதிரை சவாரி செய்து விளையாடியதும், மரத்திலிருந்து வாய்க்காலின் வரப்பிலும், ரோட்டிலும் கவிட்டான் கம்பு விளையாடியதுமான அந்தப் பருவம்...

அந்த நிம்மதி இன்று இங்கே போயிற்று? அரை வயிற்றுக்குச் சாப்பிட்டாலும் கூட, களி பொங்க ஓடியாடித் திரிந்த அந்தச் சுகம் எங்கே? நன்றாகச் சாப்பிட்டுக் கொண்டு, பணக்கார மாமனாரின் வயல், தோப்பு, கடை இவற்றை அதிகாரம் செய்துகொண்டு அழகான மனைவியுடன் இருபத்திநான்கு வயதில் இருப்பவனின் மனம் குழம்பித் தவிப்பானேன்.

'எங்கும் பிலாக்கணங்கள் எப்பாலும் பேய்க்கணங்கள் தங்குமிடம் அத்தனையும் சரஞ்சரமாய் முட்கதிர்களா'கப் போவானேன்? ஏன் இவளால் என்னைப் புரிந்துகொள்ள முடியவில்லை. என் தவிப்புக்களை, தளர்ச்சிகளை, தயக்கங்களை இவள் உணரக்கூட முயல மாட்டேன் என்கிறாளே! பதிலாக - எதற்கெடுத்தாலும் கோபமும் முகத்தைத் தூக்கி வைத்துக் கொள்வதும், சிணுங்குவதும் சிடுசிடுப்பதுமாக இது என்ன கொடுமை? கணவனுக்கு உணவு பரிமாறித் தருவது கூட இரண்டாம் பட்சமாய்ப் போய், அக்கம் பக்கத்துப் பெண்களுடன் வம்பளப்பதும் கதைப் புத்தகம் படிப்பதும்தானா பிரதானமாகப் போய்விட்டது? ஒப்புக்காவது, சினிமாவுக்குப் போகிறேன்; உறவுக்காரர்கள் வீட்டுக்குப் போகிறேன் என்று ஒரு வார்த்தை சொன்னால் என்ன குறைந்து போகும்? ஒருவேளை நான் அளவுக்கு மீறிப் பொறுமையுடன் இருக்கிறேனா? அதையே எனது பலவீனமாகக் கொண்டுவிட்டாளா? அந்த இடம் பார்த்துக் குண்டு வீசக் கற்றுக்கொண்டு விட்டாளா? ஆசையாக நெருங்கும்போது அதட்டி விரட்டுமளவுக்கு இப்போது என்ன நடந்து விட்டது? யாரிடம் இந்தப் பிடிவாதம்? எத்தனை நாள் இது செல்லும்? கயிற்றை விட்டுக் கொடுத்துக் கொண்டே போவது நம்மை இழுத்துக்கொண்டு ஓடுவதற்கா? இவன் இழுத்த இழுப்புக்கு வராமலா போவான் என்ற தீர்மானமா?

நிலவொளிக்கு அவன் மனச்சூட்டை ஆற்ற முடியவில்லை. நடந்து புதுக்குளம்வரை வந்தான். அதைத் தாண்டினால் தாழக்குடி. அதனுள் இப்போது நுழையக் கூடாது. தெரு நாய்கள் எல்லாம் கூட்டணி அமைத்துக் குரைக்கும்.

புதுக்குளத்தின் நீர்மட்டத்துக்கு மேலே அல்லியும் செவ்வாம்பலும் புளகப்பட்டு முகம் சுருங்கி வானத்துக் காதலனின் பார்வையில் மயங்கியவாறிருந்தன. சிலுசிலுவென்று தென்றல். குளத்தின் வடக்கு மூலையில் நின்ற வாகை மரத்திலிருந்து கூகையொன்று சோகக் குரல் கொடுத்தது. பசியினாலோ, காதலைப் பிரிந்த வெறுமையாலா, இல்லை. உடல் உபாதைகளாலா? அல்லது இயற்கைக் குணத்தாலா? தொடர்ச்சியாகக் கேட்ட அதன் கூவல் அழுகைபோல் ஒலித்தது. எத்தகைய கல் நெஞ்சனையும் உலுக்கிவிடும் துயரச்சாட்டையாக... சிவதாணு திரும்பி நடந்தான். அவன் சிந்தனை திரும்பியாகவில்லை.

இப்போதுகூட ஒன்றும் குடிமுழுகிவிடவில்லை. எங்காவது ஒரு வேலை கிடைக்குமானால் - இந்தச் சூழ்நிலையிலிருந்து பிய்த்துக்கொண்டு போய்விடலாம். தன்னுடன் தனிமையில், தன் சம்பாத்தியத்தில், குடும்பத்தின் பொறுப்பை ஏற்று வாழத் தொடங்கினால், பார்வதியின் இயற்கைக் குணத்தைப் பிடித்திருக்கும் இந்தப் பாசி அகன்று விடாதா? தன்மானக் குத்தல் இல்லாமல் வரும் சம்பளத்தில் தன் குடும்பச் செலவைச் சிறுகச் செய்து, முடிந்த அளவுக்கு வீட்டுக்கும் உதவலாம்.

புங்க மர மூட்டுக் கிளைக்காலின் சிறிய கற்பாலத்தின்மீது உட்கார்ந்தான். எல்லாம் உறங்குகின்றன. மரம் செடி கொடிகள், நெற்பயிர்கள், வரப்பின் புற்கள், கால்வாயின் சேம்பு, பாசிகள், பாசிகளுக்கடியில் நீர்ப்பாம்புகள், தவளைகள், மீன் குஞ்சுகள் எல்லாமே உறங்குகின்றன! ஏன் இந்தச் சாலைகூடத் துயின்று கொண்டுதானே இருக்கிறது?

எல்லாம் உறங்குகின்றன. அவன் மட்டும் - அவன் மட்டுமே அந்த இரவுக்குத் துணையாக ஏக்கத்தோடு விழித்திருக்கிறான். 'என் உணர்ச்சிகள் இப்படி நாளுக்கு நாள் புண்பட்டுப் புரையோடி வருவதை அவள் உணர்ந்திருப்பாளா?... உணர்ந்திருந்தால் இப்படி நடந்து கொள்வாளா?' பெருமூச்சொன்று பிரிந்து சென்றது அவனிடமிருந்து.

அவளை ஓங்கிக் கன்னத்தில் அறைய வேண்டும் என்று அவனுக்குக் கோபம் வந்தது. உடலும் உள்ளமும் துடித்தன. தன் உணர்ச்சிகளைப் புறக்கணிக்கிறாள் என்பதற்காகப் போட்டு மிதித்தால் - ஆண் பெண்ணைவிட உடல் பலம் மிக்கவன் என்ற வசதியைப் பயன்படுத்திக் கையை நீட்டினால், அதுவும் இது போன்ற காரணத்துக்காக... நான் மிருகத்தை விட எப்படி உயர்ந்தவனாவேன்? நாய்க்கும் எனக்கும் என்ன வித்தியாசம்?

அவன் எழுந்து நடந்து ஆலமரத்தடியை அடைந்தான். ஆற்றில் இறங்கிப் புழுதி படிந்த கால்களைத் தேய்த்துக் கழுவினான். வீட்டின் வாசற்படியை அடைந்து சத்தமிடாமல் கதவைத் திறந்து மெல்ல ஏணிப்படியில் ஏறித் தட்டை அடைந்தான். விடிவிளக்கு இன்னும் எரிந்து கொண்டுதான் இருந்தது. உறக்கத்தில் அவள் புரண்டு படுத்திருந்தாள். அந்த ஒயில், கழுத்துச்சரிவு, ஒருக்களித்துக் கிடந்த உடலின் வளைவுகள் 'வா'வென்று அழைப்பதுபோல் சற்றே பிரிந்திருந்த உதடுகள்... இவை எதுவும் அவனை இப்போது வசீகரிக்கவில்லை. அவள் உடல் தன்மீது பட்டுவிடக்கூடாது என்று தனியாகவே படுத்துவிட நினைத்தான். ஆனால், அங்கே வேறு சமுக்காளம் இல்லை. அவளைத் தொட்டு விடாமல் உடலை ஒடுக்கிக்கொண்டு ஓரத்தில் படுத்துக் கண்களை மூடினான்.

காலையில் ஆறு மணிக்கு அவன் கண்விழிக்கும்போது- இன்னும் அவள் ஆழ்ந்த உறக்கத்திலேயே இருந்தாள். துயிலெழுந்த கிராமம் சிலிர்த்துக்கொண்டு எழுப்பிய குரல்கள்... 'கிலுகிலு'வென குருவிகள் கிலுக்கின. பக்கத்து வீட்டில் காலிச் செம்பில் பால் கறக்கும் ஓசை, 'சொர்ரு... சொர்ரு' என்று மெலிதாகக் கேட்டது.

கீழ் வீட்டில் அரையாண்டுத் தேர்வுக்காக தம்பிகள் படித்துக் கொண்டிருக்கும் ஒலி. 'ஐ வான்டர்டு லோன்லி ஆஸ் எ க்ளொட்' என்று வோர்ஸ்வொர்த்தின் டேஃபடில்ஸை உருப்போடும் பதினொன்று படிக்கும் தம்பி தாணுமாலையன். நேரஞ்சென்று கண் விழித்த எதிர்வீட்டு வாசலில் சாணித்தண்ணீரின் சளசளப்பு...

தூக்கத்தில் புரண்ட பார்வதியின் வலது கரம் அவன் மார்பின் குறுக்காக விழுந்தது. அவள் கையில் கிடந்த தங்கக் காப்புகள் அவன் விலாவில் தொட்டுக்கொண்டு கிடந்தன. 'அதற்குள் கோபம் தணிந்து விட்டதா? இரவில் விழித்துப் பார்த்து, பக்கத்தில் நான் இல்லாததைக் கண்டு உண்மையிலேயே பயந்து போனாளா? முன்னிரவின் கோபத்துக்கான காம்ப்ரமைஸா? சிவதாணு முகத்தில் வெறுப்புத் தவழ்ந்தது. அவள் உறக்கம் கலைந்து விடாமல், கையை ஒதுக்கிவிட்டுப் படுக்கையிலிருந்து எழுந்தான். எழுந்து சோம்பல் முறித்தபோது அவள் அவனையே பார்த்துக்கொண்டு கிடந்தாள்.

திடீரென பஸ்ஸின் குலுக்கல். நொடியில் ஏறியிறங்கி மீண்டும் ஓட ஆரம்பித்தது. அவன் சிந்தனை தடைப்பட மணியைப் பார்த்தான். எட்டேகால். இன்னும் பதினைந்து நிமிடங்களில் பஸ் திருச்செந்தூரை அடைந்துவிடும். நீண்ட நேரம் உட்கார்ந்திருந்த

அலுப்பு எல்லோர் முகத்திலும் விரவிக் கிடந்தது. 'பூம்பூம்' என்ற ஹார்ன் ஒலி. நிசப்தத்தைக் கிழித்துக் கூறுபோட்டுக் கொண்டிருந்தது.

இருக்கைக்கடியில் ஏர்-பேக் இருக்கிறதா என்று கால்களால் துழாவினான். இருந்தது.

23

நல்ல வேளையாக பஸ் நிலையத்துக்குப் பக்கத்திலேயே நல்ல லாட்ஜாகக் கிடைத்தது. முண்பணம் கட்டி ரசீதை வாங்கிக்கொண்டு, பையை அறையில் போட்டுவிட்டு, முகத்தைக் கழுவித் துடைத்துப் பின் சாப்பிடப் போனான். சுவையான சாப்பாடாக இருந்தால்கூட, ரசிக்கின்ற நிலையில் அவன் இல்லை. உப்புக் கைத்துக் கிடக்கும் கிணற்றுத் தண்ணீரும், பூசணிக்காய் கூட்டும், தடியன்காய் சாம்பாரும் சாப்பிடவே பிடிக்கவில்லை. படுப்பதற்கு இன்னும் நேரமிருந்தது. கோயிலுக்குப் போகலாம். ஆனால், உடல் அலுப்பாக இருந்தது. நாளை பார்த்துக் கொள்ளலாம் என்று அறையில் படுத்தான்.

வெள்ளை விரிப்பின்கீழே, திட்டுத்திட்டாக, வட்ட வட்டமாகத் கறைகள் நிறைந்த மெத்தை. அதில் படுப்பதற்கு உடல் கூசியது. காலையில் எழுந்து பேட்டிக்குத் தயாராக வேண்டும். விளைவைப் பற்றிய கவலை வேறு. விளக்கை அணைத்துக் கண்களை மூடினான். நகரம் இன்னம் அடங்கியாகவில்லை. கார், பஸ்களின் இரைச்சல் காதை அடைத்தது. தூக்கம் வரும் வழியைக் காணோம். விட்ட தொடர்ச்சியை சிந்தனை எட்டிப் பிடித்தது.

அன்று, அப்படி வீரநாராயணமங்கலத்திலிருந்து, சுசீந்திரம் போய்விட்டாலும், அவளுடன் அவன் பேசவேயில்லை. அவன் புண்பட்டிருக்கிறான் என்பதை பார்வதி உணர்ந்திருக்க வேண்டும். பணிவிடைகள் சுறுசுறுப்பாக நடந்தன. அவன் வேட்டி சட்டைகளைத் துவைத்துப் போட்டாள். அவன் சாப்பிடத் தயாரானபோது அடுக்களையில் காத்து நின்றாள். பரிந்து பரிந்து பரிமாறினாள்.

இதெல்லாம் சிவதாணுவின் உள்ளத்தைத் தொட்டதா? அவள் வலிய வலியக் கேட்ட கேள்விகளுக்கும் உண்டு, இல்லை என்று மட்டுமே பதில் சொன்னான். அதிக நேரங்கள் கடையிலேயே கழித்தான். பவானிக்கு பாடம் சொல்லிக் கொடுக்கும் வேலையில்லையென்றால் கடை அடைக்கும் வரை அங்கேயே

இருந்துவிட்டிருப்பான். ஆனால், ஏழு மணிக்கு அவள் காத்திருப்பாள். ஆறே முக்காலுக்கு வீடு வந்தானானால் பாடம் முடிய எட்டு எட்டரையாகும். சாப்பிட்ட பிறகு வெளியே கிளம்புவான். திரும்பி வரும்போது நேரம் அநேகமாகப் பதினொன்று அடித்துவிடும்.

சுசீந்திரம் - கன்னியாகுமரி ரோட்டில் இரண்டு மைல் நடந்துவிட்டுத் திரும்புவான். மாமனார் ஊரில் இல்லாத நேரத்தில்தான் இரவு அவனுக்குக் கடையில் வேலை இருக்கும். எனவே, இந்த நடக்கும் பழக்கம் தொடர்ந்து வந்தது. திரும்பி வீட்டுக்கு வந்தான் என்றால், பெரும்பாலும் பார்வதி உறங்கியிருப்பாள். இல்லாவிட்டால்கூட சமுக்காளம் ஒன்றை விரித்துத் தரையில் போட்டு அவன் சாய்ந்து விடுவான். உடனேயே உறக்கம் வந்துவிடவா செய்கிறது? இல்லாத நினைவுகள். விடிவிளக்கின் மங்கலான ஒளியில் அவள் புரண்டு புரண்டு படுப்பது தெரியத்தான் செய்கிறது. கண்ணை மூடிவிட்டால்கூட நீண்ட பெருமூச்சுகள், கைவளையல்களின் கண்ணாடிக் கிணுகிணுப்பு, இவை செவியில் மோதுகின்றன.

சமாதானத்துக்கு அவள் தயாராகவே இருந்தாள். ஆனால், அவமதிக்கப்பட்ட ஆண்மையின் வீம்பு. சில போதுகளில் எளிதில் புறக்கணித்து விடுவதற்கு நாம் என்ன கிள்ளுக்கீரையா என்று வீஞ்சினான்.

ஆரம்பத்தில் அவள் காட்டிய பரிவுக்கும், பணிவிடைக்கும் அவன் மசிந்து போகாததால், அவன் முகத்து இறுக்கம் அவளையும் தொற்றிக் கொண்டது. அவள் முகவாட்டம் வெளிப்படையாகவே அவன் மனதில் பதிந்தது.

அதற்கு இரண்டு தினங்கள் முன்பு. ஆங்கிலப் பாடல் ஒன்றைப் பவானிக்கு விளக்கிச் சொல்லி முடித்த பிறகு, அவள் புத்தகங்களைக் கட்டிப் புறப்பட ஆரம்பித்தாள். பார்வதி அடுக்களையில் ஏதோ வேலையாக இருந்தாள். புறப்பட்டவள் அவன் முகத்தை ஏறிட்டுப் பார்த்துத் தயங்கினாள். என்ன வேண்டும் என்பது போல், அவன் அவளைப் பார்த்தான். அந்தச் சிறுமியின் கண்களில் ஏதோ ஒரு குழப்பம். திடீரென்று அவனிடம் கேட்டாள்.

"நீங்க அக்காகூடச் சண்டையா?"

இதை சிவதாணு எதிர்பார்க்கவில்லை.

"இல்லையே! ஏன்?"

''இல்லையில்லை... நீங்க எங்கிட்டே பொய்யொண்ணும் சொல்லாண்டாம். எனக்குத் தெரியும்!''

''ஏன் உங்க அக்கா பார்வதி சொன்னாளா?'' அவன் சிரித்து மழுப்ப முயன்றான்.

''அவ எங்கிட்ட ஏன் சொல்லுகா? ரெண்டு மூணு நாளா என்னமோ பறிகொடுத்த மாதிரிதாலா இருக்கா? இண்ணைக்குச் சாயங்காலம் நான் பள்ளிக்கூடம் விட்டு வந்தம்லா... எனக்குப் போன மாசப் பரீச்சையிலே கணக்கிலே ஐயஸ்ட்... அதான் அவகிட்டே சொல்லலாம்ணு இங்கே ஓடி வந்தா, அவ கமந்து விழுந்து படுத்துக்கிட்டு அழுதுக்கிட்டிருக்கா... ஏன் அழுகேண்ணு கேட்டேன். 'ஒரு மண்ணும் இல்லே... உன் சோலியைப் பார்த்துக்கிட்டுப் போட்டீ'ண்ணு நாயை அவுத்து விட்டுட்டா... அதாக் கேட்டேன். நீங்க அவளை அடிச்சேளா?''

அந்தக் கேள்வி அவனுக்குச் சிரிப்பை உண்டாக்கிவிட்டது. அந்தப் பதினான்கு வயதுச் சிறுமியின் பரிவும் பாசமும் அவனை நெகிழச் செய்தன. புரிந்தும் புரியாமலும் இதமாக அவள் கேட்ட கேள்வி - அவன் புண்களை எண்ணெயில் முக்கிய கோழி இறகாகத் தொட்டுத் தடவியது. அந்தத் தடவலையும் மீறி, ஒரு வலியின் சுளிப்பு. ஒரு வேளை கடுமையாக நடந்து கொண்டது தான்தானோ என்று சிவதாணு எண்ணினான்.

பவானி இன்னும் அவன் முகத்தையே பார்த்துக்கொண்டு நின்றிருந்தாள். அவளை என்ன சொல்லிச் சமாதானப்படுத்துவது? அவனுக்குத் தெரியவில்லை. இவளிடம் இருக்கின்ற இந்த நெகிழ்த்தும் அன்புக்கு - இவளை அப்படியே வாரி எடுத்து உச்சி முகர வேண்டும் என்ற வெறி எழுகிறது. ஆனால்... வயது?

அவனிடமிருந்து பதில் கிடைக்காத ஏமாற்றத்தில் கவலையுடனேயே பவானி வெளியே போனாள். அன்றும் மறுநாளும் அவள் முகத்தை ஏறிட்டுப் பார்க்கக் கூடத் துணிவில்லை அவனுக்கு. நாமும் பார்வதியிடம் கொஞ்சம் விட்டுக்கொடுத்து நடந்து கொள்ளலாமோ என்று நினைத்தான்.

''அவள்தான் என்ன செய்வாள்? பத்தொன்பது வயதுக்குள் என்ன அனுபவத்தை அடைந்து அவள் பண்பட்டுவிட முடியும்? கல்யாணத்துக்கு முன்னும் பின்னும் பெற்றோர் செல்லத்திலேயே வளர்கின்றவளல்லவா? என்னுடன் தனி வாழ்வு நடத்தினாலாவது

நெளிவு சுளிவுகள் தெரிய வாய்ப்பு உண்டு. அதுவும் இல்லாமல் என்னுடைய ஏக்கங்களுக்காக அவளைப் பலிகொள்வது சரியா? நான் ஒரு சினிக்காக மாறிக் கொண்டு வருகிறேனா?"

அன்று இரவும் அவன் வெளியே போய்விட்டு பதினொரு மணிக்குத்தான் வந்தான். வெளியில் நன்றாகக் குளிரத் தொடங்கி விட்டது. கோயில் நடையிலும், படிப்புரைகளிலும், கடைத் திண்ணைகளிலும் படுப்பவர்கள்கூட, காலிக் கோணிச்சாக்கு களுக்குள் குளிருக்கு இதமாகத் தங்களை நுழைத்துக்கொண்டு தூங்க ஆரம்பித்து விட்டார்கள்.

மார்கழித் திருநாள் 'கொடியேற்றத்துக்கு' இன்னும் பத்து நாட்களே இருந்தன. கல்யாணத்துக்குப் பிறகு வருகிற முதல் தேரோட்டம். அவற்றை, திருவிழாக்களின் உற்சாகத்தினை, எதிர்கொண்டழைக்கும் எதிர்பார்ப்புகள் ஏனோ அவனிடம் இல்லை! வீட்டில் நுழைந்து அறைக்குள் புகுந்தான். வழக்கம்போல பார்வதி தூங்கிவிட்டிருந்தாள். தூங்குகின்ற நிலையிலும் அவள் முகத்தில் அப்பியிருந்த சோகம் அவனைத் துன்புறுத்தியது. எரிந்துகொண்டிருந்த விளக்கை அணைத்துவிட்டு விடிவிளக்கைப் போட்டான். இப்போது விழித்துப் பார்த்து இணக்கமாகச் சிரிக்க மாட்டாளா என்று மனதுள் ஒரு தவிப்பு. மேஜை மேல் பால் இன்னும் சூடாக இருந்தது. குடித்துவிட்டுச் சமுக்காளத்தைத் தரையில் விரித்தான். படுத்துக் கால்களை நீட்டினான்.

இன்னமும், பவானி மெதுவாக ஆனால் அழுத்தமாகக் கேட்ட கேள்வி எழுப்பிய சலன அலைகள் அவன் அகக் குளத்தில் எழும்பிக் கொண்டிருந்தன. அதை எண்ணிக்கொண்டே தூங்கிப் போனான். எவ்வளவு நேரம் சென்றிருக்குமோ தெரியாது! உறக்கத்தில் திடுக்கிட்டுக் கண்விழித்தபோது -

தரையில், அவன் பக்கத்தில் படுத்து, அவன் தோள்களைத் தழுவிக்கொண்டு, சப்தமில்லாமல் விசும்பிக் கொண்டிருந்தாள் பார்வதி. அவள் கன்னங்களில் வழிந்த கண்ணீர் அவன் மார்மீது படிந்து நனைந்தது. பார்வதியின் உடலில் இலேசான குலுக்கல். சத்தமில்லாத. ஆனால் கனமான அழுகை.

சிவதாணு பதைத்துப் போனான். ஆதரவாக குலுங்குகின்ற மனைவியின் தோள்களில், அவன் தட்டிக் கொடுத்தான். ஒரு கையால் முதுகை அணைத்துத் தேற்றினான். உணர்ச்சியால் அவனுக்கும் தொண்டையில் கரகரப்பு.

"சரி விடு.. இப்ப என்னத்துக்கு அழுகே?"

அவன் ஆறுதல் அவளைத் தெவங்கி அழச் செய்தது. மார்பில் புதையுண்டு கிடந்த அவள் முகத்தை நிமிர்த்திக் கன்னங்களில் பளபளத்த கண்ணீரைத் துடைத்தான்.

''சரி போதும்... அழாதே!''

அதற்கு மேல் அவளை ஆற்றுவதற்குச் சிவதாணுவுக்குச் சொற்கள் கிடைக்கவில்லை. அழுகை நின்றுவிட்டாலும், இலேசான பதற்றம். ஆறுதலுக்கடையாளமான ஆழமான மூச்சுக்கள். ஈரம் படிந்திருந்த அவள் கன்னங்களில் அவன் முத்தமிட்டபோது, உப்புச்சுவைகூட இனிப்பாக இருந்தது.

அந்த ஊடலும் அதன்பின் கூடலும் நிகழ்த்திய மாற்றம் காரணமாக, தேரோட்டம் முடிவதுவரை, அவன் மனது வெண்பஞ்சாகப் பறந்தது. அவனை வற்புறுத்தி, திருவிழாப் பார்க்க லட்சுமியையும், தம்பிகளையும் வரவழைத்துவிட்டாள். அவன் மனம் நிறைந்து கிடந்தது.

திருவிழா முடிவது வரை, இரவு பகலாகக் கடையில் வியாபாரம் இருந்தாலும், மாமனார் அவனை அதிகமாகச் சிரமப்படுத்தவில்லை. அதற்காக வேலை செய்யாமல் விலகி இருப்பதும் அவனுக்குப் பிடிக்கவில்லை. தெரிந்தவர்களும், உறவினர்களும் திருவிழா பார்க்க, கச்சேரி கேட்க, தெப்பம் காண என்று படையெடுத்து வரும்போது கல்லாவில் உட்கார்ந்து காப்பிக் கடையை நிர்வாகம் செய்வதும் கடினமாக இருந்தது. எனவே பகல்பொழுது முழுவதும் முறைவைத்துக்கொண்டு கடையில் இருந்தான். தேரோட்டத்தன்றும், திருவிழா இரவுகளிலும் மக்கள் பொங்கிப் பெருகுவதால், சொக்கலிங்கம் பிள்ளையின் நேரடிப் பார்வை இல்லாமலும் முடியாதே!

திருவிழாக் கடையிலிருந்து, அவனுக்காக மௌத் ஆர்கன் ஒன்றை வாங்கிவந்து தந்தாள் பவானி. அவள் அதை அவனிடம் நீட்டியபோது, சிவதாணுவுக்குச் சிரிப்பு வந்தது. 'என்ன பெண் இது? எனக்கும் பதினான்கு வயதே ஆகிறது என்று நினைத்துக்கொண்டதா?' இருந்தாலும் கூட அவனுக்கு மகிழ்ச்சியாகத்தான் இருந்தது.

திருவிழாச் சந்தடிகள் ஓய்ந்து எல்லோரும் போய்விட்டார்கள். வீடு வெறிச்சென்றிருந்தது. கடைக்குப் புறப்பட்ட சிவதாணு, தபால் பெட்டியில் போட வேண்டிய விண்ணப்பம் அடங்கிய கவர் ஒன்றினை வீட்டிலேயே வைத்துவிட்டதை நினைத்துப்

பாதியிலேயே திரும்பினான். கவரை எடுக்க அவன் அறையினுள் நுழைந்தபோது, அடுக்களையிலிருந்து எழுந்த குரல் அவனைத் தாமதப்படுத்தியது.

மாமியார்தான். யாரிடமோ சொல்லிக்கொண்டிருந்தாள்.

''நல்ல கூட்டந்தான்... வேற யாரு? நமக்குண்ணு சம்மந்தம் வாச்சிருக்கே.. அவ்வோதான். சவங்க ஆட்டுப் பத்தம் கெணக்க வந்து அஞ்சாறு நாளா திண்ணு அழிச்சிட்டு... ஒண்ணொண்ணும் என்ன தீவனம் திங்கும்மா! காஞ்சமாடு கம்புலே விழுந்த மாதிரி... அப்பப்பா... போரும்...''

சிவதாணு பொறி கலங்கி நின்றான். தொய்ந்து போய் கட்டிலில் உட்கார்ந்தான். இப்போதே, இந்த நிமிடமே இங்கிருந்து வெளியேறிவிட வேண்டும் என்ற துடிப்பு.

பார்வதி இதைக் கேட்டுக்கொண்டுதான் இருக்கிறாளா? இல்லை கொல்லையில் நிற்கிறாளா? கேட்டுக்கொண்டிருந்தால் தன் கணவன் வீட்டாரை இழிவாகப் பேசும் இந்தப் பேச்சை எப்படிப் பொறுத்துக்கொள்கிறாள்? இல்லை அவளும் அப்படியே நினைக்கிறாளா? அவ்வாறானால், லட்சுமியையும், தம்பிகளையும் இழுத்துக்கொண்டு திருவிழாவும் தேரோட்டமுமாகக் கலகலப்பாக அலைந்தது பொய்யா? வெறும் வேஷமா? இல்லை! இருக்காது! அவள் அங்கே இருக்க மாட்டாள்!

ஆனால், இனியும் இங்கே இருப்பது உணர்ச்சியுள்ள மனிதன் செய்கின்ற செயலா? ஒரு புழுவைக்கூடத் துரும்பால் தீண்டினால் உடலை வளைத்து நெளித்து எதிர்க்கிறதே! பெருச்சாளிகூட வேறு வழி தெரியாத போது அடிக்குப் பயந்து 'உர்'ரென்று எதிர்த்து நிற்கின்றதே! தன்னால் எப்படி இதையெல்லாம் கேட்டுக்கொண்டு கட்டை மண்ணாக இருக்க முடிகிறது?

வளமும் வசதியும் யாருக்கு வேண்டும்? தூவென்று இந்தத் தொண்டு நிலையை உதறித் தூக்கி எறிந்துவிட்டால் என்ன? எதற்காக யாருக்காக அஞ்சுகிறேன் நான்? இவள் என் பின்னால் வந்தால் வரட்டும், இல்லையென்றால் அம்மா அப்பாவைக் கட்டிக்கொண்டு அழட்டும்! என்ன பெரிய பணம்? என்னால் இவளுக்குச் சோறு போடுகிற அளவுக்குச் சம்பாதிக்க முடியாதா? கையும் காலும் வலுவிழந்தா போய்விட்டன?

ஆனால் -

ஆனால்...

மாதா மாதம் எப்படி வீட்டுக்கு ரூபாய் கொடுப்பது? அது நின்றுவிட்டால் செல்லப்பன் படிப்பது எப்படி? அடுத்த தம்பி தாணுமாலயனை அடுத்த வருடம் கல்லூரியில் சேர்ப்பது எவ்விதம்? லட்சுமியின் கல்யாணத்தை நடத்தி முடிப்பது எவ்வாறு?

அடுக்கடுக்கான கேள்வி அலைகள் -

சிவதாணு தளர்ந்து தொய்ந்து படுக்கையில் விழுந்தான். கட்டுப்பட்டுக் கிடக்கிற மரநாய், கையாலாகாத கோபத்தைக் காட்டுவது எப்படி என்று தெரியாமல் விழிப்பதைப்போல, அவன் வழியும் பிடிபடாமல், இந்தச் சுழலிலிருந்து வெளியேற வேண்டுமே என்ற தவிப்பிலிருந்து விடுபடவும் முடியாமல் துடித்தான்.

அது நடந்த இருபதாவது நாளில், இந்தப் பேட்டிக்கு அழைப்பு வந்தபோது அவன் மனம் துள்ளியது. இந்த வேலை கிடைத்தால் - தன் உடலைச் சுற்றிப் பிடித்து மூச்சு முட்ட இறுக்கி எலும்பை நெரிக்கின்ற இந்தப் பணக்காரப் பாம்புகளை அறுத்து எறிந்துவிடலாமே!

கிடைக்கும்! கிடைக்கத்தான் செய்யும்! இத்தனை நாள் ஏங்கிக் கிடந்ததற்குப் பலன் கிடைக்காமல் போகாது. இந்த வேலை மட்டும் கிடைத்தால் - இன்பமான கற்பனைகள் சுரந்தன அவனுக்கு. கற்பனை சுகத்திலேயே உறங்கிப் போனான்.

24

காலையில் எழுந்து குளித்து, பேட்டிக்குத் தேவையான சான்றிதழ்களை எல்லாம் எடுத்து, உடையணிந்து, திருச்செந்தூர் - திருநெல்வேலி பஸ்ஸில் ஏறி உட்கார்ந்து, ஆறாவது மைலில் இருந்த ஆறுமுகநேரியைத் தாண்டி, சாரங்கா கெமிகல்ஸ் இருந்த சாகுபுரத்தின் பஸ் நிறுத்தத்தில் இறங்கினான் சிவதாணு.

நெடுஞ்சாலையிலிருந்து இரண்டு பர்லாங் உள்வாங்கி தொழிற்சாலையும் அலுவலகங்களும் இருந்தன. காலையே என்றாலும் திருநெல்வேலி மாவட்ட வெயில் கடுமைதான். சாரங்கா கெமிகல்ஸின் இரட்டை போன்று பக்கத்திலிருந்த இண்டியன் பிளாஸ்டிக்ஸ் அண்டு கெமிக்கல்ஸின் புகைபோக்கி ஒன்றிலிருந்து மூன்றடி உயரத்துக்கு செம்மஞ்சள் நிறத்தில் எரிந்த தீச்சுவாலை வாயுக் கழிவுகளை நேரடியாக காற்றில் கலக்காமல், எரித்துக் கரியமில வாயுவாக்கிக் கொண்டிருந்தார்கள்.

அதிகாலையிலேயே ஷிப்ட் ஆரம்பமாகி விட்டிருந்ததால், சாலையில் கூட்டம் இல்லை. பத்துமணி ஆபீசுக்கு வருபவர்கள் சைக்கிளில் விரைந்தவாறிருந்தனர். தனக்கும் இங்கே வேலை கிடைத்தால், ஆறுமுகநேரியிலிருந்து ஒரு வீடு வாடகைக்கு எடுத்து, ஒரு சைக்கிளும் வைத்துக்கொள்ள வேண்டும் என்று நினைத்தான் சிவதாணு. ஊர் அவ்வளவு பட்டிக்காடும் இல்லை. வளர்ந்த நகரமும் இல்லை. இரயில்வே நிலையம், சினிமா தியேட்டர், பக்கத்திலேயே காயல்பட்டணத்தில் டெலிஃபோன் எக்சேஞ்ச், வீரபாண்டிய பட்டணத்தில் கல்லூரி எல்லாம் வந்து அந்தச் சுற்றுப்புறத்தின் கிராமிய கன்னிமையைக் கழித்து விட்டிருந்தாலும், அடியோடு இயந்திர மயமாகிவிடவில்லை.

ஒன்பரை மணிக்கு, பேட்டிக்காக அந்த நிறுவனத்தின் அலுவலகத்தை அடைந்தபோது, வரவேற்பறையில் இருபது பேருக்குமேல் திரண்டிருந்தார்கள். தன்னுடன் படித்தவர்களோ, தெரிந்தவர்களோ யாராவது இருக்கிறார்களா என்று சிவதாணு கவனமாகப் பார்த்தான். யாரையும் காணோம்!

எல்லோரும் ஒரே வேலைக்காகத்தான் குழுமியிருந்தனர். எத்தனை இடம் காலி என்று பக்கத்தில் இருந்தவனிடம் கேட்டான். ஒரேயொரு இடம்தானாம். பத்தேகால் மணிக்கு அதிகாரியொருவர் வந்து சான்றிதழ்களை வாங்கிப் பரிசீலித்துவிட்டு ஒவ்வொருவராகப் பக்கத்திலிருந்த அறையினுள் அனுப்பினார். சிவதாணுவின் முறை வந்தபோது மணி பதினொன்றே முக்கால். ஒன்றிரண்டு நேர்முகப் பேட்டிகளுக்குச் சென்றிருந்தாலும், நெஞ்சில் ஒவ்வொரு தடவையும் புதியதொரு படபடப்பு.

பேட்டி நடக்கும் அறையினுள் நுழைந்தான். அறையின் அமைப்பையும், உட்கார்ந்திருந்த அதிகாரிகளையும் கவனித்தான். வட்டத்தின் வலயமாக நான்கு பேர். அவர்கள் இருந்த நாற்காலிகளைத் தொட்டுக்கொண்டு மாநாடு நடப்பது போன்ற வளைந்த நீளமான மேசை. குதிரை லாட அமைப்பிலிருந்த அந்த அதிகாரிகளின் மேசைக்கு முன்னால் சற்றுத் தள்ளி ஒற்றை நாற்காலி ஒரே பார்வையில் அவர்களை அளவெடுத்துக் கொண்டாலும், என்ன நடக்கப் போகிறதோ என்ற திகில் அவனுக்கு. உட்காரச் சொன்னார்கள். உட்கார்ந்தான். நெஞ்சுமீது தண்டவாளத்தின் மீதோடுகின்ற இரயிலாக எண்ணங்களின் தடக் தடக். ஒரு பரபரப்பு.

"மிஸ்டர், சிவதாணு...ம் நீங்க எந்த ஊரு?"

நடுநாயகமாக இருந்தவர் பேட்டியைத் தொடங்கினார்.

சிவதாணுவின் காதில் நெஞ்சின் பறையடி.

"நாஞ்சி நாடு சார்... வீரநாராயணமங்கலம்..."

"நாஞ்சி நாடா? ரொம்பச் செழிப்பான இடமாச்சே! பின்னே எதுக்கு நீங்களெல்லாம் வேலைக்கு வரணும்?"

சிவதாணு வறட்சியாகச் சிரித்தான்.

"ரொம்பச் செழிப்பான இடம்தான். நிறைய நெல்லு விளையுது.. ஆனால் அதைவிட அதிகமா வறுமையும் விளையுதே!"

சொல்லி முடிப்பதற்குள் அவனுக்கு கழுத்தடியில் வியர்த்தது.

"அது போகட்டும்... இருவத்தினாலு வயசு முடியப் போகுதே... மூணுவருசமா வேலையே கிடைக்கல்லியா?"

இந்தக் கேள்வி சிவதாணுவைச் சற்றுச் சலனப்படுத்தியது. இதுவரை போட்ட விண்ணப்பங்கள், எழுதிய தேர்வுகள். பங்கு கொண்ட பேட்டிகள் எல்லாம் திரைப்படம் போல ஒருகணம் கண்முன் ஓடியது. அவன் பரிதவிப்பைப் புரிந்துகொண்டவர் போல, வலக்கோடியில் இருந்தவர் கேட்டார்.

"பாசாயிருக்கீங்க... சரி... மூணுவருசமா யாருமே உங்களுக்கு வேலை தரல்லேண்ணா, உங்ககிட்ட திறமை போதாதுண்ணு அவுங்க நினைச்சதுனாலதானே! இல்லேண்ணா கிடைச்சிருக்காதா?"

இந்தக் குற்றச்சாட்டு சிவதாணுவுக்கு எரிச்சலூட்டியது. இவர்களுக்குச் சரியாகப் பதில் சொல்ல வேண்டும் என்று நினைத்தான்.

"பணமும் இல்லாமல், ஆள்கட்டும் இல்லாமல் இருந்தால் மூணு என்ன முப்பது வருசமானாலும் சரி தோத்துத்தான் போகணும்..."

அவனுக்கு முகமெங்கும் வியர்த்தது. கைக் குட்டையால் துடைத்துக் கொண்டான். பேட்டி காண்பவர்களிடம் இப்போது அச்சமோ, மிரட்சியோ இல்லை அவனுக்கு.

"அப்போ உங்களுக்குத் திறமை இருக்கு, வாய்ப்பு கிடைக்கலேண்ணு சொல்லுகேளா..."

"வாய்ப்பு கிடைத்தால் என் திறமையை நிரூபிக்க முடியும் என்ற நம்பிக்கை எனக்கிருக்கிறது."

''அது போகட்டும்... தொழில் துறையில் ஸ்டாடிஸ்டிக்ஸ் எப்படி, எங்கெல்லாம் உபயோகப்படுதுண்ணு சொல்ல முடியுமா?''

இந்தக் கேள்வி சிவதாணுவை உற்சாகமூட்டியது. மூன்று நிமிடங்கள் புள்ளி இயலின் பயன்களை விளக்கித் தெளிவாகச் சொன்னான்.

நன்றி சொல்லிவிட்டுச் சிவதாணு வெளியே வந்தான். பேட்டி முடிந்தவர்களும், பேட்டிக்காகக் காத்திருந்தவர்களும் அவனைச் சூழந்து கொண்டார்கள். ஒவ்வொரு முறையிலும் இது வழக்கம்தானே! ஆனால் இன்று அவனைச் சில கண்கள் பொறாமையோடு பார்த்தன. அவன் சற்று நேரம் அதிகமாக உள்ளே இருந்தது காரணமோ?

நிறுவனத்தை விட்டு அவன் வெளியே வருகையில் பன்னிரண்டரை மணி வெயில் பொரித்துக் கொண்டிருந்தது. பெப்ரவரி மாதமே இப்படியென்றால், ஏப்ரலில் கேட்க வேண்டாம். பேட்டி முடியும்போது அவர்கள் முகத்தில் இருந்த பொலிவைப் பார்த்தால் நமக்கு எப்படியும் வேலை தருவார்கள் என்றுதான் தெரிகிறது. ஒரு வேளை ஒவ்வொருவருக்கும் இப்படித்தான் தோன்றுமோ? பார்க்கலாம்! தருவதாக இருந்தால் இன்னும் ஒரு மாதத்தில் தெரியுமே! தந்தால் பெரியதொரு பிரச்சனை தீர்ந்துவிடும்! மனம் புதிய நிம்மதியில் துள்ளுகிறது.

சாப்பிட்டுவிட்டு அறையில் வந்து படுத்தவன் நான்கு மணிக்கே எழுந்தான். சூரியன் மேற்கே விழுந்துகொண்டிருந்தாலும் வெயிலின் உக்கிரம் தாளவில்லை; குளித்துவிட்டுக் கோயில் நோக்கிப் புறப்பட்டான். பழைய சிவன் கோயிலிலிருந்து முருகன் கோயில்வரை நீண்ட ஆயிரங்கால் மண்டபம். வெயிலுக்கு இதமாக இருந்தது. ஒவ்வொரு தூணிலும் அந்தத் தூண் யாருடைய உபயம் என்ற விளம்பர எழுத்துக்கள்.

குமரேசன் செட்டியார், கோட்டாறு; சங்கரலிங்கம் பணிக்கர், பாபநாசம்; ஆறுமுக நாடார், ஈத்தாமொழி; சுப்பையாபிள்ளை, தேரூர்; மாயாண்டித்தேவர், குரும்பூர்; கோபாலகிருஷ்ணக் கோனார், கொக்கரகுளம்; பத்மநாபன் நாயர், களியக்காவிளை; வைத்தியநாத அய்யர், கும்பகோணம்; மார்க்கபந்து முதலியார், வேலூர் இப்படியாகத் தமிழ்நாட்டுச் சாதிகளின் அட்டவணைகளை அத்தூண்கள் விளம்பரப்படுத்திக் கொண்டு நின்றன. முருக

பக்தர்கள் இங்கும் அதைவிடத் தயாராக இல்லை. மேல் கீழாகப் பெயர்களை வரிசைப்படுத்தாமல் விட்டதே பெரிய காரியம்தான்.

கோயிலை நெருங்கினான் சிவதாணு. தளையிடப்பட்டிருந்த யானைகள் இரண்டும் அசைந்து கொண்டே அமைதியில்லாமல் நின்றன. இன்னும் மாலை கவியவில்லை. எனவே, கோயிலிலும் அதிகமாகக் கூட்டமில்லை. மெல்ல நடந்து முகப்புக்கு வந்தான். பெரிய பெரிய அறிவிப்புப் பலகைகள். ஐந்து ரூபாய்க்கு அர்ச்சனை, ஐம்பது ரூபாய்க்கு அஷ்டோத்திரம், நூறு ரூபாய்க்கு சகஸ்ரநாமம், ஐநூறுக்கு முழுச் சந்தனக்காப்பு, ஆயிரத்துக்குத் திருக்கல்யாணம், ஆண்டவன் சந்நிதானத்தில் கூட எல்லாம் ரூபா, பைசாவில் ஆகிவிட்ட கோலம்! வேண்டுதல்கூட இந்த ரீதியில்தானே!

என் பெண்ணுக்குக் கல்யாணமாகட்டும், வெள்ளிக்கடயம் போடுகிறேன். என் பிள்ளைக்கு வேலை கிடைக்கட்டும், பஞ்சாமிர்தம் படைக்கிறேன். என் புருஷனுக்குப் பதவி உயரட்டும், பட்டெடுத்துச் சாத்துகிறேன் என்று பக்தர்கள் பேசுகின்ற பேரத்தையெல்லாம் செவிமடுக்கும் வியாபாரியாகிவிட்டானா கடவுள்? அம்மாகூட வேண்டிக் கொண்டிருப்பாள். மகனுக்கு வேலை கிடைக்கட்டும் அதைச் செய்கிறேன். இதைச் செய்கிறேன் என்று. ஆங்கில அறிஞன் ஒருவன் சொன்னது சிவதாணுவுக்கு நினைவில் வந்தது. இப்போதெல்லாம் கிரிஸ்டியானிடி இல்லை; சர்ச்சியானிடிதான் இருக்கிறது என்று. சரியாகவே சொல்லியிருக்கிறான்.

இங்கும்தான் என்ன வாழ்கிறது? இங்கே சிலைகள் இருக்கின்றன: பட்டும் பொன்னும் வைர மணிகளும் இருக்கின்றன. ஆள், அம்பு, சேனைகள் உள்ளன. பூசாரியும் சடங்குகளும், யானையும் வாகனங்களும் இருக்கின்றன. நெய்யப்பமும், அரவணையும், புட்டமுதும், சுண்டலும் இருக்கின்றன. ஆனால் -

பார்வதியும் இதுபோன்ற நேர்ச்சைகள் செய்திருப்பாளோ? அவள் ஏன் செய்யப் போகிறாள்? அவளுக்குப் பசி வயிற்றில் இல்லையே? இந்த நினைவுகள் நெஞ்சில் இழையோட இழையோட கோயிலைச் சுற்றிப் பார்த்துக்கொண்டே கருவறைமுன் வந்தான். பல்வேறு நினைவுகளில் மனம் மறுகிக்கொண்டிருந்தது. வழிபாட்டில் உள்ளம் ஒன்றவில்லை அவனுக்கு.

கடற்கரைக்கு வந்தான். கன்னியாகுமரி கடற்கரையைப் போலல்ல இது. அங்கே அமைதியற்ற மனத்தின் கொந்தளிப்பு. படீர் படீர் என்று பாறைமீது அலைக்கரங்களை அடித்து,

தன்னைவிட்டுப் பிரிந்த கணவனின் மார்மீது விழுந்து புலம்புறும் பெண்ணே போன்று, கதறும் கடல் அங்கு. பாறைகளும், பாசிகளும், கயம் போன்ற ஆழச்சரிவுகளும்...

ஆனால், இங்கே பிள்ளை அழித்த வேசையின் மனம் போல, சலனமும் குமைச்சலும் இல்லாத கடல் சத்தமின்றிப் புரண்ட அலைகள். கடலுக்குள் நூறடி நடந்து போனாலும் அரையளவு ஆழமே! மருந்துக்குக்கூடப் பாறைகளைக் காணோம்! மெல்லென்று வீசிய கடற்காற்று சிவதாணுவைத் தொட்டுத் துடைத்தது.

பார்வதியையும் அழைத்து வந்திருக்கலாமோ என்று எண்ணினான். சாயங்காலப் பூஜையின் கணீர், கணீர் என்ற மணியோசையும், தவில நாதசுர மங்கல முழக்கமும் காதை நிறைத்தன. கடற்கரையை நீங்க அவனுக்கு மனமில்லை. மனமில்லை என்பதால் நீங்காமல் நின்றுவிட முடியுமா? மணி வேறு ஆறரை தாண்டியாயிற்று. அவன் திரும்பி லாட்ஜை நோக்கி நடந்தான்.

அறையிலிருந்து கிளம்பும்போதே அவனுள் ஓர் எண்ணம். இன்றே வீட்டுக்குப் போய் என்ன செய்யப் போகிறோம்? திருநெல்வேலி வழியாகப் போனால் என்ன? கொஞ்சம் சுற்று. பஸ்ஸுக்கு ஒர ரூபாய் சில்லரை அதிகம் ஆகும். அவ்வளவுதானே!

சிவதாணு நாகர்கோயிலைத் தாண்டி வெளியே வருவது இதுவே முதல் முறை. திருநெல்வேலியோ, திருவனந்த புரமோகூடப் போனதில்லை. திருநெல்வேலியில் புதிதாகக் கட்டப்பட்ட மேம்பாலத்தை எல்லோரும் விசேஷமாகச் சொல்கிறார்கள். தாமிரபரணி ஆற்றையும் பார்க்கலாம். நாளை சாயங்காலம் வீடுபோய்ச் சேர்ந்தால் போதாதா என்று நினைத்தான். திருநெல்வேலியில் அவன் மாமா ஒருத்தர் இருந்தார். இன்றுவரை அவர் வீட்டுக்குப் போகும் வாய்ப்பு ஏற்பட்டதில்லை. அவரையும் பார்த்ததுபோல் இருக்கும்! அப்படி அது என்ன பெரிய ஊர் என்பதையும் பார்த்துவிடலாமே என்ற திட்டம் அவனுக்கு. வெளியே வந்தான். அப்போதுதான் திருச்செந்தூரிலிருந்து திருநெல்வேலிக்குப் பாசஞ்சர் ட்ரெயின் இருப்பது அவனுக்கு ஞாபகம் வந்தது. ஏழேகாலுக்கு வண்டி.

சிவதாணு இதுவரை ரயிலையே பார்த்ததில்லை. அரசின் சவலைக் குழந்தைபோலக் குமரி மாவட்டம் வயிறு பெருத்துக் குண்டி சூம்பிக் கிடக்கும்போது, ரயிலாவது மண்ணாவது? சுற்றுலா புறப்பட்டுப் போயிருந்தாலாவது பார்த்திருக்கலாம்! பார்வதி

பார்த்துவிட்டாள். பவானிகூடப் பார்த்திருக்கிறாள்! ஆனால் அவன் - வெட்கமாகத்தான் இருந்தது. வெட்கப்பட்டு என்ன செய்ய?

ரயிலில் ஏறி அமர்ந்ததும், நாட்டை விட்டு நகராத வறுமையைப் போல, புறப்படும் நேரம் தாண்டியும் எதைப் பற்றியும்கவலைப்படாமல் நின்றது வண்டி. எல்லோருடைய வசவுகளையும் வாங்கிக் கட்டிக் கொண்டு, சினை எருமையைப் போல அசைந்து, அசைந்து புறப்பட்டது. அதிகக் கூட்டமில்லை. சன்னலோரமாக உட்கார்ந்திருந்த சிவதாணுவுக்குச் சிறுபிள்ளைத் தனமான குதூகலம். பணத்தைக் கண்டு ஆளாய்ப் பறந்து பேயோட்டம் ஓடுகின்ற மனிதர்களைப் போல மரங்களும் மட்டைகளும் பின்னோக்கி ஓடின. வீடுவீடாக நின்று 'ஐயாவுக்கு நல்லகாலம் பொறக்குதா?' என்ற கேள்விக்கு 'ஆமாம், ஆமாம்' என்று தலையாட்டிவிட்டு நெல்லையோ பிற தானியங்களையோ பெற்றுக்கொண்டு நகரும் சங்கரன் காளையைப்போல, ஒவ்வொரு ஸ்டேஷனிலும் நின்று சுகதுக்கங்களை விசாரித்துக்கொண்டு கிளம்பியது வண்டி. இருள் அரக்கனை வேல் கொண்டு எறியும் வீரனைப்போல் இரயிலின் முன்விளக்கு குவியலாகப் பாய்ந்தது. நீ என்னை என்ன செய்துவிட முடியும் என்று இருள் ஒளியை விழுங்கி ஏப்பமிட்டது. மரண அடிபட்டதைப் போல, 'கூ' வென்ற ஓசையுடன் ஆறுமுகநேரியைத் தாண்டியது வண்டி.

பகலில் செம்மஞ்சளில் இண்டியன் பிளாஸ்டிக்ஸ் அண்டு கெமிகல்ஸின் தீச்சுவாலை, இப்போது செக்கச் சிவந்து நெருப்பு வேலாக இருளைச் சுட்டெரித்துக்கொண்டிருந்தது. அந்தத் தீயில் கருகிப் போய்விடாமலிருக்க வானத்துச் சந்திரன் ஓர் எம்பு எம்பி அதைத் தாண்ட முயன்றான்.

இங்கே வேலைக்கு வந்துவிட்டால் சில்லறைத் தொந்தரவு களும், சிக்கல்களும் இல்லாமல் சீராக வாழ்க்கை நடத்தலாம். அதிக ஆசைகளும் தேவைகளும் இல்லாவிட்டால், எளிமையான வாழ்வின் ஒவ்வொரு இம்மியையும், துண்டு துணுக்கையும் மென்று, அசைபோட்டு அனுபவித்துக் கழிக்கலாம்.

ஒரு முன்னூறு ரூபாயாவது தொடக்கத்தில் தரமாட்டார்களா? தருவார்கள். நூற்றைம்பது ரூபாய்க்குள் குடும்பம் நடத்த முடியாதா? இரண்டே பேர்கள்தானே! நூற்றிருபதை தந்தை வீட்டுக்கு அனுப்பலாம். மிச்சத்தைச் சேமிக்கலாம். அவசரத்துக்கு ஆகும். அப்பா கட்டி வருகிற மூவாயிர ரூபாய்ச் சீட்டு, ஆறு

மாதமாகிறது. லட்சுமிக்கு ஒர தரம் வாய்த்தால் சீட்டைப் பிடித்து கல்யாணத்தை நடத்திவிடலாம். ஒரு தம்பியை வேண்டுமானால் இங்கே கொண்டுவந்து வைத்துக் கொள்ளலாம். துணைக்குத் துணையாக, கடை கண்ணிக்குப் போய் வர பார்வதிக்கு உதவியாக - பேச்சுத் துணைக்கும் அவளுக்கு யாராவது வேண்டுமே - பயலை இங்கேயே பள்ளிக்கூடத்தில் சேர்த்தால் போயிற்று. வீட்டில் ஒரு வயிறு குறையுமே!

மாமனார் நினைத்தால் சாப்பாட்டுக்கு நெல்லோ, அரிசியோ தரலாம். சொத்தில் பாதி பார்வதிக்குத்தானே! சாப்பாட்டுக்கு அரிசி வருமானால் ஒன்றையும் யோசிக்க வேண்டாம். ஆனால், வருமா? வந்தால் வரட்டும்; வரவில்லையென்றால் போகட்டும். வலியப் போய்க் கேட்கப் போவதில்லை. இதெல்லாம் கேட்டுச் செய்யக் கூடியதா?

திடீரென்று சிவதாணுவின் நினைவு ஒரு தாவுத்தாவி சுசீந்திரத்துக்குப் போனது. 'நான் மோதிரத்தை விற்றதைப் பார்வதி வீட்டில் சொல்லி இருப்பாளா? சொன்னால் இழவுதான்! ஒரு பாட்டம் பாடுவார்கள். அதையெல்லாம் கேட்கும்போது அவன் காதுகள் செவிடாகப் போகப் பண்ணிவிடுவான். அதையே ஒரு யோகமாகப் பயின்றால்? மனமும் மரத்துப் போனதால், இப்படிப் பாய்கின்ற ஈட்டிகள் அதைத் துளைக்க முடிவதில்லை. சொத்தென்று மோதிக் கீழே விழுந்து விடுகின்றன. அவள் சொல்லியிருந்தால்தான் என்ன? குடியா முழுகிப் போகும்' என்று அவன் நினைத்தான்.

'ஆனால் சொல்ல மாட்டாள்! சொன்னால் அவளுக்கும்தானே குறைச்சல்.' அவளுக்கென்ன இதில் குறைச்சல்? அப்படி நினைக்கிறவளா?

'எப்படியும் இந்த வேலை கிடைத்துவிட்டால்...' கிடைக்குமா?

25

சிவதாணுவுக்கு ஆச்சரியமாக இருந்தது!

சுசீந்திரத்தில் இறங்கி நடந்தபோது இரவு மணி ஒன்பதரையைத் தாண்டிவிட்டது. வீட்டை நெருங்கும்போதே அவன் புதிய பரபரப்பொன்றை உணர்ந்தான். வாசற்படியில் ஏறியதும் இது உறுதியாயிற்று. மங்களாவில் விருந்தினர்கள் ஒன்றிரண்டு பேர் உட்கார்ந்திருந்தனர். கூர்ந்து பார்த்தான். அவர்கள்

பார்வதியின் நெருங்கிய உறவினர்கள். அவர்களுடன் பேசிக் கொண்டிருந்தார் சொக்கலிங்கம் பிள்ளை. இரண்டு மூன்று உறவுக்காரப் பெண்களுடன் நீலாப் பிள்ளையும் பார்வதியும் அமர்ந்து சுவையான பேச்சில் மூழ்கியிருந்தனர். விரித்திருந்த சமுக் காளத்தில் குழந்தைகள் தாறுமாறாகப் புரண்டுகொண்டிருந்தன.

அவனுக்கு ஒன்றும் புரியவில்லை!

என்ன விசேடம்? எல்லோரும் கூடியிருப்பதைப் பார்த்தால் ஏதோ இருக்கிறது போலிருக்கிறதே! அவன் கண்களும் செவிகளும் நாசியும் கூர்மையாயின. அவனைக் கண்டதும் 'சதக்'கென்று வெட்டுப்பட்ட பேச்சு. எல்லோரும் அவனையே பார்த்தனர். மருமகனைக் கண்டதால் மரியாதை காரணமாக மனமின்றி நீலாப்பிள்ளை எழுந்து உள்ளே போனாள். கூலிக்கு மாரடிப்பதைப் போல், பார்வதி எழுந்து நின்றாள். சொக்கலிங்கம் பிள்ளை ''வாருங்கோ...'' என்று முனகினார். அது அவருக்கே கேட்டதோ என்னவோ? மனமில்லாவிட்டாலும் சமுதாயம் நிர்ப்பந்திக்கிற போலி மரியாதைகள். அதை அவனும் விட்டுவிட முடியாமல், உறவினர்கள் எல்லோரையும் பார்த்துப் புன்னகைத்துக்கொண்டு அறைக்குள் போனான்.

மங்களாவில் விட்ட இடத்தில் பேச்சுத் தொடர்ந்தது. சொக்கலிங்கம் பிள்ளையின் மோனோலாக் -

''பொறவு ராமசாமி வந்து பழிவெலங்கு போட்டான். சனியனுக்குப் பொறந்த பய விடமாட்டாண்ணு தெரிஞ்சாப்பிலே சரி போய்த்தான் தொலைவோம்ணு அவன் கூடப் போனேன். அங்கு போன பொறவுதாலா தெரியிது சங்கதி? பூலிங்கம் பணிக்கரு பொட்டித் தெறிக்கான்... 'வா வா... உன்னை வரச் சொன்னா துணைக்கு ஆளும் கூட்டீட்டு வந்திருக்கியா'ண்ணு பல்லைக் கடிக்கான். பய அப்பமே கொஞ்ச அட்டாதுட்டி. இப்ப நாலு காசும் சேர்ந்தாச்சு... கேக்கணுமா?

''இருந்தாலும் தன் மகளுக்குக் காதல் கடுதாசி எழுதினா எப்படி விடுவாம்ங்கேன்... கால் தரையிலே பாவாம குதிக்கான். நான் சொன்னேன், 'பூலிங்கம் கொஞ்சம் சமானப்படு... வெளிக்குத் தெரிஞ்சா நமக்குத்தான் கொறச்சலு. சின்னப் பய, தெரியாமச் செய்து போட்டான். நான் தட்டிக் கேக்கேன் அவனை'ண்ணு... 'அது எப்பிடி ஓய் செய்வான்? சின்னப் பயலா அவன்? நீருவேற சப்போட்டுக்கு வாறேரே! கலியாணம் செய்தா நாலு வயசுலே ஒரு பிள்ளை இருக்குமே! காலேஜிலே படிக்கது காதல் கடுதாசி

எழுதுகதுக்கா? நியாயம் பேசுகேரே, நியாயம்! உம்ம பொண்ணுக்கு எழுதியிருந்தா விடுவேரா?' ஒரு வகுதருவு இல்லாம நாக்கைப் புடுங்கிற மாதிரி கேக்கான். மகன் செய்த சீருக்கு ராமசாமி கைகட்டித் தலையைத் தொங்கப் போட்டுக்கிட்டு நிக்கான். அந்த நாறப்பய என்னண்ணா பயலுக்கு மாறுகால் மாறுகை வாங்கிப் போட்டாத்தான் மனசு ஆறும்ங்கான்... மொத நாளைக்கு நாலஞ்சு பேரா வளைச்சதுக்குப் பய எத்துக்குடுக்கல்லே... இல்லேண்ணா அன்னைக்கே நெளிசலை எடுத்திருப்பானுக... அளுதுகிட்டு வந்து அப்பன் கிட்டே உள்ளதைச் சொல்லியிருக்கான்...

''ஒருவழியா பூலிங்கத்தைச் சமாதானப்படுத்தி, கையைக் காலைப் புடிச்சு கப்புசிப்புண்ணு விஷயத்தை அமுக்கிப் போட்டேன்... இல்லேண்ணா நாறிப் போயிராதா? அதுக்குப் பொறவுதாலா பய தைரியமா வெளியிலே வந்து லாந்துகான். பயக்க காலேஜிலே படிச்சாப் போருமா? அடி ஒண்ணுக்குத் தாங்க மாட்டானுக... வீம்புக்கும் வெளைச்சலுக்கும் குறைச்சலில்லே...''

தான் சமாதானத்துக்குப் போய், வெற்றிக்கொடி நாட்டிய வீரப்பிரதாபங்களைச் சொக்கலிங்கம் பிள்ளை வாரி வீசிக்கொண்டிருந்தார். 'ஆகவே நண்பர்களே பொய் பேசாதிருப் பீர்களாக' என்ற பொதுமைப் படுத்தும் மனப் பாங்குதான் சிவதாணுவுக்குப் புரியவில்லை. 'காலேஜிலே படிச்சாப் போருமா?' என்ற வீச்சு... எல்லோருக்கும் சேர்த்து - தன்னையும் உள்ளடக்கிய இந்த ஜெனரலைசேஷன்.

பிரயாணக் கோலத்தைத் களைந்துகொண்டே, 'என்ன விசேஷம் இங்கே?' என்று பார்வதியைப் பார்த்தான். சட்டையைக் கழற்றிக் கட்டிலில் எறிந்துவிட்டு நாற்காலியில் சாய்ந்தான்.

''என்ன சங்கதி? விருந்தாளியெல்லாம் வந்திருக்கா!'' பார்வதி முகத்தில் ஒரு நொடிப்பு.

''நேத்தே உங்களுக்கு இன்டர்வியூ முடிஞ்சாச்சுல்லா? உடனே வரப்பிடாதா? எங்கேயெல்லாமோ சுத்திட்டு ஆற அமர வாறேளே? 'உன் மாப்பிள்ளையை எங்கே, மாப்பிள்ளையை எங்கே'ண்ணு வந்த சனங்க எல்லாம் என்னைப் பிச்சுப் புடுங்கீட்டுது!''

''அதான் என்ன விசயம்ணு கேக்கேன்?''

''என்ன விசயமா? உங்க கொழுந்தி குத்த வச்சிருக்கா... அதான் விசேசம். வீட்டிலே நாலு ஆளுவாற நாள்ளே உங்களுக்கு வெளியிலே வேலை வந்திருக்கு...''

''ஆகாங்... அப்படிச் சொல்லு. அதாலா பார்த்தேன்! எப்பம்? இன்னைக்கா, நேத்தா,''

''நேத்துத்தான்... சாயங்காலம் நாலு மணிக்கு... சொந்தக்காரரோ எல்லாருக்கும் சொல்லி அனுப்பி, எல்லாரும் வந்து சேர்ந்து தலைக்குத் தண்ணி விடச்சிலே ஒம்பது மணியாச்சு! பதினொரு மணிக்கே நீங்க போன காரியம் ஆகியிருக்குமே! வந்திருவியோ, வந்திருவியோண்ணு எவ்வளவு நாளியலு பார்த்தோம்? நீங்க என்னண்ணா எங்கேயோ போயி அலைஞ்சுகிட்டு சாவகாசமா வாறியோ?''

''நான் சொப்பனமா கண்டேன்? அப்படியே திருநெல்வேலிக்கு போயி மாமாவையும் பார்த்துக்கிட்டு வாறேன். இப்படிண்ணு தெரிஞ்சா போகவா செய்வேன்?''

''ஆமாமா... மாமாவையும் மச்சினனையும் பார்க்கதுக்கு நல்ல நாளு பார்த்தியோ. இங்க எல்லாரும் என்னைப் போட்டுப் தொளைச்சு எடுத்திட்டா... கலியாணம் கழிஞ்சு ஒரு வருசம் ஆன பொறகு வேலைக்கு இன்டர்வியூக்குப் போயிருக்காள்ணு சொல்ல எனக்கும் கொறைச்சலா இருக்கு! வீட்டுக்கு மூத்த மருமகன்... நல்லநாளும் கிழமையுமா வீட்டிலே இல்லேண்ணா கேக்க மாட்டாளா பின்னே?''

''ஓகோ அதும் அப்படியா? ஆமா... அம்மா, அப்பா எல்லாரும் வந்தாளா?''

''.........''

''ஏன் வரல்லியா...''

''எப்பிடி வருவா? இண்ணைக்குத்தாலா எழுத்து போட்டிருக்கு!''

''ஏன் ஒரு ஆளு அனுப்பப்பிடாதா? வீட்டுக்கு மூத்த மருமகன் இல்லையேண்ணு மாஞ்சு போறே... சம்மந்தக் காரர்களுக்குச் சொல்லி அனுப்பாண்டாமா?''

''யாரு அவ்வளவு தூரம் போறது! வழி கிட்டயா கெடக்கு?''

''ஓகோ... திருவட்டார்லே இருக்க உங்க பெரியப்பா மகனுக்கு மாத்திரம் சொல்லி அனுப்பியிருக்கியோ... அது இதை விடக் கிட்டயாங்கும்?''

''அப்பாகிட்டே நான் சொல்லத்தான் செய்தேன். இப்ப போய்ச் சொன்னா ஒரு குலைப்பழமாவது வாங்கணும். வெத்திலை, பாக்கு பஞ்சாரைண்ணு வேறே இருக்கு... ரூவா இருவது வேணும். சொன்னா அவ்வோ வராமலும் இருக்க முடியாது. திக்குண்ணு நிண்ணாப்பிலே பணத்துக்கு எங்கே போவா? எல்லாம் எழுத்துப் போட்டாப் போரும்ணுட்டா...''

''ஓகோ! அவ்வளவு தூரத்துக்கு நாங்க போக்கத்துப் போயிட்டமாங்கும். தாரித்திரிய வாசிய தானே... எழுத்துப் போட்டாப் போரும்ணு நெனைச்சிட்டீங்க போலிருக்கு...''

''.................''

''நான் இனி அவ்வோ முகத்திலே எப்பிடி முழிக்கது? ஆனாலும் இப்படி வஞ்சம் வச்சுக் செய்வியோண்ணு நான் நினைக்கல்லே... எல்லாம் சதை உள்ள இடத்திலேதானே கத்தி ஆடும்!''

''உதவிக்கு நீங்களும் இல்லே! யாரு போவா அவ்வளவு தூரம்? அதான் லெட்டர் போட்டிருக்கே!

''போரும் போரும். வேணும்ணா சக்கை வேரிலேயும் காய்க்கும். நீயொண்ணும் எனக்குச் சமானம் சொல்லாண்டாம். எனக்குத் தெரிஞ்சதுதாலா... அந்தச் சனியனுகளுக்கும் அப்பத்தான் இனிமேலாவது புத்தி வரும்... என்னைக் குறை சொல்ல மாட்டாள்ளா!''

இரண்டு நாட்களாகச் சரியாகத் தூக்கம் இல்லாததால் அன்று சிவதாணு கண்விழிப்பதற்கு ஏழுமணி ஆயிற்று. பவானியின் 'சடங்கு' ஏற்பாடுகளைக் கவனிப்பதற்காக அங்குமிங்கும் சரியான அலைச்சல். கிட்டத்தட்ட ஒரு கல்யாணத்துக்கு ஆகிற எடுப்பும் செலவும். இதிலெல்லாம் அவனுக்கு அதிகமான விருப்பம் இல்லை. ஆனால் அவன் விருப்பையும் வெறுப்பையும் அங்கே யார் கவனிக்கிறார்கள்?

பணக்காரர்களுக்கு செலவு செய்வதற்கு இதுபோன்ற ஒரு சந்தர்ப்பம் இல்லையென்றால் பாசியும் தூசியும் பிடித்துக் கிடக்கும் பணம் வெளியே வந்து உலகை காண வேறு என்ன மார்க்கம்? நாளை மறுநாள் புதன்கிழமை. அன்று காலையில் சடங்குக்கு நேரம் குறித்து ஏற்பாடுகள் நடந்துகொண்டிருந்தன. பார்வதிக்குச் சேலை இடுப்பில் இருக்கிறதா என்று கூடக் கவனிக்க நேரமில்லை. காரியங்களைக் கவனிக்க, வந்தவர்களை உபசரிக்க, வேலைக் காரர்களை ஏவிவிட என்று பெரிய மனுஷித் தோரணை.

அம்மனுக்குச் சாத்துவதைப் போல எல்லா நகைகளையும் அணிந்து, பட்டுப் புடவையும், அதன்மேல் சாவிக் கொத்துமாக அதிகாரம் தூள் பறக்கிறது. சிவதாணு காப்பி குடித்தானா, சாப்பிட்டானா என்றுகூடக் கவனிப்பதற்கு அவளுக்கு நேரமில்லை.

சாமான்கள் வீடு முழுதும் நிறைந்து கிடந்தன. கல்யாணத்தைப்போல மாப்பிள்ளை வீட்டாரைத் திருப்தி செய்ய வேண்டுமே என்ற திகில் இல்லாவிட்டாலும், அடியந்திரப் பரபரப்புகளுக்குக் குறைவில்லை.

''ஏ கோலப்பொடி மாவு! ஏ கோலப் பொடி மாவு'' என்று தெருவில் கோலப்பொடி விற்கின்ற பெண்ணின் குரல். மறுநாள் சடங்குக்காகத் தோசைக்கு மாவரைக்கிறார்களோ? 'கடபுடா, கடபுடா' என்று கல்லுரல்கள் ரெண்டும் சப்தித்தன. எதிர்வீட்டு வேப்ப மரத்திலிருந்து காகங்களின் கூட்டுக் கரைச்சல். ''பந்தீராறு எளுவத்தி ரெண்டு, பந்தீரேழு எம்பத்தி நாலு, பந்தீரெட்டு தொண்ணத்தாறு...'' என்று அடுத்த வீட்டுப் பையன் பன்னிரண்டாம் வாய்ப்பாட்டைக் கூறு போட்டுக் கொண்டிருந்தான். காலையில் யார் வீட்டிலோ கிச்சடி தாளிக்கும் மணம் காற்றில் மிதந்து வந்தது.

உறங்கி விழித்த சிவதாணு, இந்தக் காலைச் சலனங்களைக் கவனித்துக் கொண்டு கட்டிலில் கிடந்தான். எழுந்துவிட்டால் நிறைய வேலையிருக்கிறது. இன்றும் நாளையும் உறவினர்கள் வெள்ளம் பாயும். அம்மா அப்பா தம்பிகள் நாளை வரலாம். கடிதம் கிடைத்து, பவானி சமைந்த நான்காம் நாள்தான் அவர்கள் வந்தார்கள். உடனேயே ஆளனுப்பாததில் அவர்களுக்குக் கொஞ்சம் வருத்தம். மாமியார் என்னவோ சமாதானம் சொல்லிக் கொண்டிருந்தாள். ஒப்புக்காவது சொல்ல வேண்டாமா? அம்மா அவனைத் தீர்க்கமாகப் பார்த்தாள். அந்தப் பார்வையின் பொருள் புரிந்ததால் தலையைக் குனிந்துகொண்டான். நாளை அவர்களது வருகைகூட முழுமனதுடன் இருக்காது! 'வரவேண்டுமே! இல்லாவிட்டால் பலர் பலதும் சொல்வார்களே!' என்ற துணுக்குறல் காரணமாகவே இருக்கும்.

இதையெல்லாம் முன்னாலேயே சிந்தித்திருக்க வேண்டும். உரலுக்குள் தலையை விட்டாயிற்று. இனி உலக்கை விழுந்து தானேயாகும். இந்த விருந்து உபசாரங்கள்... பொய்யான குசலப் பிரசனங்கள்... போலிப் புன்னகைப்புகள்... இவற்றையெல்லாம் காணும்போது வெறுப்பாக இருந்தது. ஆனால், வெறுப்பை

உமிழ்ந்து விட முடியுமா? அவன் அவற்றை அருவருப்புடன் விழுங்கக் கற்றுக்கொண்டான். இலேசில் வெளியேயும் வராமல், உள்ளேயும் போகாமல் சில போதுகளில் நஞ்சுண்ட கண்டனைப் போலத் தொண்டைக் குழியிலேயே அது தங்கிப் போயிற்று.

பல் தேய்த்துக் குளிப்பதற்காக கொல்லைப் பக்கம் போனான். கிணற்றடிக்குப் போகும் இடைவழியின் வலது பக்கம் இருந்த அறையில்தான் இந்தப் பத்து நாட்களும் பவானி அடைந்து கிடந்தாள். அதைத் தாண்டும்போது திறந்திருந்த கதவு வழியாக உள்ளே உற்றுப் பார்த்தான். நிழல் தட்டிய உணர்வில் நிமிர்ந்தவள், அவன் நிற்பதைப் பார்த்துப் பளீரெனச் சிரித்தாள். அவளுக்கே வெட்கமாகிப் போயிருக்க வேண்டும். நாணத்துடன் தலையைக் குனிந்துகொண்டாள். அவள் பக்கத்தில் நாலைந்து வாராந்திரிகள். இந்த நாட்களுக்காகவே ஏற்பட்டவை. மற்றொரு மூலையில் சாப்பாட்டுக்காகத் தனியாக ஒரு தட்டு, டம்ளர், தலையணையும் சமுக்காளமும் மூலையில் சுருண்டு கிடந்தன. சிவதாணுவுக்குப் பாவமாக இருந்தது. கன்றுக்குட்டி போலத் துள்ளித் திரிந்து கேலியும் கிண்டலும் பேசிய சிறுமி... இன்று முகத்தில் திகைப்பும், நாணமும் கோலமிட அறைக்குள் அடைந்து கிடந்தாள். காட்டில் வாழ்ந்த காலத்தில், மரவுரியைத் தழைகளை உடுத்துத் திரிந்த நாட்களில், காயும் கனியும், கொன்ற மிருகங்களின் இறைச்சியு மாகத் தின்று உலவிய பொழுதுகளில் கடைப்பிடித்த சடங்கு களையும் சம்பிரதாயங்களையும் இன்றும் கைவிடத் தயாராக இல்லாத இந்த மனிதன் -

தினமும் பவானியைக் காலையில் பார்ப்பதும், ஒன்றும் பேசத் தோன்றாமலும் முடியாமலும் சிரிப்பதும், எப்போதும் அவனைக் கண்டு வாயாடுகின்ற அவளும் அவனைக் கண்டு வெட்கப்படுவதும் வழக்கமாகி - என்றும் மாலைகளில் கலகலப்பாக கழிந்த அந்த நாட்களுக்காக அவனை ஏங்க வைத்தன. ஆயிற்று, இனி சடங்கு என்ற ஒன்றும் முடிந்துவிட்டால், அவள் பாட்டுக்குச் சுற்றித் திரிவாள். பழைய குறும்பும், துள்ளலும், வெடுக்கும் இனியும் இருக்குமா? இல்லை சிறுமிப் பருவத்தோடு அவையும் கழன்று விழுந்துவிடுமா?

பறக்கையிலிருந்து லட்சுமிக்கு ஒரு மாப்பிள்ளைத் தரம் வந்திருக்கிறது என்று அம்மா சொல்லிக்கொண்டிருந்தாள். சடங்கு முடிந்ததும் ஒரு நாள் போய்ப் பார்த்துவிட்டு வரவேண்டும். ஒரு

மைல் இருக்கிறது இங்கிருந்து. இருந்தாலும் சில நாட்களுக்கு முடியாது. வசதியாக வந்தால் சித்திரையில் கல்யாணத்தை நடத்தி விடலாம். ஒரு பெரிய பொறுப்பு தீரும். பையன் கொட்டாரம் பால் பண்ணையில் கால்நடை மருத்துவ உதவியாளனாக இருக்கிறானாம்! எத்தனை ஆயிரம் கேட்கப் போகிறானோ? அதை நினைக்கும்போது பயம் நெஞ்சைத் தின்கிறது. எல்லோரும் சொக்கலிங்கம் பிள்ளையா என்ன? எடு, கிடத்து என்று கல்யாணத்தைச் செய்து முடிப்பதற்கு? எப்படியானாலும் கடனோ உடனோ வாங்கிச் செய்துதான் தீரவேண்டும். இனியும் தள்ளிப்போட முடியாது. அது ஆகிவிட்டால், அப்புறம் எப்படியும் தம்பிகள் பாட்டைக் கவனித்துக் கொள்ளலாம். அம்மாவும் நிம்மதியாக மூச்சுவிடுவாள்.

அன்றும் மறுநாளும் மூச்சு விடக்கூடச் சிவதாணுவுக்கு நேரம் கிடைக்கவில்லை. எதிர்பார்த்ததுபோல, சடங்குக்கு முன்தினமே வீடு நிரம்பி வழிந்தது. எது இருந்தாலும் இல்லாவிட்டாலும் ஆடம்பரமாக ஆடையும் அணிகளும் சுமக்க மட்டும் நம் பெண்கள் பின்வாங்க மாட்டார்களே? அந்த விசேடத்தில் அது அதிகமாகவே தெரிந்தது.

''ஏ மீனாச்சி! இந்த மாங்காமாலை நல்லாருக்கே... எப்பம் நல்லாக்கினே?'' - ஒருத்தி

''ஏட்டி கமலம்! உம்மகளுக்குப் புளுக்கூடு செயின் செய்யணும்ணு சொல்லீட்டிருந்தியே... செய்தாச்சா...?'' - மற்றவள்.

''மக்கா... அன்னா பிள்ளை அளுகுல்ல... எடுத்துப் பாலைக் குடு. என்னத்துக்குத்தான் இப்பிடி இறுக்கிக் கெட்டி வைக்கிறாளுகளோ தெரியில்லே! அளுத பிள்ளை கொஞ்சம் சவைச்சாத்தாலா அளுகையை நிறுத்தும். இல்லாட்டா ஏங்கிப் போகாதா? என்ன மாயமோம்மா? டப்பாப் பாலைக் கரைச்சு கரைச்சுக் குடுத்தா பிள்ளை சத்து வைக்குமா?'' கிழவியொருத்தியின் அங்கலாய்ப்பைத் தொடர்ந்த சிரிப்பலைகள்.

''ஏ நீலாப்பிள்ளை! உங்க சித்தப்பா மக இசக்கியம்மை வரல்லியா?''

நீலாப்பிள்ளை சார்பாக மற்றொருத்தியின் பதில்.

''அவளுக்குப் பெரிய பவுறுல்லா வந்து இறங்கீருக்கு - ஆளுககிட்டயே அண்டமாட்டா போலிருக்கே! மருமகன் வாற வயசாகு... இன்னும் பின்னலும் தொங்கட்டானும்... தூ! பொம்பிள்ளையா அவ? தாசி மாதிரியில்லா திரியா!''

சிவதாணு, காரியமாக அங்குமிங்கும் நடக்கும்போதெல்லாம் காதில் விழுகின்ற பேச்சொலிகள். ஒன்பது மெய்ப்பாடுகளில் சாந்தத்தைத் தவிர மீதி யாவும் அங்கே புரண்டன. இந்தப் பெண்களுக்கென்று தனியாக ஒரு பத்திரிகைகூட நடத்தலாம். ஏற்கனவே நடத்துகிறார்களோ?

ஆண்களும்தான் என்ன வாழுகிறார்கள்?

''என்னா அம்மாச்சா! உம்ம பேரப்பிள்ளை, கடுக்கரைக் குத்தாலிங்கம் நாலு நாளைக்கு ஒரு தரம்தாலா வீட்டுக்குப் போறானாம்?'' - அக்கறையோடு கேட்கின்ற மருமகன்.

''ஏண்டே? எனக்குத் தெரியாதே! என்ன சங்கதி?'' - விளங்காத அம்மாச்சன்.

''உமக்குத் தெரியாதாங்கும்... யாருக்கிட்ட இந்த நல்லபிள்ளை வேசம் போடுகேரு?''

''அட ஒன்னாணை தெரியாதப்பா... நான் தாமரைக் குளத்திலே இருக்கேன். அங்கே நடக்கதை என்னத்தைக் கண்டேன்?''

''அவன் மாங்குளம் பூவத்தாள் வீட்டிலேதாலா கிடக்கானாம்... அவ நல்ல கொளத்து மீனும், பன்னிக்கறியும் பனங்கள்ளுமா பக்குவமா குடுக்காளாம்... ராப்பகலா அவ மடியிலேதாலா உறக்கமாம்...''

''அலவலாதி மூதி... வேண்டிய லெச்சணந்தான். வீட்டிலே ரெண்டு கொமரு இருக்கையிலே வைப்பாட்டி கேக்குதோ மூதிக்கு? தட்டிக்கேக்க ஆளில்லேண்ணா இப்படித்தான்... கொள்ளாண்டே கூத்து!''

இது ஒரு வகை.

''வாடே திரவியம்! ஆளைக் கண்ணிலேயே காண முடியல்லியே...''

''உமக்கு என்ன பாட்டா? செல்லச் சோறு. நமக்கு அப்படியா? தினம் நாலு காசு பாக்காண்டாமா?''

''ஆமாமா! இல்லேண்ணா உலையிலே அரிசி விழாது பாரு... நெல்லு விலையெல்லாம் எப்படிடே?''

''அதையேன் கேக்கேரு? போன வருசம் ஒரு கோட்டை நெல்லு இருநூத்தி நாப்பது ரூவாவரை வந்தது. நான் எல்லாத்தையும் நூத்தி எளுவதிலேயே தள்ளீட்டேனே! இந்தப்பூ கிடக்க

பணத்தையெல்லாம் அரிச்சுப் பொறுக்கி முப்பது நாப்பது கோட்டை நெல்லு புடிச்சுப் போட்டிருக்கேன். அது என்னண்ணா தொண்ணூறைத் தாண்ட மாட்டங்கு... நம்ம நேரப் பலம் அப்படி இருக்கு...''

இலாபத்தில் நட்டம் வந்து விடுமே என்ற அங்கலாய்ப்பு அவருக்கு.

''ஏ செல்லம்பிள்ளை! உனக்கு சொக்காறன் உமைதாணுப் பிள்ளை மகன் இந்த வருசமும் தோத்துப் போனானாமே!''

''அத்தான் பின்னே என்னதான் சொல்லுகேரு நீரு? தோக்காம என்ன செய்வான்? வாரியக் கொண்டைக்குக் காலேஜிலே நுழையதுக்கு முன்னாலேயே வாயிலே எப்பப் பார்த்தாலும் கொள்ளிதாலா! காலரைத் தூக்கி விட்டுக்கிட்டு அவன் நடையும், ஒட்டு மீசையும்... ஒரு சினிமா பாக்கியில்லே... சௌரியப் பட்டா கிளாசுக்குப் போவான். இல்லேண்ணா கன்னியாரி, ஓலக்கரு விண்ணு பயக்க கூடச் சுத்துவான். பின்னே மயிருக்கவத்தையா பாசாவான்?''

''அந்த எளவும் அப்படியா? அதாலா பார்த்தேன்... உமைதாணு என்னாண்ணா மகன் படிச்சுப் பாசாயிட்டா சொக்கலிங்கத்தை மாதிரி ஒரு சம்மந்தத்தை வளைச்சுப் போடலாம்ணு பார்த்தான்... அதுலே மண்ணு விழுந்தாச்சா?''

''ஆமாமா... நீருதான் மெச்சுக்கிடணும். சொக்கலிங்கத்துக் கிட்டே கேட்டுப் பாரும்... மனுசன் ஊரையெல்லாம் வித்துப் புடுவாரு... ஆனா இதுலே போயிக்கிடங்கிலேல்லா விழுந்திட்டாரு... மருமகன் குடும்பத்தையும் இவுருதாலா கெட்டி இழுக்காராம்... கெட்டவனுக்கு இட்டவனும் கெட்டுல்லா போவான்...''

இதுவும் சிவதாணுவின் காதில் மொத்துண்டது. இது மாத்திரம்தானா? அவனைக் காட்டிப் பெண்கள் காதைக் கடித்துக் கொள்வதும், கண்களால் சாடை செய்வதும், ஏளனச் சிரிப்பைப் பங்கிட்டுக் கொள்வதும் -

இதையெல்லாம் பார்வதி கண்டுகொள்கிறாளா?

அவள் இந்த உலகத்திலேயே இருப்பதாகத் தெரியவில்லையே!

மையுண்ட விழிகள் மகிழ்வில் திளைக்க, பொன்னுண்ட கழுத்து புரண்டு திரும்ப, மலருண்ட கூந்தல் தொங்கித் துவள, பட்டுண்ட பூவுடல் பரபரத்தசைய -

அவள் இந்த உலகத்தில்தான் இருக்கிறாளா?

26

ஆறு மணியானாலும் வெக்கை குறையவில்லை. சித்திரை மாதத்தின் முத்திரை வெயில் பூமியின் ஈரப்பசையையே உறிஞ்சிக் கொண்டிருந்தது. பாளம் பாளமாக வெடித்திருந்த கரிசல் காடு, பாலில்லாத் தாய்மார்பை ஏக்கத்தோடு பார்க்கின்ற குழந்தையைப் போல வான் பார்த்துக் கிடந்தது. திட்டுத் திட்டாக ஆங்காங்கே தெரிகின்ற உடை மரங்கள் மட்டுமே கரும் பச்சையாகக் கண்ணில் பட்டன. பனைமரங்களின் பிடிவாதம் காரணமாகக் கொண்டையில் பச்சை குலுங்கியது. வேறு எங்கணும் பாலை படர்ந்த பரிபவம். மழையே இல்லாத மாதம். சாலையில் புழுதிக்குக் கணக்கே இல்லை. வெக்கையோடு சேர்ந்துகொள்ளுகிறது புழுதி. சாரங்கா கெமிகல்ஸிலிருந்து, ஆபிஸ் முடிந்து சைக்கிளில் ஆறுமுகநேரிக்கு வந்து கொண்டிருந்தான் சிவதாணு, ஐந்தரை மணி வெயிலிலும், வெப்பமும், புழுதியுமாக வியர்வையில் பனியன் முதுகில் ஒட்டிக்கொண்ட நசநசப்பு- இந்தக் கோடையில் தினமும் பனியன் மாற்றியாக வேண்டும். துவைத்து உலர்த்துவதும் அவன்தானே செய்தாக வேண்டும்?

ஆறுமுகநேரி விலக்கில் சைக்கிளை விட்டு இறங்கினான். வழக்கமாகக் காய்கறி தரும் கிழவி அவனைப் பார்த்துச் சிரித்தாள்.

'வாய்யா... உனக்காகத்தான் நல்ல பிஞ்சு பிஞ்சா அவரைக்காய் பொறுக்கி வச்சிருக்கேன். தேங்கா அரைச்சு அவியலு வைக்கச் சொல்லு... நாக்கு நிக்காது ருசி...''

''ஆமா... எல்லாருட்டேயும் இதையே சொல்லிக்கிட்டு இரு. எனக்காகப் பொறுக்கி வச்சிருக்கேயாங்கும்... ஆத்தாளுக்கு இந்த வாய் மாத்திரம் இல்லாட்டா!''

பதினைந்து காசுக்கு வெண்டைக்காயும், ஒரு கூறு அவரைக்காயும் வாங்கினான்.

''ராசா... ஒரு நாளைக்கு வீட்டுக்காரியைக் கூட்டியாரப்பிடாதா?''

''ஆகட்டும் கூட்டியாறேன்.''

பதில் சொல்லிவிட்டு அவன் சைக்கிளில் ஏறினான். கிழவிக்குத் தெரியாது. சிவதாணு தன் கையினாலேயே பொங்கிச் சாப்பிடுகிறான் என்று. வேலையில் சேர்ந்த இந்த ஒரு மாத காலத்தில் பழகிவிட்ட நண்பர்கள் சிலரும், மேலதிகாரியும் கூடக் கேட்கவே செய்கிறார்கள். மனைவியை ஏன் அழைத்துக்கொண்டு வரக்கூடாது என்று.

அவனுக்கும் அலுப்பாகவே இருந்தது. தினமும் இது என்ன இழவு சனியன்? மாலையில் வேலை முடித்து வந்தோம்; வயிற்றுக்கு ஏதாவது போட்டுவிட்டுச் சற்று நேரம் மனைவியுடன் பேசிக் கொண்டிருந்தோம்; கொஞ்சம் உலாவப் போனோம்; என்றில்லாமல் - சைக்கிளைவிட்டு இறங்கியதும் வீட்டைத் திறந்து ஸ்டவ்வைப் பற்ற வைக்க வேண்டியது. ஒரு கடுங்காப்பி போட்டுக் குடித்துவிட்டு அலுமினியச் சட்டியில் இரண்டு தம்ளர் அரிசியைக் களைந்து போட்டு விட்டுச் சீனிச் சட்டியில் எண்ணெய் ஊற்றிக் காய்கறிகளை வதக்கி, உப்பு மிளகாய்ப் பொடிகளைத் தூவிக் கிளறி இறக்கி... பிறகு ஒரு ரசமோ குழம்போ, வந்தானுக்கு வந்தான் போனானுக்குப் போனான், என்று கூட்டிப்போட்டு, கிணற்றடிக்குப் போய்க் குளித்துவிட்டுத் துணிகளையும் கையோடு அலசிப் போட்டுவிட்டுச் சாப்பிட வேண்டியது. உப்பு, புளிப்பு, எரிப்பு இருந்ததோ இல்லயோ! பசியில் வாரி விழுங்கிவிட்டு மிச்சச் சோற்றைத் தண்ணீர் விட்டுக் காலைக்கு வைத்துவிட்டால் பிறகு உலாவாவது அந்தாதியாவது? பகலில் வேலை செய்த களைப்பும், சமைத்த அசதியும், உண்ட மயக்கமுமாகக் கண்களைச் செருகும். அடித்துப் போட்டதுபோல் தூக்கம் வரும்.

காலையில் எழுந்ததும். இரவில் தண்ணீர் ஊற்றிப் போட்டிருந்த பாத்திரங்களைத் தேய்க்கும்பொழுது அவனுக்குக் கொல்லக் கொண்டு போவது போல இருக்கும். இந்த வம்பே வேண்டாம் என்று ஓட்டலில் சாப்பிட ஆரம்பித்தால், சாப்பாட்டுக்கே மாதம் நூற்றைம்பது ரூபாய் ஆகிவிடும் போலிருக்கிறது. அதன் பிறகு வீட்டு வாடகை இருபது ரூபாய், லைட்டுக்கு ஐந்து, மற்ற செலவுகள் எல்லாம் போக வீட்டுக்கு எதை அனுப்புவது? எனவே, வேலையில் சேர்ந்த சில நாட்களிலேயே அவசியமான சாமான்களை வாங்கிப் போட்டுச் சமைக்க ஆரம்பித்து... சிரமமாகத்தான் இருக்கிறது! என்ன செய்வது? நேற்று முதல் தேதி முதல் முறையாக வேலை செய்து சம்பளம் வாங்கும்போது ஏற்பட்ட பெருமை. மனம் நிறைந்து தளும்பியது. முந்நூறு ரூபாய். மூன்று நூறு ரூபாய் நோட்டுகள். மொத்தச் சம்பளமும் கைக்கு வந்துவிட்டது. ஆறுமாதம் புரபேஷன். எனவே, பிடித்தங்கள் இல்லை. புரபேஷன் முடிந்து விட்டால் டி.ஏ. சேரும். நானூற்றைம்பதுக்குப் பழுதில்லை! ஒரு வழியாகத் தன் கஷ்டம் விடிந்துவிட்டது என்று சிவதாணு நினைத்தான். அவன் சொந்தச் செலவு மிகக் குறைவு. சமையலுக்கும், தொழிற்சாலைக் கேன்டீனில் மத்தியான உணவுக்கும், தேனீருக்கும், வீட்டு

வாடகைக்கும், நூற்றைம்பது ரூபாய் உண்டென்றால் போதும். இருபத்தைந்து ரூபாயைச் சில்லறைச் செலவுக்கென்று வைத்துக்கொண்டால்கூட, குறைந்தது வீட்டுக்கு நூறு ரூபாய் அனுப்பலாம். மீதியைச் சேமிக்கலாம். பார்வதியும் வந்துவிட்டால் குடும்பச் செலவு சற்று அதிகமாகலாம். இன்னம் ஐந்து மாதங்களை ஓட்டிவிட்டால் தட்டுப்பாடில்லாமல் வாழலாம் என்று சிவதாணு திட்டமிட்டான்.

பவானியின் சடங்கும் அதன் தூவானம் போன்ற பரபரப்புகளும் முடிந்து பத்தாம் நாள். மார்ச் மாதம் ஒன்பதாம் தேதி முதல் வேலையில் சேர உத்தரவு வந்தபோது, அவனுக்கு கொஞ்ச ஆனந்தமா? மலையுச்சியில் ஏறி நின்று உலகத்தைப் பார்த்து உரக்கக் கூச்சலிட வேண்டும் போல் - தார் பாய்ச்சிக்கொண்டு மார்மீது கைகளால் தட்டி, தன்னைப் புண்படுத்திய, கேலி செய்த அவமதித்த மனதர்களையெல்லாம், ''வாங்கலே, வெளியே...'' என்று அறைகூவிக் கைகலக்க வேண்டும்போல - விண்ணுக்கும் மண்ணுக்கும் 'எம்பிக் குதித்துக் கோர தாண்டவம் ஆட வேண்டும் போல - அவனுள் மகிழ்ச்சி வெறி நுங்கும் நுரையுமாகப் பொங்கிக் கரையுடைத்து, மணலை அரித்து மரம் மட்டைகளைச் சரித்துச் சுழியிடுகின்ற செந்நிறப் புது வெள்ளமாகப் பிரவகித்தபோது...

''பார்வதி... ஏ... பார்வதி!''

''இப்ப என்னத்துக்குத் தொண்டையைத் தீட்டுகியோ?''

''இங்கே வாயேன் சொல்லுகேன்...''

சேதியைக் கேட்ட அவளுக்கு மகிழ்ச்சி. ''எனக்குச் சாக்லெட்டு வாங்கியாருங்கோ'' என்று பவானி. ஆனந்தப்படுவதா வேண்டாமா என்ற மயக்கத்தில் மாமியார். சைக்கிளை எடுத்துக்கொண்டு வேகமாக, அவன் வீரநாராயணமங்கலத்தை அடைந்து, மூச்சிரைக்க, வியர்வை முகத்திலும் கழுத்திலும் வடிய, சட்டை தொப்பலாக நனைய, வீட்டுப் படியினுள் ஏறியபோது - உள்ளேயிருந்து வந்த செண்பகம் திகைத்துப் போனாள். இவனுக்கு என்ன நேர்ந்துவிட்டது என்ற பதைப்பில் அவனை ஏறிட்டு... அவன் முகத்தில் கூத்தாடிய களிவெறி அவளையும் பற்றிக் கொண்டது.

''எனக்கு வேலை கெடைச்சாச்சும்மா!''

'அம்மா' என்ற அந்த அழைப்பில்தான் எத்தனை நெருக்கம்?

பதினாறு வருடம் குழந்தையில்லாமல் இருந்து; பிறகு பிள்ளை பெற்ற - அதுவும் ஆண் பிள்ளை பெற்ற - மலடிக்கு

இவ்வளவு ஆனந்தம் இருக்குமா? முதல் கதையைப் பத்திரிகையில் கண்ட எழுத்தாளக்குஞ்சுக்கு இவ்வளவு பூரிப்பு இருக்குமோ? இவையெல்லாம் ஒன்றாகக் கலக்கப்பட்டு சுண்டக் காய்ச்சி சுண்டைக்காயளவு இலேகியமாக உருட்டி ஒரே விழுங்கலில் விழுங்கியதைப்போல இருந்தது சிவதாணுவுக்கு. அப்பாவும் மாலையில் தம்பிகளும், அண்டை அயலாரும் அறிந்தபோது, இன்று இந்த விநாடியில்தான் அவன் மனிதனாகியதாகத் தோன்றியது. பருப்பும் பாயாசமுமாக அம்மா தடபுடல் படுத்திவிட்டாள்.

"ம்... இப்பமாவது ஒரு வழியாக் கடவுள் கண்ணைத் தொறந்தானே! வாற பௌர்ணமிக்கு அம்மன்கோயில்லே பாயசம் வைக்கணும். பாலத்துச் சொடலை மாடனுக்குப் பொங்கலிட்டுச் சாவலறுக்கணும், சுசீந்திரத்து அனுமாருக்கு வடைமாலை சாத்தணும், வேலையிலே சேர்ந்ததும் திருச்செந்தூர்லே போயி ஒரு மொட்டை போட்டுக்கலே..."

அம்மாவின் வேண்டுதல் பட்டியல் நீண்டுகொண்டே போயிற்று.

சாயங்காலம் நாகர்கோயில் வழியாக, கடையில் கொஞ்சம் மிட்டாய் வாங்கிக்கொண்டு அவன் சுசீந்திரத்துக்குப் போனான். சாப்பிடும்போதுதான் மாமனாரைப் பார்க்க முடிந்தது.

"என்ன சம்பளம் தருவான்?" மாமனார் கேட்டார்.

"மொதல் ஆறு மாசம் முந்நூறு ரூவா தருவா... கண்பர்மேஷன் ஆனபிறகு டி.ஏ. எல்லாம் சேர்ந்து அதிகம் கிடைக்கும்-"

"அதைப் பொறவுல்லா பாக்கணும்..."

சிவதாணுவுக்குத் துணுக்கென்றது. மௌனத்தில் கழிந்த சில விநாடிகள். சொக்கலிங்கம் பிள்ளையே தொடர்ந்தார்.

"ஆமா நீங்க ரெண்டு பேரும் அங்கே குடும்பம் நடத்த - அரிசி, பருப்பு, பலவெஞ்சணம், காய்கறி, பாலு, மோரு, வீட்டு வாடகை, சீலைத்துணி, போக்குவரத்துச் செலவு... எல்லாம் உத்தேசமா என்ன ஆகும்?"

எதற்காக இத்தனை விஸ்தாரமாகக் கேட்கிறார் என்ற தயக்கம் சிவதாணுவுக்கு இருந்தது. புரிந்தும் புரியாத மயக்கம். சற்று நேரம் மௌனத்தின் கனம்.

"இருநூறு ரூவாயாவது ஆகாதா?"

"ஆகும்...!"

''அதுபோக ஒருநாள், கிழமை; ஒரு மண்டையிடி, காய்ச்சல் வந்தா நாலு காசு வேண்டாமா? இதெல்லாம் கணக்குப் போட்டுப் பார்த்தா வீட்டுக்கு என்ன மிஞ்சப் போகு?''

சாட்சியை நெடுநேரம் ஆழ அகலத்துக்குக் கேள்விகேட்டு, இறுதியில் வகையாகச் கொக்கியில் சிக்க வைத்துவிட்ட எதிர்க்கட்சி வக்கீலைப் போல அவர் பிடி, சிவதாணுவின் கழுத்தை நெரித்தது.

''அப்படித் தண்ணியில்லாக் காட்டிலே போயி, இன்னொருத்தனுக்குக் கைகட்டிச் சேவகம் பாக்கறதைவிட, இங்கேயே ரெண்டுபேரும் சாப்பிட்டு, துணிமணியும் எடுத்துக்கிட்டு மேல்க் கொண்டு மாசம் நூத்தம்பது தரத்தானே செய்யேன்... அது அவ்வளவு மோசமாவாப் போய்ட்டு...?''

சிவதாணு திணறினான். அவர் கேள்வியின் நியாயம் அவனுக்கு விளங்கவே செய்தது. அவர் சொல்வது சரிதானே என்று மயங்கினான் - ஒருகணம் - ஒரே கணம்தான்.

''அங்கே போயி பத்துந் தண்ணியைப் பங்கு போடவா!''

''மாப்பிள்ளைக்கும் பொண்டாட்டிக்கும் மூணு நேரம் சோறும் போட்டு, துணியும் எடுத்துக் குடுத்து, மாசம் சொளை சொளையா நூத்தம்பது ரூவா சம்பளம் தாறது போராதா?''

''நல்ல கூட்டந்தான்.... நமக்குண்ணு சம்மந்தம் வாச்சிருக்கே... சவங்க ஆட்டுப் பத்தம் கெணக்க வந்து அஞ்சாறு நாளா தின்னு அழிச்சிட்டு... ஒண்ணொண்ணும் என்ன தீவனம் திங்கு? காஞ்சமாடு கம்பிலே விழுந்த மாதிரிதான்...''

''கெட்டவனுக்கு இட்டவனும் கெட்டுல்லா போவான்?''

இதுபோன்ற வசைகள், குத்தல்கள், கேலிகள், கிண்டல்கள், இளக்காரப் பார்வைகள், ஏளனப் புன்னகைகள், எல்லாம் அவன் கண்முன் சுழன்றன. சொக்கலிங்கம்பிள்ளையின் பேச்சு வாதத்திற்கு நன்றாக இருக்கிறது. செல்வம் தரும் எல்லாச் சுகபோகங்களும் வேண்டும் என்றால், வேலை வேண்டாம் என்று சொல்லிவிட்டு இங்கேயே இருக்கலாம். ஆள், அம்பு, சேனை என்று அதிகாரம் கூடச் செய்யலாம். ஆனால் - உள்ளம் என்ற ஒன்று, நந்தியா வட்டைப் பூவைப் போன்று வெண்மையும் மென்மையும் கொண்ட ஒன்று இல்லாமலிருந்தால் - ''ஏ, சின்னத்தம்பி! பண்ணையார் வாளுக்கு என்ன வேணும்ணு கேளு... அல்வா இப்பம் போட்டது. ஒரு கிலோ பார்சல் கெட்டிக் குடு. ரெசவடை சூடா இருக்கு... கீரைவடை போட்டிருக்கு... எலே! அங்க என்னத்தைப் பார்த்து இளிக்கே? அந்த மேசையைத் துடை...'' என்று தூள் பறத்தலாம்.

ஆனால், மாமனார் திண்ணையோரத்தில் கூட்டமாகக் கிடக்கும் செருப்புகளைக் காலால் ஒதுக்குவதைப்போல சற்றும் பொருட்படுத்தாமல் அல்லவா நடந்து கொள்கிறார்... மாமியார் புழுவைப் போன்றல்லவா பார்க்கிறாள்? நம் வீட்டில்தானே இருக்கிறான் என்ற மிதப்பில் மனைவிக்குக்கூடப் பொருட்டில்லையே!

இப்போதே இப்படியானால் - இன்னும் இரண்டு மாதங்கள் கழிந்து, இவனுக்கு இதை விட்டால் போக்கில்லை என்று தெரிந்து, பவானிக்கு நல்ல வேலையும் வசதியும் உள்ளவனாக மாப்பிள்ளை வந்தால்... தன் நிலை எங்கே? சாத்தாங்கோயிலில் தென்மேற்கு மூலையில், வேப்ப மர நிழலில் கிடக்கும் மூக்குடைந்து மூளிபட்ட சிலைக்கும் தனக்கும் என்ன வேறுபாடு இருக்கும்?

அனிச்சப்பூவைப்போல மனதை வைத்துக்கொண்டு, அசுணப் பறவைபோல செவியுணர்வை வைத்துக்கொண்டு, சிறுசிறு சீண்டல்களுக்கும் சிணுங்கல்களுக்கும் கூட ஈடுகொடுக்க முடியாமல் கூனிக் குறுகிச் சுருண்டு விடும்போது, எதிர்காலத்தின் இடிபாடுகளைத் தாங்குகின்ற தெம்பும் திராணியும் தனக்கு இருக்கிறதா? ஊரும், உலகமும், உறவும், மனைவியும் புறக்கணித்த ஒற்றை மரமாக, நோய் பிடித்த நொறுங்கலாக, நடமாடும் சுடுகாடாக, தாழ்வு மனப்பான்மையில் வெந்து தீய்ந்து சாம்பலாகின்ற உள்ளப் புகைச்சலும் குமைச்சலுமாக வாழ வேண்டிய கால நிர்ப்பந்தம் வந்தால் -

எல்லாவற்றையும் துடைத்துத் தூரத் தள்ளிவிட்டு, போலிச் சிரிப்புகளில் புளகப்பட்டுத் பூரித்து, எருமை மாட்டின்மீது மழை பெய்ததைப்போல் புறக்கணிப்புக்களையும் பண்பாடுகளையும் பொருட்டாகவே கொள்ளாமல் இருக்க முடியுமானால் - பெண்டாட்டி ஆத்தா பெரியாத்தா என்று பேசாமல் கிடக்க முடியுமானால் இங்கேயே கிடக்கலாம்! முடியுமா?

இந்தக் கேள்விகளெல்லாம் பூதாகரமாகப் புறப்பட்டு அவனை வளைத்து சிறையிட்டன.

அந்த இருளிலும் ஒரு தெளிவு!

பளிச்சென்று ஒரு மின்னல்!

''இல்லே மாமா! நான் வேலைக்குப் போகத்தான் போறேன். அதுதான் எனக்கு நல்லதாத் தோணுது...''

''அப்போ உங்க இஷ்டம்''

மாமனாரின் குரலில் கோடி காட்டிய எரிச்சல், சொல்லியும் கேட்கமாட்டேன் என்கிறானே என்ற அதிருப்தி. சந்தோஷப்படுவதா வேண்டாமா என்று ஆரம்ப முதலே அலைபாய்ந்து தவித்த நீலாப்பிள்ளைக்குச் சொக்கலிங்கம்பிள்ளையின் நிலை தன் இடத்தைக் காட்டிவிட்டது. தோளில் 'தடக்'கென்று முகத்தை இடித்துவிட்டு அடுக்களைக்குள் சென்று மறைந்தாள். இதையெல்லாம் சிவதாணு பொருட்படுத்தவில்லை. ஆனால், இரவில் -

''அப்பா சொல்லுக மாதிரிதான் கேளுங்களேன்... வேலையென்ன பெரிய வேலை?'' என்று பார்வதி பரிந்துரைக்க வந்தபோது, அவளைப் பார்க்க அவனுக்கு எரிச்சலாக இருந்தது.

''இன்னா பாரு! ஒரு வருசமா நான் பட்டது போரும். இனியார் செறுத்தாலும் நிக்க மாட்டேன். போகத்தான் போறேன். போயி வீடெல்லாம் பார்த்து ஏற்பாடு பண்ணிக்கிட்டு அடுத்த மாசம் உன்னையும் கூட்டீட்டுப் போயிருவேன். இப்பமே சொல்லியாச்சு... பெறகு தெக்கேயும் வடக்கேயும் பார்த்துக்கிட்டிருந்தா புண்ணியமில்லே... ஆமா.''

அவன் பிடிவாதம் அசைக்க முடியாததாக இருந்தது. எனவே, அவன் பயணத்தை யாராலும் தடை செய்ய முடியவில்லை.

இப்போது, முதல் மாதம் சம்பளமும் வாங்கியாயிற்று. இனிமேல் யாருக்கும் எதற்கும் அஞ்சவோ பணியவோ தேவையில்லை. நாளை சனிக்கிழமை. ஊருக்குப் போய்ப் பார்வதியைக் கூட்டிக்கொண்டு வந்து விட்டால், வெந்தும் வேகாமலும் சாப்பிடவும் வேண்டாம்! விழித்ததும் பாத்திரம் கழுவப் புறப்படவும் வேண்டாம்!

முதலில் கொஞ்ச நாள் தனிக் குடித்தனம் சிரமமாகவே இருக்கும். எல்லாம் தடத்துக்கு வந்துவிட்டால் சரியாகிவிடும் என்று சிவதாணு நினைத்தான். ஆனால் சனிக்கிழமை இரவு அவன் சுசீந்திரம் போனபோது, அவனுக்கு அதிர்ச்சியொன்று காத்திருந்தது.

27

அதிர்ச்சிதான்!

ஆனால், இன்ப அதிர்ச்சி!!

வள்ளியூரில் வாங்கிய மருக்கொழுந்தையும், பிச்சிப் பூவையும் முதலில் கண்ணில்பட்ட பவானியிடம் தந்தபோது அவள் அவனைப் பார்த்துக் குறும்புடன் சிரித்தாள்.

''அக்காவை எங்கே?''

சிவதாணு கேட்டான். அவள் அறைப்பக்கம் கண்ணைக் காட்டிவிட்டு வீட்டினுள் போனாள். சிவதாணு அறைக்குள் நுழைந்தான். பார்வதியைப் பார்த்ததும், எட்டு மணிக்குள் இவளுக்கென்ன தூக்கம் என்று நினைத்தான். அவனைக் கண்டதும் எழுந்த பார்வதியின் உடலிலும் முகத்திலும் தெரிந்த சோர்வு இவளுக்கு உடம்பு சுகமில்லையா என்று அவனை எண்ணச் செய்தது.

''ஏன் பார்வதி? உடம்புக்கு என்னா? சொகமில்லையா?''

''ஒண்ணுமில்லே!''

சொல்லிக்கொண்டிருக்கும்போதே அவளுக்கு ''ஓவ்வ்...'' என்று ஓங்கரித்தது. புறக்கடைக்கு ஓடினாள். குடலைப் பிடுங்கி வெளியே இழுத்து விடுவதைப் போல வாயாலெடுக்கும் ஓசை அறைவரை கேட்டது. என்ன வந்துவிட்டது இவளுக்கு? அவன் மங்களாவுக்கு வந்தான்.

அவன் எதிர்ப்பட்டவள் பவானிதான். அவள் கண்கள் சிரித்தன. அவை ஏதோ செய்தி சொல்லுகின்றனவா? 'ஓகோ!' அவனுக்குப் புரிந்தது.

தந்தையாகப் போகிறோம் என்ற உணர்வு அவனுள் கிளர்ந்து மகிழ்ச்சியை எழுப்பியது. இதைக் கேட்டால் அம்மா எவ்வளவு சந்தோசப்படுவாள்? 'பார்வதி ஒழுங்காக்குளிக்காளாலே மக்கா?' என்று ஆறேழு மாதங்க்ள முன்பே ஆர்வத்துடன் கேட்டவள், இந்தச் செய்தி தெரிந்தால் பூரித்துப் போவாள்.

இருபத்தைந்து வயதில் தகப்பனார் பதவியா? நினைக்கும் போது சற்றுச் சங்கடமாகவே இருந்தாலும், தற்காப்புக்களைத் தாண்டியும் இது நிகழ்ந்துவிடத்தானே செய்கிறது?

அவனுக்குச் சாப்பாடு பரிமாறிவிட்டு, பிடுங்கிய கீரைத்தண்டைப் போலக் கட்டிலில் துவண்டு கிடந்தாள் பார்வதி. கசப்பு மருந்தை விழுங்கும் பாவம் முகத்தில். அவனுக்கே இரக்கமாக இருந்தது. அவள் பக்கத்தில் போய் இருந்து, கையை எடுத்து தன் கையோடு சேர்த்துக் கொண்டான்.

''எனக்குச் சொல்லவேயில்லியே நீ... ம்...?''

அவள் முகம் மெல்லிய சிவப்பில் கனிந்தது.

''போன மாசமே எனக்குச் சந்தேகமாகத்தானே இருந்து... இது இப்பம் நாலு நாளாத்தான்... சவம் வாயெல்லாம் கசந்து கெடக்கு... ஒண்ணும் சாப்பிடத் தோணமாட்டேங்கு... சாப்பிட்டா உடனே ஓங்கரிக்க வருகு...''

''அப்படித்தான் இருக்கும் கொஞ்ச நாளு...''

''அம்மை சொல்லுகா... இவ்வளவு சீக்கிரமே சாக்கோட்டி வந்தா ஆம்பிளைப் பிள்ளைதானாம்!''

வயிற்றையும், சரிந்து படுக்கும் விதத்தையும், தளர்ந்த நடையையும் குழந்தை முண்டும் இடத்தையும் வைத்து ஆணா, பெண்ணா என்று கணிக்கும் கணிதங்கள் எத்தனை முறை தப்பிப் போனாலும் சரி, கணக்குப் போடுவதை மாத்திரம் பெண்கள் நிறுத்தவா போகிறார்கள்? இன்றா நேற்றா! மனிதன் தோன்றிய நாளில் இருந்தே இந்த ஊகங்கள் ஏற்பட்டுத்தானே இருக்க வேண்டும்?

''சரி! நாளைக்குக் கூட்டீட்டுப் போலாம்ணு பார்த்தேன்... இப்படி இருக்கையிலே எப்படி போகது? அடுத்த மாசம்தான் முடியும் போலிருக்கு...''

அடுத்த நாள் வீரநாராயணமங்கலம் போயிருந்தபோது, அம்மாவும் அவன் நினைத்ததையே சொன்னாள்.

''சாக்கோட்டிக் காரியை இப்ப ஏன் கூட்டீட்டுப் போறே? இன்னும் ஒரு மாசம் போகட்டும். பயலோ பொண்ணோ? யோகஞ் செய்ததுதான்.... வயத்திலே இருக்கையிலே அப்பனுக்குச் சோலி வாங்கிக் குடுத்திட்டே...''

ஆமாம்! இனி ஆயிற்று இவர்களுக்கு. நான்கு வருடமாக நடையாக நடந்தும், மணியார்டரும், போஸ்டல் ஆர்டரும், தபால் தலைகளும் பதிவுத் தபாலுமாகச் செலவழித்த தொகை... ஏறியிறங்கிய வாயிற்படிகள்... ஏங்கி நின்ற சந்தர்ப்பங்கள் - இப்போது எளிதாகச் சொல்லிவிடுகிறார்கள்! எல்லாம் மகன் அல்லது மகள் வரப்போகிற முகூர்த்தம் என்று.

மீண்டும் ஆறுமுகநேரிக்கு வந்து, பழைய கமலைமாடாக நாட்கள் நகர ஆரம்பித்தன. வேலையில் சிவதாணு உற்சாகமாக இருந்தான். போன மாத உற்பத்தியையும் இம்மாத உற்பத்தியையும்

ஒப்பு நோக்கி அறிக்கை ஒன்றைத் தயாரிப்பதில் முனைந்திருந்தான். தலைக்குமேல் மின்விசிறி அனற்காற்றை அள்ளியள்ளி வீசிக்கொண்டிருந்தது? வெளியே சூரியனின் தகிப்பு. பொன் மஞ்சளில் ஒளி கண்களைக் கூசியது. தொண்டையை வறட்டுகின்ற தாகம். மீண்டும் மீண்டும் தண்ணீர் குடித்தாலும் உதடுகள் வறளுகின்றன. மின்விசிறிக்கடியிலும் உடம்பு வியர்க்கிறது. கண்ணாடிச் சன்னல்களுக்கு வெளியே போவதும் வருவதுமான லாரிகள். தொழிற்சாலையை அடுத்து அலுவலர்களுக்காக உருவாகிவரும் குடியிருப்புகள். இந்தப் பாலையிலும் பூமித்தாயின் கருணை வெள்ளத்தை உறிஞ்சித் துப்புகின்ற பம்பு செட்டுகள். இந்தக் கரிசலுக்கும் உப்புத் தண்ணீருக்கும் தோதான செடி கொடிகள் வளர்ந்து அசைந்தாடுகின்ற அழகு.

"என்னப்பா யோசனை?"

திடுக்கிட்டுத் திரும்பினான். மேலதிகாரி இராமநாதன். பேட்டியின்போது அரைக்கை கதர்ச்சட்டையில் இருந்த அந்த மனிதரே தனது மேலதிகாரியாக அமைவார் என்பதை அவன் எதிர்பார்க்கவில்லை.

அன்று தன்னைப் பரிந்து நோக்கியவரே அதிகாரியாகவும் இருந்ததில் அவனுக்கு ஒரு மகிழ்ச்சி.

"ஒண்ணுமில்லேங்க... ஒரு ரிப்போர்ட் போட்டுக் கிட்டிருக்கேன்..."

"போடு போடு.. ஒரு நாள் வீட்டுப் பக்கம் வாயேன்பா.. பேசிக்கிட்டு இருக்கலாம்... வீடு தெரியுமா? எஃப் பதினெட்டு..."

சிவதாணுவே நினைத்திருந்தான். அக்கறையோடு தன்னிடம் நடந்து கொள்பவரை ஒரு நாள் வீட்டில் போய்ப் பார்த்து வரவேண்டும் என்று.

"ஞாயிற்றுக் கிழமை வீட்டிலே இருப்பேளா சார்?"

"இருப்பேன்... நாலு மணிக்கு அப்புறமா வா..."

இங்கே வேலை பார்க்கின்ற இந்த இரண்டு மாத காலத்தில் அதிகமான நண்பர்கள் ஒன்றும் அவனுக்கு ஏற்பட்டுவிடவில்லை. தினமும் ஆபீஸில் பார்த்துப் புன்னகைப்பவர்களும், 'ஹலோ' என்று சொல்பவர்களும், ஒன்றிரண்டு வார்த்தைகள் பேசிவிட்டு நகர்ந்து விடுபவர்களும் நண்பர்களாகிவிட முடியுமா? மனம்விட்டுப்

பேசுகின்ற அளவுக்கு உள்ளம் ஒன்றிப்போற மனதைத் தொட்டுத் தடவுகின்ற இதமோ யாரிடத்தும் காண முடியவில்லையே!

படிக்கின்ற காலத்திலும் படித்துவிட்டு வேலைக்காகத் தவித்த காலத்திலும் கந்தசாமி இருந்தான். எதையாவது இரவு பதினொன்று பன்னிரண்டு மணிவரை பேசிப் பொழுது போக்குவதற்கு. பரஸ்பரம் உள்ளக் கிளர்ச்சிகளையும், உணர்வின் எழுச்சிகளையும் பகிர்ந்து கொள்ள முடிந்தது. அப்படி என்னதான் பேசினோம் என்று இப்போது நினைத்துப் பார்த்தாலும் ஆச்சரியமாக இருக்கிறது. இயல்பிலேயே அவனுக்குக் குறும்பு அதிகம். எப்பேர்ப்பட்ட கில்லாடியையும் வெட்டி வீழ்த்திவிடும் துணிச்சல் கந்தசாமியின் நாக்குக்கு உண்டு. ஒருவேளை அதுவேதான் அவன்மீது நட்புக்கொள்ள காரணமாக இருந்ததோ?

ஒருமுறை இரவு பத்து மணிக்குமேல், பாறையாற்றுப் பாலத்தில் நிலவொளியில் உட்கார்ந்து காற்று வாங்கிக்கொண்டு எதையோ யோசித்துக்கொண்டிருக்கையில், இறச்ச குளத்திலிருந்து சின்னத்தம்பியா பிள்ளை பாட்டா திரும்பிக் கொண்டிருந்தார். பால்வடிக்கும் நிலவொளியில், பச்சை வயல்களெல்லாம் பளபளக்கும் பின்னணியில், கருங்கோடாகத் தார்ச்சாலை. அதன்மீது தடியூன்றிக் கொண்டு நடக்கும் அவர். கிழவர்தான். அறுபது முடிந்திருக்கும. ஆனாலும் கள்ளும் சாராயமும்தான் பிறவி எடுத்ததன் பயன் என்று நினைப்பவர். தடி ஒரு அத்துக்கும் ஆசுக்கும் தானே தவிர, தடியூன்றுமளவுக்கு உடல்நலம் குன்றிவிடவில்லை. என்றாலும் உள்ளே உட்கார்ந்திருக்கும் 'பரமாத்மா' காரணமாக இலேசான தள்ளாட்டம். நடந்து வந்தவர் இவர்களைக் கண்டதும் சற்று நின்றார். கனமான சாராய வாசனை குப்பென்று வீசியது. ''யாரு? பேரப் புள்ளைகளா? இந்த நேரத்திலே இங்கே என்னடே செய்யுகோ? எதாம் குட்டிகளை ஒதுக்கதுக்கா? இருந்தாச் சொல்லுங்கடே! நானும் வயசு காலத்திலே ஒரு பார்வை பார்க்கேன்...''

சிவதாணு சிரித்தான். அவருடைய இந்த விளையாட்டுப் பேச்சுக்கள் வழக்கமற்றவை அல்ல. ஆனால், தனிமையைக் குறுக்கு வெட்டியதால் கந்தசாமிக்கு 'பொசுபொசு'வென்று வந்தது.

''ஓய் பாட்டா! நாலு நாளா நான் ஊரிலே இல்லை பார்த்துக்கிடும். நேத்துத்தான் மணவாளக் குறிச்சியிலிருந்து வந்ததும் ஊருலே என்ன விசேசம்ணு விசாரிச்சேன். ஒரு முடிவான் நீரு செத்துப் போனேருண்ணு சொல்லிட்டான்... நீரு இன்னும் சாவல்லே போலிருக்கே... செக்கொலக்கை மாதிரி முன்னாலயில்லா நிக்கேரு...''

கந்தசாமி போட்ட போட்டில் அவர் அசந்து போனார். வயதான காலத்தில் தனக்குச் சாவு என்ற நினைப்பு எந்தத் திடசாலியையும் உலுக்கிவிடத்தானே செய்கிறது? ஒரு புரட்டாசி மாதச் செவ்வாய்க்கிழமை. காலை எட்டரை மணி. அன்று எதனாலோ விடுமுறை. குளிக்கப் போகுமுன் கூடுகின்ற சிவதாணு - கந்தசாமி மாநாடு. நாகர்கோயிலிலிருந்து பத்துப் பேர்கள் வந்தார்கள். சைக்கிளில் கேரியரில் விறகு, வாழை இலைக்கட்டு, பானை சட்டிகள், சாமான்களின் மூட்டை முடிச்சுகள், சாரத்தை மடித்துக்கட்டி துண்டொன்றைத் தலையில் சுற்றி நாலு மைல் சைக்கிள் மிதித்த இளைப்பாற, பாலத்தில் கலுங்கில் ஒரு காலை ஊன்றி நின்றார்கள். பார்த்த உடனேயே ஔவையாரம்மன் கோவிலுக்குப் பொங்கிச் சாப்பிடப் போகிற கூட்டம் என்று தெரிந்தது. இளைப்பாறிய உடன் ஆளுக்கொரு சார்மினார் பற்ற வைத்துக்கொண்டார்கள்.

இறச்சகுளத்திலிருந்து வீரநாராயணமங்கலம் வரும் சாலை, அந்தக் கல்பாலம் அருகில் இரண்டாகப் பிரியும். ஒன்று தாழக்குடி வழியாக ஔவையாரம்மன் கோயில் போவது, மற்றொன்று திருப்பதிசாரம் வழியாகத் திருநெல்வேலி - நாகர்கோயில் சாலையில் சென்று முட்டுவது. சைக்கிளில் வந்தவர்களில் ஒருவன் மற்றவனைக் கேட்டான்.

''ஏ... எந்த ரோடுப்பா?''

''வீராணமங்கலம் தாண்டிப் போணும்ணான்... விண்ணாண மங்கலம் தான் வந்தாச்சே! பேரைப்பாரேன் பேரை... வீர... நாராயண... மங்கலம்... ஒரு பயலுக்காவது முதுகெலும்பு இருக்காது... பெரிய வீரனுக...''

சற்றுத் தொலைவில் இதைக் கவனித்தும் கவனிக்காமலும் சுவாரசியமாகப் பேசிக்கொண்டிருந்த சிவதாணுவுக்கும் கந்தசாமிக்கும் 'சுருக்' கென்றிருந்தது. ஏதோ சொல்ல வாயெடுத்தான் கந்தசாமி. அதற்குள் அந்தக் குழுவில் ஒருவன் உரக்க இவர்களைப் பார்த்துக் கேட்டான்.

''அண்ணாச்சி... ஔவையாரம்மன் கோயிலுக்கு எந்த ரோடு?''

பதில் சொல்ல வாயெடுத்த சிவதாணுவை முந்திக் கொண்டான் கந்தசாமி.

''நேரே தெற்குரோட்டிலே ஒண்ணரை மைல் போங்கோ...''

ஒன்றும் பேசாமல், அவன் காட்டிய திக்கில் திருப்பதிசாரத்தை நோக்கி ஊர்வலமாகப் புறப்பட்டார்கள். சிவதாணுவுக்குச் சிரிப்பை அடக்க முடியவில்லை.

''சிவதாணு எந்திரி போகலாம். இனி இங்கே இருக்கப்பிடாது. ஒண்ணரையும் ஒண்ணரையும் மூணு மைலு பயக சமுண்டிச் சாவட்டும்... வாக்கொழுப்பு சீலையிலே வடியத்தாலா செய்யும்?''

நினைக்கின்ற போதெல்லாம் சிரிப்பைக் கொண்டுவரும் நினைவுகள். அந்த நாட்கள் இனித் திரும்பவா செய்யும்? திருமணம் ஆனதற்குப் பிறகு, முன்போல அடிக்கடி பார்த்துப் பேச முடியவில்லை. சுசீந்திரத்திலும் மனம்விட்டுப் பழகுகின்ற நண்பர்கள் சிவதாணுவுக்கு ஏற்படவில்லை என்பதால், ஓய்வு கிடைக்கும்போதெல்லாம் புத்தகம் படிப்பதிலேயே மூழ்கிவிடுவான். இப்போது - இங்கு வந்தபிறகு மனைவியும், தாய் தந்தையும், உறவும், நட்பும் இல்லாத தனிமை. குமட்டலெடுக் கின்ற தனிமை. பட்டறிந்த தேகசுகம் வேறு நினைவில் எழுந்து பாடாய்ப் படுத்துகின்றது. அவள் இருந்தால் -

போன வாரம்கூடப் போய்ப் பார்த்துவிட்டு வந்தான். முன்பிருந்ததை விடச் சற்றுத் தேறியிருந்தாள். நாலு மாதக் கர்ப்பத்தின் பூரிப்பு மேலெல்லாம் படர்ந்திருந்தது. கண்களில் புதிதாகப் பூத்திருந்த பொன்மலர். அசைவிலே நடையிலே ஒரு புதிய படிமானம்.

அன்று அவனுடன் அனுப்ப அவர்கள் தயாராக இல்லை. ''இந்தச் சமயத்திலே கூட்டீட்டுப்போனா எப்படி? பிள்ளைக்கு நினைச்சதைப் பண்ணிக் குடுக்காண்டாமா? அந்தத் தண்ணியில்லாத காட்டிலே, துணைக்கு ஆளும் இல்லாமல் எப்படி இருக்கது?'' நீட்டி முழக்கித் தடை போட்டுவிட்டாள் மாமியார்.

''பார்வதி! மூணுமாசம் அங்க வந்து இரியேன். ஏழு மாசத்திலே கூட்டீட்டு வந்திரத்தானே போறா... பிறகு பிள்ளை பெத்து மூணு நாலு மாசம் கழிஞ்சுதானே வர முடியும்? எனக்கு ஒத்தையிலே அங்கே இருக்க முடியல்லே! சவம் சாப்பாடும் சொகப்பட மாட்டேங்கு...''

''புடிக்கல்லேண்ணா விட்டுக்கிட்டு வந்திருங்களேன். அப்பா அண்ணைக்கே சொல்லத்தாலா செய்தா? நீங்க வீஞ்சிகிட்டுப் போனியோ!''

''அப்ப நீ அங்க வரமாட்டே... இல்லியா?''

''நானா வரமாட்டேங்கேன்... அம்மாதான் போகாண்டாம், போகாண்டாம்ங்கா. இப்பிடி வேற வந்தாச்சு... எப்பிடி வாறது?''

''அந்த ஊர்லே ஒருத்தரும் பிள்ளை உண்டாகிப் பெத்து வளக்கலே... நீதான் அதிசயமா உண்டாகியிருக்கேயாக்கும்?''

''அதென்னமோ எனக்குத் தெரியாது! இவ்வளவு சௌகரியத்தையும் விட்டுப்போட்டு அங்கே வந்து கஷ்டப்படு வானேன்? எள்ளுதான் எண்ணைக்குக் காயி. எலிப்புளுக்கையும் என்னத்துக்குக் காயணும்-''

''சரிதாம்மா.. நீ வரண்டாம், இங்கேயே இரி. அம்மைக்கு அண்டையிலேயே. எவன் எக்கேடாம் கெட்டா உனக்கென்னா?''

அதையெல்லாம் நினைக்கின்றபோது அவனுக்குச் சங்கடமாக இருந்தது. நாலுமாதம்கூட வந்திருந்தால் என்ன கொள்ளை? இனி பிள்ளைப் பேறுவரை ஐந்து மாதம்! பிறகு 'பிள்ளை சின்னதா இருக்கே' என்று ஆறுமாதம்! சிவதாணுவுக்கு எரிச்சல் எரிச்சலாக வந்தது.

என்னடா இது கல்யாணமாகிக் கணவனுடன் சேர்ந்து வாழ வேண்டும், தனிக்குடித்தனம் போக வேண்டும் என்றுதானே ஆசைப்படுவார்கள். இது நேர்மாறாக இருக்கிறதே! ஒருவேளை அம்மாக்காரி இராப்பகலாகப் போதித்துக்கொண்டிருக்கிறாளோ? அப்பா அதற்கு மேளம் அடிக்கிறாரோ? அருமைத் தங்கையைப் பிரிய மனமில்லையோ? நிழலில் உட்கார்ந்துகொண்டு நினைத்தது நடக்கும்படியாக அதிகாரம் செய்கின்ற மதமதப்போ? அப்படியானால் கணவன் என்பதெல்லாம் ஒரு வசதிக்குத்தானா?

தாடகை மலையில் மழைமேகம் கவிவதைப்போல, அவனுள் வெறுப்புக் கவிந்தது. தன் அம்மா, அப்பா, மாமனார், மாமியார், மனைவி எல்லோர் மீதும் வெறுப்பு மூண்டெழுந்தது.

இவர்களுக்குத்தான் என்ன அவசரம்? ஓராண்டுக்காலம் காத்திருந்திருக்கலாம். அன்று அப்படிப் பிடிவாதம் பிடிக்காமல் இருந்திருந்தால், கல்யாணத்துக்கு வற்புறுத்தி இராவிட்டால் - இன்று வேலையான பிறகு எத்தனைபேர் பின்னால் நடப்பார்கள்? இழுத்த இழுப்புக்கு வருவார்கள்?

'சே!' அந்த நினைப்பைத் தூர விலக்கினான். 'என்றும் இல்லாமல் இன்றென்ன புதிய நினைப்பு! நானா இப்படி நினைப்பது? கல்யாணம் ஆகி, ஓராண்டுக்கு மேல் வாழ்க்கையும் நடத்தி ஒரு குழந்தைக்குத் தந்தையும் ஆகப்போகிற நிலையிலோ இந்தச் சிந்தனை? நன்றாக இருக்கிறது!''

அவன் தன்னையே கடிந்துகொண்டான்.

28

சிவதாணுவுக்கு எதுவும் புரியவில்லை.

இது என்ன பிடிவாதம்? இரண்டு மூன்று மாதங்கள் தன்னுடன் வந்து பார்வதிக்குத் தங்கினால் என்ன? என்ன குறைந்து போகும்? குழந்தை உண்டாகிற பெண்கள் எல்லாரும் அம்மா வீட்டிலேயே அசையாமல் உட்கார்ந்துவிடுகிறார்களா? இந்தத் தனிமையும் அதன் கொடுமையும் அவனைத் தவிக்க வைத்தன. மனம் திறந்து பேசுவதற்கு மனிதர்களே இல்லாத அந்தகாரத்தில் உட்கார்ந்து சிந்தித்து சிந்தித்து அதனுள்ளேயே மூழ்கி, முக்குளி போட்டு, நினைத்தாலும் வெளியே வர முடியாத ஆழத்தில் அமிழ்ந்து -

மூச்சுத் திணற, நினைவுகளின் கனத்திலும் அழுத்தத்திலும் திக்கு முக்காட, நீந்திக் கைகளும் மெய்யும் மனமும் சோரக் கரையேறத் துடிக்கும்போது - கரை, கைக்கெட்டாத் தூரத்தில் விலகி விலகி நீங்க, அந்தச் சிந்தனைகளையே 'மடக் மடக்'கென்று குடித்து வயிறு பெருத்துத் தள்ளாடும் வேளைகள் -

எப்போதாவது போவது என்றிருந்த நிலைமாறி, வாரம் ஒரு முறை என்று இராமநாதன் வீட்டுக்குப் போய்ப் பேசித் சிரித்து மன உளைச்சல்களை ஆற்றிவிட முயன்று, அவர் குழந்தைகளுடன் விளையாடி மகிழ்ந்து நெகிழுவது என்பது படிமானத்தில் வந்துவிட்ட பிறகு பேசப்பேச இலக்கியம் அலுக்கத்தான் இல்லை!

உடம்போடு ஒட்டிப் பிறந்ததுபோல், எப்போதும் கையில் இருக்கும் ஒரு புத்தகம். அன்று அதை அவர் மனைவி வாங்கிப் பார்த்து, கவிதையிலும் நாட்டம் உண்டா என்று கேட்டதும் சிவதாணுவுக்குப் பெருமையாக இருந்தது.

''காந்தி... இனி நான் இங்கே இருக்கப்படாது... கவிதைபற்றிப் பேச உனக்கு ஆள் கிடைச்சாச்சு...'' என்று இராமநாதன் விளையாட்டாகச் சொன்ன பிறகுதானே அவளுக்கும் அதில் ஈடுபாடு உண்டு என்று தெரிந்தது?

''யார் இந்தக் கவிஞன்! இதுவரை கேள்விப்பட்டதே இல்லையே!'' காந்திமதி கேட்டாள்.

''நீங்க கேள்விப்படாததிலே ஆச்சரியம் இல்லை! பதினைஞ்சு வருசமா எழுதுகிறார். ஆனால், இதுதான் முதலாவது தொகுப்பு. கண்ணுக்குத் தெரியாமல் எத்தனை பேர் இதுபோல ஒளிந்து கொண்டிருக்கிறார்களோ?''

''நல்லாருக்கா?''

''பிரமாதமா.... படிச்சவங்களுக்கெல்லாம் ஒரு சூடு போடுறாரு பாருங்க. 'சுற்றம்தான் உலகமென உணரக் கற்றோம். சூழ்ச்சி செய்வதன்றி வேறு எதனைக் கற்றோம்'...''

''நான் படிச்சுக்கிட்டுத் தாறேனே...''

''தாராளமா. கவிதையைப் பற்றிப் பேசுகதுக்கு இந்தக் காட்டிலே நீங்க கிடைச்சதுலே எனக்குத் தலைகால் தெரிய மாட்டேங்கு.''

''நீ பின்னே என்ன நினைச்சே? அவ பி.ஏ. தமிழாங்கும்'' இராமநாதன் இடையில் புகுந்தார்.

கவிதைகளைப் படித்து தனக்குள்ளேயே இரசித்துப் பழகிவிட்டவனுக்கு, அதை விவாதிக்க ஒரு துணை கிடைத்தபோது விட்டுவிட மனம் இல்லை. இந்தப் பாலைவனக் கோடையின் நடுவே சோலையைக் கண்டாற்போல உணர்ந்தான்.

முப்பது வயதுக்கு மேலாகிவிட்டாலும், அவனுக்குச் சமமாக, குழந்தைத்தனமான உற்சாகத்தில் காந்திமதி வாதம் செய்யும்போது இராமநாதனும் அவளுடன் சேர்ந்துகொள்வார். கோபத்தில் முகம் சிவந்து அவன் ஆவேசமாக எதிர்வாதம் செய்வதைப் பார்த்துப் பன்னிரண்டு வயது லதாவும், எட்டு வயது மாலுவும் 'கடகட' வெனச் சிரிக்கும் போதுதான். அவன் தன்னிலை உணர்வான். வெட்கிப் போவான். தனிமை இருளறுக்கும் வாளாக அந்தச் சில மணித்துளிகள் அவனுக்குப் பயன்பட்டு வந்தன. வாரம் முழுதும் ஓடிய காரின் பாட்டரியை மீண்டும் சார்ஜ் செய்வதைப் போல வாரம் ஒரு முறை அங்கே போனால் அவன் ரீசார்ஜ் ஆனான். ஆனால், திரும்பி வீட்டுக்கு வந்தால் மீண்டும் அதே கடல் போன்ற தனிமை.

ஏன் மனைவியைக் கூட்டிக்கொண்டு வரமாட்டேன் என்கிறாய் என்று காந்திமதி ஆதரவாகக் கேட்டபோது அவனால் எதையும் மறைக்க முடியவில்லை. மனதை அப்படியே கவிழ்த்துக் காட்டிவிட்டான்.

''இவ்வளவுதானே விஷயம்? இதுக்குப் போயா கவலைப்படுகே. எல்லாம் பெத்துப் பொழைக்கட்டும். நானே போய்க்கூட்டியாறேன். அதுக்குள்ளே வேலையும் கன்ஃபர்ம் ஆகும். குவார்ட்டர்ஸும் கிடைக்கும்...''

காந்திமதி ஆறுதலாகச் சொன்னாள். அவன் மறுக்கத்தின் காரணம் தனிமைதான் என்பது இராமநாதனுக்கும் புரிந்தது.

''ஏன்பா இப்படிப் பொங்கிச் சாப்பிட்டுப் பொழுதைக் கழிக்கிறே? ஒண்ணு செய்யி... எனக்குத் தெரிஞ்ச மெஸ் இங்கே இருக்கு. அங்கே சொல்லி சாப்பாட்டுக்கு ஏற்பாடு செய்திரலாம். சாயங்காலம் நம்ம காலனியிலே இருக்கிற பத்துப் பேருக்கு ட்யூஷன் எடு. பொழுது போகும். வருமானமும் ஆச்சு. என்ன சொல்லுகே? ஏற்பாடு பண்ணீரட்டா?''

அவர் சொன்னதோடு நிற்கவில்லை. பத்துப் பன்னிரண்டு சிறுவர் சிறுமியரை - எட்டாவது முதல் பதினொன்றாவதுவரை ஏற்பாடும் செய்துவிட்டார். மாலைப்பொழுதுகளில் மனதை மயங்கச் செய்யும் உணர்வுகளுக்கு ஒரு மறுகால் ஏற்பட்டதைச் சிவதாணு உணர்ந்தான். மாதம் இருநூறு ரூபாய் அதிக வருமானத்துக்கு வழி கிடைத்தது தெம்பாக இருந்தது

என்றாலும் மாதம் ஒரு முறை ஊருக்குப் போய் வரும்போது அவன் சலனப்பட்டான்.

''ஏம்லே இப்பிடி இளைச்சுப் கறுத்துப் போயிருக்கே? பொண்டாட்டிக்காரியைக் கூட்டீட்டுப் போகப்பிடாதா? அஞ்சு மாசம் தாலா ஆகு. எட்டாம் மாசம் சூலழைச்சாப்போராதா? உலகத்திலே இல்லாத ஒய்யாரமால்லா இருக்கு?'' என்று அம்மா பாடுகின்ற ஆவலாதி.

எதிர்ப்படுகின்ற ஊர்க்காரர்களெல்லாம் -

''என்னடே சிவதாணு! ஒம்பொண்டாட்டி சுசீந்திரத்திலேயா இருக்கா? காசிக்குப் போனாலும் கர்மம் தீரல்லியா? அவ எப்படிடே வருவா? செல்லமும் செலவுமா வளர்ந்த பொண்ணுல்லா... இலவம் பஞ்சுண்ணா எகிறிப் பறக்கும். அம்மிக்குழவி பறக்கவா செய்யும்?' இவர்கள் துரும்புவிட்டுப் புண்ணாக்கிவிடுபவர்கள்.

இந்த மன உபாதைகளின் நிரந்தரத்துவம். அதோடுதான் அன்றும் சிவதாணு சுசீந்திரத்துக்குப் போனான். ஐந்து மாதக் கர்ப்பத்துடன் பார்வதி அழகாகத்தான் இருந்தாள். இலேசாகச் சரிய ஆரம்பித்த வயிற்று முகடு. கண்களின் கருமையில் புதிய மினுமினுப்பு. முகத்தில் ஏற்கனவே இருந்த வெண்மையைத் தூக்கிக் காட்டும் மெருகின் பளபளப்பு. அவள் அசைவுகளிலெல்லாம் ஒரு பூரிப்பு. என்னதான் தன்னுடன் ஆறுமுகநேரிக்கு வர மாட்டேன் என்று சொன்னாலும், அவளைக் காணுகின்றபோது, அவன் வானத்தில் மிதக்கவே செய்தான். ஒரு வேளை அந்த இதம்தான் அவள் இல்லாத வேளைகளில் அப்படி மனதை மல்லுக்கு நிற்கச் செய்கிறதோ?

ஆனால் - பார்வதியின் நெருக்கமும், பவானியின் உரிமையும் நீங்கலாக அங்கே அவனுக்கு ஏற்படும் உணர்ச்சி... மாமனார் பார்க்கின்ற பார்வைகளிலெல்லாம் முன்னைப்போல கனிவைக் காண முடிவதில்லையே ஏன்? காட்டுகின்ற மரியாதைகளில் கனமற்ற தன்மையல்லவா தெரிகிறது? 'வாங்க' என்று வரவேற்கும் போது ஒலிப்பதிவு செய்யப்பட்ட குரலில் வறட்சியல்லவா மிகுந்தெழுகிறது? அடிமனத்தில் ஆர்ப்பரிக்கும் வெறுப்பா? இல்லை, பிடியிலிருந்து கழன்று போய் விட்டானே என்ற அங்கலாய்ப்பா? தன்னையும் மீறி ஆளாகிவிட்டானே என்ற நொறுநொறுப்பா? பண்டே மாமியாரின் சொற்களில் போலி மரியாதைதான் திரையிட்டிருக்கும். அந்தக் திரைகூடக் கழன்று நாட்கள் ஆகிவிட்டன. அதன் பிறகு 'பந்தம் எரியுதோடி, கண்களைப் பார்க்க நடுங்குதடி' எனும்படியான பாவம் அவனைக் காணும்போதெல்லாம் கண்களில் தெறித்தது.

பெரியவளான பிறகு பவானியின் பேச்சில் பழைய துள்ளலும் துடுக்கும் இல்லை. இருக்கும் என்று எதிர்பார்க்கவும் முடியாது. இருந்தாலும் கூர்ந்து, ஆழ்ந்து அவள் அவனைப் பார்க்கின்றபோது - நெஞ்சைத்தொட்டு நீவிவிடுகிற ஆறுதல். சொற்கள் சுருங்கிப் போனாலும், சுடர்போன்ற அவள் புன்னகைகள் அவனுக்காகப் பூத்துச் சொரிந்து நிற்கையில், இந்த வீட்டில் தன்னைப் புரிந்துகொண்ட உள்ளன்போடு உபசரிக்கின்ற உயிர் இது ஒன்றுதானோ என்றுகூட அவனுக்குத் தோன்றும். காப்பி கொண்டு வருவதற்காகப் பார்வதி அடுக்களைக்குப் போனாள். யாரோ புதிய விருந்தினர்கள் வந்திருக்கிறார்கள் போலும்! பழகாத ஒன்றிரண்டு குரல்கள் கேட்கின்றன. இது இயல்பானது. குழந்தை உண்டாகியிருக்கும் பெண்ணைப் பார்க்க முறுக்கும், தேன் குழலும், மனகாவலமும், முந்திரிக்கொத்தும், புட்டமுதும், அதிரசமும் என்று பல்வகைப் பலகாரங்களைப் போணிகளிலும் தூக்குவாளிகளிலும் கொண்டுவந்து கொடுத்துப் 'பார்த்து'ப் போவது அதிசயமில்லை. அடுக்களையிலிருந்து பனிப்படலம்போல் மெலிதாக எழுந்த பேச்சரவம்.

''என்னா பார்வதி? உன் மாப்பிள்ளை வந்திருக்கானா?''

''ஆமா மயினி...'' பார்வதியின் மறுமொழி.

''என்ன இது? மாசத்துக்கு ஒரு மட்டம்தான் வாறாரு... வந்துகிட்டு ஒரு நாளையிலே போயிருவாறு போலிருக்கே?''

''பின்னே என்ன செய்யது? ஞாயிற்றுக்கிழமை ஒரு நாள்தானே லீவு? நேத்து ராத்திரி வீராணமங்கலம் வந்திருக்கா... இன்னைக்கு ராத்திரி எட்டு மணிக்கெல்லாம் பொறப்பட்டிருவா. வேலைக்குப் போகாண்டாமா?''

''ஆமாமா... பெரிய 'பேஷ்கார்' அங்கத்தைப் பாரு... இவுரு போகல்லேண்ணா கப்பல் கமுந்திரும். ஆளுகளுக்குப் பௌருசத்துக்கு மாத்திரம் குறைச்சலில்லை. தானமானங்கொண்டு நடக்கவும் முடியல்லே. தரித்திரியம் கொண்டு கிடக்கவும் முடியல்லேண்ணுல்லா இருக்கு...''

மாமியார்தான். இந்தக் குத்தலும் குடைச்சலும் அவனுக்குப் பழக்கமானவைதான் என்றாலும், புதிது புதிதாகக் காயம்பட்டு, ரணங்கள் ஏற்பட்டுக் கொண்டிருந்தன. இந்த மொழிகள் காதில் விழ வேண்டாமே என்று அவன் வருகைகளின் இடைவெளிகள்கூட விரிந்து கொண்டு போயின.

இவர்கள் இப்படித்தான் இருப்பார்கள். பணக்காரச் சாதிக்கே உரிய திமிர். உடம்பில் ஊறிப்போன மதம். அந்த மதமும் திமிரும் அண்ட ஒட்டாத தூரத்தில் வாழ்க்கை நடத்தவும் தன்னால் முடியும். இவள் பார்வதி மனது வைத்தால் - இவள் மட்டும் மனது வைத்தால், பணத்தை மட்டுமே கொண்டு மனிதர்களை எடைபோடும் இந்தப் பதர்களின் முகத்தைக்கூடப் பார்க்காமல் போய்விடலாம். ஆனால், அவளுக்கு ஏன் இது உறைக்க மாட்டேன் என்கிறது? என்னை அவமானப்படுத்துவது தன்னை அவமதிப்பதேயாகும் என்பது அவளுக்குப் புரியவில்லையா? இல்லை அவளும் அம்மாவைப் போலவே நினைக்கிறாளா? நான் என்ன தலையில் வைக்கும் திருக்குப் பூவா? வேண்டுமானால் வைத்துக் கொள்வது இல்லையென்றால் கழற்றிப் பெட்டியில் போட்டு விடுவதற்கு?

''பார்வதி! எனக்கு ஆபீசர் ராமநாதனைப் பத்திச் சொல்லீருக்கம்லா? அவரு பொண்டாட்டி இருக்காளே... காந்திமதி... என்ன அருமை தெரியுமா? அவ உன்னைப் பார்க்கணும் பார்க்கணும்ங்கா... அவளுக்கு ரெண்டே பொம்பிளைப் பிள்ளைங்க... லதாண்ணு மூத்தது. அடுத்தது மாலு. நான் இங்கே வரப்புறப்படுக போதெல்லாம் அத்தையைக் கூட்டீட்டுவா கூட்டீட்டுவாண்ணு உசிரை எடுக்குது. நீ ஒரு மட்டம் வந்து பாரு. உன்னை விடவே செய்யாது. என்னா வாறையா? கொஞ்ச நான் இருந்துக்கிட்டு வந்திரு...''

''பின்னே என்ன வேணும் உங்களுக்கு? அருமை ஆளுகளாச்சு... மருமக்கமாரு ஆச்சு. அதுக்கு மேலே நானும் ஒருத்தி என்னத்துக்கு?''

சிவதாணுவின் உற்சாகமெல்லாம் வற்றிப் போயிற்று. பார்வதியின் கண்களில் தெரிந்த துவேஷம் அவனைத் திடுக்குறச் செய்தது. அவள் முகத்தை ஏறிட்டுப் பார்த்தான். அங்கே வெறுப்பும் அலட்சியமும் அளவிட முடியாததாக... 'நீ எத்தனை தரம் கூப்பிட்டாலும் சரி! நான் இங்கிருந்து அசையப் போவதில்லை' என்ற தீர்மானம் அதில் தொனித்தது. கன்னத்தில் இரண்டு அறை கொடுத்துக் கையைப் பிடித்துக் கரகரவென்று இழுத்துக் கொண்டு போய்விடலாமா என்று அவனுக்கு ஆவேசம் வந்தது. இந்த நிலையிலா? ஒன்று கிடக்க ஒன்று ஆகிவிட்டால்? எப்படியோ பெற்றுத் தேறுவதுவரை இங்கேயே இருந்து தொலையட்டும்! அவன் தன்னைக் கட்டுப்படுத்திக்கொண்டான். பார்க்கிறவர்கள் கூட, இதைச் சரியான சாக்காகத்தானே சொல்வார்கள்? தன்னைத் தானே முரடனென்றும், அவசரக்காரனென்றும், பிடிவாதக் காரனென்றும், பட்டம் கட்டுவார்கள்?

எப்போதும் போலவே, இம்முறையும் ஆறுமுகநேரிக்கு போகையில் அவன் உற்சாகமாக இல்லை. அந்தச் சோர்வு இம்முறை தளர்வாகவும் மாறிப் போயிருந்ததால், காந்திமதி கண்டுபிடித்து விடுவாள் என்று கருதியே நாலைந்து நாள் அவர்கள் வீட்டுப் பக்கம்கூட அவன் போகவில்லை.

''என்னப்பா? பசங்கெல்லாம் நீ ஊரிலேயே தங்கீட்டியாண்ணு கேட்டுக்கிட்டிருக்கு... நீ என்னண்ணா அந்தத் திசைக்கே வரமாட்டேங்கியே!''

நாலாம்நாள் இராமநாதன் அலுவலகத்தில் வைத்துக் கேட்டார். சிரித்து மழுப்பி அவரைச் சமாளித்தான்.

''காந்திமதிகூட உன்னோடு சண்டை போடணும்னு சொல்லீட்டிருக்கா...'' என்று அவர் சொன்னபோது, உண்மையிலேயே அவனுக்குச் சிரிப்பு வந்துவிட்டது. எதைப்பற்றிச் சண்டைக்குத் தயாராகிறாள்? சண்டை போடுவது என்று காந்திமதி தீர்மானித்து விட்டாளானால், சிவதாணுவை அழஅழப்படுத்தி விடுவாள். காந்திமதியிடம் மாட்டிக்கொண்டு அவன் விழிக்கின்ற வேளைகளில் மாலுவோ, லதாவோதான் அவன் உதவிக்கு வருவார்கள்.

''மாமா... இந்தக் கணக்கைப் போட்டுத்தாங்க'' என்றோ -

''இந்தப் படம் சரியா வர மாட்டேங்கு...'' என்றோ அவர்கள் குறுக்கிடுவதை வசதியாகக் கொண்டு வாதத்துக்கு அவன் முற்றுப்புள்ளி வைத்தாலும் அவளுக்கு வருகின்ற கோபம்!

''ஆமாமா... மாமாவைக் காப்பாத்த மருமக்கமாரு வந்தாச்சே! இனியேன் பேசப் போறே?'' என்று பொய்க் கோபத்தில் அவள் எழுந்து போகும்போது அவனுக்கு வேடிக்கையாக இருக்கும்.

ஆனாலும் அடுத்த முறை அவன் போனதுமே, சண்டைக்கு அவளுக்கும் பிரச்சனை தயாராகவே இருக்கும்.

இந்த முறை தன் பாடு என்ன ஆகுமோ என்று அவன் எண்ணினான்.

29

அப்பாவிடம் இருந்து அன்று கடிதம் வந்தது. சாதாரணமாகச் சிவதாணுவுக்கு அதிகமாகக் கடிதங்கள் எதுவும் வருவதில்லை. பதினைந்து இருபது நாட்களுக்கொரு முறையோ, மாதத்துக்கொரு முறையோ, நேராகவே அவன் போய்விட்டு வந்து விடுவதால், ஏதாவது தேவைகள் இருந்தால் மட்டுமே கடிதம் வரும். இன்று அப்பாவின் கடிதத்தைக் கண்டதுமே, ஏதோ விசேடம் இருக்க வேண்டும் என்று ஊகம். அவன் நினைத்தது சரிதான். லட்சுமிக்குக் கல்யாணம் நிச்சயமாகி இருக்கிறது. பறக்கைப் பையன்தான். எல்லாம் விபரமாகவே எழுதி இருந்தார். நாலாயிரம் ரூபாய் உருப்படி. இரண்டாயிரம் ரூபாய் கையில். கல்யாணம் செய்து அனுப்ப வேண்டும். இருக்கிற சூழ்நிலையில் அது அதிக எடுப்புதான். ஆனால் இதைவிட குறைவான தொகையில், வேலையிலிருக்கும் தரமாகக் கிடைப்பதும் கடினம். பையனைப் பொறுத்தவரை சிவதாணுவுக்குத் திருப்திதான்.

ஆனால், பணத்துக்கு என்ன செய்யப் போகிறோம் என்று எண்ணும்போது அவனுக்குப் பகீரென்றது. எப்படிப் போனாலும் திருமணச் செலவுக்கு இரண்டாயிரம் ரூபாய் வேண்டுமே! என்ன நினைப்பில் இப்படிப் பேசி உறைப்பித்திருக்கிறார்கள் என்று அவன் சிந்தித்தான். சீட்டைப் பிடித்தால் மூவாயிரம் ரூபாய் கிடைக்குமாம். ஏற்கெனவே ஒத்தியில் இருக்கும் பனையடித் துண்டத்தை விற்றால் இன்னும் ஒரு இரண்டாயிரம். சிவதாணுதான் மீதிப் பணத்துக்கு மாமனாரிடம் சொல்லிக் கடனாகவோ எப்படியோ ஏற்பாடு செய்ய வேண்டுமாம்.

இது ஒரு பெரிய இடி. பனையடித்துண்டம், பாட்டா, அப்பா என்று பரம்பரையாக வருகிற வயல். ஏற்கனவே இரண்டாயிரம் ரூபாய் ஒத்தியில் நான்கு ஆண்டுகளாக இருக்கிறதென்றாலும், குடும்பச் சொத்தை விற்பதற்கு அப்பாவுக்கு எப்படி மனம் போயிற்று? தனக்கே இப்படி இருக்கும்போது, நாலுகோட்டை நெல் உபயம் அளந்து கொண்டிருந்தாலும் அதை விற்றுவிட அப்பாவே துணிகிறாரென்றால் - அவருக்கு ஏற்பட்டிருக்கும் பிரச்சனைகளின் கனம் அவனுக்குப் புரிந்தது. இல்லாவிட்டால், நிலத்தில் ஊறிப்போன விவசாயிக்கு, இருக்கின்ற ஒரே தடியையும் விற்றுவிடுவது என்பது பெற்ற மகனைச் சாகக் கொடுப்பது போலத் துயரம் தருவதல்லவா? சரி! எப்படியோ கல்யாணம் நடந்தால் ஒரு பெரிய பிரச்சனை தீரும். ஆனால், மீதி மூவாயிரம் ரூபாய்க்கு எங்கே போவது? மாமனாரிடம் கேட்பது என்ற நினைப்பே கசக்கிறது! ஒரு முறை மூக்கிழந்தது போதும். இனியும் அவர்களிடம் சென்று முட்டைச் சொறிந்து கொண்டு நிற்பதா? அதில் அவனுக்குச் சம்மதமில்லை.

'ட்யூஷன்' எடுக்க ஆரம்பித்ததில் இருந்து ராமநாதனின் யோசனையின் பேரின் சிவதாணு மாதம் ரூபாய் நூறு வீதம் ஒரு சீட்டில் சேர்ந்திருந்தான், இரண்டு மாதமே ஆகியிருந்தது. அடுத்த மாதம் அதைப்பிடித்துவிடலாம். ஆனால், அதில்தானே இடைஞ்சலே இருக்கிறது? இன்றிலிருந்து எட்டாம் நாள் கல்யாணம். இதற் கிடையில் அடுத்த மாதம் சீட்டைப் பிடித்தாலும் பணம் கைக்கு வரப் பத்துநாள் ஆகுமே! என்ன செய்யப் போகிறோம் என்று எண்ணும்போது அவனுக்கு மலைப்பாக இருந்தது.

யாரிடம் கேட்பது? ஒன்றா இரண்டா? மூவாயிரம் ரூபாய். இப்படி புத்திகெட்டத்தனமாக நெருக்கடியில் கொண்டு கல்யாணத்தை வைத்து விட்டார்களே! சிவதாணுவுக்கு எரிச்சல் வந்தது. மாமனாரிடம் கேட்க முடியாது. இதை அப்பாவிடம் எப்படிச் சொல்வது? வாங்கிக் கொடுக்காவிட்டால் என்னைத்தானே குறை கூறுவார்கள்! நகையை ஒரு மாத காலத்துக்கு அடகு வைக்கலாம் என்றால், மாமியாரிடம் ஒரு முறை பட்டது போதாதா? அவனுக்கு ஒரு வழியும் புலப்படவில்லை. நெருப்புக் கோழியைப் போலத் தலையை மணலுக்குள் புதைத்துக் கொள்ளவா? அவன் மனமும் உடலும் சோர்ந்து போனான்.

அலுவலகம் விடும்போதுதான் மறுநாள் விடுமுறை என்பது அவனுக்கு நினைவு வந்தது. விநாயக சதுர்த்தி. வீட்டுக்கு வேண்டுமானால் போய் வரலாம். ஆனால், பணம் எப்படிப்

புரட்டுவது என்ற யோசனையில் என்ன செய்வதென்றே அவனுக்குப் புரியவில்லை. கந்தசாமியிடம் சொன்னால் எங்காவது ஏற்பாடு செய்வானோ? ஒரு மாத காலத்துக்குத்தானே! அவன் எங்கே போவான்? தன்னுடைய பாரத்தை அவனும் மனத்தில் ஏற்றிக்கொள்வதே மிச்சம். அவனுக்கு ஒன்றும் பிடிபடவில்லை.

தன் மனைவியின் நகைகளும் சொத்தும் தன்னைப் பொறுத்தவரை, நாயின் கையில் கிடைத்த முழுத் தேங்காய்போல என்பது வெட்ட வெளிச்சமாக அவனுக்கு விளங்கியது. தானும் அதை உடைத்துத் தின்ன முடியாது! பிறருக்குத் தரவும் இயலாது! காலம் முழுதும் உருட்டிக்கொண்டே இருக்கலாம். பசியில் செத்தாலும், அந்தத் தேங்காயில் தனக்கு அணுவளவும் பயன் கிடைக்கப் போவதில்லை.

சரியான அடைவில் விழுந்துவிட்டதைப் போலச் சிவதாணுவுக்குத் திக்குமுக்காடல். எருக்கலைப் பூக்களைச் சுற்றிச் சுற்றிவரும் கருவண்டுகளைப்போல, இந்த நினைவுகள் அவன் காதுகளையும் கருத்தையும் குடைந்துகொண்டே இருந்தன. அப்பா கொஞ்ச நாள் பொறுத்திருக்கலாம். ஆனால் அவருக்கு மாப்பிள்ளை வீட்டாரிடம் இருந்த என்ன நெருக்கடியோ?

மறுநாள் மாலை ராமநாதன் வீட்டுக்குப் போனபோதும் அந்த நினைவலைகள் அவனை விட்டபாடில்லை. விநாயக சதுர்த்திக்கு அவித்த சர்க்கரைக் கொழுக்கட்டைகளைத் தின்றுகொண்டிருந் தாலும், சிறைப்படாமல் தாவியோடும் மனது. மாலு அவன் மடிமீது விழுந்து புரண்டபோது ஒரு கையால் அதை அணைத்துக்கொண்டே சிந்தனைக் கிளையில் ஏறி அமர்ந்து ஊஞ்சலாடினான்.

அவனை கொஞ்ச நேரம் பார்த்துக்கொண்டிருந்த இராமநாதன் கேட்டார்.

''ஏன் என்னமோ மாதிரி இருக்கே... எதையோ பறிகுடுத்தவன் மாதிரி...''

அப்போதுதான் அவனைக் கூர்ந்து பார்த்த காந்திமதி சொன்னாள்.

''ஆமா... என்னமோ மாதிரிதான் இருக்கான். என்ன சேதி?''

''எனக்கென்னா தெரியும்? அவனைக் கேளு! பெண்டாட்டி ஓர்மை வந்திட்டோ என்னவோ?''

கவலையின் காரணத்தைக் கிளறிவிட்டதும் அவன் தலை கவிழ்ந்து தன்மயமானான். சிந்தனை மீண்டும் தண்டவாளத்தில் தாவியது.

''இப்போ ஏன் அவ ஞாபகம் வரப்போகு? அதான் பேத்துக்கு இன்னும் ஒண்ணரை ரெண்டு மாசம் இருக்கே! என்னப்பா சங்கதி? எங்கிட்டே சொல்லப் பிடாதா?'' அவன் மௌனமாகக் கடிதத்தை எடுத்து அவர்களிடம் நீட்டினான். இராமநாதன் படித்துவிட்டு யோசனையுடன் காந்திமதியிடம் தந்தார். அவளும் பார்த்துவிட்டு நிமிர்ந்தாள்.

''மாமனார் கிட்டே கேட்கப் போறியா?''

இராமநாதன் கேட்டார். சிவதாணு இல்லையென்று தலையசைத்தான்.

''பின்னே எப்படிச் சமாளிக்கப் போறே?''

''ரெண்டு மாசத்துக்கு முந்தி ஒரு சீட்டிலே சேர்த்து விட்டேளே... அதைத்தான் பிடிக்கணும். ஆனா, அடுத்த மாசம் சீட்டைப் பிடிச்சுப் பணம் தயார் பண்ணுகிறவரை கல்யாணம் தாங்காது. அதான் யோசனை!''

சில நிமிடங்கள் அழுத்தமான மௌனம். காந்திமதி இராமநாதனைப் பார்த்தாள். அவர் அவனைப் பார்த்தார்.

''அதுக்காக நீ மனசைக் கஷ்டப்படுத்திக்கிடாதே. ரூவா நான் தாறேன். நீ சௌகரியமாச் சீட்டைப் பிடிச்சுத் தந்தா போதும். சரிதானா?''

'வாங்கக் குடம் நிறைக்கும் வள்ளல் பெரும் பசு'வைப் பார்ப்பதைப்போல அவரைப் பார்த்தான் சிவதாணு. இவரால் இதை எப்படி இவ்வளவு சுலபமாகச் சொல்லவும் செய்யவும் முடிகிறது. தன்னிடம் எதைக் கண்டு இவ்வளவு நம்பிக்கை வைத்திருக் கிறார்கள்? அதற்கான நாணயமும் யோக்கியதையும் தன்னிடம் இருக்கிறதா?

உலகத்தில் கண்காணாத மூலைகளிலும் முடுக்குகளிலும் இண்டு இடுக்குகளிலும் நல்லவர்கள் ஒளிந்துதான் கிடக்கிறார்கள். சுற்றிக் கிடக்கின்ற சப்பும் சவறுமே கண்ணில் தட்டுப்பட்டு அருவருப்பையும் வெறுப்பையும் தருகின்றது. ஆனால் அமைதியாக, பிறருக்கு காட்டிக் கொள்ளாமல், கடலின் அடியில் சலனமற்றுத் துயிலும் பவளப் பாறைகளைப்போல நல்லதன்மை

கெட்டி தட்டிப்போய் அமைதியாக எவ்வளவு பேர் இருக்கிறார்கள்? உணர்ச்சியில் அவன் கண்கள் பனித்தன. உள்ளக்கடல் விம்மிப் பொங்கியது.

இராமநாதன் சொன்னார்.

''சரி சரி... அது இதுண்ணு நன்றி சொல்ல ஆரம்பிச்சிராதே... அப்புறம் நானும் வட்டி கேக்க ஆரம்பிச்சிருவேன்.''

அவர் குரலில் இருந்த நையாண்டியும் கடுகடுப்பும் மெலிதான புன்னகையைக் கொணர்ந்தது அவனிடம்.. அன்று சிவதாணு அங்கேயே சாப்பிட்டான். சமீபகாலத்தில் என்றுமே உணவு அவனுக்கு இத்தனை சுவையானதாக இருந்ததில்லை. மனம் நிறைந்து கிடக்கின்றபோது உலகில் எல்லாமே சுவையாகவே இருக்கின்றன.

''என்னப்பா? கால்கிலோ கத்திரிக்காய்தான் பண்ணினேன். அவ்வளவையும் நீயே காலி பண்ணீரலாம்ணு பாக்கியா?'' காந்திமதியின் கேலி அவனைக் கலைத்து இலையைப் பார்க்கச் செய்தது. அவனுக்குப் 'பகீர்' என்றிருந்தது. எப்படி இத்தனை சுத்தமாக இலையிலிருந்து பொரியல் காலியாயிற்று? அவனுக்கே தெரியவில்லை! நல்ல பிள்ளையைப்போல உட்கார்ந்து சாப்பிட்டுக்கொண்டிருந்த மாலுவைச் சந்தேகத்துடன் பார்த்தான் 'ஒண்ணுந்தெரியாத' அந்தச் சிரிப்பு அவளைக் காட்டிக் கொடுத்துவிட்டது.

''கள்ளீ... நான் தண்ணி எடுக்கத் திரும்பினதிலே அவ்வளவையும் ஒரே வாயிலே முழுங்கீட்டியா?

இடது கையை ஓங்கினான். இரண்டும் சேர்ந்துகொண்டு கலீரெனச் சிரித்தன. அந்தச் சூழ்நிலையே அவன் வயிற்றையும் மனத்தையும் நிறைத்து விட்டது.

30

கல்யாணம் முடிந்துவிட்டது. தோளிலிருந்து பெரிய மலையை இறக்கி வைத்ததைப்போன்ற நிம்மதி. அம்மாவுக்குத் தான் வீடு வெறிச்சோடிப் போகும். பயல்கள் எல்லோரும் பள்ளிக்கூடம் போய்விட்டால், கூப்பிட்ட குரலுக்கு ஏன் என்று கேட்பதற்கு அங்கே ஆளிருக்காது. வேலையில் சேர்ந்து புதிய இடத்துக்கு வந்தபோது ஏற்பட்ட மலைப்பின் பல படிகள் அதிகமாகவே லட்சுமிக்கும் புகுந்த வீட்டில் இருக்கும்.

சிவதாணுவுக்கு அதிக நாள் லீவு எடுக்க முடியவில்லை. சம்பளமில்லாமல் நான்கு நாள். குறையேதுமின்றி எல்லாம் ஒரு வழியாக நடந்தேறியதே பெரிய காரியம். இராமநாதனையும் அவர் குடும்பத்தையும் எவ்வளவு வற்புறுத்திக் கூப்பிட்டும் திருமணத்துக்கு அவர்களால் வரமுடியவில்லை. அவருக்கு முக்கியமான வேலை வந்து விட்டது. சிவதாணுவுக்குக் கொஞ்சம் வருத்தம்தான்.

ஆனால் பார்வதி -

கல்யாணத்துக்கு முன்தினம், இரவு ஏழு மணியாகியும் அவள் வரவில்லை. எல்லோரும் அம்மாவைப் போட்டுத் துளைத்துக் கொண்டிருந்தார்கள்.

''செம்பகம்... உன் மருமகளை எங்கே காணல்லியே இன்னும்?''

''எல்லாம் வந்திருவா! அவ வந்துதான் இப்ப என்ன செய்யப் போறா? வாயும் வயிறுமா இருக்கிறவ!''

''அது நல்லாருக்கே! ஏன் எட்டு மாசம்தாலா ஆகு? வேலைகீலை செய்யாண்டாம்மா... சும்மாவாவது பொண்ணு கிட்டே இருக்கலாம்லா? பின்ன என்னத்துக்குத்தான் ஒரு மயினி சம்மந்தீண்ணு வச்சிருக்கு?''

ஒன்றல்ல. உறவினர்கள் எல்லோரும் செண்பகத்தைக் குடைந்து எடுத்தார்கள். அன்பினாலும் உரிமையினாலும் கேட்கப்படுகின்ற கேள்விகள் என்றாலும், பலவீனமான பாகத்தைத் தொட்டுப் பார்க்கும்போது உள்ளம் துணுக்குற அல்லவா செய்கிறது? இரவு எப்படியும் வந்துவிடுவாள் என்றே அந்தத் தாய்மனம் எண்ணி நம்பியது. சூலியை வேலையொன்றும் செய்ய யாரும் விடமாட்டார்கள். ஆனால் சுற்றமும் நட்புமாக வீடு நிரம்பி வழியும்போது வீட்டு மருமகள், அதுவும் மூத்த மருமகள், அவர்கள் மத்தியில் அரசோச்ச வீற்றிருப்பதே அழகல்லவா? வந்தவர்களை வரவேற்று உபசரித்து உரையாடிக் கொண்டிருப்பது சிறப்பல்லவா? இதை அந்தத் தாயுள்ளம் பெருமையோடு பார்க்காதா?

எட்டரை மணி சுமாருக்கு, ஏதோ சாமான் எடுக்கச் சிவதாணு அரங்கினுள் வந்தான். அவன் பின்னால் வந்த செண்பகம் சுற்றுமுற்றும் பார்த்து யாருமில்லை என்பதை அறிந்து மெதுவாக அவனிடம் கேட்டாள்.

"உன் பொண்டாட்டியை எங்கலே இன்னும் வரக்காணோம்? வந்த சனமெல்லாம் என்னைப் பஞ்சரிக்குது... வேண்டிய சீருதான்... வீட்டு மருமகங்கிற நினைப்பு இருந்தா இவ்வளவு நேரமும் வராமலா இருப்பா?"

சிவதாணுவுக்கும் அந்த எண்ணம் ஏற்கெனவே உள்ளத்தை அரிக்கத் தொடங்கியிருந்தது. அம்மா வேறு மனத்தாங்கலை வெளிப்படையாகவே காட்டி விட்டாள். அவனுக்கு என்னவோ போலிருந்தது.

"வந்தா வாறா... வராட்டாப் போறா... அவ வரல்லேண்ணு இப்ப என்ன முடங்கிப் போச்சுங்கேன்?"

"இருந்தாலும் என்ன பொம்பிளைப்பா? நாலு சனமும் சிரிக்காதா? அதிசயமா இவதான் பிள்ளை உண்டாயிருக்காளாங்கும்? ம்... எல்லாம் பார்த்த பொறவுதாலா தெரியி!"

சலித்துக்கொண்டே அங்கிருந்து அகன்ற அவளைச் செயலற்றுப் பார்த்தான் சிவதாணு.

இரவு பத்தரை மணிக்கும் அவள் வராமற் போகவே அவனுக்குக் கோபமும் வெள்ளமும் பூகம்பமாகப் புறப்பட்டன, இப்போதே போய்க் கூந்தலைப் பற்றி இழுத்து நாலு உதை கொடுக்க வேண்டும்போல் வெறி மிகுந்து பரந்தது. ஒருவேளை - கணக்கில் தப்பிதமாகி, பிரசவ வலி ஏற்பட்டிருக்குமோ? அவன் தத்தளித்தான். இந்த நினைவுகளின் வெக்கை ஒருபுறம் வீசியதேயானாலும், கல்யாண வேலைகளின் பரபரப்பு அவனை முழுமையாக ஆக்கிரமித்துக்கொண்டது.

காலை ஒன்பதுக்குமேல் பத்துக்குள் முகூர்த்தம். கல்யாணக்களை எங்கும் செறிந்து பரபரப்புக்கு உள்ளாக்கிக் கொண்டிருந்தபோது, எட்டரை மணிக்கு வீட்டு முன் டாக்ஸி ஒன்று வந்து நின்றது. மாமனாரும், மாமியாரும், எட்டுமாதச் சுமையுடன் பார்வதியும் அதிலிருந்து இறங்குவதைத் தொலைவிலிருந்தே கண்டான் சிவதாணு. பக்கத்தில் போய் அவர்களை விசாரிக்க வேண்டும் என்று அவனுக்குத் தோன்றவில்லை. முகத்தில் ஒரு கடுப்புடனேயே அவன் காரியத்தில் ஈடுபட்டிருந்தான்.

கல்யாணமும், பந்திகளும் நடந்து முடிந்த பிறகுதான் மூச்சுவிடுவதற்கு அவனுக்கு நேரம் கிடைத்தது. சாப்பிட்டு, ஓய்வாக உட்கார்ந்து பேசிக்கொண்டிருந்த பலரிடமும் அப்போது

தான் பொறுமையாகப் பேச முடிந்தது. புதிய சூழ்நிலையில் ஒதுங்கி நின்று மைத்துனன் மதுசூதனனிடமும்கூட அவன் இரண்டு வார்த்தைகள் விசாரிப்பதற்கும் நேரம் வாய்த்தது. அவன் சிலவற்றைச் சீர்பார்த்துக் கொண்டு அங்குமிங்கும் நடந்து கொண்டிருக்கையில் - மூன்று மணிக்குக் காலி டாக்ஸியொன்று வந்து நின்றது. சொக்கலிங்கம் பிள்ளை மனைவியை நோக்கிக் குரல் கொடுத்தார்.

''நீலாப்பிள்ளை... இன்னா கார் வந்தாச்சு! புறப்படுங்கோ...''

அவர்கள் புறப்படத் தயாரானார்கள்.

சிவதாணுவை அம்மா கூப்பிடுவதாகத் தாணுமாலயன் வந்து சொன்னான். அவன் வீட்டினுள்ளே போனபோது சாய்ப்பில் அம்மாவும் பார்வதியும். இவள் ஏன் தலைகுனிந்து நிற்கிறாள்? கழிவிரக்கத்தில் வருத்தப்படுவதாகப் பாவனையா? அவனைப் பார்த்ததும் செண்பகம் சொன்னாள்.

''நீயாவது உன் பொண்டாட்டிக்கிட்டே சொல்லுப்பா... இப்பமே போறேண்ணு சொல்லுகா... நாலா நீரு ஏழா நீரு, மறுவீடு எல்லாம் கழிஞ்சு போனாப் போராதா? நாம என்ன பார்த்துக்கிடவா மாட்டோம்? போய்த்தான் தீரணும்னு முரண்டு பிடிக்கா... அவ்வோ அம்மை சொல்லுகாளாம்...''

சிவதாணு பார்வதியைப் பார்த்தான். அவன் பார்வையை அவள் தவிர்த்தாள். காலையில் வந்ததில் இருந்தே அவனை ஆங்காங்கே கண்களால் பார்த்துக்கொண்டாலும் வார்த்தையாடத் துணியாத அவள் -

இப்போது அம்மா இறைஞ்சுவதும், கட்டை மண்ணாக அவள் நின்று கொண்டிருப்பதும் அவனைக் கொந்தளிக்கச் செய்தன. சுற்றுப்புறத்தையும், நிரம்பிக் கிடந்த மனிதர்களையும் நினைத்து அவன் தன்னைக் கட்டுப்படுத்திக்கொண்டான். அவன் முகம் இருண்டு, குரல் வறண்டு...

''போறாண்ணா போயிட்டுப் போறா... போறவளை இப்போ கெட்டியா போட முடியும்?''

அவன் அங்கிருந்து நகர்ந்துவிட்டான். அவள் மறுத்து ஏதாவது சொல்லியிருந்தால், கொதிகலனில் நீராவியின் அழுத்தம் தாங்காமல் சேஃப்டி வால்வ் சீறுவதைப்போல சீறி வெடித்திருப்பான்.

கல்யாணத்திற்கு ஒரு தினம் கழித்து மறுவீடு. லட்சுமியைப் பறக்கையில் கொண்டு விட்டுவிட்டு வரும்போது, யாருக்குமே முகத்தில் உயிர் இல்லை. அம்மாவின் தோளிலிருந்து உரித்துத்தான்

அவளை எடுக்க வேண்டியிருந்தது. போய் வரவா என்று சிவதாணு தங்கையிடம் விடைபெறும்போது, அவனுக்கே கண்கள் சிவந்து கசிந்தன. மதுசூதனனிடமும் சொல்லிக்கொண்டு பஸ்ஸில் ஏறிய பின்புதான், இந்தப் பிரிவை அம்மா எவ்வளவு உணர்வாள் என்பதை அவன் யோசித்தான். பஸ் புறப்பட்டதும் அம்மா சொன்னாள்.

"நீ இடலாக்குடி விலக்கிலே இறங்கிக்கலே... சுசீந்திரத்துக்குப் போய்ப் பார்த்துக்கிட்டு நாளைக்கு மத்தியானமா வீட்டுக்கு வாயேன்... பிறகு அங்கேயிருந்தே வேலைக்குப் போகலாம்..."

வேண்டாம் என்று அவன் தலையசைத்தான்.

"ஏன்? போயி எட்டிப் பார்த்துக்கிட்டு வா... அவ்வோளுக்குத்தான் புத்தி கெட்டுப் போச்சு. நாமளும் அப்படி இருக்க முடியுமா?"

ஆனால், சிவதாணுவுக்கு அதில் விருப்பம் இல்லை. மறுநாளும் வீட்டிலிருந்து நேராகவே அவன் ஆறுமுகநேரிக்குப் போய்விட்டான். அம்மாவால் எப்படி எல்லாவற்றையும் மறக்கவும் மன்னிக்கவும் முடிகிறதோ தெரியவில்லை! ஒருவேளை அதுதான் தாயுள்ளமோ? ஆனால், நீலாப்பிள்ளையும் ஒரு தாய்தானே!

திரும்பத் திரும்ப அம்மா சொன்னாள்.

"நீ போயிட்டு இன்னும் ஒரு மாசம் கழிச்சு வருவே... அதுக்குள்ளே பிள்ளைப்பேறு ஆனாலும் ஆயிரும். அவ மனம் கஷ்டப்படாதா? போயி எட்டிப் பார்த்துக்கிட்டாவது வாலே..."

அவன் அசையவில்லை.

ஆறுமுகநேரி வந்தபிறகு காந்திமதி, பார்வதி எப்படி இருக்கிறாள் என்று கேட்டதும் சிவதாணுவின் முகம் இருண்டு போனது.

"ஏம்பா? என்ன திடீர்ணு சண்டையா? இப்பம் போயிச் சண்டை போடலாமா? அவளுக்குத் தைரியம் சொல்லுவாளா இல்லை, இப்படி அடம் பிடிப்பாளா? நீயென்ன சின்னப் பையனா?" என்று கடிந்து கொண்டாள்.

ஆனால், பார்வதி நடந்துகொண்ட முறையைக் கேட்டபோது அவளுக்கே சங்கடமாக இருந்திருக்க வேண்டும்.

"அதையெல்லாம் இந்தச் சமயத்திலே மனசிலே வச்சுக்கிடப் பிடாது... பத்து நாள் கழிச்சுப் போய் பார்த்துத் தைரியம் சொல்லீட்டுவா... இன்னும் ரெண்டு மூணு மாசம்தானே! இங்கே வந்திட்டா எல்லாம் சரியாயிருவா... பிறகு எங்களைக் கவனிக்கவா செய்வே..."

பதில் ஒன்றும் பேசத் தோன்றாமல் வறட்டுச் சிரிப்பொன்றைச் செய்தான் சிவதாணு.

வேலை நிரந்தரமாகி, சாகுபுரத்தில் குவார்ட்டர்ஸும் கிடைத்து விட்டது. கல்யாணம் முடிந்து இருபது நாட்களுக்கு மேலிருக்கும். எதிர்பாராமல் லட்சுமியிடமிருந்து கடிதம். செய்தியாக எதுவும் இல்லை. அவளும் கணவனுமாகப் பார்வதியைப் பார்த்துவிட்டு வந்தார்களாம். ஒரேயடியாக மதனிக்காக அவள் இரங்கிவிட்டிருந்தாள். பார்வதிக்கு மிகவும் சோர்வாகவும் பயமாகவும் இருக்கிறதாம். தலைப்பிள்ளை என்றால் அப்படித்தானே இருக்கும்! ஆனால், பார்வதி மனவருத்தத்துடன் இருக்கிறாளாம். பிரசவத்துக்கு முன்னால் அவன் போய்ப் பார்த்து ஆறுதல் சொல்லி வரவேண்டுமாம். இவளுக்குத்தான் எத்தனை கரிசனம்? சிவதாணுவுக்கு ஆங்காரம் வந்தது. இவளின் வேண்டுகோளும், பார்வதியின் மனவருத்தமும் அந்த ஆங்காரத்தில் அடிபட்டுத் தவிடு பொடியாயின.

எவ்வளவு ஆணவமும் திமிரும் இருந்தால் அப்படி நடந்து கொள்வாள்? ஊரும் உறவினர்களும் என்ன நினைப்பார்கள் என்று சற்றேனும் எண்ணிப் பார்த்தாளா? அம்மாவும் அப்பாவும் சொல்வதுதானே பெரிதாகப் போய்விட்டது? நான் ஒருவன் இருக்கிறேன் என்ற எண்ணம் கொஞ்சமாவது நெஞ்சில் இருந்தால், முகூர்த்த நேரத்தில் வந்து தலையைக் காட்டுவாளா?

அவர் சம்மந்தியின் கல்யாணம்.

தான் வீட்டு மருமகள். முன்னின்று நடத்த வேண்டியவள். அந்த வீட்டின் முதல் உடைமைக்காரி என்ற சூடு நெஞ்சில் இருந்தால் இந்தச் செருக்கு ஏற்பட்டிருக்குமா?

குழந்தை உண்டாகியிருந்தால் என்ன? விறகா பிளக்கப் போகிறாள்? தன் வீட்டில் நடமாடித் திரியாமலா இருக்கிறாள்? அதை இங்கே செய்தால் எவ்வளவு பெருமையாக இருக்கும்?

அவளுடைய அம்மாவும் அப்பாவும் தந்த ஊக்கமல்லவா இவ்வளவு தீர்க்கமாக நடந்துகொள்ளச் செய்தது? கட்டிய கணவனைவிட அம்மாவும் அப்பாவும் பெரிதாகப் போய் விட்டார்களோ? அதனாலா இந்த அலட்சியம்? தான் பணக்காரி; அதனால் என்னவும் செய்யலாம் என்ற அகங்காரமல்லவா இப்படி என்னைத் துச்சமாகக் கருதச் செய்துவிட்டது?

அவர்கள் ஏழையாக இருந்தால், தாய் தகப்பனுக்குப் பாரமாகக் கருதப்பட்டால், எத்தனை நாள் இப்படி வைத்துத் தாங்குவார்கள்? கூட்டி வீட்டில் கொண்டுவந்து விட்டுவிட்டுப் போய்விடமாட்டார்களா? இதை அவளல்லவா உணர வேண்டும்? கல்யாணமாகி இருபது மாதங்களாகியும் என்னை என் மனப்போக்கை இவளால் புரிந்துகொள்ள முடியவில்லையென்றால் புரிந்துகொள்ள முயலக்கூட இல்லை யென்றால் இவளென்ன என் வாழ்க்கையில் செம்பாதி?

அந்தச் சிறுபெண் பவானி! பதினைந்து வயதுகூட ஆகவில்லை! அதற்கு இருக்கின்ற அறிவுகூட இவளுக்கு இல்லையென்றால் - மன வருத்தத்துடன் இருக்கிறாளாம்! இருக்கட்டுமே! மற்றவர்களைக் புண்படுத்துகின்றபோது இந்த நினைப்பு எங்கே போயிற்று?

எத்தனை பேருக்கு நான் பதில் சொல்ல வேண்டி வந்தது? துப்பறியும் நோக்குடன் கேட்கின்ற கரிக்கொட்டை கோலாப்பிள்ளை தொடங்கி எத்தனை பேரைச் சமாளிக்க வேண்டி வந்தது? என் காயப்பாடுகளை எத்தனை பேர் அவமதிக்கப் பார்த்தார்கள்?

ஏன் கந்தசாமியே கேட்கத்தானே செய்தான்!

''சிவதாணு... நீ இப்ப முன்னை மாதிரி ஒண்ணும் மனசுவிட்டுச் சொல்ல மாட்டேங்கியே?''

''ஏன் அப்படிக் கேக்கே? அதெல்லாம் இல்லையே!''

''எங்கிட்டே மறைக்காதே! சொல்ல மாட்டேண்ணா வேண்டாம். நான் ஒண்ணும் பைத்தியக்காரக் குப்பான் இல்லே! கல்யாணத்தண்ணைக்கு நான் எல்லாத்தையும் கவனிச்சுக்கிட்டுதான் இருந்தேன். முகூர்த்தத்துக்கு மட்டும் வந்து உன் பெண்டாட்டி தலையைக் காட்டீட்டுப் போனதும், நீ மூஞ்சியைத் தூக்கி வச்சுக்கிட்டதும் நான் அறியமாட்டேண்ணா நினைக்கே?''

''தெரியும்லா! பின்னே என் வாயாலே வரணும்ணு பாக்கியா?''

''அதான் ஏன் அப்படீண்ணு கேக்கேன்? மாமனார் வீட்டுக்கும் முன்னைப்போல நீ போறதில்லையாமே! அதுக்குள்ளே புளிச்சுப் போச்சா?''

''எல்லாம் தெரிஞ்சுதாலா வச்சிருக்கே... பின்னே ஏன் பிராணனை வாங்குகே? வேறு என்னமாம் உண்டுண்ணா சொல்லு!''

கந்தசாமி ஆனதால் இதை வாய்விட்டுக் கேட்டான். உள்ளத்தின் நெருடல்களை ஒளித்து வைத்துப் பழக்கமில்லை அவனுக்கு. ஆனால், துன்பத்தில் பிறர் தலைகுனிவுக்கு ஆளாகும்போது மனம் மகிழ்பவர் எத்தனை பேர்? மறுவீடு கழிந்த மறுநாள், வீட்டில் இருந்தபோது ஊரில் எல்லோரும் பார்த்த பார்வை, அவை பேசிய மௌன மொழிகள்...

மூன்று ஏக்கர் நஞ்சையும், ஒரு தென்னந்தோப்பும், மட்டுப்பா வீடும் தன் பெயருக்கு வரத்தானே செய்யும் என்ற எண்ணம் தந்த மிதப்பல்லவா? யார் என்று என்னை நினைத்துக் கொண்டிருக்கிறாய்? பணத்துக்காகத் தன்னைக் கட்டியவன் தானே என்றா? போக்கும் புகலும் அற்று, வாக்கும் வகையும் கெட்டு, விலையும் நிலையும் இற்றுப் போனவன் என்றா? உன்னைக் கொஞ்சிக்கொண்டு - கெஞ்சிக்கொண்டு கிடப்பவன் என்றா?

தவறுதான்! உன் அப்பா வேலை வாங்கித் தருவார் என்று, வசதியுள்ள மருமகள் என்று மகன் சீரும் சிறப்புமாக வாழ்வான் என்று என் அம்மாவும் அப்பாவும் மயங்கியது தவறேதான்! இடிபாடுகளைக் காணுகின்ற தெம்பும் திராணியுமற்று நான்கூட அதற்கு இசைந்துவிட்டது மிகப்பெரிய குற்றம்தான். ஏன்? மாதம் நூற்றைம்பது ரூபாய் சம்பளத்துக்காகத் தோசையும் இட்டிலியும் விற்றுக்கொண்டு, வயல் மேடுகளைச் சுற்றிக்கொண்டு தொண்டடிமை செய்யவே செய்தேன்!

ஆனால், நம் வீட்டில், நம் தயவில் வாழ்கிறவன் என்று நீ காட்டிய அலட்சியம்... இது இப்படியே போனால் எங்கு போய் நிற்கும் என்று எனக்கு ஏற்பட்ட அச்சம்... அதுமட்டும் இல்லாவிட்டால் மனப்பூர்வமாக அந்த வேலையைச் செய்துகொண்டு - எனக்கும் உதவியாக, ஆண்பிள்ளை இல்லாத உன் அப்பாவுக்கும் அனுசரணையாக இருந்திருக்க மாட்டேனா?

அதைக் கெடுத்தவர்கள் யார்? உன் அலட்சியம். சாப்பாடு போட்டுத் தரக்கூட நீ பட்ட சோம்பல்... உன் அம்மா சாட்டையால் சொடுக்கிய சொடுக்குகள்... போக்கத்த குடும்பம்... வக்கில்லாத ஆட்கள்... ஆட்டுப் பத்தம்... காய்ந்த மாடுகள்... தரித்திரக்கிடங்கு... ஒற்றைப் புறம் கூட்டாளிகள்... என்ன பாடுபட்டிருப்பேன் நான்?

நாளுக்கு நாள் என் சுயகௌரவம் அரங்கிலிருந்து, திண்ணையாகி, படிப்புரையாகிப் பாயிலும் ஆகிக் குற்றுயிர்ப்பட்டுக் கூசிக் கிடக்கையில் - இந்த வேலை மட்டும் கிடைக்காமல்

இருந்திருந்தால், உன் கடையில் தோசைக்கு மாவரைக்கும் சாமியப்பனுக்கும் எனக்கும் என்ன வேறுபாட்டை நீ காட்டியிருப்பாய்? நான் வேலைக்கு வந்த பிறகும் உடன் வந்து தங்க எத்தனை சாக்குப் போக்குகள்? இருட்டைக்கொண்டு ஓட்டையை அடைப்பது போலப் போலியான காரணங்கள் எத்தனை? அம்மா சொல்கிறாள்; அப்பா சொல்கிறார்; எத்தனை சமாதானங்கள்!

மனம் வருத்தப்படுகிறாளாம் -

இதுகளைச் சொல்ல வேண்டும்! கொஞ்சமேனும் சூடும் சுரணையும் இருக்கிறதா? பார்க்கப் போனார்களாம் பார்க்க! ஏன் இப்படித் தழைந்து கொடுக்கிறீர்கள். அதனால் நானல்லவா அமைதியிழந்து தவிக்க வேண்டியிருக்கிறது? சிவதாணு மனம் புகைந்தான்.

31

ட்யூஷனெல்லாம் முடித்துவிட்டு இராமநாதன் வீட்டுக்குச் சிவதாணு போனபோது இரவு மணி ஏழரையாகிவிட்டது. இவ்வளவு நேரமாகியபின் இன்று போக வேண்டுமா என்று முதலில் அவன் நினைத்தான். ஆனால், இன்று போகாமல் நாளை போய்த் தகவலைச் சொன்னால் காந்திமதி பிடித்துக்கொள்வாள்! குழந்தை பிறந்த சேதியை இவ்வளவு தாமதமாகவா சொல்கிறாய் என்று கேட்டாலும் கேட்பாள்.

இன்று அப்பாவிடம் இருந்து கடிதம் வந்தது. மாமனார் இன்னும் எழுதவில்லை. நாளை வரலாம். சாவகாசமாகத் தெரிவித்தால் போதும் என்று நினைத்திருப்பார். எப்படியோ போகட்டும்! சுகப்பிரசவம், தாயும் சேயும் நலம் என்று அப்பாவின் கையெழுத்தைப் பார்த்ததும், கோபத்தின் இடையிலும் அவனுக்கு மகிழ்ச்சியாகவே இருந்தது.

அந்த நேரத்தில் சிவதாணுவைப் பார்த்து எல்லோரும் ஆச்சரியப்பட்டார்கள். மாலுதான் முதலில் கேட்டாள்.

''கையிலே என்ன மாமா பொட்டலம்?''

''நீதான் சொல்லேன் பார்ப்போம்!''

காந்திமதியும் இராமநாதனும் உடனேயே ஊகித்துவிட்டனர்.

''பொண்ணா பையனாப்பா?'' காந்திமதி கேட்டாள்.

''சொல்லுங்க மாமா சீக்கிரம்...''

லதாவுக்கும் ஆவல் பிடுங்கியது.

''சொல்லுங்களேன் பார்ப்போம்... சரியாச் சொன்னவளுக்கு ரெண்டு மைசூர்ப்பாகு...ம்.. மாலு சொல்லு...''

சிவதாணு அவர்களுடன் விளையாடினான். இரண்டும் ஒரே நேரத்தில் 'பொண்ணு' என்று கத்தின.

''அட... ரெண்டும் சரியாத்தாலா சொல்லுகு...''

அவன் சிரித்துக்கொண்டே பொட்டலத்தை நீட்டினான். இந்த விளையாட்டை ரசித்துக்கொண்டிருந்த இராமநாதன் கேட்டார்.

''என்னப்பா? சுகப்பிரசவம்தானா? தாயும் பெண்ணும் நல்லா இருக்கிறாங்களா?''

''சுகப் பிரசவந்தானாம்''

''நீ எப்போப் போகப் போறே? தங்கச்சி கல்யாணத்துக்குப் போய் வந்தவன் ஒரேயடியா கத்திக்கிட்டு இருந்திட்டே! நான் படிச்சு படிச்சுச் சொல்லியும் கேக்க மாட்டேன்னுட்டே! இனி எல்லாத்தையும் மறந்திட்டுப் போய் பார்த்திட்டு வா... பார்வதி ரொம்ப ஆசையாயிருக்கும்...''

காந்திமதி சொன்னது அவனுக்குச் சுருக்கென்றிருந்தது. பிடிவாதமாக இருந்ததை அவள் குத்திக் காட்டியபோது அவனுக்குச் சங்கடமாகவே இருந்தது. தலையைக் கவிழ்த்துக்கொண்டான்.

''சரி சரி... ஒரு பொண்ணுக்குத் தகப்பனாயாச்சு! இனியும் வெட்கப்பட்டுக்கிட்டிருந்தா எப்படி? ஞாபகம் வச்சுக்கோ... பொம்பிளைப் பிள்ளையாங்கும்... இப்பமே பணம் சேர்க்க ஆரம்பிக்க வேண்டியதுதான். குடும்பம் நடத்ததுக்கு ஏற்பாடுகளைச் செய்யி. இன்னும் இரண்டு மாசம்தானே! இனி, 'கத்திரிக்காய்த் தீயல் வையி, காணக் குழம்புவையி'ண்ணு என் உயிரை வாங்கப் பிடாது... ஆமா!''

காந்திமதிக்கு உற்சாகம் கிளம்பிவிட்டால் 'மோனோலாக்'தான். அவன் பேச வேண்டிய வேலையே இருக்காது. சரமாரியாகப் பொழிந்து தள்ளிவிடுவாள். இராமநாதன்கூட மௌனசாட்சியாகக் கேட்டுக் கொண்டுதான் இருக்க வேண்டும்.

''மாமா... இண்ணைக்கும் நம்ம வீட்டிலே கத்திரிக்காத் தீயல்தான்...''

லதா அவசர அவசரமாகக் குறுக்கிட்டாள்.

‘‘அதான் மூக்கு வேத்திட்டே உங்க மாமனுக்கு... நீ வேற சப்போர்ட்டுக்கு...’’

அது என்னவோ தெரியவில்லை! எத்தனை கவலைகளும் ஏக்கங்களும் இருந்தாலும், இங்கே வந்து இவர்களுடனும் இந்தக் குழந்தைகளுடனும் சற்று நேரம் பேசிக்கொண்டிருந்தால், அடிபட்டு நொந்த புண்ணுக்குத் தவிடுவறுத்து ஒத்தடம் கொடுப்பதைப்போல ஓர் இதம் ஏற்படத்தான் செய்கிறது.

எப்படி இவர்களால் இவ்வளவு அன்பாக இருக்க முடிகிறது? ஊர்ப்பக்கம் சொல்வதுபோல, ‘சாதியா, சனமா, ஒட்டா, உறவா?’ சாதி மதம், இனம், மொழி என்பவையெல்லாம் மனிதனே போட்டுக் கொண்ட விலங்குகள்தானே! தானே அதைப் போட்டுக்கொண்டு, தகர்க்கவும் முடியாமல் தாங்கவும் முடியாமல் அல்லாடும் மனிதர்களல்லவா அதிகம்? ஒருவருக்கொருவர் மனம் விட்டுப் பேசவும் பழகவும் செய்வதற்கு முன்னால், ‘நீ என்ன சாதி?’ என்று அறிந்து கொள்வதில் எத்துணை ஆர்வம் காட்டுகிறார்கள்? அந்தக் கூட்டத்தில் இவர்களால் எப்படிச் சொந்தத் தம்பிபோலத் தன்னை நடத்த முடிகிறது? சமூக அந்தஸ்தில் இராமநாதனுக்கு நான் இணையா? தொள்ளாயிரம் சம்பளம் வாங்கும் ஆபீசர் எங்கே? நானூற்று எண்பதுக்கு அவர்கீழ் உழைக்கும் நான் எங்கே?

அவர்தான் இத்தனை பரிவு காட்டுகிறார் என்றால், காந்திமதி? இந்தச் சிறுமிகள்? பார்க்காமலேயே பார்வதியிடம் எத்தனை பாசம் காட்டுகின்றன? ஆனால், இந்த வெள்ளை அன்புக்குப் பார்வதி சரியான பாத்திரமாக இருப்பாளா?

‘‘என்ன அப்படியே யோசனை... உடனேயே பொண்ணுக்க நினைப்பு வந்திட்டுதா?’’

கணநேரத் தடுமாற்றம் சிவதாணுவுக்கு. சமாளிக்க முயன்றான்.

‘‘இல்லே... தீயல்ணு சொன்னால் பழைய ஞாபகம் வந்தது!’’

‘‘ஏன்? பார்வதி தீயல் வச்சாளா?’’

‘‘இல்லல்லே... நான் வச்சேன் ஒரு நாளு. பொங்கிச் சாப்பிட்டுட்டு இருந்தம்லா... அப்போ திடீர்ணு தோணிச்சு... கத்தரிக்காத் தீயலு வைக்கணும்ணு... சரி செய்துதான் பார்த்திடலாமுண்ணு நல்ல பிஞ்சுக் காயா வாங்கீட்டு வந்தேன்...’’

‘‘ம்... பிறகு...’’

''கத்திரிக்காயை நல்ல எண்ணெயிலே போட்டு வசக்கி 'தேங்கா, கொத்தமல்லி. மொளகா வத்தல் எல்லாம் வறுத்து அரைச்சு, நிறைய ஈருள்ளி, வெள்ளாங்கம் உரிச்சுப்போட்டு, கூட்டிப்போட்டுக்கிட்டுக் குளிக்கப் போனேன். குளிச்சுக்கிட்டு வந்து தாளிச்சு ஊத்தி ஒரு கொதி கொதிக்கட்டும்ணு கட்டில்லே வந்து இருந்தனா? அஞ்சு நிமிசம் ஆச்சு. வாசனைண்ணா மூக்கைத் தொளைக்குது! அட... கொள்ளாமே! நாம வச்ச தீயலா இந்த மணம் மணக்குதுண்ணு ஆச்சரியமாப் போச்சு!''

''உப்புப் போட மறந்திட்டியோ?''

''அதான் முன்னாலேயே போட்டேனே! மணம் எனக்கே தாங்கல்லே... அடுப்புக்கிட்டே போயி மூடியைத் திறந்தா, கறி என்னமோ கொதிக்குது. எனக்கு அப்பத்தான் கொஞ்சம் சந்தேகம் ஆப்பையிலே கொஞ்சம் கோரி, மூக்குக்கிட்டே கொண்டு போனா, அது மண்ணு கெணக்க மணக்கு. வாசனையும் இல்லே எளவும் இல்லே... அட செத்த மூதீண்ணு எனக்கானா ஒரே கோவம்...''

''பின்னே வாசனை வேறே முதல்லே வந்ததூண்ணியே!''

''சொன்னேன்! அது நான் வச்ச தீயலா இருக்கணும்ணு சட்டமா என்ன? வாசனை பொறகும் வந்துகிட்டுதாலா இருந்து. பக்கத்து வீட்டிலே இருந்துதான் வந்திருக்கணும்...''

''பிறகு என்ன செய்தே? சாப்பிடல்லியா?''

''சாப்பிடாம என்னா? பக்கத்து வீட்டு வாசனையை மூக்கிலே இழுத்துக்கிட்டே நான் நல்லாக்கின தீயலை ஊத்திச் சோத்தை உருட்டிப் போட்டனே...''

''அடப்பாவி... ஆனாலும் தீயலுண்ணா பேயாத்தான் பறக்கிறே நீ... ஆமா! பார்வதி இங்கே வந்த பிறகு அவளுக்குத் தீயல் வைக்க வரலேண்ணா என்ன செய்வே?''

''ஆகாங்... அப்பிடியா நெனைச்சுப் போட்டியோ? அவளுக்கு வைக்கத் தெரியல்லேண்ணா, நேரா இங்கே வந்திருவேன். மக்கா மாலு... இங்க அம்மா தீயல் வைக்காண்ணா நீ ஓடிவந்து சொல்லீரணும் என்னா?''

''ம்க்கும்... பெரிய சாப்பாட்டு ராமன்தான்...''

காந்திமதி செய்த கேலியைக் கண்டு 'சிரிப்பாணி' அங்கே மண்டியது. லதாவும் மாலுவும் வயிற்றைப் பிடித்துக்கொண்டு

சிரித்தன. இராமநாதன் சிரித்தபடியே நாற்காலியில் மல்லாந்து சாய்ந்து விட்டார். சிரித்து ஓய்ந்த பிறகு மூச்சு வாங்கிக்கொண்டே இராமநாதன் சொன்னார்.

"சரியான ஆளுப்பா நீ... ஆனாலும் இப்படியா?"

சாப்பாடு ஆன பிறகு காந்திமதி கேட்டாள். "பிள்ளையைப் பார்க்க எப்பம் போகப் போறே..."

"இண்ணைக்கு வியாழக்கிழமை. சனிக்கிழமை ஆபீஸ் விட்டதும் போலாம்ணு இருக்கேன்..."

வீட்டுக்குப் போகப் போகிறோம் என்ற நினைப்பில் அன்று புதிய கிளுகிளுப்பு சிவதாணுவுக்கு.

மறுநாள் மாமனாரிடம் இருந்தும் கடிதம் வந்தது. சம்பிரதாயமான அந்த நடை அவனுக்கு அலுப்பூட்டியது. சனிக்கிழமை இரவு எட்டரை மணிக்கு அவன் சுசீந்திரத்தை அடைந்தான். மனதில் ஒரு சங்கடம். வீட்டில் நுழைகையில் குற்ற உணர்வு குறுகுறுத்தது. புது வரவினால் ஒரு நூதனமான மணம் வீடு முழுவதும் நிரம்பி இருந்தது. எதை வேண்டுமானாலும் உவமையால் சொல்லிவிடலாம். ஆனால் குழந்தை பிறந்த வீட்டில், வெள்ளையடித்துச் சட்டிபானை தொடும் சடங்குகள் முடியும்வரை காற்றில் கலந்து நிற்கின்ற மணத்தை - அதை மணம் என்று சொல்வதா நெடி என்று சொல்வதா - வருணிக்கவே முடிவதில்லை.

அவனுடைய அறையில்தான் அவள் படுத்திருந்தாள். முன்னைப்போல் இப்போது 'சடக்'கென்று உள்ளே நுழைந்து விட முடியுமா? மங்களாவில் சிவதாணு அமர்ந்தான். பவானி, ஒரு தட்டில் நாலைந்து பாளையங்கோட்டன் பழங்களும் பஞ்சாரையும் கொண்டு வந்து வைத்தாள்.

"உள்ளே போகலாமா?"

அவன் சிரித்துக்கொண்டு மெதுவாக அவளிடம் கேட்டான்.

"கொஞ்சம் பொறுங்கோ! மகளைப் பார்க்கலாம்... அக்காவுக்கு இப்பம்தான் அம்மை சோறு குடுக்கா..."

மருந்துப் பொருட்களால் வறுத்து அரைக்கப்பட்ட பத்தியக் குழம்பின் வினோதமான மணம் அறையினுள். 'கணங் நணங்' என்று பாத்திரங்கள் சிணுங்குகின்றன. தேங்காய் வெட்டியாகி

விட்டது போலிருக்கிறது. மங்களாவின் தென்மேற்கு மூலையில் தொண்டோடு கூடிய பழுத்த தேங்காய்கள் குவியலாகக் கிடந்தன. மூலையில் சிதறிக் கிடந்த பழத்தொலிகள்.

வெற்றிலைத் தாம்பாளம் நிரம்பி வழிந்தவாறிருந்தது. வாசலில் வரும்போதே கவனித்தான். வாசல்படியின் மேல்புறம் கிடா தறித்ததைப் போலத் தாம்பூல உமிழல்கள். தட்டமும் கிண்ணங்களும் தண்ணீர்ச் செம்புமாக அறையிலிருந்து எழுந்து மாமியார் வெளியே வந்தாள். சிவதாணுவை அவள் பார்த்த பார்வையில் அலட்சியத்தின் வீச்சு...

அவன் வந்த சேதி பார்வதிக்கு அஞ்சலாகி இருக்கும். சிவதாணு எழுந்து அறைக்காக நடந்தான்.

கட்டிலின் மரச்சாய்ப்பில் தலையணையைச் சார்த்திச் சாய்ந்தவாறு அமர்ந்திருந்தாள். நீளமான கொடியில் துண்டு துண்டாக வெள்ளைத் துணிகள். கட்டிலின் வலது புறம் தொட்டில். தொட்டிலின் கீழே கோணிச் சாக்கு. ஒரு கோடியில் விளக்குமாறு! பார்வதியின் தலைமாட்டில் ஸ்டூலின்மீது சொட்டு மருந்து; வேறு சில மருந்து வகையறாக்கள். மஞ்சளில் குளித்துப் பொன்னிறங் காட்டி மாற்றுப் புடவையின் ஓரங்களில் கூடத் திட்டுத் திட்டாக மஞ்சள். வெளியே தெரிந்த கால்களின் வெண்மைக்கு மஞ்சள் பூச்சு; பழுத்த கொய்யாப்பழ நிறத்தை அது நினைவூட்டியது.

காதிலும் கழுத்திலும் நகைகள் எதுவுமின்றி தாலிச்சரடு மட்டும் தனியாகத் கிடந்தது. பெற்ற உடம்பின் தளர்ச்சி, முகத்தில் புதிய பொலிவு. கண்களில் தாய்ப்பசுவைப் போன்ற கனிவு. தலைமுடி சிக்காகி விடாமலிருக்க மேலே தூக்கிப் போடப் பட்டிருந்த கொண்டை. இதுவரை காணாத கோலங்கள் இவை. சாய்ந்திருந்த பார்வதியின் வலதுபுறம் குழந்தை தூங்கிக் கொண்டிருந்தது. மறுபுறம் அணைப்பாகத் தலையணை. கழுத்து வரை போர்த்தப்பட்டிருந்தாலும் அந்த வெள்ளைத் துணிகளின் பின்னணியில் தலைமயிர் கருகருவென்று தெரிந்தது.

அறைக்குள் நுழைந்த சிவதாணுவைத் தலையைத் திருப்பிப் பார்த்தாள் பார்வதி. முகத்தில் ஊடாடிய புன்னகை. புன்னகையின் உள்ளே முழுதும் மறைக்கப்படாமல் தலைநீட்டி தான் இருக்கிறேன் என்று காட்டிய மனத்தாங்கல். நிதானமாக அவள் முகத்தைப் பார்த்தான். கண்களை ஊடுருவி எதையோ தேடினான். சற்று

உடலை அசக்கி அவன் வருகைக்கு மரியாதை காட்டினாள். தள்ளிக் கிடந்த நாற்காலியை இழுத்துப் போட்டு, நெருங்கி அமர்ந்தான். அமைதியான துயிலில் குழந்தை.

குழந்தை, நிறத்தில் பார்வதிதான். வெள்ளை வெளேரென்று, பாலில் கழுவிய பளிங்குபோன்று, சின்னச் சின்ன கைவிரல்கள், சிறிய மேல்வாய். கோடு இழுத்தது போன்ற புருவம், நெற்றியில் தரையில் உரைத்துவைத்து பொட்டு. இவ்வளவு சிறிதாகவும் உதடுகள் இருக்க முடியுமா? பஞ்சுப் பொதிபோன்று மெத்தென்ற கன்னங்கள்.

அவன் தொடப் போனான்.

''ம்... தொடாதீங்க... தீட்டு...''

''என்ன தீட்டு? எம்பொண்ணு தீட்டு என்னை பிடிச்சுக்கிடுமா?''

அவன் சிரித்தான். அந்தப் பிஞ்சு விரல்களைக் கையில் எடுத்துப் பார்த்தான்.

''ரொம்பக் கஷ்டமா இருந்துதா? ம்...''

அவள் நீண்ட பெருமூச்செறிந்தாள். கண்கள் இலேசாகக் கலங்கின. அவனுக்கு ஒன்றும் பேசத் தோன்றவில்லை. அவள் கையைக் கையில் எடுத்துக்கொண்டான். அந்த விரல்கள் அவனிடம் என்ன சேதியோ சொல்லத் துடித்தன. அவள் உணர்ச்சியை அவனால் உணர முடிந்தது. சொற்களை உதிர்த்து அதை அவமதிக்க விரும்பாதவன்போல, ஒன்றும் சொல்லாமலேயே இருந்தான்.

''என்னா? அப்பா வந்தாச்சு! மக இன்னும் உறக்கம் முழிக்கல்லே போலிருக்கே? அப்பாவைப்போல பெரிய கும்பகர்ணிதான்!''

சிவதாணு திரும்பினான். பவானி!

''அப்பாவைப்போல ஒண்ணும் இல்லை! சித்தியைப் போலத்தான் கும்பகர்ணி...''

''நானா கும்பகர்ணி? உங்களைச் சாப்பிடக் கூப்பிடத்தான் வந்தேன்... இப்பம் எனக்கு உறக்கம் வருகு... யாரு சோறு போட்டுத் தாறா பார்ப்போம்?''

அவள் போலிக் கோபம் பார்வதியையும் பளீரெனச் சிரிக்கச் செய்து விட்டது. பொய்க் கோபம் காட்டிப் புறப்பட்ட அவளை ''ஏய்...'' என்று விளித்தான்.

சாப்பிட்டுவிட்டு படுக்கையை மங்களாவை ஒட்டியிருந்த அறையிலேயே போட்டுக்கொண்டு படுத்தான். உறக்கம் சீக்கிரம் வரவில்லை. புதிய இடம். தன் இடத்தை மகள் பிடித்துக் கொண்டிருக்கிறாள் என்பதை நினைக்க அவனுக்குச் சிரிப்பு வந்தது.

நல்லவேளையாக அம்மாவும் அப்பாவும் விட்டுக் கொடுக்காமல் நடந்து கொண்டிருக்கிறார்கள். லட்சுமியும் வந்து பார்த்துவிட்டுப் போயிருக்கிறாள். கடிதம் எழுதியதைக்கூடச் சொல்லி இருப்பாள். அப்படியும் வராமலிருந்துவிட்டானே என்று பார்வதி நினைக்காமலா இருப்பாள். தான் செய்தது தவறுதானோ என்று சிவதாணு நினைத்தான்.

சரி! தவறாகவே இருந்துவிட்டுப் போகட்டும். என்ன இருந்தாலும் என் மனைவி! என் மகள். அடிக்கவும் அணைக்கவும் என்னைத் தவிர யாருக்கு உரிமை? மாமனாரும் மாமியாரும் மூன்றாவது மனிதர்கள்தானே!

எட்டு நாள் கழித்துப் பாண்ட சுத்தி. அப்போது இராமநாதனையும் குடும்பத்தோடு அழைத்துவர வேண்டும் என்று எண்ணிக் கொண்டான்.

32

'சரட் சரட்'டென்று பனைமரத்தின் காய்ந்த ஓலைகள் மரத்தின் தோள்பட்டையில் உராய்ந்துகொண்டிருந்தன. கார்த்திகை மாதம் பெய்த மழையினால் எங்கும் புற்களின் பசுமை. சிவதாணு, குவார்ட்டர்ஸின் பின்புறம் காலியாகக் கிடந்த மனையில் வேலி அடைத்துப் போட்டிருந்த தோட்டத்தில் நின்றிருந்தான். தென் வடலாக இருந்த அந்த வீட்டின் பின்புறம் வடகிழக்கு மூலையில் குப்பமாக ஏழெட்டு வாழைகள் அரை வாழையாக நின்றன. அவற்றின் படங்கு போன்ற மல்லாந்த இலைகளின் மீது சிட்டுக் குருவிகள் அமர்ந்து ஊஞ்சல் ஆடின. மணிக்கணக்குப் பார்த்து வருகின்ற தண்ணீரைச் சீராக விநியோகித்து அவன் தோட்டத்தைச் செழிப்பாக்கி வைத்திருந்தான். சுண்ணாம்பு கலந்த களர் மண் மேலே செம்மண்ணைப் பரப்பிக் காய்கறிச் செடிகள் வைத்திருந்தான். கத்திரி நீலநிறத்தில் பூப்பிடித்திருந்தது. மிளகாய்ச் செடியின் வெள்ளைநிற மூக்குத்திப்பூ அழகைச் சிந்தியது. இரண்டு மூன்று பாத்திகளில் கனகாம்பரம் செக்கரைப் பரப்ப

ஆரம்பித்துவிட்டது. ஆறுமாதத் தண்டன் கீரைகூட அந்த மண்ணுக்கு நன்றாகவே உண்டாகியிருந்தது. கறிவேப்பிலைதான் பட்டுப் போயிற்று. அதை எவ்வளவோ பேணியும் பயனில்லை. வெண்டைச் செடிகளின் இடையைத் தக்காளி தடவிக் கொடுத்தது. கொத்துமல்லிக்கீரையின் சிறிய பாத்தி.

காந்திமதி எப்போதாவது வந்து பார்க்க நேர்கையில் பரிகாசம் செய்வாள். "பொண்டாட்டி வந்தா காய்கறி வெளியே வாங்காண்டாம் போலிருக்கே... என்ன அக்குசு பாரு" என்று வியப்பாள். வெண்டைக் காய்களையும் கீரையையும் லதாதான் வந்து பறித்துக்கொண்டு போவாள். மாலுவுக்குக் கனகாம்பரம் மட்டும் போதும். அதிலேதான் அவளுக்குக் கண். காய்கறி காய்த்தாலும் சரி, பட்டுப் போனாலும் சரி! அவளுக்குக் கவலை இல்லை.

பார்வதி குழந்தை பெற்று இரண்டு மாதம் ஆகிவிட்டது. பாண்டசுத்திக்கும் இராமநாதனால் வர முடியவில்லை. லதாவும், மாலுவும் அடம் பிடித்தும் பயனில்லை. பாண்ட சுத்தியைத் தொடர்ந்து இருபத்திரெண்டு நாற்பத்தி ஒன்றுகளும் கழிந்துவிட்டன. பெற்ற தளர்ச்சி நீங்கித் தேறிவிட்டாள் பார்வதி. குழந்தையும் குழவி சேர ஆரம்பித்துவிட்டது. குழந்தை பிறந்த காரணமாகவோ என்னவோ அவனிடம் பழைய கடுப்பு சற்று மாறியிருந்தது. மாமனார் மாமியாரிடம் முன்னைப் போலவேதான். ஒட்டமுடியாத மனோபாவங்கள்.

பள்ளிக்குப் போகுமுன்னும், வந்தபின்னும் பவானி குழந்தையின் பக்கத்தில்தான் கிடை. பழையபடி மாதம் இரண்டு முறை அவன் ஊருக்குப் போய்வர ஆரம்பித்தான். சிவதாணுவின் வீட்டில் - வீரநாராயணமங்கலத்தில் பழைய கோடை மாறி சிறிது வசந்தம் துளிர்த்திருந்தது. பொறுப்புக்கள் குறைந்த ஆசுவாசமும், தங்கு தடையற்று மாதாமாதம் அவன் அனுப்புகின்ற பணமுமாக வறட்சி மாறிவிட்டது. வழக்கமான நபர்களில்கூட இரண்டு பேர் வீட்டில் குறைந்து விட்டார்களே!

ஆத்தாக் கிழவிதான் சிவதாணுவைக் கண்டதும் புலம்பினாள். பாவம் அவளுக்கு முன்னைப் போலக் கண் தெரிவதில்லை. காது மட்டுமே விழித்திருக்கும்.

"உம் மகளை ஒரு நா எங்கிட்ட கொண்டு காட்டப் பிடாதாலே, பேரனுக்கு மகளை ஒருதரம் மோந்து பார்த்துக்கிட்டுச் சாகிறேனே!" என்று நச்சரித்தாள்.

போனமுறை போனபோதும் சொன்னாள். அடுத்த தரம் வருகின்றபோது பேத்தியையும், பேத்தி மகளையும் கொண்டு வருகிறேன் என்று சொல்லியிருந்தான் சிவதாணு! கிழவி எந்த நேரத்திலும் மேல்நோக்கிப் போய்விடலாம். புறப்படுவதற்குள் அவன் மகளைக் கைகளால் தடவிப் பார்த்தே சந்தோஷப்பட்டுவிட ஆசை.

போன சனிக்கிழமை சுசீந்திரத்துக்குப் போயிருந்தபோது பார்வதியிடம் சிவதாணு சொன்னான்.

''பிள்ளையைப் பார்க்கணும்ணு ஆத்தா ரொம்ப ஆசைப்படுகா.. கண்ணு தெரியாதுண்ணாலும் கையாலேயாவது தடவிப் பார்த்தாண்ணா அவளுக்கு மனசு குளுந்து போகும்... நாளைக்குப் போயிட்டு வரலாமா? வேணும்ணா டாக்சியிலேயே போயிட்டு வந்திரலாம். இந்த முறை எப்படியும் கூட்டியாறேண்ணு சொல்லியிருக்கேன்...''

''அம்மாட்ட கேட்டுக்கிட்டு...''

''நம்ம வீட்டுக்குப் போயிட்டு வாறதுக்கு அம்மாட்ட என்ன கேக்கது? போகச்சிலே சொன்னாப் போராதா? உடனேதான் வந்திரப் போறோமே!''

அவள் ஒன்றும் சொல்லவில்லை. மறுநாள் அவளைத் தயாராகச் சொல்லிவிட்டு டாக்சி பிடிக்கப் போக அவன் யத்தனிக்கையில் பார்வதி சொன்னாள்.

''இது மார்கழி மாசமா இருக்காம். மாசம் பொறந்து போகலாம்னு அம்மா சொல்லுகா... பெத்து மொதமொதல்லே மார்கழி மாசம் வெளியே போகப் பிடாதாம்...''

''நம்ம வீட்டுக்குப் போறதுக்கு நாளாவது கிழமையாவது? ஆஸ்பத்திரியிலே மார்கழி மாசம் பெத்தா தை மாசம்தான் வீட்டுக்கு வரலாம்ணா சொல்லுவா?''

''அதெல்லாம் எனக்குத் தெரியாது! இருக்க நாளெல்லாம் இருந்துகிட்டு மார்கழி மாசத்திலே வெளியிலே போயி ஒண்ணுக்கு ஒண்ணு ஆச்சுண்ணா யாரு பாப்பா?''

அவள் பிடிவாதத்தை அவனால் அசைக்கக்கூட முடியவில்லை. ஆத்தா இன்னும் ஒரு மாதம் காத்திருக்கத்தான் வேண்டும். அதை அவளிடம் சொன்னதும் உடனேயே சமாதானப்பட்டுவிட்டாள். அம்மாகூட அந்தக் கட்சியில் பேசினாள். என்ன பேசினாலும் இவர்களிடம் எடுபடவா போகிறது?

அம்மா சொன்னாள்.

''தை பொறந்தா பிள்ளைக்கும் மூணு மாசம் ஆயிரும். ஒரு நல்ல நாளா பார்த்துக் கூட்டீட்டுப் போ... போறதுக்கு முன்னாலேயே இங்கேயும் ஒருநாள் வந்து எல்லார்கிட்டேயும் பிள்ளையைக் காணிச்சுக்கிட்டு அப்புறமாப் போலாம்... அதுக்குள்ளேயே குடும்பம் நடத்துகதுக்குண்டான சீரைப்புடி... அம்மி, ஆட்டு உரலு எல்லாம் கிடைக்குமா? இல்லேண்ணா இங்கேயிருந்து கொண்டு போகணுமா...!''

இப்போதே அம்மா தயார் எடுப்பதைப் பார்த்தால், உரல், உலக்கை, சுளவு, வாரியல், குந்தாணி, அரிவட்டி, கடவம், பாத்திர பண்டங்கள் - ஒரு லாரியையே பிடிக்க வேண்டும் போலிருக்கிறது!

''எல்லாம் அங்கேயே கிடைக்கும்... நீ பாட்டுக்குக் குலுக்கை, பத்தயம், கோழிக்கூடுண்ணு ஆரம்பிச்சிடாதே...'' என்று எச்சரித்துத் தன்னைக் கட்டிக் கொண்டதுவும் நல்லது என்று தோன்றியது.

பூச்சி விழுந்து வாடத் தலைப்பட்ட கத்தரி இலையை பிய்த்துத் தூர எறிந்தவனின் சிந்தனை நிகழ்காலத்துக்கு வந்தது.

ஆக மார்கழி பதினான்கு ஆய்விட்டது இன்று. கூடிப்போனால் இன்னும் ஒரு மாத காலம். அப்புறம் - நினைக்கவே சிவதாணுவுக்குக் களிப்பாக இருந்தது.

பனைமரத்தின் மடல்மீது விச்ராந்தியாக உட்கார்ந்து சுற்றுமுற்றும் கண்காணித்துக் கொண்டிருந்த காகம்கூட அழகாகவே தோன்றியது. பனையேறி ஒருவன் மறுநாள் காலை பதநீருக்காகப் பாளை சீவிக் கொண்டிருந்தான். அவன் பனையில் இருந்து மடல்களை விலக்கும்போது ஏற்படும் மெல்லிய சலசலப்பு. தோட்டத்திலிருந்து வீட்டுக்குள் வந்து குளிக்கப் போனான். குளித்ததும் ஒரு மணி நேரம் ட்யூஷன். அதனை முடித்து விட்டால் சற்று நேரம் காலாற நடந்துவிட்டு வரலாம். இந்தப் பொட்டலில் மார்கழி மாதத்தை விட்டுவிட்டால் மாலையிலும் புழுக்கம் பொரித்து விடும். குளித்துவிட்டு வந்தபோது மாணவர்களில் லதாவும் மாலுவுமே வந்திருந்தார்கள். அவர்கள் வருவது வீட்டுப் பாடத்துக்காக என்றில்லை. அந்த அவசியமும் இல்லை. என்றாலும் மற்ற சிறுவர் சிறுமியர்கூட இவர்களும் கொஞ்ச நேரம் படிக்கட்டுமே என்று அவன்தான் கட்டாயப்படுத்தி வரச் சொல்லியிருந்தான்.

''மாமா... நீ இப்பத்தான் குளிச்சியா? மணி ஆறு ஆகப் போகே...''

அம்மா இருக்கும்போது மட்டுமே, அடிக்குப் பயந்து கொண்டு 'நீங்க, வாங்க' என்று நீட்டி முழக்கும் மாலு. இல்லாவிட்டால் 'நீ, வா...' தான். அவனுக்கு மகிழ்ச்சியாக இருப்பது அதுதான்.

தலைசீவி, சட்டையைப் போட்டுக்கொண்டு முன்னறைக்கு வந்தான். வரவேண்டியவர்கள் எல்லோரும் வந்தாயிற்று. மாலுவை மட்டும் காணோம். அடுக்களையிலிருந்து தண்ணீர் மொண்டு, அவள் பங்குக்குக் கனகாம்பரச் செடிக்கு ஊற்றிக் கொண்டிருந்தாள்.

''போதும். போதும் வா... கனகாம்பரத்துக்குக் காய்ச்சல் வந்திரப் போகு. ஒரேயடியாகக் குளிப்பாட்டி விடாதே!'' என்று குரல் கொடுத்த பிறகுதான் வந்தாள்.

பாடம் நடத்தி முடியும் தறுவாயில், வாசலில் ஏதோ நிழலாடியது. யார் என்று எட்டிப்பார்த்தான் சிவதாணு. கந்தசாமி! அவனுக்கு ஆச்சரியம் தாங்கவில்லை.

''அட காலகண்டா! இங்கே எப்படி முளைச்சே! ஒரு கார்டு போடப்பிடாதா? தடிச்சவம், இப்படி மரம் மாதிரி வந்து நிக்கியே...''

நண்பனைக் கண்ட மகிழ்ச்சியில் வசவுகள் கரை புரண்டு ஓடின. கந்தசாமியின் கையிலிருந்த பையை வாங்கி உள்ளே வைத்து, கைகால் முகம் கழுவச் சொல்லிவிட்டுப் பாடத்தை ஏறக்கட்டினான். போகும்போது அவன் காதில் மாலு கிசுகிசுத்தது.

''யாரு மாமா அது?''

''அதா? பூச்சாண்டி... எங்க ஊருலேருந்து வந்திருக்கு...''

அவனை ''வெவ்வெவ்வே...'' என்று வலிப்புக்காட்டிவிட்டு அது ஓடியது.

முகம் கழுவிவிட்டு வந்த கந்தசாமி கேட்டான்.

''இப்பம் காப்பி கீப்பி போடப் போறியா இல்லியா?''

''ஏன் வழியிலேயே குடிச்சுக்கிட்டு வாறதுக்கு என்ன கொள்ளை உனக்கு? பொண்டாட்டியா இருக்கா இங்கே? நீ வந்திட்டேண்ணு அடுப்புப் பத்த வைக்க... நம்மால முடியாது! வா வெளியிலே போலாம்!''

''ம்... வீடெல்லாம் அழகாத்தான் இருக்கு. தண்ணியிலே கொஞ்சம் உப்பு. அதுக்கென்ன? நல்ல சுணை இருக்கும்.... ஆமா... பனையெல்லாம் நிக்கே... கள்ளு கிடைக்குமாடே?''

''நீ ஒரு குடிகாரக் கோமுட்டியில்லா! கள்ளுங் கிடையாது. மண்ணுங்கிடையாது... கள்ளுக்குடிக்கத்தான் இங்கே வந்தியா?''

''மாப்புடே.... எளவு ஒரு பேச்சுக்குச் சொன்னா நீ ஆளைப்புடிச்சு லாத்துகயே! நாளைக்கு ஒடுக்கத்தி வெள்ளிக் கிழமையில்லா? அதான் திருச்செந்தூருக்கு வரலாம்ணு தோணிச்சு. அந்தால உன்னையும் பார்த்துக்கிட்டுப் போகலாம்ணு வந்தேன்...''

''ஓகோ... அதானே பார்த்தேன்! முருகன் பேரிலே திடீர்ணு கருணையாக்கும்... அதான் அப்படியே என்னையும் கடாட்சிக்கணும்ணு நினைச்சேளா?''

''ஆமா... பார்வதி எப்ப வரப்போறா?''

''தை பத்துக்கு மேலே... வேறே அங்கே என்ன விசேசம் ஊரிலே? உன் கதாநாயகி கல்யாணி எப்படி இருக்கா?''

''அவளுக்கென்ன செறுக்கி மவ... முந்தா நாள் சொன்னேன்... திருச்செந்தூருக்குப் போகப் போறேண்ணு... நானும் வரட்டுமாங்கா? சிவதாணு வாரியலாலே அடிப்பாண்ணு சொன்னம் பொறகுதாலா சனியன் கேக்கு? உன்னைக்கண்டா பயந்தாண்டே அவளுக்கு!''

''போரும் போரும். பார எளவாப் போச்சு... உனக்குக் குறைச்சலா இல்லியா? ஆளுகளைக் கேவலப் படுத்தீருவே போலிருக்கே... சீக்கிரம் ஒரு கல்யாணத்தைக் கட்டித் தொலை...''

''ஆமா... கெட்ட வேண்டியதுதான். கரிக்கொட்டை கோலப்ப பிள்ளைக்குப் பேத்தி ஒண்ணு இருக்கு தெரியுமா? மூத்த மகளுக்குப் பிள்ளை. அதாண்டே.... குலசேகரம்புதூர்க்காரி. மத்தவன் நாலு நாளா என்னைச் சுத்திச்சுத்தி வந்தான். கடைசியிலே கேட்டே போட்டான்... 'மக்கா கெட்டிக்கியாண்டே, குலசேகரம்பூரு பத்திலே ஏழு மரக்கா விதைப்பாடு தருவா - எல்லாம் உள்ளது போலச் செய்வா'ண்ணு சொல்லுகான்...

''நீ என்ன சொன்னே?''

''சொன்னேன். குட்டியை உனக்குத் தெரியும்லா?''

''தெரியாம என்னா? கறுகறுண்ணா இருக்குமே! கெட்டிக்கோ... தேங்காத் திருவ திருவலைக் குத்தி வேண்டாம்...''

''சொல்ல மாட்டே நீ... மனுசன் என்னைவிட மாட்டேன் னுட்டான். 'கட்டிக்கிடலாம் பாட்டா. ஆனா நான் தெற்கே வடக்கே நாலு இடம் போறவன்... பொண்டாட்டியையும் கூட்டீட்டுப் போனா இது எந்தக் காட்டு இசக்கிண்ணு கேக்கப்பிடாது பாரும்'ணேன்... மனுசனுக்கு மொகம் கறுத்துப் போச்சு...''

''சேச்சே... நீ அப்பிடி முகத்துக்கு நேரே சொல்லீருக்கப்பிடாது... பிடிக்கலேண்ணா வேண்டாம்ணு தள்ளுவியா?''

''இந்தாப்பாரு... உன்னை மாதிரியில்லே நான். வசமா ஆம்பிடுவாண்ணு நான் கதுக்கட்டிக்கிட்டுத்தான் இருந்தேன். எங்க அக்கா கலியாணத்தை எத்தனை மட்டம் கலைச்சான் தெரியுமா? அண்ணைக்கு சரியா மாட்டினான்... வகையா வாங்கிக்கிட்டான்...''

''வேற நல்லத் தரம் ஒண்ணும் வரல்லியா?''

''வரத்தான் செய்யி... நம்ம கல்யாணிக்குச் சொந்தத்திலே கூட ஒரு தரம் இருக்கு. கெட்டிக்கியேம்ணு சொன்னா... ஆமா... நான் ஒன் சொந்தத்திலே பொண்ணும் கட்டியாச்சுண்ணா பொறகு என் வீட்டிலேயே பழி கெடத்திருவியேண்ணேன்... எல்லாம் பார்க்கலாம். ஆமா... இப்ப எங்க கூட்டீட்டுப் போறே? ஒரு டீ கூட வாங்கித் தராமே! எனக்குப் பசி பிராணன் போகுது அண்ணேன் மணி எட்டாகு...''

''பொறு... எனக்கு மெஸ்சிலே சாப்பிட்டுகிட்டு அப்படியே ஒரு சினிமாவும் பார்த்துகிட்டு வரலாம்...''

''மீன் குழம்பு இருக்குமா?''

''சனியன் பிடிச்ச எளவு... மெஸ் நடத்துகிறவரு திருநெல்வேலிச் சைவப்பிள்ளையாச்சே... புதனம் சனியும்தான் மீனு வாங்குவாரு... அதும் இல்லாம நாளைக்குத் திருச்செந்தூருக்குப் போகணும்ங்கே... ஒரு நாளைக்கு மீன் திங்காட்டா செத்தா போவே?''

சாப்பிட்ட பிறகு பேசிக்கொண்டே சினிமாக் கொட்டகை 'கனகா'வை நோக்கி நடந்தார்கள். அங்கே என்ன படம் என்று சிவதாணுவுக்கு நிச்சயம் இல்லை. சுவரொட்டிகளைப் பார்த்து அவ்வளவு எளிதில் நிச்சயித்துவிட முடியாது. டூரிங் கொட்டகை. படம் தொடக்கம்வரை கொட்டகை உரிமையாளருக்கே இன்ன படம்தான் என்று நிச்சயமாகச் சொல்ல முடியுமோ என்னவோ? தியேட்டர் வாசலில் வந்தபோது தெலுங்கு நடிகை ஒருத்தி காலை அகற்றி வைத்துக்கொண்டு வால்போஸ்டரில் நின்று கொண்டிருப்பது தெரிந்தது.

"இந்தக் கூதறையா? இதை நான் மூணு மட்டம் பார்த்தாச்சே!"

"அப்படி இந்தத் தெலுங்கு டப்பிங்லே என்ன இருக்குண்ணு மூணு மட்டம் பார்த்தே?"

"என்ன இருக்காவா? நீ பார்த்தாத் தெரியும்... ராத்திரி பூரா உறக்கம் வராது. மனசிலாச்சா நான் சொல்லுகது?"

"இப்பப் பார்க்கலாம்ங்கியா வேண்டாம்ங்கியா?"

"சவத்தைப் பார்த்துத் தொலைக்கலாம். இவ்வளவு தூரம் வந்துகிட்டு..."

இரண்டாம் காட்சி சினிமா பார்த்துவிட்டு வீட்டுக்கு வந்து படுக்கும்போது மணி இரண்டு அடித்து விட்டது. காலையில் எழும்போதே கண் எரிச்சல். பால் வாங்கி டீ போட்டுவிட்டுக் கந்தசாமியை எழுப்பினான் சிவதாணு.

"எழுந்திரண்ணேன்... மணி ஏழரை. கோயிலுக்குப் போகிறவன் இப்படி உறங்கினா எப்படி?"

குளித்து உடைமாற்றி, மெஸ்ஸில் போய்க் காலைப் பலகாரம் சாப்பிட்டு, கந்தசாமியை பஸ்ஸேற்றி திருச்செந்தூருக்கு அனுப்பிவிட்டுத் திரும்பியபோது ஆபீசுக்கு நேரம் சரியாகவே இருந்தது. நெடுநாள் கழித்து, நெருங்கிய நண்பனுடன் சிலமணி நேரம் இருக்க முடிந்த மகிழ்ச்சி அவன் முகத்தில். மாற்றுச் சாவியைக் கந்தசாமியிடம் தந்து, கோயிலுக்குப் போய்விட்டு வரும்போது மெஸ்ஸில் சாப்பிடச் சொல்லி வீட்டில் படுத்துத் தூங்கு என்று சொல்லியிருந்தான். சாயங்காலம் இராமநாதனைப் பார்க்கலாம். கள்ளு குடித்துவிட்டு வந்து விடாதே என்று திரும்பத் திரும்பச் சொன்னதன் பேரில் அவன் மனமின்றிச் சம்மதித்திருந்தான்.

கந்தசாமியின் கல்யாண குணங்கள் எல்லோருக்கும் தெரியும். சிவதாணுவுடன் இருக்கும்போது அவன் மனக்குறளி கட்டுப் பாட்டில் இருக்கும். இல்லாவிட்டால் முருங்கை மரத்தில்தான் வேதாளத்தைப் பார்க்கலாம்.

என்னதான் கட்டற்று அவன் அலைந்தாலும், சிவதாணுவின் பேரில் அவனுக்கு ஆழ்ந்த அன்பு. சிவதாணு ஒருவனைக் காட்டி 'அவனை அறைந்துவிட்டு வா' என்றால் மறு பேச்சுக் கிடையாது.

செய்தே விடுவான். முதலைத் தோல் போன்ற முரட்டுத் தன்மைகளின் உள்ளே, பசுமையான இதயம் ஒன்று இருப்பது சிவதாணுவுக்குத் தெரியும்.

அலுவலகம் முடிந்து ஐந்தரை மணிக்கு அவன் வீட்டுக்கு வந்தபோது, இடுப்பில் துண்டைக் கட்டிக்கொண்டு வியர்வையில் குளித்து, கந்தசாமி தோட்டத்தைக் கொத்திக் கொண்டிருந்தான். வாழைப் பண்ணையில் பக்கக் கன்றுகள் சில துண்டிக்கப்பட்டு மல்லாந்து கிடந்தன.

''அடப்பாவி... அதையேன் வெட்டினே? பக்கத்து வீட்டுக்காரனுக்கு இளக்கிக் குடுக்கணும்ணும்லா விட்டிருந்தேன்?''

''அட அறிவு கெட்டவனே! தலை வாழை குலை தள்ளுகதுக்கு முன்னாலே யாராவது பக்கக்கண்ணு கொடுப்பாளா? அந்த வாழை வெளங்குமா?''

''ஆகாங்... அப்படியொரு சங்கதி இருக்கா?''

''இல்லாட்டாலும் நான் எதைச் செய்தாலும் ஒனக்கு அப்படித்தாலா தோணும்?''

மறுநாள் காலை பஸ் ஏற்றிக் கந்தசாமியை ஊருக்கு அனுப்பிய பிறகு, அவனுக்கு 'வெறிச்' சென்று இருந்தது. அவன் கொத்திக் கொடுத்துத் தண்ணீர் பாய்ச்சிய செடிகள் எல்லாம் புதிய சிலிர்ப்பில் சிரித்தன. பட்டுப் போயிருந்த கறிவேப்பிலையைப் பிடுங்கி மாற்றி அந்த இடத்தில் இன்னும் இரண்டு களம்கம்பரத்தையும் மண்ணோடு பிடுங்கிப் பதித்திருந்தான். மாலு பார்த்தால் மகிழ்ச்சியில் பொங்கிப் போவாள்!

33

சாகுபுரத்திலிருந்து புறப்படும்போதே சிவதாணுவின் மனம் இலேசாகி எருக்கலை விதை காற்றில் பறப்பதைப் போலப் பறக்க ஆரம்பித்தது. மாலை ஐந்தரை மணிக்கு வீட்டிலிருந்து புறப்பட்டு பஸ் ஏறி ஆறு மணிக்கெல்லாம் திருச்செந்தூர் வந்துவிட்டான். ஆறு பதினொன்றுக்கான ஃபாஸ்ட் பாசஞ்சரில் டிக்கட்டும் வாங்கியாகி விட்டது. ஏழரை மணிக்கெல்லாம் நாகர்கோவில் போய்விட்டால் டாணென்று எட்டு அடிக்கும் போது அவன் மகள் மாதவி பக்கத்தில் இருப்பாள். அவன் உள்ளம் களிப்பில் கூத்தாடியது.

தை மாதம் பதினெட்டாம் தேதி நல்லநாள். அன்று காலையே கூட்டிக்கொண்டு போய்ப் புதுவீட்டில் பாலும் காய்ச்சிவிட்டால் நல்லது என்று அப்பா எழுதிய கடிதம் போன வாரமே கிடைத்து விட்டது. மறுநாளே விபரத்தைப் பார்வதிக்குத் தெரிவித்துத் தயாராக இருக்கும்படி சிவதாணு எழுதிவிட்டான். அவன் திட்டம், சனிக்கிழமை மாலை சுசீந்திரம் போவது, இரண்டு நாள் அங்கே தங்குவது, பறக்கைக்குப் போய் லட்சுமியையும் பார்த்துவிட்டு, மூன்றாம் நாள் பார்வதியையும் குழந்தையையும் வீரநாராயண மங்கலத்துக்குக் கூட்டிப்போய் ஒரு நாள் தங்கிவிட்டுப் புதன்கிழமை காலை சுசீந்திரம் வருவது. அன்றே அங்கிருந்து சாகுபுரத்துக்குப் புறப்படுவது. இதற்குத் தோதாக அவன் விடுமுறை எடுத்திருந்தான்.

மாலையின் குளிர்ச்சியான காற்று முகத்தில் வந்து வஞ்சனையில்லாமல் மோதியது. முன் சீட்டில் இரண்டு பெண்களின் சளசளப்பு. அவர்களின் இளமையும் கட்டுடலும் பக்கத்து நீள சீட்டில் இரண்டு மூன்று பேரைத் திரும்பித் திரும்பிப் பார்க்கத் தூண்டியது. கையிலிருந்த புத்தகத்தைப் பிரித்தான். பஸ்ஸின் இரைச்சல், பேச்சொலிகள், புத்தகத்தில் அவனால் ஒன்ற முடியவில்லை. படித்த பக்கத்தில் விரலைவைத்து மூடிவிட்டு வெளியே வெறித்தான்.

தான் முதலாவது பேட்டிக்காக வந்தபோது இந்த உள்ளக் குமைச்சல் அவன் நினைவுக்கு வந்தது. காலம் என்பது இருந்த இடத்திலேயே அசையாமல் இருப்பதில்லை. நகர்ந்துகொண்டே, சுழன்று கொண்டே இருக்கிற அந்தச் சுழற்சியை மனிதன் உணர்ந்தாலும் உணராவிட்டாலும், அதன் பாதிப்புகள் அவன் அகத்திலும் புறத்திலும் ஏற்பட்டுக் கொண்டுதான் இருக்கின்றன.

திருமணமாகி இரண்டு ஆண்டுகள் ஓடிவிட்டன. திருமணமான முதலாண்டின் அத்தியாயப் புரட்டல்கள். வேலை கிடைத்த பிறகு கழிந்த பதினோரு மாத காலத்தின் பழங்கணக்கு. இவற்றிலிருந்தெல்லாம் தாண்டி வந்து - அன்றைய குழப்பமும் இன்றைய தெளிவும் அவன் மனதில் நிழலாடின.

இருபத்தாறு வயது முடிவதற்குள் தனக்கு எத்தனை அனுபவங்கள்? மண வாழ்வின் ஆரம்பகாலத் திகட்டல்கள்.. நாட்செல்ல நாட்செல்ல கசப்பின் வயிற்றுப் புரட்டல்கள்...

இப்போதுதான் தன்னம்பிக்கையும் சுயமரியாதையும் நிறைந்த மனிதனாக, ஒரு குடும்பத்தின் தலைவனாக உருவாகிவிட்டதைப் போன்ற பெருமிதம். ஆரம்பகாலத் தாழ்வு மனப்பான்மைகளைச் செதுக்கி எறிந்து, புளிபோட்டுத் துலக்கிப் பளபளக்கச் செய்வதற்கு அவனுக்கு இந்தப் பதினோரு மாதங்கள் தேவைப்பட்டிருக்கின்றன. தொலைவில் இருந்துகொண்டு உறவு ஆசாபாசங்கள் போன்ற குளிரோ, கணப்போ இல்லாமல் பிரச்சனைகளை நோக்கும்போதுதான் அவற்றின் முண்டுகளும் முடிச்சுகளும் தெரிகின்றன.

எல்லா ஏற்பாடுகளும் செய்தாகிவிட்டது. பார்வதி வந்த அன்றே எந்தத் தடங்கலும் இல்லாமல் குடும்ப வாழ்க்கை ஆரம்பமாகிவிடும். ஆட்டு உரல், அம்மி, அடுப்பு என்று எல்லா 'கண்டான் முண்டான்' சாமான்களையும் காந்திமதியே பார்த்துப் பார்த்துப் பரிசீலித்து வாங்கிப் போட்டுவிட்டாள். ஒரு மாதத்துக்கான வெஞ்சண சாமான்கள் டப்பாக்களிலும் கண்ணாடிக் குப்பிகளிலும் நிறைந்திருந்தன.

எவ்வளவு அக்கறையோடு ஒவ்வொன்றையும் காந்திமதி சீர் பார்த்தாள் என்பதை எண்ணும்போது அவனுள் அன்பும் நன்றியும் சுரந்து சொட்டின. முதல் நாலைந்து நாள் பார்வதிக்கு இந்தப் புதிய சூழ்நிலை கஷ்டமாகவே இருக்கும். ஆனால் காந்திமதி, லதா, மாலு ஆகியோரிடம் பழகிவிட்டாளானால் அவளுக்கென்ன தனிமையும் தவிப்பும் இருக்கப் போகிறது?

இப்போதே லதாவுக்கும் மாலுவுக்கும் சண்டை, மாதவியை யார் வைத்துக் கொள்வது என்பதில். அந்தப் பிஞ்சுகளின் அன்பு வெள்ளத்தில் அவன் திணறித் திக்குமுக்காடிப் போனான். ஏற்கெனவே அவனிடம் சொல்லியாயிற்று. நாலரை மணிக்குப் பள்ளிக்கூடம் விட்டு வந்த உடனேயே மாமா வீட்டில்தான் இருப்போம் என்று. உத்தேசமாகச் சாயங்காலம் ஆறு மணிக்கெல்லாம் அங்கே இருப்பதாக அவன் சொல்லிருந்தான். பார்வதியைப் பார்க்கத்தான் எவ்வளவு ஆசை அவர்களுக்கு?

காந்திமதி வேறு சொல்லிக்கொண்டிருந்தாள்.

''ஆமா... மாதவி வாறா, அத்தை வாறான்னு நீங்க குதிச்சுக்கிட்டிருங்க. அவ்வோ வந்த பிறகு அவன் இந்தப் பக்கமே எட்டிப் பார்க்க மாட்டான்...''

சிவதாணு சிரித்தான். இத்தனை பெரிய ஊரில் அவர்களை விட்டால் அவனுக்கும் வேறு போக்கு எது?

சாப்பாட்டு மெஸ்ஸின் கணக்கைத் தீர்த்தாகிவிட்டது. காலையிலும் மாலையிலும் பாலுக்குச் சொல்லியாயிற்று. தனியாகச் சின்னக் குழந்தையையும் வைத்துக்கொண்டு அவள் கஷ்டப்படக் கூடாது என்பதில் சிவதாணு எச்சரிக்கையாக இருந்தான். என்ன கஷ்டம் வந்துவிடப் போகிறது? ஒன்பதரைக்குப் போனால் ஐந்தேகாலுக்கு வீட்டுக்கு வந்துவிடப் போகிறோம்... இரண்டு பேருக்குச் சமையல் வேலை தொலையாதோ? ஏதாவது உதவி தேவை என்றால், நாலு கட்டடம் தள்ளினால் இராமநாதன் குவார்ட்டர்ஸ். கூப்பிட்ட குரலுக்குக் காந்திமதி ஓடி வந்துவிடுவாள்! பிறகு என்ன கவலை?

சிரமப்பட்டு உடனேயே பஸ் பிடித்தாலும் சுசீந்திரத்தை அடைவதற்குள் மணி எட்டரையாகிவிட்டது. அவன் வருவான் என்று எல்லோரும் எதிர்பார்த்தே காத்திருந்தனர். குழந்தை பவானியிடமே தூங்கிக் கொண்டிருந்தாள். அதை எழுப்பி எடுத்துக்கொண்டு அவனிடம் வந்தாள். மூன்று மாத வளர்ச்சியில் நன்றாகவே இருந்தது மாதவி. முன்னால் பார்த்ததைவிட இப்போது தேறியிருந்தது.

நல்ல உணவும் பராமரிப்பும் பார்வதியைக்கூட மினுமினுப்பில் ஆழ்த்தி இருந்தது. கிட்டத்தட்ட ஐந்து மாதத்துக்கும் மேலாயிற்று என்ற நினைப்பு அவனை என்னவோ செய்தது. அதைப் புரிந்துகொண்ட புன்னகை பார்வதியின் முகத்தில் நீர்ச்சுழி போலத் தோன்றி மறைந்ததையும் அவன் கவனித்தான்.

ஞாயிற்றுக் கிழமை.

இரவுச் சாப்பாட்டுக்கு மேல் அறையினுள் அமர்ந்திருந்தான். கட்டிலில் மாதவியைக் கிடத்தி, அவனைப் பார்த்துக் கொள்ளச் சொல்லி விட்டுப் பார்வதி சாப்பிடப் போயிருந்தாள். ஐந்து சின்ன விரல்களாலும் சிவதாணுவின் ஆட்காட்டி விரலைப் பிடித்து வாயருகே இழுத்துக் கொண்டிருந்தது அது. பிடியிலிருந்து விரலை இழுக்கும்போது அழ முற்படுவதும், விரலை மீண்டும் கொடுத்தால் கெக்கலி கொட்டிச் சிரிப்பதுமான விளையாட்டு.

சாப்பிட்டு, ஈரக்கையை முந்தானையில் துடைத்தபடி கட்டிலில் குழந்தையின் பக்கத்தில் வந்து உட்கார்ந்தாள் பார்வதி. சற்று நேரம் அவளைக் குறுகுறுவென்று பார்த்தான் அவன்.

அவன் முகத்தில் புன்னகை.

"என்னா? இன்னும் பார்த்துத் தீரல்லையா?"

"ஏன்? பார்த்தா என்னா? தேஞ்சு போயிருவியா?"

"................."

"ஆமா! புறப்படுகதுக்கு எல்லா ஏற்பாடும் செய்தாச்சா! புதன்கிழமை ஒரு ரெண்டு மணிக்கு மேலே இங்கேருந்து புறப்பட்டா சரியா இருக்கும்!"

"எங்கதான் போணும் போணும்ணு பறத்துகியோ? எல்லாம் போகலாம்!"

"என்ன விளையாடுகியா?"

"இப்ப அங்க வந்து நான் என்ன செய்யப் போறேன்? பேசாம இங்கேயே இருக்கேன். பதினைஞ்சு நாளைக்கு ஒருக்க நீங்க வந்து போய்ட்டு இருந்தா போராதா?"

"இந்தா பாரு... இந்தக் கொணட்டல் ஒண்ணும் வேண்டாம். நான் அங்கே எல்லா ஏற்பாடும் பண்ணி வச்சுக்கிட்டு வந்திருக்கேன்... அதுக்காச்சுட்டிதாலா போன வாரமே உனக்கு லெட்டர் போட்டேன்."

"ஆமாமா... லெட்டர் போட்டியோ... லெட்டரைப் படிச்சுக்கிட்டு 'உன் மாப்பிள்ளைக்கு என்ன மக்கா கிறுக்கா'ண்ணு அப்பா என்னைப் பரியாசம் பண்ணுகா!"

"ஓகோ... எனக்குக் கிறுக்கு! எங்க அப்பா அம்மாக்கும் கிறுக்கு! அதனாலதான் இங்கே வந்து பொண்ணெடுத்தோம். சொல்லமாட்டே நீ..."

"இப்ப என்னத்துக்கு இப்படிச் சத்தம் போடுகியோ? சொத்துக்கு ஆசைப்பட்டுத்தாலா வந்தியோ? போன மாசமே என் பேருக்குப் பாதி சொத்து எழுதி வச்சாச்சு. இனியும் என்ன வேணும்? என்னைப் பேசாம இங்கே இருந்து அளைய விடுங்களேன்..."

"சொத்துக்காகத்தான் உன்னைக் கட்டினேன்! பணத்தாசை தான்! அதுக்கு இப்போ என்ன செய்யணுங்கே? உங்கப்பா நினைச்சா உனக்கு இதுபோல ரெண்டு மாப்பிள்ளைகூட வாங்கீருக்கலாம்..."

"இன்னா பாருங்கோ... வேண்டாத்தனம் பேசப்பிடாது... ஆமா."

"இப்ப நானா பேசினேன்? இன்னா பாரு... மாசத்துக்கு ஒருக்க வா, வாண்ணு என்னால கொஞ்சிக்கிட்டிருக்க முடியாது.

பணத்துக்காகத்தான் உன்னைக் கெட்டினேன். இல்லேண்ணு சொல்லலல்லே. நீ சொல்லிக் காட்டாண்டாம். உன் சொத்திலே ஒரு பொடி எனக்கு வேண்டாம்; எங்க ஆளுகளுக்கும் வேண்டாம். நீ வாறதானா புதன்கிழமை ரெண்டு மணிக்கு ரெடியா இரி... இல்லே - அம்மா அப்பா கூடதான் இருக்கப் போறேண்ணா இருந்துக்கோ... ஆனா இந்தச் சிவதாணு உன் பின்னாலேயே சுத்தீட்டு இருப்பான்ங்கிறதை மறந்திரு... சொல்லீட்டேன்...''

''இப்ப ஏன் இப்படி அவயம் போடுகியோ? அப்பாவும் அம்மையும் மங்களாவிலே இருக்கா...''

''இருந்தா என் தலை போயிருமா? கேட்டாக் கேக்கட்டுமே.. நான் என்ன பயந்தா இருக்கேன்?''

''இப்படி நண்ணி கெட்டத்தனமா பேசாதீங்கோ... ஒரு வருசம் உங்களுக்கும் சோறு போட்டு மாசாமாசம் உங்க குடும்பத்துக்கும் அளுவளிஞ்சதுக்கா இந்தப் பேச்சு? இப்ப சோலி கெடைச்சுப் போச்சுண்ணு ஒரேயடியாத் துள்ளாதியோ... நான் எங்கேயும் வரல்லே... அம்மையும் அப்பாவும் என்னை விடவும் மாட்டா... நீங்க இங்கே வந்தாலும் சரி... வழிச்சாப்பிலே போனாலும் சரி.... உங்க காந்திமதியையே கொஞ்சீட்டுக் கிடங்க...''

தாடகை மலை இடிந்து தலை மீது விழுந்ததைப்போலச் சிவதாணு நொறுங்கிப் போனான். ஏற்கனவே கோபத்தில் முறுக்கேறித் துடித்துக் கொண்டிருந்த நிலையில் - சம்மட்டியாக விழுந்த அடியில் அவன் பொறி கலங்கியது. கண்கள் சிவந்து மூக்கில் புகை பறந்தது. கைகால்கள் வெடவெடவென நடுங்கின. நெஞ்சில் அடைத்த பந்து திக்கு முக்காட்டியது. கணப் பொழுதில் ''என்ன சொன்னே? என்ன சொன்னே?...'' என்று அவள் கூந்தலைப் பற்றி உலுக்கி -

''சொல்லுவியா? சொல்லுவியா?'' என்று கோப வெறியில் பளீர் பளீர் என்று அவன் கைகள் அவள் கன்னத்தில பதிந்து கொண்டிருந்தன. அவன் வெளிக் கூச்சலும் அடி விழுகின்ற ஓசையும் நீலாப்பிள்ளையை மங்களாவிலிருந்து அலறிப்புடைத்துக் கொண்டு ஓடிவரச் செய்தன.

''அடப்பாவி என் பிள்ளையைப் போட்டுக் கொல்லுகானே!''

ஊர் கேட்கும் கூச்சலோடு இடையில் பாய்ந்தாள் அவள். இவளை இந்தக் கணமே கொன்று போட்டுவிட வேண்டும் என்ற தன்னை மறந்த சந்நத்தில் ஆடிக் கொண்டிருந்தவன் கைகளைச் சொக்கலிங்கம் பிள்ளை எட்டிப் பிடித்தார்.

''நிறுத்துலே... செறுக்கிமவனே... நீ அடிச்சு கொல்லுகதுக்கா நான் பொண்ணைப் பெத்து வளர்த்திருக்கேன்?''

அவனைப் பற்றிப் பிடித்து இழுத்துப் பிடரியில் கைவைத்துத் தள்ளினார்.

''நானும் பார்த்துக்கிட்டுத்தான் வாறேன். மரியாதையா வீட்டைவிட்டு வெளியே போயிரு. ஓடுலே ராஸ்கல்... இனி இந்த வீட்டு வாசற்படியைச் சமுண்டினே காலை நொறிச்சிருவேன்... பொறுக்கித் திங்கிற பயக்களுக்குப் பொண்ணைக் குடுத்தா அடிக்க மாட்டியா நீ...''

கோபத்தில் கொதித்துக்கொண்டிருந்த கொள்கலனைப் குப்புறக் கவிழ்த்ததைப்போல, ஆவி அறையெங்கும் பரந்தது. சீறி வெடித்துப் பாய்ந்து கொண்டிருந்த சிவதாணுவைச் சொக்கலிங்கம்பிள்ளையின் சொற்கள் தொய்ந்து துவளச் செய்துவிட்டன. பெரிய ஆகிருதியோடு அவர் பிடரியைப் பிடித்து வேகமாகத் தள்ளியதில், தூக்கி எறியப்பட்ட தெருநாயைப் போலத் துவண்டு சுவரில் சாய்ந்தான். வேகமாக எரியீட்டிகளாகத் தொடர்ந்து வந்த வசவுகள் அவனைக் குத்திக் கிழித்துக் குதறி எறிந்தன. மலை முகடுகளிலிருந்து மடுவில் விழுந்து எழுந்தவனைப்போல அவன் வெடவெடத்து நடுங்கினான். வயிற்றைச் சுருட்டிக் கொக்கியால் இழுத்ததைப் போன்ற வலி. திராவகம் விழுங்கியதைப் போன்று நெஞ்சில் எரிச்சல்.

மூர்க்கமாகத் தோலுரித்துக் காட்டப்பட்ட நிர்வாணமான உண்மையின் பயங்கரம் அவனை வெடிவைத்து உடைத்துக் கொண்டிருந்தது. சிறாச்சிறாவாகக் கீறிச் சிலும்பிக்கொண்டிருந்த இதயத்தின் நோக்காடு. எவ்வளவு எளிமையாகத்தான் கிள்ளி எறியப்பட்டுவிட்டோம் என்ற உணர்வு அவனைக் கூறு போட்டுத் தள்ளியது.

வேதனையின் முனகலோடு அவன் நின்றான்.

''என்னலே பாக்கே? போறியா போலீசைக் கூப்பிடட்டா?''

குளிர்ந்த தண்ணீரில் தூக்கி எறியப்பட்ட கோழிக்குஞ்சுபோல அவன் சிலிர்த்துக்கொண்டான். மார் மீது தலையைப் புதைத்த வண்ணம் வாசலை நோக்கி நடந்தான். கண்கள் இருண்டு, தலைசுற்றும்போலத் தோன்றியது.

தெருவில் இறங்கி நடந்து கோயில் வாசலைக் கடக்கும்போது அவனுள் இதயம் நொறுநொறுவென உடைந்து நொறுங்கும் ஒலி.

வேதனையின் சுமை தோள்களில் பாறையாக அழுத்தியது. ஆளும் பேருமற்ற அத்துவானக் காட்டின் நடுவே உட்கார்ந்து கோவெனக் கதறி அழவேண்டும் போலிருந்தது.

சுருள் சுருளாகக் கட்டி தட்டியிருக்கும் இருளில் அமிழ்ந்து அமிழ்ந்து பூமியின் ஆழத்தில், பாதாள ஆழத்தில் உறைந்து பூமித்தாயின் கருவறையினுள் சமாதியாகிவிட முடியாதா என்ற ஏக்கம். கோயிலைத் தாண்டி தெப்பக்குளத்தின் ஓரத்தில் நடந்தபோது அவனிடம் வெடித்த கேவல். இரண்டு பொட்டுக் கண்ணீர் கன்னத்தில் தெறித்தது.

சே! என்ன இது! நீயொரு மனிதனா? இப்படியா நடுத்தெருவில் நாணமில்லாமல் அழப்புறப்படுகிறாய்?

சடாரென்று தெப்பக் குளத்தின் படிகளில் இறங்கிக் குளிர்ந்த தண்ணீரைக் கைகையாக அள்ளி முகத்தின்மீது அறைந்தான். இரண்டு மூன்று நீண்ட மூச்சுக்களை இழுத்து வெளியே விட்டான். கட்டுடைத்துப் பாய்ந்து கொண்டிருந்த உணர்ச்சிகளைத் திடப்படுத்திக்கொண்டு, சிந்திப்பதையே மறந்து மரத்துவிட்ட தலையை இரண்டு உலுக்கு உலுக்கினான்.

சே! என்ன கேவலம்! மிருகங்கள். செத்தமாடு தின்னும் கழுகுகள்... வெறுப்பில் காறித் தண்ணீரில் உமிழ்ந்தான். தெப்பக் குளத்தின் மீன்கள் உயர்ந்து அதை விழுங்கி மறைந்தன.

காலில் செருப்புக்கூட இல்லாமல் வெளியில் இறங்கி வந்ததை - சொறி நாயைப்போல அடித்துத் துரத்தப் பட்டதை உணர்ந்தான். சொக்கலிங்கம் பிள்ளையின் கை அழுத்தமாகப் பட்ட இடத்தில் எரிந்தது. பெருமூச்சொன்று முழையிலிருந்து புறப்பட்ட சிங்கத்தைப் போல் சீறியது. சட்டைப் பையைத் தடவினான். நல்ல காலம்தான். மணி பர்சை விட்டு விட்டாலும் இதோ கிடக்கின்ற நாலு ரூபாய்ச் சில்லறை போதும். இந்த நிலையில், இந்த நேரத்தில் வீரநாராயணமங்கலத்துக்கோ, பறக்கைக்கோ போவதற்கு அவன் மனம் இடம் தரவில்லை. பஸ் ஏறி நாகர்கோவிலில் இறங்கினான் மணி ஒன்பதரை. திருச்செந்தூருக்கான கடைசி வண்டி ஸ்டாண்டில் நின்று கொண்டிருந்தது? பஸ்ஸில் ஏறி அமர்ந்து சிவதாணு தன்வயப்பட்டான்.

நீ என்ன சம்பாதித்து என்னடா? என்ன கற்றிருந்தால் என்ன? கட்டிய மனைவியால் மறுதலிக்கப்பட்டவன்... மாமனாரால் தூக்கி எறியப்பட்டவன்... உன் சுய மரியாதை, புண்ணாக்கு எல்லாம் எங்கே

போய் ஒளிந்து கொண்டன? மண்ணுள்ளிப் பாம்பைப்போல உன்னை அவர்கள் அருவருத்து ஒதுக்கியபிறகு, எந்த முகத்தை வைத்துக்கொண்டு நீ இந்த உலகத்தைச் சந்திக்கப் போகிறாய்? சுரங்கத்தின் அடியில் அகப்பட்டுக் கொண்டவன்மீது திடும்திடும் என்று மண்மேடுகள் சரிவதைப் போல, அவன் மீது வினாக்கள் சரிந்து அழுத்தின.

பஸ் போகிற வேகத்தில் ''கிர், கிர்'' என்று பேய் பிடித்ததைப்போல மரங்கள் காற்றில் தலைசுற்றி ஆடிய காட்சி. தோவாளைத் தொண்டிலிருந்து காற்று செம்மண் பொடிகளை வாரிக் காதிலும் மூக்கிலும் வாயிலும் நிறைத்தது. வாயையும் நாக்கையும் வேட்டியால் துடைத்துவிட்டுச் சன்னல் கண்ணாடியை இறக்கினான். என்னதான் துப்பினாலும் பற்களுக்கிடையில் மணல் பொடிகள் நரநரத்தன. வள்ளியூரில் இறங்கி வாயைக் கொப்பளிக்கலாம்.

ஆனால், மனத்தில் நரநரக்கின்ற நினைவுப்பொடிகளை எப்படிக் கொப்பளித்துப் துப்புவது?

34

இரவு ஒரு மணிக்குத் திருச்செந்தூரை அடைந்து, அகப்பட்ட லாரியொன்றில் ஏறி சாகுபுரம் சந்தியில் இறங்கி, வீட்டை நெருங்கியபோதுதான் சாவி கையிலில்லையே என்பது சிவதாணுவின் நினைவுக்கு வந்தது. ஆபீஸ் இழுப்பறையின் சாவியும், வீட்டின் முன்வாசல் சாவியும் மணிபர்சோடு சுசீந்திரத்திலேயே விட்டுவிட்டு வந்தது அப்போதுதான் அவன் கவனத்தைக் குறுக்கு வெட்டியது. மாற்றுச்சாவியொன்று இராமநாதன் வீட்டில் இருந்தது. இப்போது மணி ஒன்றரை கழிந்த பிறகு தனியாகப் பேயறைந்ததைப்போல எப்படிப் போய் நிற்பது? தேவை என்றால் எழுப்பலாம்தான்! ஆனால் இப்போது எழுப்பியான பிறகு, அங்கே விழப்போகின்ற சரங்களைத் தாங்குகின்ற தெம்பு தன்னிடம் இருக்கிறதா? இந்த அரைச் சாமத்தில் போய் அதையெல்லாம் எவ்விதம் அவிழ்த்துக் கொட்டுவது?

வாசற்படியிலேயே சற்று நேரம் அமர்ந்தான். குளிர்ந்த காற்று. எவ்வளவு நேரம் இப்படியே உட்கார்ந்திருப்பது? விடியும் வரையிலுமா? இப்படி இருப்பதை ரோந்து சுற்றுகின்ற கூர்க்கா பார்த்தால் அவனுக்குப் புரியவைப்பதற்குள் பிராணண் போய்விடுமே! தூரத்தில் இரண்டு மூன்று நாய்கள் போட்ட சண்டையின் விளைவான ஓலம்.

மனத்தைப் போலவே இரத்தம் உறைந்து கிடந்த இருள். அந்த இருளைக் கொலை செய்ய முயலும் விளக்குக் கம்பங்கள். மனதினுள் நட்சத்திரத் தெறிப்பான ஒளிகளைச் சிறைப்பிடித்து விட்ட வேதனையின் கொண்டாட்டம்... பிணந்தின்னும் பேய்க்கூத்து. 'கேகேகே' எனக் காதை அடைக்கும் பேரிரைச்சல். கைக்கடிகாரத்தைப் பார்த்தான். மணி இரண்டேகால். இது அவள் வீட்டுக் கைக்கடிகாரம். கழற்றித் தூர எறிந்துவிடலாமா? யாருக்கு வேண்டும் அவள் பொருட்கள்? பொருட்களை எறிந்துவிடலாம். நினைவுகளை -

எழுந்து கம்பி ஏதாவது அகப்படுகிறதா என்று அங்குமிங்கும் கண்களால் துழாவினான். தென்னை ஈர்க்கு ஒன்று தென்பட்டது. பூட்டின் துவாரத்தில் நுழைந்து அங்கும் இங்கும் தடவியபோது அது ஒடிந்து விழுந்தது. எரிச்சலில் அதைத் தூர வீசினான். ஓய்வு நாட்களில் முற்றத்தில் வைத்து சைக்கிளைத் துடைக்கும்போது உபயோகிக்கும் கந்தல் துணியும், வளைந்த சைக்கிள் கம்பி ஒன்றும் சன்னல் இடுக்கில் இருப்பது அவன் நினைவுக்கு வந்தது. தேடிப் பிடித்து பூட்டினுள் நுழைந்து மூன்று நான்கு முறை இடமும் வலமுமாத் திருப்பினான்.

மனத்தின் நடுக்கம் கைகளில். குருடன் கைகளில் விலாங்கு அகப்பட்டதைப்போல, சில நிமிடங்களுக்குப் பிறகு பூட்டின் நாக்கு விலகிச் சடக்கிட்டது. கதவைத் திறந்து கொண்டு உள்ளே நுழைந்தான். விளக்கைப் போடவோ, சட்டையைக் கழற்றவோ அவனுக்குத் தோன்றவில்லை. அப்படியே கட்டிலில் விழுந்தான்.

புதியதான இரட்டைக்கட்டில் புறுபுறுத்தது. அதன் மேல் பெரிய மெத்தையும் விரிப்பும் இரண்டு தலையணைகளும். சிவதாணுவுக்கு அணை உடைந்து கண்ணீர் பெருகியது.

எல்லாம் அவளால் -

அந்தச் சிறுக்கி மகளால் -

மூட்டைப் பூச்சியைப் போல் என் தன்னம்பிக்கையை அந்தத் தடியன் நசுக்குவதற்குக் காரணமாயிருந்த அவள்...

கொன்று போட்டிருக்க வேண்டும்... அடியோடு நிறுத்தியிருக்கக் கூடாது...

என்ன சொன்னாள்?

'காந்திமதியோடு கொஞ்சிக்கொண்டு கிட...'

அட மூடமே! கொஞ்சமாவது உனக்கு அறிவு இருந்தால், எள்ளளவாவது புத்தியிருந்தால் அப்படிச் சொல்வாயா?

அறுத சண்டாளி...

யாரைப் பார்த்துச் சொன்னாய்?

யாரைப் பார்த்து? நாக்கு அழுகிப் போய்விடாதா?

கட்டிய கணவன், காவில்லாதவன், அத்தனைக்குக் கிள்ளுக்கீரையாகிவிட்டானோ? எத்தனை நாளைக்கு அம்மாவும் அப்பாவும் அண்டையில் இருப்பார்கள்? உன் அப்பனுக்கு ஏற்கனவே நீரிழிவு. அம்மைக்கோ இரத்த அழுத்தம். எத்தனை நாளைக்கு உன் அண்டையில் இருப்பார்கள்? அதன் பிறகு? அதன் பிறகு... சொத்து மட்டும் போதுமா உனக்கு? சுகப்பட்டு விடுவாயா?

என்னைப் பார்த்தா? என்னைப் பார்த்தா பணத்துக்காகத் தாலி கட்டியவன் என்கிறாய்? இரண்டு வருடம் என்னோடு என்ன வாழ்ந்தாய் நீ?

சொல்லாமல் என்ன செய்வாய்?

கேட்டாளே ஒரு கேள்வி. நாக்கைப் பிடுங்கிக் கொள்கிறாற் போல்... யார் காரணம்? இதற்கெல்லாம் யார் காரணம்?

அந்தக் கிழட்டுச் சனியன்கள், ஒரு வேலை கிடைப்பதுவரை என்னைச் சும்மா இருந்து தொலைக்கவிடாமல், அரித்துப் புண்ணாக்கி - இந்தப் பெண் வலையில் விழத்தட்டியதனால் அல்லவா?

அவர்கள் என்ன செய்வார்கள்?

நீயும்தானே சம்மதித்தாய்!

போட்டோவைப் பார்த்துப் புளகப்பட்டுப் போகவில்லையா?

கடற்கரையில் கண்டு கிளுகிளுக்கவில்லையா?

மணவறையில் மதிமயங்கிச் சாயவில்லையா?

காரில் போகும்போது அவள் கன்னக் கதுப்புக்களைக் கண்கொட்டாமல் பார்க்கவில்லையா?

முதலிரவில் -

அவள் முந்தானையில், முகடுகளின் முகத்தைப் புதைத்துக்கொள்ளவில்லையா? முயங்கிக் களிக்கவில்லையா?

இப்போது யாரைக் குற்றம் சாட்டுகிறாய்?

இதற்கு நீயும்தானே காரணம்?

யார் காரணமாக இருந்தால் என்ன? விடிந்தது என் தலையிலல்லவா? தின்பவன் எல்லாம் தின்றான் போனான்; திருக்கணங்கடியான் தெண்டமிறுத்தான். தெண்டமிறுத்தது நீயல்லவா? எப்படி வெளியில் இனி தலை காட்டப் போகிறாய்? யாரிடம் முகம் கொடுத்துப் பேச முடியும் உன்னால்?

தலையணையில் முகத்தைப் புதைத்துக்கொண்டு கேவினான். என்ன கேள்வியெல்லாம் கேட்டுவிட்டார்கள்?

கொஞ்சமாவது மகளைக் கட்டிய மருமகன் என்ற மரியாதை இருந்திருந்தால்... மருமகன்... தூ... வெட்கங்கெட்ட நான் மருமகன்....

தற்கொலை செய்துகொண்டால் என்ன?

இந்த அவமானத்தைப் பொறுத்துக்கொண்டு, யாருக்காக எதற்காக உடல் சுமந்து திரிய வேண்டும்! தன்னால் ஒருவன் செத்துப்போய்விட்டானே என்ற மனச்சாட்சிக் குத்தாவது அவர்களுக்கு இருக்காதா? அதுவே தண்டனையாகிப் போகாதா?

அட கூறுகெட்டவனே!

நீ ஏண்டா சாக வேண்டும்? செத்துப் போனால் அவனுக்கு என்ன போச்சு? அவனுக்கு என்ன போச்சு என்கிறேன்? ஆறு மாசம் கழித்து மகளை இன்னொரு இளிச்சவாயனுக்குக் கட்டிக் கொடுத்துவிடுவான். தண்டனை யார் கொடுப்பது, யார் அடைவது? நீயல்லவா தோற்றுப் போவாய்? அவளால் நீ செத்தபிறகு, அவள் படுக்கையை இன்னொருத்தனுடன் ஆனந்தமாகப் பகிர்ந்து கொள்வதா? அதற்காகவா சாகப் போகிறாய்? நீ உயிரைவிட்டால் யாருக்கு நஷ்டம்? உன் குடும்பமல்லவா தெருவில் நிற்கும்? இப்போது தழைத்திருக்கும் பச்சை கருக எத்தனை நாள் பிடிக்கும்?

சே! என்ன நினைப்பு? இருபத்தாறு வயதில்... கல்யாணம் ஆகிக் குழந்தையும் பெற்ற பிறகு...

ஆ...!

அவள்...

மாதவி...

அது என் குழந்தையல்லவா?

அதை எப்படி நான் மறந்து போனேன்?

சே... என்ன அவமானம்? ஒரு பெண்ணையும் பெற்றுவிட்ட பிறகு... என்னை... என் ஆத்மாவை அவமதித்த இவர்களை - அப்பன், அம்மை, மகள் அனைவரையும்...

சிவதாணு நறநறவென்று பற்களைக் கடித்தான்.

ஐயோ!

அந்தப் பெண் -

கையைப் பிசைந்து கொண்டு பார்த்துக்கொண்டு நின்றதே! அது என்ன நினைக்கும் என்னைப்பற்றி...

அக்காவை கண்மண் தெரியாமல் அடித்துப் போட்ட மிருகம் என்றா? இல்லை கேவலமாக அவமதிக்கப்பட்ட கையாலாகாத, பரிதாபத்திற்குரிய ஒரு மானிடப்பூச்சி என்றா?

பக்கத்துக் வீட்டுக்காரர்களுக்குக் கேட்காமலா இருந்திருக்கும்? என்ன நினைத்திருப்பார்கள்? ஊரும் உறவும் நட்பும் அறிய எத்தனை நாள் ஆகிவிடும்? சிரிக்க மாட்டார்கள்? சிரிப்பாய்ச் சிரிப்பார்கள்.

அடீ நீ செய்த காரியம் என்ன என்று புரிந்ததா உனக்கு?

என்னைச் சூடாக்கிக் கொதிக்க வைத்து வெடிக்கச் செய்ததின் விளைவு புரிகிறதா உனக்கு? இல்லை, உன் அப்பன் - அந்த மாட்டுத் தடியன் சொக்கலிங்கத்தைப்போல நீயும் என்னைக் கழுத்தைப் பிடித்து வெளியே தள்ளத்தான் நினைத்தாயா?

எதற்கெல்லாம் விட்டுக் கொடுத்தேன்?

எதையெல்லாம் பொறுத்துக்கொண்டேன்?

பாண்டகசுத்தியன்று உன் அம்மாதானே சொன்னாள்... நீலாப்பிள்ளையா அவர்... நீலி... 'அம்மாவுக்கும் மகளுக்கும் சேர்த்து இனிச் சோறு போடணும். அப்பாக்கு என்ன கவலை அதைப்பத்தி...' என்று வேடிக்கை என்று நீ சிரித்துக்கொண்டுதானே நின்றிருந்தாய். ஆனால் நான் - வெந்தணலிலல்லவா சுட்டுப் பொசுக்கப்பட்டேன்? அதை உணர்ந்தாயா நீ? இன்னும் இரண்டு பிள்ளைகள் பிறந்திருந்தால் உன்னை என்னுடன் படுக்கவே விடமாட்டாளே? அறையின் வாசலில் தலைவைத்துப் படுத்துக்கொண்டு விடுவாளே! அது புரிந்ததா உனக்கு?

நீ மட்டும் என்ன சுயம்பு? என்ன கேள்வி கேட்டுவிட்டாய்? 'காந்திமதியுடன் கொஞ்சிக் கொண்டுகிட...' அதைவிட... அதைவிட நீ என்னைத் தேவடியாள் மகனே என்று கேட்டிருக்கலாம்... சாணியைக் கரைத்து என் தலைமீது ஊற்றித் தென்னை ஈர்க்கு வாருகோலால் நாலு சாத்துச் சாத்தியிருக்கலாம். சொன்ன சொல்லின் பொருள் புரிந்துதான் நீ பேசினாயா? உன் அப்பன், பாட்டன், முப்பாட்டன் குடும்பத்தில் அதுபோல் ஒரு பெண் பிறந்திருப்பாளா?

உனக்குப் பணக் கொழுப்படி... பணம் படுத்தும் படுக்காளித்தனம்... இரு இரு... உனக்குச் சூடு போடுகிறேன் பார்... அந்தப் பாழ்ச் சொக்கலிங்கத்தின் கண்களில் செந்நீர் வரவழைக்கிறேன் பார்... எங்கே போய்விடப் போகிறீர்கள்?

அடிபட்டதும் வாலைச் சுருட்டிக் கால்களுக்கிடையில் வைத்துக் கொண்டோடும் கோழை நாயல்ல நான்... அப்பனும் அம்மையும் பெண்ணுமாக என் காலடியில் விழச் செய்கிறேன் பார்... வா வா... எங்கே போயிற்று காலம்?

செந்தழலின் சாற்றைப் பிழிந்து மேனியெங்கும் தடவியதைப் போன்று அவன் உடல் தகித்தது. கண்களிலிருந்து நீர் அருவி சோர்ந்தது. உடல் கிடுகிடென நடுங்கியது. வெறியில் தலையணையைக் குத்தினான்.

உணர்ச்சிகள் கொந்தளித்துத் தணிந்தபோது, உடலெல்லாம் வலி... சக்கையாகப் பிழியப்பட்ட ஆலைக்கரும்புபோல அவன் தொய்ந்து விழுந்தான்.

உடலும் உள்ளமும் அயர்த்த -

உள்ளே,

இருளில்,

கீழே,

அவன் விழுந்து உறக்கத்தில் அமிழ்ந்தான்.

"மாமா... மாமா..."

பூமியின் பிலத்தினுள் இருப்பவனுக்கு எங்கிருந்தோ வந்து மெல்லக் காதில் விழுந்த அழைப்பு.

"மாமா... எந்திரி... மணி எட்டாகு... என்ன உறக்கம்?"

மெல்லக் கண் விழித்தான் சிவதாணு. கட்டிலின் அருகே லதா. அவள் நின்று கொண்டிருப்பதை உணரக் கொஞ்ச நேரம் ஆயிற்று!

"எப்ப வந்தே? அத்தை வரல்லியா? மாதவி வரல்லியா?"

அவனைத் தொட்டு உலுப்பப் போனவள், அவன் உடம்பின் சூடு தாங்காமல் கையைப் பின்னுக்கிழுத்தாள்.

"காச்சலடிக்கு போலிருக்கே! எந்திரிக்காதே - அம்மாட்ட சொல்லுகேன்..."

கனகாம்பரப் பூப்பறிக்க வந்தாள் போலிருக்கிறது. பூப்பறிக்கும் கிண்ணமும், அதனுள் கிடந்த சாவிக்கொத்தும் சொல்லியது.

அவன் கண்களை மூடிக்கொண்டான். மீண்டும் காலடியோசை... கனவிலோ? இல்லை நினைவுதான்! மாலுவின் குரல் கேட்கிறதே!

"ஏன்பா? நீ மட்டுமா வந்தே? அவ வரல்லியா...? காச்சலடிக்குன்னாளே லதா..."

நெற்றியைத் தொட்டுப் பார்த்தாள் காந்திமதி.

அந்தக் கைகள்... அவற்றைப் பிடித்துக் கொண்டு கதற வேண்டும் போலிருந்தது அவனுக்கு.

"ஐயையோ... பொரிக்குதே!"

காந்திமதி போட்டுத் தந்த சுக்கு, நல்ல மிளகு, அக்கரா, சித்திரத்தை, திப்பிலி கஷாயமும், மத்தியானம் வைத்துத் தந்த குருணைக் கஞ்சியும், தேங்காயைச் சுட்டு நுணுக்கிய மிளகாய்ப் பொடியும் காய்ச்சலையும் களைப்பையும் போக்கிவிட்டன. ஆனால் மனக்களைப்பு... நாள் முழுதும் சிந்தனை. நாட்பட்ட ஊணான் கொடியைப்போல, வடம் போன்ற பலத்துடன், இழுக்க இழுக்க சிந்தனை தொடராக... சுருண்டும் வளைந்தும் நெளிந்தும் வந்து கொண்டே இருந்தது...

விளக்கைப் போட்டு, கட்டிலில் சாய்ந்துகொண்டே கையிலகப்பட்ட கவிதைப் புத்தகம் ஒன்றைப் பிரித்துப் படிக்கத் தொடங்கினான். பார்வை சென்ற வரிகளில்,

'கொஞ்ச வயதுனக்கு! அள்ளி அள்ளிக்
கொஞ்ச மனமெனக்கு! தினமிடும்
மஞ்ச மனக்கணக்கு! களித்திடு
மிஞ்செழில் காவனப் பஞ்சுடல் பூவன
வஞ்சி மதுக்குடமே!'

சே! இவர்களுக்கு வேறு வேலை என்ன? பேனாவைக் கையிலெடுத்த உடன் பெண்ணின் உடலை வர்ணிக்க ஆரம்பித்து விட வேண்டியது. அன்ன நடை, மின்னலிடை என்று... இதைவிட்டால் - பெண்ணையும் காதலையும் விட்டால் - வேறு பாடுவதற்கு எதுவுமே கிடையாதா? புத்தகத்தைத் தூக்கி மேசைமேல் எறிந்தான்.

மீண்டும் அவள் பற்றிய சிந்தனை. இழுக்க இழுக்க வரும் பாஞ்சாலியின் துகில்போல... மனம் சோர்ந்து கண்ணை மூடினான். கண்ணை மூடினால் காட்சிகள் மறைந்தா போகின்றன? திறந்ததும் தலை குப்புற விழுந்து கிடந்த கவிதைப் புத்தகம். மெல்லக் கையிலெடுத்தான். பிரிந்த பக்கத்தைப் படிக்க முயன்றான். வழுக்கிக் கொண்டோடும் மனதைப் பிடித்து நிலையில் நிறுத்தி ஒரு வரியைப் படிப்பதற்குள்... அட்டையைத் கழுவித் தொட்டிலில் போட்டாற்போல... அது மீண்டும் மீண்டும் தடத்தைவிட்டு விலகியே ஓடுகிறது! கவிதையின் பலமும் கனமும் உள்ளுக்கிழுக்க, சஞ்சலமும் சடைவும் வெளியே தள்ளின. எருமையின் தொடையின் வெண்மையில் பற்றிப் பிடித்து இரத்தம் உறிஞ்சிக் குடிக்கும் அட்டையை அருவருப்புடன் பலவந்தமாக வெளியே எறிவதைப்போல, அவளை, அவள் நினைவை, அந்தச் சம்பவத்தை அவன் மறந்துபோக நினைத்தான்.

கவிஞன் பிடிவாதக்காரன்தான். வலிந்து அவன் கவனத்தைக் கவர்ந்தே விட்டான்.

எட்டுச்சாண் மேனியுளே எண்ணிலறா நோய்கள்!
இறப்பறியா நெஞ்சினுள்ளே ஆசையெனும் நாய்கள்!
தட்டுக்கெட் டலைகிறது தடுப்பதற்குச் சென்றோன்
தானுமந்த நாய்களையே கூட்டிவைத்து நின்றான்!

''என்னா? கொஞ்சம் காச்சல் விட்டால் புஸ்தகத்தைக் கையிலே எடுத்தாச்சா?''

குரல் கேட்டுத் திரும்பினான். காந்திமதி பின்னால், ராமநாதன், லதா, மாலு. மாலு கையில் என்ன மீண்டும் கஷாயமா?

"என்னப்பா? ஊரிலேருந்த காச்சலையும் கொண்டு வந்தியா? லீவு இன்னும் ரெண்டு நாள் இருக்கே... அதுக்குள்ளே என்ன படை போகுண்ணு ஓடி வந்தே? பொண்டாட்டி ஏன் வரல்லே?"

"................."

அவன் முகத்தை வேதனையுடன் திருப்பிக்கொண்டான். கட்டுப்போடப்பட்டிருந்த மனக் காயத்திலிருந்து இரத்தம் கசிந்தது. வேதனையின் முகச் சுளிப்பு...

"சொல்லுப்பா... என்ன விசயம்? நிண்ணாப்பிலே சண்டையா?"

அவர் ஆறுதலாக அவர் தோள்மீது கையை வைத்தார். ஏறிட்டு அவர் முகத்தைப் பார்த்தான். காந்திமதியின் கண்கள் அவனைத் துளைத்து நின்றன. அவனால் அடக்கிக்கொள்ள முடியவில்லை. குமிழி மடையைத் திறந்து விட்டதைப் போல், அவன் அழுகை கொப்பளித்துப் பாய்ந்தது. குலுங்கக் குலுங்க குலுங்கிக் குலுங்கி...

அவர்கள் பதறிப் போனார்கள்.

"என்னப்பா? சொல்லீட்டு அழு. யாருக்காவது உடம்புக்கு?"

அவன் அழுகையைக் குறுக்கு வெட்டிய காந்திமதி.

தெருப் பையன்களோடு சண்டை பிடித்துக்கொண்டு வந்த சிறுவன், அம்மாவிடம் பிராது சொல்லுவதைப்போல - நடந்த கதையெல்லாம் சொல்லி முடிக்குமுன் பெரும்பாடாகி விட்டது. அவனால் தலை நிமிர்ந்து அவர்களைப் பார்க்க முடியவில்லை.

"சரி விடு... இதுக்குத்தானா பொம்பிளை மாதிரி அழுகே... கொஞ்ச நாள் போனா உன்னைத் தேடிக்கிட்டு வருவா... இதெல்லாம் சகஜம் தாம்பா... குடும்பம்ணா நாலும்தான் இருக்கும். மனசைப் போட்டு துன்பப் படுத்தாதே. எல்லாம் சரியாகும்..." - ராமநாதன்.

மௌனமாகக் காந்திமதி கஷாயத்தைத் தம்ளரில் ஊற்றினாள்.

"முதல்லே இதைக் குடி. ராத்திரி ஒண்ணும் சாப்பிடாண்டாம். காலம்பற பார்த்துக்கிடலாம். சவம் அறியாத பிள்ளை... வெவரம் தெரியாமப் பேசிப்போட்டுண்ணு நீ பெரிய ஆம்பிளை போட்டு

அடிச்சு நொறுக்கீட்டு வந்தயாக்கும்... நல்ல கெட்டிக்காரன்தான்... பின்னே அம்மா அப்பா கண்முன்னாலே மாட்டை அடிக்கிற மாதிரி அடிச்சா பார்த்துக்கிட்டுச் சும்மா இருப்பாளாக்கும்?''

சிவதாணு அவளைப் பார்த்து முறைத்தான்.

'சரி சரி... பேசாமப் படுத்து உறங்கு. வயசானாப் போருமாங்கும்? ஒரு பிள்ளைக்குத் தகப்பனாயாச்சு... சின்னப் பிள்ளை மாதிரி கத்தீட்டு வந்திருக்கான்.''

அவர்கள் போன பிறகும் அவனுக்கு உறக்கம் வரவில்லை.

35

ஊமையாக நாட்கள் நகர்ந்து கொண்டிருந்தன. மனத்தின் லயம் கெட்டு சுருதியில் சேராமல் விலகி விலகி ஓடுகிறது. மௌனத்தின் கனம் நாவை அசைக்கும் வழியை அடைத்துவிட்டது. எல்லாம் பொய்யாய்ப் பழங்கதையாய்ப் பகற் கனவாய்ப் போய்க்கொண்டிருந்தன. மனத்தின் துள்ளல் புதையுண்டு துவளல் வந்துவிட்டது. காயம் மெல்ல மெல்ல ஆறத் தலைப்பட்டாலும் திடீரென ஏற்படும் அசைவுகள். அவை ஏற்படுத்தும் வலி. நாட்பட்ட செம்புண்ணாகப் போனபிறகும் அதிர்வுகள் உண்டாக்கும் காயம். இது மரத்துப் போக இன்னும் எத்தனை நாளாகும்?

காலையில் இருள் பிரிவதைப்போல எல்லாம் எல்லோருக்கும் வெட்ட வெளிச்சமாகிவிட்டது. தாய்க்கும் ஒளித்த சூலா? துட்டி கேட்பவர்களைப்போல கேட்கும் கேள்விகளுக்கு அஞ்சி, சிவதாணு ஊர்ப்பக்கம் போவது நின்று போய்விட்டது. அப்படியே போனாலும் காலையில் போய்விட்டுச் சாயங்காலம் திரும்பி விடுகிறான்.

யாரைக் கண்டு நீ ஒளிகிறாய்? யாருக்காக ஒதுங்குகிறாய்? வீட்டுக்கு வீடு வாசற்படிதான்... குனியக்குனிய குட்டவே வருவார்கள்... என்றெல்லாம் உள்மனம் சொன்னாலும் எந்தப் புற்றில் எந்தப் பாம்பு இருக்குமோ என்ற பயத்தில் பிறரோடு வார்த்தையாடத் தயங்கிய உள்வாங்கல்கள். கேள்விகளில் பிதுங்கி எங்கே உள்மனம் வெளியே விழுந்து விடுமோ என்ற அச்சக் குமைச்சல்.

தனிமனிதத் தவிப்புக்களுக்காகக் காலம் தயங்கிவிடுமா என்ன? அது பாட்டுக்கு நெடுஞ்சாலையில் நிமிர்ந்து நடந்து கொண்டிருந்தது.

சம்மந்தி வீடுகளுக்குள் போக்குவரத்துப் பூரணமாக நின்று போய்விட்டது. எல்லாவற்றையும் எப்படி வெளிப்படையாகச் சொல்வது? இரண்டு வரிகளில் தபால் எழுதிப் போட்டுவிட்டான். தன்னிடம் கேட்காமல் அந்த வீட்டு வாசலை யாரும் மிதிக்கக்கூடாது என்று. அவர்களுக்கு முதலில் புரியத்தான் இல்லை. என்றாலும், இதையெல்லாம் அறிய எத்தனை காலம் வேண்டும்?

அந்த நினைவுகளை அறவே அவன் நெஞ்சிலிருந்து துடைத்து எறிந்துவிட விரும்பினான். அலுவலக வேலைகளை அதிகமாகத் தலையில் இழுத்துப் போட்டுக்கொண்டு அதில் ஆழ்ந்துவிட எண்ணினான். ஒண்டவந்த பிடாரிக்கும் ஊர்ப் பிடாரிக்கும் ஓயாத சண்டை. முடியவில்லை. தனிமை அவனைக் கண்டகண்ட இடமெல்லாம் துரத்த ஆரம்பித்தபோது கைகளைக் கூப்பி அதனிடம் சரணாகதி அடைவதைவிட வேறு வழி?

இரண்டு பேருக்குமாக ஒரு மாதத்துக்கு வரும் என்று வாங்கிப் போட்டிருந்த வெஞ்சன சாமான்கள்... அண்டா குண்டா... படுக்கை அறையில் கிடந்த இரட்டைக் கட்டில்... குழந்தைக்காக வாங்கிய மணிகள் கோர்த்த மரத் தொட்டில்... காணும்போதெல்லாம் ஆவேசம் அவனுள் மிகுந்தது. வெறியும் வேதனையும் மாறிமாறி வந்தன.

'முள் பட்டாலும் முள்ளிலிட்டாலும் முதலில் கிழிவது துணிதான்'. நெஞ்சை நீங்காத வரிகள்... மனம் பழைய கோணிக்குள் சுருண்டு கொள்ளத்தானே முயலுகிறது?

இராமநாதன் வீட்டுக்குப் போனாலும் இந்த நினைவுகளை விரட்ட முடிவதில்லை. கொசுக்கூட்டம் போலச் சுற்றிச் சுற்றி வருகின்றன. காந்திமதியோடு இலக்கியம் பேசும்போதே காதருகே கொசுவின் ரீங்காரம்... எப்படி தலையைக் குலுக்கிக்கொண்டாலும் அந்த நினைவைக் கலைக்க முடியாத பயங்கரம்...

பேச்சுத் தொடரில் தலைமாத்திரம் அசைந்துகொண்டிருக்க, மனது எங்கேயோ பிய்த்துக்கொண்டு போய்விடுகிறது. அவன் பேச்சைக் கவனிக்காமல் எங்கேயோ நினைவாக இருக்கிறான் என்பதை உணர்ந்து அவள் பேச்சை நிறுத்திய இரண்டு நிமிடங்களுக்குப் பிறகு நிகழ்காலத் திடுக்கிடல்... அசட்டுப் புன்னகைப் பிதுக்கல்கள். அவன் மறுக்கத்தைப் புரிந்து கொண்டு காந்திமதி கோடிகாட்டும் இரக்கப் புன்னகை...

உணர்வுகளின் தள்ளாட்டம் இருந்தாலும், அவன் பிடிவாதத்தைப் பிரிக்க முடியவில்லை. காந்திமதி சிரித்தும் சினந்தும் எத்தனை முறை சொல்லியிருப்பாள்?

மூன்று மாதங்கள். இந்த மூன்று மாதங்களில் இரண்டு முறைதான் அவன் ஊருக்குப் போய்விட்டு வந்தான். அதுவும் வேண்டா வெறுப்பாக. இதோ பாருங்கள்... எனக்கு ஒன்றுமில்லை! நன்றாகவே இருக்கிறேன் என்று காட்டிவிட்டு வருவதற்காக.

கந்தசாமி ஒரு நாள் குடைந்து தள்ளிவிட்டான். தானே சொக்கலிங்கம் பிள்ளையைப் போய்ப் பார்த்து இரண்டு வார்த்தை கேட்டுவிட்டு வருவதாகச் சொன்னபோது சிவதாணுவுக்கு வந்த கோபம். அவன் போட்ட இரைச்சல்.

''இன்னா பாரு... இது நான் சம்பந்தப்பட்ட விஷயம்... இதுலே நீங்க யாரும் தலைபோட வேண்டியதில்லை...'' என்று அவன் எச்சரித்தபோது கந்தசாமியால் மீறமுடியவில்லை. இதை அறிந்தேதான் சிவதாணுவின் அப்பாகூட ஒத்து தீர்ப்பு ஏற்பாடுகளைத் தள்ளி வைத்திருந்தார்.

ஆனால் -

இந்த முற்றுகை எத்தனை நாள்-

எந்தக் கோட்டையைப் பிடிக்க?

இது முற்றுகையேதானா?

யாருக்காகவும் காத்திராத காலம்.

வெறுப்பையும் மீறிக்கொண்டு, மூங்கில் முளைகள் வெடிப்பதைப் போல் நிலம் கீறும் பசுமையான நினைவுகள்.

திருமணமான மூன்றாம் நாளிரவு...

ஊரடங்கிய பின்னும் தானடங்காத இரண்டு கிசுகிசுப்புகள்...

ஒன்றையொன்று தழுவிக் கிடந்த மயக்கம்..

''ஏங்க... நீங்க சிகரெட் குடிக்க மாட்டேளா?''

''மாட்டேன்... ஏன் கேட்டே?''

''இல்லை... கேட்டேன்...''

கேட்டு விட்டாளே! அவளுக்குப் பிடிக்குமோ என்று மறுநாள் இரவில், அறைக்குள் யாரும் அறியாத மறைவில் கோல்ட் ஃபிளேக் சிகரெட்டை ஊதி எறிந்தது. அது கொண்டு வந்த ஆரம்ப இருமல். நாலைந்து நாள் தொடர்ந்து பிறகு இது என்ன கோமாளித்தனம் என்று விட்டெறிந்தது -

எவ்வளவு பாமரனாக இருந்திருக்கிறோம்? புது மயக்கத்தில் என்னவெல்லாம் செய்யத் தயாராக இருந்தோம்...!

முதல் இரண்டு மாதங்களில், தன் பனியனைத் தானே துவைக்க விடாமல் பிடிவாதம் பிடித்து அவள் சோப்புப் போட்டு, அலசி, நீலம் முக்கி, உலர்த்தும் ஆவேச வேகம்... அதில் அவள் அடைந்த ஆனந்தம்... களைத்துத் தூங்கிப்போன இரவுகளில்... ஆழ்ந்த உறக்கத்தில் இருக்கையில் திடுக்கிட்டு எழுந்து தன்னைக் கட்டிப்பிடித்து மூச்சுத் திணற முத்தமிட்ட நினைவுகள்...

இவை எங்கே போயின?

அவளா?

அந்த அவளா அப்படிக் கேட்டாள்...?

பணத்துக்காகக் கல்யாணம் செய்தேன் என்று, தண்டச்சோறு தின்று கொண்டு கிடந்தேன் என்று... எப்படி முடிந்தது? அந்த அவள் இந்த இவளாக எங்ஙனம் மாறிப்போனாள்?

மூன்று மாதத்தில் மெழுகுப்பொம்மை போலிருந்த மாதவி இப்போது எப்படி இருக்கும்? கவிழ்ந்து, ஊர்ந்து உட்கார்ந்து, நின்று, நடக்க ஆரம்பித்து - அம்மா, ஆத்தா என்றெல்லாம் சொல்லப் பழக்கி, அப்பா என்றும் சொல்லித் தருவார்களா? இல்லை 'அப்பா' என்ற சொல்லையே அகராதியிலிருந்து அழித்து விடுவார்களா? அப்படிச் சொல்லித் தரும்போது அவர்களுக்கு என்ன நினைவு எழும்? ஒருவேளை, மாடு, வண்டி, நாய் என்பதைப்போல, உணர்ச்சியற்று அந்தச் சொல்லையும் சொல்லித் தந்துவிட முயலுவார்களா?

பேத்தியை எடுத்துக் கொஞ்சும்போது, அந்தப் பேத்தியைப் பெற்றுத் தந்தவன் 'பொறுக்கிப் பயல்' என்ற நினைவு எழாவிட்டால், அந்த இரத்தமும் சதையுமே தன் மடிமீது தவழுகிறது என்ற எண்ணம் தோன்றாவிட்டால் - தோன்றாமல் போய்விடுமா? பணமற்றவன் என்பதற்காக ஒருவன் வாழ்க்கையைக் கூறு போட்டுவிட்டோம் என்ற உணர்வு கூடவா இருக்காது?

எப்படி இருக்கும்? இருக்குமானால் இதற்கெல்லாம் அவசியம் என்ன வந்தது? ஏழ்மை அருவருப்பானதொரு வியாதி ஆகும்போது, ஏழையும் அசிங்கமான நோயாளிதானே? உள்ளே நீரிழிவு, இரத்த அழுத்தம், அல்சர், ட்யூமர் என்று வைத்துக்கொண்டு பகட்டாக வெளியே அலைய முடிகிறதைப்போல கௌரவமான நோயா அது? இல்லையே! சொறி, சிரங்கு, படை போன்ற கண்டவர்களை முகஞ்சுளிக்கச் செய்யும் அருவருப்பான நோயல்லவா?

என் புத்தி ஏன் அப்படிப் போயிற்று?

இருபத்தி நான்கு வயதிற்குள் கல்யாணமா என்று வலுக்கட்டாயமாக மறுத்திருந்தால்? கல்யாணம் செய்விப்பதாக இருந்தால் எங்காவது ஓடி விடுவேன் என்ற பயமுறுத்தியாவது பணிய வைத்திருந்தால்? இன்று இந்த இடிபாடுகள் இருக்குமா?

ஆசைகள் மொட்டவிழும் வயதில் கருகல்களா? வடுவாகிப் பிஞ்சாகிக் காயாகிச் செங்காயாகிக் கனிய வேண்டியதிருக்கையில் வெம்பல்களா? குயவன் எள் விதைத்ததைப் போல் என்று சொல்வது இதற்குத்தானா?

எப்படியெல்லாம் ஆசையோடு இருந்தவள்? எத்தனை கனவுகளை என்னுள் விதைத்தவள்? எத்தனை கவிதைகளை என்னுள் எழுப்பி இசைத்தவள்? என்ன நேர்ந்துவிட்டது அவளுக்கு? என்ன கேள்வியெல்லாம் கேட்டுவிட்டாள்? என்னை இடித்துப் பொடிப் பொடியாக்கி மண்ணோடு மண்ணாகச் சாய்த்துவிட்டாளே! சரிந்து குப்பை கூளமாக, பப்பும் பதவலுமாகக் கிடந்த என்னை - தகப்பனை விட்டு மிதிமிதி என்று மிதித்துத் தள்ளி...அடீ! எப்படி முடிந்தது உன்னால்? எப்படிக் கல்லாகிப் போனாய் நீ? கொட்டிக் கொட்டி உன்னைக் குளவியாக்கிவிட்டாளா உன் தாய்?

சொறியச் சொறிய ஊறுகின்ற சிரங்குகளாக அவள் நினைவுகள் நெஞ்சிலிருந்து விலகமாட்டேன் என்கிறது! இத்தனைக்குப் பிறகு, இத்தனைக்கும் பிறகு அவளை இன்னும் நினைக்கிறேன் என்றால்.. நினைத்து ஏங்குகிறேன் என்றால், போதைப் பழக்கமாகவா அவள் என்னைப் பிடித்திருந்தாள்?

நீ நினைத்துப் பார்க்கிறாயா? எப்போதாவது என்னைப் பற்றி எண்ணிப் பார்க்கிறாயா?

உறக்கமில்லாமல் கழிகின்ற இரவுகள்...

நீ நெஞ்சில் தீயாக எரிகிறாய்!

செருப்பென்று நின்ற நெருமாவாக!

ஆம்! தீயாகத்தான்...

இல்லையென்றால் ஏன் எண்ணங்கள் கருகிச் சாம்பலாக வேண்டும்?

இந்த ஏக்கம், இந்தத் தனிமை, இந்தத் தவிப்பு இந்தத் துன்பம்... எல்லாம் காங்கிரீட்டின்மீது ஊற்றப்பட்ட தண்ணீராக அவன் பிடிவாதத்தை உறையச் செய்தன. இறுகச் செய்தன.

வெளியே நீறுபூத்துச் சாம்பற் கோளமாகத் தணுத்துத் தெரிந்தாலும், உள்ளே நெருப்புப் பந்தாகக் கனன்று சுழன்று கொண்டிருந்த அவள் நினைவுகள்... இத்தனை ஆசையா அவள்மீது வைத்திருந்தோம்? தலையெடுக்கத் தலையெடுக்க வெட்டிச் சாய்க்கப்படும் வாழையின் பக்கக் கன்றுகளைப்போல வீறாப்பில் அந்த உணர்வுகளை அவன் சிதைத்தவாறிருந்தான்.

மாதங்கள் நான்கு கடந்துவிட்டன.

அன்று, சண்முகம்பிள்ளை ஆறுமுகநேரிக்கு வருவார் என்று சிவதாணு எதிர்பார்க்கவில்லை. வாசலில் அவரைக் கண்டதும் திகைப்பு. இந்த நிலைக்குத் தன்னை ஆளாக்கிய காரணகர்த்தாக் களில் ஒருவரைக் கண்ட கோபம் - சில கணங்களில் கொந்தளிப்பைச் சமாளிக்க முயன்று, தோற்றும் தோற்காமல் புன்னகைத்து...

உட்கார்ந்து, தன்னை ஆசுவாசப்படுத்திய பின், எதற்காக வந்திருப்பார் என்று சிவதாணு ஊகித்தானோ அதற்காக, அந்தச் பேச்சை சண்முகம் பிள்ளை அவிழ்க்க ஆரம்பித்தார். எந்த இடத்திலிருந்து ஆரம்பிப்பது என்ற தயக்கம் அவர் முகத்தில் புள்ளி போட்டது.

''சிவதாணு! நான் என்னத்துக்கு வந்திருக்கேண்ணு உனக்குத் தெரியாம இருக்காது. எனக்கும் இதைப்பற்றி உங்கிட்டே பேசுகதுக்குச் சங்கடமாத்தான் இருக்கு. இருந்தாலும் மனசு கேக்கல்லே. நான் பார்த்துப் பண்ணி வச்ச கல்யாணம். ஒண்ணு தரைக்கும் ஒண்ணு தண்ணிக்கும் இழுத்துகிட்டிருந்தா என்னைப் பத்தி நாலு பேரு என்ன நினைப்பா? எனக்குத்தானே குறைச்சலு... அதான் என்னைக் கொண்டு முடியாட்டாலும் நம்மாலே ஒரு பொண்ணடிக்குச் சீவிதம் நஷ்டப்பட்டுப் போயிரப்பிடாதேண்ணு செலவையும் பார்க்காம வந்திருக்கேன் பார்த்துக்கோ. நான் இங்கே வந்தது உனக்கு அப்பாவோ இல்லை சொக்கலிங்கம்பிள்ளையோ ஏவிவிட்டு இல்லே... அதையும் சொல்லிப் போடுகேன். இப்போ நீதான் இதுக்கு ஒரு வழி சொல்லணும்...''

''.................''

''உனக்கு மனவருத்தம் எனக்கும் மனசிலாகத்தான் செய்யி... கட்டின பொஞ்சாதி அப்படிக் கேட்டா, மோழைக்கும் கோபம் வரும்... நீயும் கோபத்திலே ரெண்டு அடி அடிச்சுப் போட்டே... அதுக்காச்சுட்டி அநத மோணையன் சொக்கலிங்கம் அப்படி மானக்கேடா பேசீருக்காண்டாம். சரி... சவம் நடந்தது நடந்து போச்சு... அப்படிப் பேசின வீட்டு நடையிலே எப்பிடிப் போறதுண்ணு நீ வீம்பிலே இருக்கே... அந்தப் பிள்ளை சோறு தண்ணி திங்காம கண்ணீரு குடிச்சுக்கிட்டு கிடக்கு... சொக்கலிங்கம் என்னண்ணா என் கண் முன்னாலேயே மாட்டைப் போட்டு அடிக்கதுபோல அடிச்சுப் போட்டானேண்ணு வீஞ்சிக்கிட்டிருக்கான்... ரெண்டு பேரும் இப்படியிருந்தா அந்தப் பிள்ளை என்னடே செய்யும்? நீ நாலு கோண எழுத்து படிச்சவன்தாலா? நீயே ஆலோசிச்சுப் பாரேன்...''

''................''

''இன்னா பாரு... அந்தப் பிள்ளையை நெனைச்சாவது நீ கொஞ்சம் விட்டுக் குடு. அது பெத்த பிள்ளையைக்கூடச் சரியா கெவுனிக்க மாட்டேங்கு. அந்த இளைய குட்டி இல்லேண்ணா உம் மக ஏங்கிப் போயிருக்கும். அதுக்கா சுட்டியாவது நீ கொஞ்சம் சமாதானமாய் போகத்தான் வேணும்...''

சிவதாணுவின் முகத்தில் ஒருவித அமைதியின்மை படர்ந்தது. உடல்மீது மசுக்குட்டி ஊர்வதைப்போல் ஓர் அரிப்பு.

''நீரு சொல்லுகது எல்லாம் சரிதான் பாட்டா. ஆனா என் இடத்திலே நீரு இருந்தா என்ன செய்வேரு? அவ என்னை என்ன கேள்வியெல்லாம் கேட்டா தெரியுமா? நாக்கைப் புடுங்கிக்கிட்டுச் சாகற மாதிரி... மானங்கெட்ட கேள்வியெல்லாம் கேட்டுப் போட்டா! அவுரு என் கழுத்தைக் குத்தி வெளியே தள்ளினாரு... அவுரு பேசின பேச்சு மூணு செம்மம் எடுத்தாலும் எனக்கு மறக்காது... நானும் ஒரு ஆம்பிளையில்லா? அப்படிக்கென்ன சொணை கெட்டா போயிட்டேன்...?

''பணத்திலே ஒருத்தன் குறைஞ்சு போயிட்டா அவனை மனிசண்ணே மதிக்காட்டா எப்படி? அவுரு வீட்டிலே மாடு மேய்க்கிற பயலைக்கூட அப்படிப் பேசினா மாறிக் கேட்டுப் போடுவான்... சும்மா கேட்டுக்கிட்டு இருக்க மாட்டான்... நான் கொஞ்சம் மான அவமானம் பார்த்ததுனாலே பேசாம இறங்கி வந்தேன்...

''நான் இப்படிச் சொல்லுகேனேண்ணு பாட்டா மனவருத்தப் படப்பிடாது. உம்ம நல்ல எண்ணம் எனக்கும் மனசிலாகு. ஆனா அதுக்குச் சொக்கலிங்கம் பிள்ளையும் அவுரு மகளும் யோக்கியதை உள்ளவங்க இல்லே... எம்பிள்ளையை நினைச்சா எனக்கு வருத்தமாத்தான் இருக்கு... ஆனா அதுக்கு நான் என்ன செய்ய முடியும்? விதிப்போல ஆகு... இதுக்காச்சுட்டி இந்த வயசிலே இவ்வளவு தூரம் நீரு அலைஞ்சிருக்காண்டாம்...''

சிவதாணு விட்டுக்கொடுக்காமல் பேசியது சண்முகம் பிள்ளையை அதைரியப்படுத்தியது.

''பேரப்பிள்ளை... இப்படிச் சொன்னா எப்படிடே? என் வயசுக்காவது ஒரு மரியாதை கொடு... நான் சொல்லுகேண்ணு கொஞ்சம் கேளு...''

''அது எப்படிப் பாட்டா முடியும்? நானும் ஒரு அப்பனுக்குதாலா பொறந்திருக்கேன்? எங்க அம்மையும் என்னை நொந்துதாலா பெத்திருப்பா?''

''அப்போ நான் சொல்லுகதை நீ வகைவைக்க மாட்டே...''

''பாட்டா என்னை அப்படி நினைக்கப்படாது. உம்மை எனக்கு இந்தச் சம்மந்தத்தை வச்சில்லே பழக்கம்! சொல்லப்போனா எனக்குச் சொந்தப் பாட்டா மாதிரியே நினைக்கேன். அதனாலேதான் இவ்வளவு நேரம் உங்ககிட்டே உக்காந்து நான் இதைப்பத்திப் பேசீட்டிருக்கேன். உம்மைத் தவிர இந்தப் பேச்சை எடுத்துக்கிட்டு யார் வந்திருந்தாலும் முகத்துக்கு நேரே சொல்லி அனுப்பி யிருப்பேன்... உமக்கு ஏமாத்தமாத்தான் இருக்கும். ஆனா எனக்கும் வேற வழியில்லை... நான் அவ்வளவு தூரம் நொந்து போயிருக்கேன்...''

''அப்பம் நான் போயிட்டு வாறண்டே... ஒரு குடும்பத்தைச் சேர்த்து வச்ச புண்ணியம் இருக்கட்டுமேண்ணு பார்த்தேன்... ம்... நீ வரிக்கல்லா இருக்கே! நம்ம கையிலே இனி என்ன இருக்கு?''

தோல்வியில் மனச் சங்கடப்பட்டுக் கொண்டு வயதான அந்தக் கிழவர் எழுந்து போவதைச் சிவதாணு வருத்தத்தோடு பார்த்துக்கொண்டு நின்றான்.

36

அன்று புதன் கிழமை. அறிக்கை ஒன்றைத் தயாரித்து முடித்துவிட்டு அக்கடா என நாற்காலியின் பின்புறம் சாய்ந்து சோம்பல் முறித்து, மணியைப் பார்த்தான் சிவதாணு. பதினொன்றேகால். டீ கொண்டு வரும் நேரம்.

சற்று நேரம் கண்ணாடி வழியாக வெளியே வெறித்தான். ''சார்... நாகர்கோயில்லேருந்து டிரங்கால்...''

பியூனின் குறுக்கீட்டின் வேகம் முதலில் உறைக்கவில்லை. டிரங்கால் என்ற சொல் மூளையைத் தாக்கி அதிர்வு அலைகளை ஏற்படுத்தத் தொடங்கிய போது -

டிரங்காலுக்கு என்ன காரணம்?

யாருக்கு என்ன உடம்பு?

திடீரென ஏதாவது அசம்பாவிதம்?

கடிதம்கூட மழையில் நனைகின்ற எருமை மாடாக ஆடி அசைந்து ஒல்கி ஒசிந்து மாதத்துக்கொரு முறை வரும்போது இதென்ன திடீரென்று?

டெலஃபோன் இருந்த மேஜையை நோக்கி அவன் விரைந்தான். உடலில் இனம் புரியாத பரபரப்பு. இதயத்தின் 'லுப் டுப், லுப் டுப்' செவிப்பறையைத் தகர்க்கிறது. டெலஃபோனைக் கையில் எடுக்கும்போதே ஒரு நடுக்கம். நாக்கு மேற்கூரையில் ஒட்டிக்கொண்டு - சொற்களை வலுக்கட்டாயமாகப் பிடுங்க வேண்டியிருந்தது.

''ஹலோ...''

''ஹலோ... டிரங்கால் ஃபிரம் நாகர்கோயில். பி. பி. டு மிஸ்டர் சிவதாணு...''

''எஸ். சிவதாணு ஸ்பீக்கிங்...'' குரலின் நடுக்கம் ரிசீவரில் தெரியாமல் கட்டுப்படுத்த முயன்று -

யாருக்கு என்ன நேர்ந்தது?

அம்மாவுக்கு -

அப்பாவுக்கு -

தம்பிகளுக்கு -

சேச்சே! இருக்காது!

சுசீந்திரத்தில்...

பார்வதி ஏதாவது இசைகேடாக?

குழந்தைக்கு என்னவாவது?

'நொருக் நொருக்'கென்று சிந்தனைத் தொடர்கள் அறுபட்டுத் தொங்க -

"ஹலோ... பிளீஸ் ஸ்பீக் ஹியர். மிஸ்டர் சிவதாணு ஆன் த லைன்''

டெலஃபோன் ஆபரேட்டரின் இனிமை, அக்கினிக் குழம்பாகக் காதுகளில் சொட்டுச் சொட்டென்று சொட்டியது.

"ஹலோ... சிவதாணு அண்ணனா?''

தொலைபேசியில் குரலை அடையாளம் கண்டுகொள்ள முடியவில்லை. யாராக இருக்கும்? செல்லப்பன்தானா?

"ஹலோ... சிவதாணுதான். யாரு பேசுகது?''

"நான்தான். செல்லப்பன் பேசுகேன்.''

"என்னலே? என்ன விசயம்? சீக்கிரம் சொல்லு...''

"ஆத்தா... ஆத்தா செத்துப் போயிட்டா!''

அப்பாடா! ஆத்தாதானா? கொஞ்சம் ஆசுவாசம். எதையோ எதிர்பார்த்து... நல்ல வேளையாக வேறு யாருக்கும் ஒன்று மில்லையே! அற்ப ஆறுதல். கிழவிதானே, போனால் போகட்டுமே என்ற மனச் சாந்தி. என்னவோ ஏதோ என்று பதைத்து, பெரும் துயரம் எதுவுமில்லாமல் - பழுத்த இலையொன்று உதிர்ந்த சிறிய அதிர்ச்சி!

"யாரு ஆத்தாவா? எப்பம்லே?''

"காலம்பற பத்து மணிக்கு. உன் லைன் கெடைக்கல்லே... எப்பம் வருவே?''

"ம்... பதினொண்ணரை... பன்னிரண்டு... ஆங்... மூணு மணியாவது ஆகும். உடனே புறப்படுகேன். ஆமா, பணம் ஏதாவது வேணுமா? அப்பா என்ன சொன்னா?''

"இருக்குண்ணா இருநூறு ரூவா கொண்டாரச் சொன்னா... சீக்கிரம் வந்திரு. வச்சிரட்டா...''

"சரி... இன்னா புறப்பட்டுட்டேன்...''

தொலைபேசியை வைத்தபோது, ஆத்தாதானே, என்று முதலில் தோன்றிய ஆசுவாசம் மாறி, இனம் புரியாத வருத்தம். கிழவிதான். ஆனாலும் ஆத்தா அல்லவா? அப்பாவைப் பெற்று வளர்த்தவளல்லவா?

எந்த நிமிடமும் எதிர்பார்க்கப்பட்ட ஒன்று என்றாலும் - திடீரென உண்மைகள் சம்பவித்து விடும்போது - எதிர்பாராத மூலைகளில் அதன் தரிசனம் அதிர்ச்சியைத் தரவே செய்கிறது!

அது மட்டுமேயா?

தன்னை - முதல் பேரன், கணவனின் பெயர் துலங்க வந்த பேரன், மகனின் முதல் வாரிசு என்ற ஆசைப் பிடிப்புகளில் பாசத்தைச் சொரிந்தவளல்லவா? சித்தி சொல்வாளே சின்னப் பிள்ளையில் எப்போதும் ஆத்தாக்காரியின் இடுப்பில்தான் சவாரி என்று.

தோசைக்கு மாவாட்டுவதைப்போல, ஒன்றிரண்டு பால் பற்கள் முளைத்திருக்கும் பிஞ்சுவாயில், கனிந்து நைந்த பேயன் பழத்தை விரல்களால் நைத்துக் குழைத்துத் திணித்து, வயிற்றை நிரப்பி, தின்னத் தோன்றாத வெறுப்பில் சின்னப் பற்களால் அவள் விரல்களைக் கடித்து -

''ஆ! அப்பா! காலனாப் போவானுக்குப் பல்லு அரம் கெணக்கயில்லா இருக்கு...'' என்று செல்லக் கொஞ்சல். வளர்ந்து ஆண்பிள்ளையாகி அரும்பு மீசை துளிர்க்கின்ற வயதிலும் அம்மாவும் சித்தியும் சொல்லிச் சொல்லிக் கேலி செய்வார்களே! தன்னை விட்டுவிட்டுக் கடைக்கோ கண்ணிக்கோ ஆத்தா புறப்படும்போது, தளர் நடையில் படிப்புரைவரை அவளைத் தொடர்ந்து அழுதுகொண்டே ஓடுவதும், ''சரி வந்து தொலை'' என்று இடுப்பில் எடுக்கக் குனியும்போது ஓடி அடுக்களை போய் நின்று கொண்டு ''அக்களையிலேந்து ஒக்கல்லே எடு; அக்களையிலேந்து ஒக்கல்லே எடு...'' என்று அடம் பிடித்ததும் பக்கத்துவீட்டுக் கோலம்மைப் பெரியம்மைகூடச் சொல்வாள். சிறுவனாக இருந்தபோது, யாரோ ஒரு கிழவர் செத்து ஏணி போலப் பாடை கட்டித் தூக்கிக் கொண்டு போனதைத் தூரத்தில் நின்று பார்த்து...

''எலே... சிவதாணு. உங்க ஆத்தாளையும் அது போல ஏணியிலே வச்சுத் தூக்கீட்டுப் போவோமா?'' என்று தன்னைப் பார்த்துக் கோலம்மைப் பெரியம்மை கேட்ட கேள்வியின் நிழற் கோலங்கள்...

வேண்டாம் என்று அழுது, அடம் பிடித்து, மண்ணில், தெருப்புழுதியில் உருண்டு புரண்டது. நெடுநாள்வரை நெஞ்சைவிட்டு விலகாத அந்த நினைவுகள்! சமயம் வாய்க்கும் போதெல்லாம் அதைச் சொல்லிச் சிரிக்கும் கைகொட்டொலிகள்...

அவன் கண்கள் கலங்கின.

இரண்டு நாள் லீவு எழுதிக்கொடுத்துவிட்டு இராமநாதனையும் பார்த்துச் சொல்லிவிட்டுச் சைக்கிளில் வீட்டுக்கு வந்து இரண்டு சட்டை, வேட்டிகளைப் பையில் திணித்துக்கொண்டு, 'இருநூற்றைம்பதுக்குச் செக்கொன்று எழுதிப் பாக்கெட்டில் வைத்து, பாங்குக்குப் போய்ப் பணத்தை எடுத்துக்கொண்டு, பஸ் ஏறி உட்கார்ந்து - எவ்வளவு சந்தோஷம் அவளுக்கு? தன் பேரனுக்குக் கல்யாணம் என்று கேட்டதும் எவ்வளவு பூரிப்பு? ''பொண்ணு புடிச்சிருக்காலே மக்கா?'' என்று இரகசியமாகக் காதில் கிசுகிசுத்துச் சிரித்தது...

கல்யாணம் ஆகி, உடன் மறுவீடு வந்து அவளுக்கு முகம் காட்டி நின்றதும், மங்கலாகத் தெரிந்த உருவக்கோடுகளைக் கண்ணை இடுக்கி பார்க்க முயன்று தோற்று -

''கண்ணவிஞ்ச பாவியால்லா ஆயிட்டேன்... என் செல்லக் குடங்களைப் பார்க்க முடியல்லியே!'' என்று வருத்தப்பட்டுத் தன் கையையும் பார்வதியின் கையையும் தடவித் தந்தது...

''ஏட்டீ மக்கா! எம் பேரன் துரும்பா இளைச்சுப் போயி இருக்கான். இனி நீ தான் அவனைத் தேத்தணும்...'' என்று தனக்காக அவளிடம் செய்த சிபாரிசு -

''தூண்போல இருந்தாலும் அவள் கண்ணுக்கு நான் துரும்புதான்...'' என்று மெதுவாகப் பார்வதியிடம் கூச்சத்தோடு சொன்னதும் அவள் பார்த்த நாணப்பார்வை. திருமணமாகி ஆறுமாதம் ஆவதற்குள், ''உண்டாகியிருக்காளா, உண்டாயிருக்காளா?'' என்று பீராய்ந்து, ''இப்ப என்னாத்தா அவசரம்?'' என்று சிவப்பு முக்கோண பதிலைச் சொன்னதும் ''ம்... நல்ல கூத்து...'' என்ற நிஜமாகவே அவளுக்கு வந்த கோபம்...

தனக்கு வேலை கிடைத்ததைக் கேட்ட ஆனந்தம். பேத்தி குழந்தை உண்டாகிவிட்டதைக் கேட்ட பூரிப்பு. பெண் குழந்தை பெற்றுவிட்டாள் என்று கேள்விப்பட்டு ''காணாதன கண்டேன், சிவம் கண்டேன்'' என்று அவள் முகம் காட்டிய ஆனந்தக் களிப்பு..

பேரனின் மகளைக் கையினால் தடவிப் பார்க்க கிழவி துடித்த துடிப்பு. முகர்ந்து பார்த்துக் களிக்க அவள் கொண்ட ஆவல். மகன், பேரன், கொள்ளுப் பேத்தி என்று பரம்பரைச் சங்கிலி நீண்டுகொண்டு போக -

பாவி எல்லாம் கெடுத்தாள்! எந்த நிமிடமும் செத்துப் போவேன் என்றிருந்த அந்த முதிர்ந்த உயிரின் ஆசையைப் பூர்த்தி செய்ய ஒட்டாமல் - எவ்வளவு ஆசைப்பட்டிருந்தால் என்னிடம் அப்படிக் கெஞ்சியிருப்பாள். அவள் மனது முறிந்து போயிருக்குமே! இனி என்று அவள் கையினால் தடவி மூக்கினால் முகர்ந்து ஆனந்திப்பது?

சிவதாணுவுக்கு அடிநாக்கில் கசந்தது. அந்த நினைவுகளைத் துப்பிவிட முயன்றான்.

பிற்பகல் மூன்றரை மணிக்கு அவன் வீட்டு நடையை அடைகையில் எல்லாம் ஆயத்தமாக இருந்தது. வீட்டின் முன்னால் தெருவில் மூங்கில்களை நாட்டிப் பச்சைத் தென்னை ஓலைப் பந்தல். படிப்புரையிலும் பெஞ்சுகளிலும் உள்ளூர் மனிதர்கள், வெளியூர் உறவினர்கள். வயதாகிச் சம்பவித்த மரணம் என்பதால் சம்பிரதாயமான சடங்குகள். அப்பாவும் சித்தப்பாவும் அங்குமிங்கும் ஆட்களை ஏவிக் காரியங்களை நடத்திக் கொண்டிருந்தனர்.

மூங்கில்களை முறித்து, கம்புகளைக் குறுக்காகப் பரத்தி, அகலமான ஏணி வடிவத்தில் பாடை அதன்மேல் வைக்கோல் பிரிகளைச் சுத்தி மெத்தென்ற படுக்கை... வைக்கோல் பிரியணையாலேயே தலையணை. புது மண்சட்டியில் நெருப்பு புகைந்துகொண்டிருந்தது. மனமில்லாத குரலில் உள்ளேயிருந்து அழுகை, லட்சுமி அழுது சிவந்த கண்களும் மூக்குமாக வந்து வெளியே பார்த்துவிட்டு, அவன் வந்துவிட்டதைக் கண்டு சூழ்நிலையை மறந்து கண்களால் மலர்ந்து உள்ளே போனாள். சிவதாணுவை ஓர் ஓரமாகக் கூட்டிக்கொண்டு போனார் சிதம்பரம் பிள்ளை.

''சிவதாணு... நாமளா ஒதுக்காண்டாம்ணுட்டு சுசீந்திரத்துக்கும் ஆள்விட்டேன்.. இதுவரை யாரும் வரல்லே... கொஞ்ச நேரம் பார்க்கலாமா, இல்லே எடுத்திரலாமா?''

அவரை முறைத்துப் பார்த்தான் சிவதாணு. யாரைக் கேட்டுக்கொண்டு அங்கே ஆள் அனுப்பினாய் என்ற அதன் பொருளைப் புரிந்துகொண்டு மௌனமாக அவர் நகர்ந்தார்.

அம்மாடி - தாயரை, நீர்மாலை, வாய்க்கரிசி என்று தொடர்ந்த சடங்குகள்... சராசரி விவசாயி வீட்டு இழவாக ஊர்வலம். கொட்டு முழக்கோ, களியல் கூத்திசைக் கம்புகளோ, செண்டை பறை மேளங்களோ தேர்ப்பாடையோ, இரட்டைச் சங்கோ எதுவும் இல்லாமல் இல்லாப்பட்டவன் வீட்டு இழவாக...

சாவுச் செலவிலும் பணமிருந்தால் எத்தனை ஆடம்பரம்? ஒவ்வொரு கிழமை முறைக்கும் இரண்டு செம்பு அரிசி வைப்பு. சமையலுக்கு ஐயர் பரிவாரங்கள். முதல் கிழமை ஒரு சாக்குப்பயறு; பிறகு தேங்காய், போளி, லட்டு அல்லது பூந்தி. பதினாறுக்குக் கல்யாண வீடு போன்ற செலவு. சும்மாவா சொல்கிறார்கள் பெரிய வீட்டு இழவு என்று?

செத்த பின்னும், சுடலையில் சாம்பலாவதற்குப் போகும் போதும் இந்தப் பகட்டு ஏன் போகமாட்டேன் என்கிறது? சாவிலும்தான் எத்தனை வேறுபாடுகள்? மனிதன் உண்டு பண்ணிய பணம். மனிதனைச் சேர விடாமல் பிரித்தே வைத்திருக்கும் பணம்.

சுடுகின்ற கழியில்கூட எத்தனை வேறுபாடு?

பிராமணர்களுக்கென்று தனிக்குழி. வேளாளர்களுக்குத் தனி. இப்படி இப்படியாக, வகைவகையாக எத்தனை குழிகள்? எலும்புகளில்கூட பிள்ளை எலும்பு, செட்டியார் எலும்பு, நாடார் எலும்பு, பறையர் எலும்பு என்ற வேறுபாடா? என்று உருப்படப் போகிறான் இந்த மனிதன்?

பதினாறு என்ற கல்லடுப்பு அடியந்திரத்தில்கூட - இழவு வீடா கல்யாண வீடா? ஒலிபெருக்கிகளும், இசைத்தட்டுகளும், வரவேற்பும், வாழ்த்து மடல்களும் மட்டும்தானே பாக்கி! பருப்பு, பாயசம், பப்படம், வடை, பலகாரங்கள். பஞ்ச பாத்திரம்,. பாயசபாத்திரம், அமுதுபடிகள், பட்டு, குடை, பாதரட்சை, பசு, நிலம் என்று தானங்கள். முட்டாள்களின் செல்வம் சோம்பேறிகளுக்குச் சேர ஏற்படுத்திய சடங்குகள். பிறகு சொர்க்கத்துக்குப் போவதுதான் எப்படி?

இவர்களிடம் இங்கேயே டிக்கட் வாங்கினால்தானே சொர்க்கத்தின் வாசற்கதவு திறக்கும்? இல்லையென்றால் காலால் உதைத்துத் தள்ளிவிட மாட்டானா காலதேவன்? சித்திரகுப்தன் ஏட்டைப் பிரித்து வைத்துக்கொண்டு நிற்க மாட்டானா? திரிசங்கு சொர்க்கங்களை ஸ்தாபிக்கலாம் என்றாலும் இருந்த ஒரேயொரு விஸ்வாமித்திரனும் செத்துப் போய்விட்டானே!

செய்த பாவங்கள், அறுத்த தாலிகள், எரித்த கூரைகள், இடிந்த வயிறுகள் - இவை எல்லாவற்றுக்குமாக்க கணக்குப் பார்த்து பாவத்தின் சுமையை இங்கேயே இறக்கி வைத்துவிட்டுப் போய்விடலாமல்லவா? எத்தனை சுலபமாக இங்கே பாவ மன்னிப்புகள்?

ஆனால், தானம் கொடுக்க வக்கும் வகையுமற்றவன் செய்த குற்றங்களுக்கு எப்படி மன்னிப்பு கிடைக்கும்? சொர்க்கத்துக்கு யாரிடம் நுழைவுச்சீட்டு வாங்குவான்? பணமில்லாமல் பாவம் தொலையா விட்டால் பிதுர்க்கள் நரகத்திலல்லவா போய் விழவேண்டும்?

ஆத்தாவைக் கட்டையில் கிடத்திக் கதம்பைத் தைலமும் இறக்கியாயிற்று. இனி நினைவுகளே மீதம். வெறும் நினைவுகள்... எப்படிப் போனாலும் ஐநூறு ரூபாய் காற்றில் கரைந்து விடும். எதிர்பார்த்த செலவுதான். ஆனால், எதிர்பாராத நேரத்தில் வந்த செலவு.

மறுநாள் காடாத்து. அதுவும் முடிந்தது. இனிப் பதினாறு நாட்கள் மனிதர்களின் வரத்தும் போக்கும் இருந்துகொண்டே இருக்கும். சிவதாணு காடாத்து கழிந்த தினம் மாலையே புறப்பட்டுவிட்டான். இனிப் பதினாறன்று வந்தால் போதும். ஒவ்வொரு கிழமைக்கும் யார் அலைந்து கொண்டிருப்பது?"

நாகர்கோவிலுக்கு பஸ் ஏறியபோது மதுசூதனனும்கூட வந்தான். அவன் முகத்தில் எதையோ கேட்கத் துடித்த ஆவல். எப்படிக் கேட்பது என்ற தயக்கம்.

"எத்தனை நாளைக்கு இப்படியே இருக்கப் போறியோ?" அவன் எதைக் கேட்கிறான் என்று சிவதாணுவுக்குப் புரியாமல் இல்லை. இருந்தும்,

"எப்படி இருக்கப் போறேன்?"

"அதான்... ஆறுமாசமாச்சு... இன்னும் இப்படியே விட்டுக்கிட்டிருந்தா எப்படி? இதுக்கு ஒரு முடிவு வேண்டாமா?"

"இதுவே முடிவில்லையா? இதற்கு மேலும் என்ன முடிவு வேணும்ங்கியோ?"

"அப்படிச் சொன்னா எப்படி?"

"பின்னே என்னை என்னதான் செய்யச் சொல்லுகியோ? எல்லாம் பார்த்துக்கிட்டுத்தாலா இருக்கியோ? ஆத்தா செத்ததுக்கு ஆளனுப்பியும் யாராவது வந்தாளா?"

"அவ்வோ எப்படி வருவா? அதுவும் உங்களை இந்தப் பேச்சு பேசினதுக்கப்புறம். மருமகனே வேண்டாம்ணு ஆனதுக்குப் பிறகு வேற என்னத்துக்கு வரணும்?"

"ஆகாங்... அப்ப நாம் வலியப் போகணும்... அப்படித்தானே?"

"நீங்க போகாண்டாம்... நானும் லெச்சுமியும் போய்க் கூட்டிட்டு வந்து உங்ககிட்டே விட்டிருகோம்..."

"நீங்க போனா என்னா நான் போனா என்னா? ரெண்டும் ஒண்ணுதாலா? நான் அனுப்பி நீங்க வந்திருப்பீங்கண்ணு நினைக்க மாட்டாளா? இன்னா பாருங்கோ... அந்தப் பேச்சு வேண்டாம். இது என் காரியம். நான் பார்த்துக்கிடுவேன். அனாவசியமா நீங்க தலைப்போடாண்டாம். பிறகு மனவருத்தம்தான் மிஞ்சும்..."

"நீங்க இப்படிப் பிடிவாதம் பிடிச்சா, பின்னே நான் சொல்லுகதுக்கு என்ன இருக்கு?"

எத்தனை மனத்தாங்கல்கள்? எத்தனை பேர் முகத்தை ஈவிரக்கமில்லாமல் முறிக்க வேண்டியதிருக்கிறது!

ஆறுமாதம் நான் எட்டியே பார்க்காமல் இருக்கிறேன். அவர்கள், செத்த துட்டியைக்கூட விலக்கி வைக்கிறார்கள். இவர்கள் அவர்களிடம் சமாதானத்துக்குப் போகிறார்களாம் சமாதானத்துக்கு! வெட்கமில்லாமல்!

37

ஞாயிற்றுக் கிழமையின் மசமசத்த காலை. ஒன்பதரை மணி வெயில் புழுதிகளைக் கலைக்க ஆரம்பித்துவிட்டது. கண்ணாடிக் கழச்சி ஆடும் சிறுவர்கள் கூட்டம். வட்டாடும் சிறுமிகள். மேய்ச்சலுக்கு மாடு அவிழ்க்கின்ற மாடு மேய்க்கும் பையன்களின் 'கூகூ'...

"ஏ கோழிக்கூடு மாறு... ஏ கோழிக்கூடு மாறு..." என்று சூரலை வகுத்து பின்னிய கோழிக்கூடும், ஈச்ச மடல்களைப் பகுத்துச் செய்த மாறும் விற்கும் குறத்திப் பெண்ணின் வியாபாரக் கூச்சல்.

"மாயக்காரனம்மா - கிருஷ்ணன்

மகிமைக் காரனம்மா..."

கிருஷ்ணன் படத்தைப் பிரம்புக் கூடையில் வைத்துக் கொண்டு கையில் பிரம்புடன் குறிசொல்லக் கிளம்பியிருக்கும் கிருஷ்ணக் காரிச்சிகளின் பாட்டு. ஐஸ்ஃப்ரூட் விற்பவனின் கணகணவென்ற மணியொலி.

புறப்பரபரப்புக்களையெல்லாம் உள்வாங்கி விழுங்கிக்கொண்டு இருள் மூடிய மௌனத்தின் கனத்தில் சுசீந்திரத்தில் சொக்கலிங்கம் பிள்ளையின் வீடு அமிழ்ந்திருந்தது. இனம் தெரியாத கவலையின் முக்காடு கவிந்து கண்ணொளிகளை மறைத்து... நீலாப்பிள்ளையின் வழக்கமான இரைச்சலைக்கூடக் காணோம்.

காலைப் பலகாரம் சாப்பிட்டுவிட்டு ஓய்வாகச் சொக்கலிங்கம் பிள்ளை பேப்பர் படித்துக்கொண்டிருந்தார். கடைக்குச் புறப்படுவதற்கு முன்னால் செய்யும் வழக்கமான சடங்கு. மங்களாவில் சம்மணமிட்டு உட்கார்ந்து, குனிந்து ஒரு கையைக் கன்னத்தில் ஊன்றிக்கொண்டு, கோல நோட்டுப் புத்தகத்தைப் பார்த்துக் கோலம் போட்டுக்கொண்டிருந்த பவானி, பக்கத்தில் அக்காளின் அறையிலிருந்து பிள்ளை அழுகின்ற சத்தத்தைக் கேட்டு நிமிர்ந்தாள். பென்சிலை நோட்டின் இடையில் அடையாளம் வைத்து மூடிவிட்டு எழுந்தவள் நேராக அறைக்குள் நுழைந்தாள்.

நுழைந்தவள் பத்து மாதக் குழந்தை மாதவியை எடுத்து இடுப்பில் வைத்துக்கொண்டு வெளியே வந்தாள். அதன் கன்னங்களில் கண்ணீர் வழிந்து கொண்டிருந்தது. ''நே... நே... நே...'' என்று ராகமிட்ட அழுகை. ''அழாதே மக்கா. அழாதே... பிள்ளைக்குக் கண்ணீர் குடங்குடமால்லா பாயி... அழாதே... யாரடிச்சா பிள்ளையை? அம்மாவா? அவ கையை நொறிச்சுக் கடையடுப்பிலே வைக்கணும். நீ அழாதம்மா...''

மாதவியின் கன்னங்களில் விழுந்த கண்ணீரைத் தாவணியின் தலைப்பால் துடைத்து அதற்குச் சிரிப்பூட்ட முயன்றாள். காக்கையையும் குருவியையும் பார்த்து அது கைகொட்ட ஆரம்பித்தது. மாதவியைத் தரையில் இருத்தி, அதன் முன் தானும் அமர்ந்து பாடத் தொடங்கினாள் பவானி. அவள் பாட்டுக்குத் தகுந்தாற்போல இரண்டு கைகளையும் வீசிக் கொட்டிச் சிரித்தது மாதவி.

முன்னால் அழுததையும், இப்போது கைகொட்டிச் சிரிப்பதையும் கவனித்துக்கொண்டிருந்த சொக்கலிங்கம்பிள்ளை பவானியைப் பார்த்துக் கேட்டார்.

''ஏன் மக்கா பிள்ளை அழுதது?''

''ஏன் அழுகு? அம்மாக்காரி போட்டு அடிச்சிருக்கா. அதான் அழுதது...''

''விடியதுக்கு முன்னாலே பிள்ளையைப் போட்டு ஏன் அடிச்சாளாம்?''

இதைக் கேட்டுக்கொண்டு அடுக்களையிலிருந்து வந்த நீலாப்பிள்ளை சொன்னாள்.

''ராத்திரி பகலா அந்தப் பிள்ளையைப் போட்டுக் கொல்லத்தாலா செய்யா.... அது பசலை... அதுக்கு என்ன தெரியும்? நான் கேட்டா உன் சோலியைப் பார்த்துக்கிட்டுப் போண்ணு எரிஞ்சு விழுகா. நம்மை மதிச்சு முகம் ஏறிட்டுப் பார்த்து பதில் சொல்ல மாட்டேங்காளே! நீங்க என்னண்ணா அந்தப் பேச்சுப் பேசிப் போட்டு சிவனேண்ணு இருக்கியோ... அது கண்ணீர் விடுகதும், துடைக்கதும், மூக்கைச் சிந்திப் போடுகதுமா இருக்கு. அதைப் பார்த்தா என் ஈரக்குலை துடிக்கு. ஆறு மாசத்துக்கும் மேலாச்சு... அவரு திரும்பியே பார்க்கல்லே... இப்படி இருந்தா எப்படி? நாலு பேரு என்னைப் பார்த்துக் கேக்கிற கேள்வி... போரும் போரும்ணு இருக்கு...

''நீங்க விடிஞ்சாப் போனா அடைஞ்சா வாறியோ. அல்லும் பகலும் அறுவது நாழியலும் இந்த வயத்தெரிச்சலை நான் பார்த்துக்கிட்டு வேகிறேன். இதுக்கு ஒரு வழி பண்ணுங்கோண்ணா உங்க காதிலேயே ஏற மாட்டேங்கு... செம்மம் எடுத்தது போரும். எத்தனை நாள் இப்படி வச்சுக்கிட்டு இருக்கது? ஊரு சிரிச்சுத் துப்பாதா? இப்பமே அவளுக பேசுக சாடை கேக்க முடியல்லே...''

அந்த வேதனை சொக்கலிங்கம் பிள்ளைக்கு இல்லையா? பிடிவாதமும் வெறுப்பும் இருந்தபோதிலும், களையற்று, கண்கலங்கி பார்வதி கண்ணில் படுகின்றபோதெல்லாம் எதையோ பறிகொடுத்த வேதனை உள்ளத்தைப் பிசைந்தது.

''அதுக்கு இப்ப என்னை என்ன செய்யச் சொல்லுகே? மாப்பிள்ளைக்காரன் கால்லே போயி விழச் சொல்லுகியா? என் முன்னால் போட்டு தடித்தனமா அடிச்சதுக்கு நான் நாலு வார்த்தை சொல்லீட்டேன்... அதுக்காச் சுட்டி? நீ இப்பம் இப்படிப் பேசுகே... அப்போ நீ மட்டும் சின்ன நிலையா நிண்ணே? வெயிலு, பிள்ளை கறுத்துப் போகும்... பச்சைப் பிள்ளையையும் போட்டுக்கிட்டு எப்படிக் குடும்பம் நடத்தும்ணு செல்லம் குடுத்து அந்தப் பிள்ளையை நல்லா உருவேத்தின... இப்போ அம்மாடி ஆத்தாடிண்ணா யாரு என்ன செய்யது?''

''அப்படிச் சொல்லீருங்கோ... மகளைக் கெட்டிக் குடுத்துக்கிட்டு நாயே, பேயேண்ணு கேக்காத கேள்வியெல்லாம் கேட்டா யாருதான் பொறுப்பா? சண்முகம் பிள்ளை சித்தப்பா போயிப் பார்த்துக்கிட்டு வந்ததுக்கும் அவுரு அப்படித்தாலா சொல்லி அனுப்பீருக்காரு! அவ்வளவு பிடிவாதமா இருக்க மனுசாள்கிட்டே நாமதான் தாந்து போகணும். நடந்தது நடந்து போச்சு. கிழவி செத்ததுக்கு ஆள் விடத்தானே செய்தா? போயி எட்டிப் பார்த்துகிட்டு வரலாம்ணு எத்தனை மட்டம் சொன்னேன்... அசைஞ்சு கொடுத்தேளா? போயிப் பார்த்துக்கிட்டு வந்தா, அதைச் சாக்கா வச்சாவது அவரைத் தனியாக் கூப்பிட்டு நாலு வார்த்தை பேசி சமாதானப்படுத்தலாம்லா? அதுக்கு கெவுரவம் குறைஞ்சுபோகும்ணு சும்மா இருந்தியோ! இந்தப் பேச்சுப் பேசி விரட்டினதுக்குப் பொறகு செத்த துட்டியையும் விலக்கி வச்சாச்சு... இனி அவ்வோ வந்து உங்க வாசப்படியிலே நிப்பாளா?''

சொக்கலிங்கம்பிள்ளைக்கு நீலாப்பிள்ளையின் பேச்சு, நொந்த மாட்டை நுகங்கொண்டு இடித்ததைப்போல இருந்தது.

''அவ்வளவு தூரம் ஆனதுக்கப்புறம் எந்த முகத்தைக் கொண்டுகிட்டு அவ்வோ முகத்திலே நான் முழிக்கது? அவ்வளவுக்கு நான் சொணை கெட்டா போயிட்டேன். கூட்டீட்டுப் போனாப் போகட்டும்... இல்லேண்ணா அவ இங்கேயே இருக்கட்டும். எல்லாம் விதிப்போல ஆகும்...''

இந்த உரையாடலைக் கேட்டும் கேட்காமலும் பிள்ளையுடன் விளையாடிக் கொண்டிருந்தாள் பவானி. பார்வதி அறைக்குள் இருந்தாலும், ஒன்றுவிடாமல் இந்தப் பேச்சு காதில் விழவே செய்தது. நொந்து போயிருந்த உள்ளத்தில் பொங்கிய துக்கம் கன்னங்களில் வடிந்தது.

★ ★ ★

அம்மாவுக்குக் கொள்ளி போட்ட மொட்டைத் தலையைத் தடவிக் கொண்டு, சிதம்பரம்பிள்ளை செண்பகத்துடன் பேசிக் கொண்டிருந்தார். காடாத்து, கிழமை முறைகள், கல்லெடுப்பு எல்லாம் நேற்றோடு ஆகிவிட்டது. இன்று திங்கட்கிழமை. எண்ணெய் தேய்த்துக் குளியோடு சடங்குள் முடிந்தன.

''சிவதாணுவை எங்கே? சாயங்காலம் போறேன்னானே புறப்பட்டுக்கிட்டுருக்கானா?''

''நாலு மணிதானே ஆகு... அஞ்சுமணி வாக்கிலே போகணும்ணான். அவன் கிட்டே நீங்களாவது சொல்லப்பிடாதா? இப்படியே இருந்தா எப்படி? லெச்சுமிக்கு மாப்பிள்ளையும் காடாத்து அண்ணைக்குப் பேசிப் பார்த்தாராம். அவன் கல்லுள்ளி மங்கனால்லா இருக்கான்! பெண்ணடி பாவம் பொல்லாதது...''

''நான் என்ன செய்ய? அம்மா செத்ததுக்கு சுசீந்திரத்துக்கு ஆள் விட்டதுக்கே அவன் என்னை முறைச்சில்லா பார்த்தான்... நாம எல்லாருமாச் சேர்ந்து கல்யாணத்தைப் பண்ணிவச்சு குட்டிச்சுவராக்கிட்டதா அவன் நினைச்சுக்கிட்டிருக்கான். நான் ஏதாவது சொன்னா எங்கிட்டே கோவப்படுவானே!''

''அதுக்காக எத்தனை நாள் இப்படியே விடுகது? ரெண்டிலே ஒண்ணு முடியாண்டாமா? பொட்டைப் பிள்ளை வேற பெத்தாச்சு... இப்பமே நாலு பேரு நாலைச் சொல்லுகா... நாளைக்கு எத்துக்குத்தா ஒண்ணு ஆச்சுண்ணா வெளியிலே தலைகாட்ட முடியுமா? அதை யோசிச்சுப் பார்க்காண்டாமா?''

''அந்தச் சொக்கலிங்கத்துக்கு மட்டும் அப்பிடி என்ன வீம்புங்கேன். செய்ததையும் செய்துபோட்டு... துட்டிக்குக்கூட வரல்லே. வெக்கம் மானம் எல்லாத்தையும் விட்டுக்கிட்டு என்னைப் போய் அவன்கிட்டே தொங்கச் சொல்லுகையா? பொண்ணைப் பெத்தவனுக்கே அக்கறை இல்லேண்ணா நமக்கென்ன வந்தது? பயலுக்கென்னா வேற பொண்ணா கிடைக்காது? இல்லே எம்பது வயது ஆகிப் போச்சா? நீ நாண்ணு நிப்பான் சம்மந்தத்துக்கு.''

''அந்தப் பேச்செல்லாம் என்னத்துக்கு?''

''இன்னா பாரு... நான் போயி அவன் வீட்டிலே நிக்க முடியாது. மருமகன் பட்ட பாட்டுக்கு நான் எம்பாடு? சண்முகம் பிள்ளை மெனக்கெட்டது போராதா? அவன் முரண்டுதான் நமக்குத் தெரியுமே! மாமனாருக்கு இவ்வளவு வீம்பு இருக்கும்ணா அவனுக்கு இருக்காதா?''

முற்றுகை போட்டிருந்தவர்களும், முற்றுகைக்கு ஆளானவர்களும், பசியினால், பட்டினியினால், உள்ளச்சோர்வால், உடல் தளர்வால், வாடினாலும்கூட -

படைத்தளபதிகளின் பிடிவாதம் காரணமாக முற்றுகை நீடித்துக் கொண்டே போவதைப்போல, இது என்று முடியும் என்ற

நிச்சயமில்லாமல், எப்படி முடியும் என்று எதிர்பார்ப்புகளும் இல்லாமல் அது தொடர்ந்துகொண்டே போயிற்று. தவறு செய்துவிட்டு அது தவறு என்று ஒத்துக்கொண்டு மன்னிப்புக் கேட்கத் தயாராக இல்லாதவர்களிடம் என்ன உறவு வேண்டிக்கிடக்கிறது என்று சிவதாணுவும் -

தவறுதான்! தெரியாத்தனமாக, முரட்டுத்தனத்தில் ஆட்பட்டுக் கேவலமாகவே நடந்துகொண்டுவிட்டோம் என்ற குற்ற உணர்வின் குறுகுறுப்புகள் இருந்தாலும், தன் மகள் முகத்தில் தேங்கிக் கிடந்த ஏக்கம் உள்ளத்தை இடுக்கியாகப் பிடித்து நெருக்கியபோதிலும் - எப்படி வலியப் போய்க் கெஞ்சுவது என்று சொக்கலிங்கம் பிள்ளையும் -

துவந்த யுத்தமாக, காயம்பட்டு இரத்தம் ஒழுகியபோதிலும், உடலும் உள்ளமும் வலியில் குன்றித் துன்புற்ற போதிலும், இடைவிடாமல் நடந்துகொண்டிருந்த மௌனப் போர். யாருக்கு வெற்றி, யாருக்குத் தோல்வி என்ற முடிவு காண முடியாமல் நீண்டுகொண்டே...

38

இந்த விடுமுறைகள் ஏன் வருகின்றன? வேலை இருந்தால் நினைவுகளைத் துடைத்துக்கொண்டு வேலையிலாவது ஒன்றிவிட முடியும்! ஆனால், விடுமுறை நாட்களில்?

சாவகாசமாகத் தூங்கி எழுந்தாயிற்று. பல்தேய்த்துக் காப்பி சாப்பிட்டாயிற்று. பேண்ட் சட்டைகளைத் துவைத்து உலருவதற்காகத் தொங்கட்டான்கள் போட்டாயிற்று. ஷேவ் செய்தாயிற்று, குளித்தும் ஆயிற்று.

இனி -

மணி பத்தரைதான் ஆகியிருக்கிறது. இனிமேல் என்ன செய்வது? மத்தியானம் ஒரு மணி வரைக்கும் தூங்கலாம். இல்லாவிட்டால் ஏதாவது படிக்கலாம். அதற்கும்கூட மனத்தின் சமன்பாடு சரியாக இருக்க வேண்டியிருக்கிறதே! சாப்பிட்டுவிட்டு சினிமாவுக்குப் போகலாமா? சினிமாவுக்கா? போதாக்குறைக்கு அந்தத் துயரம் வேறா? இரண்டரை மணி நேரம் இந்த மலிவான காம விளம்பல்களை எப்படிச் சகித்துக் கொள்வது?

ரேமாண்ட் பேண்ட் போட்டுக் கொண்ட கூலிக்காரக் கதாநாயகனையும், அவன் பேத்திக்குச் சமானமான மாக்ஸியில் பல்லிளிக்கும் 'கன்னி'யையும் எத்தனை நேரம் சகித்துக்கொள்வது? அம்மா செத்துப் போனால் சாவேரி ராகத்தில் ராகம், தாளம், பல்லவி என்று முகத்தைக் கோணி, கண்களை உருட்டி, உதட்டை பிதுக்கிப் பாடும் அனாவசிய ஆபாசங்களைத் தாங்குவது எப்படி?

டாக்டர், என்ஜினியர், மில் முதலாளி, வக்கீல் என்ற வட்டத்துக்குள்ளேயே சுழன்று அதைவிட்டுக் கீழே இறங்கி உண்மையைக் காண, காட்ட, தயாராக இல்லாத வறட்டுத் தம்பட்டம் அடிக்கின்ற கூட்டம்...

இந்த நான்குமாதச் சென்னை வாழ்க்கை நரகமாக இருந்தது சிவதாணுவுக்கு. அலுவலகம் விட்டால் மீண்டும், தனிமைக் குழியில் விழுந்து தவிக்க வேண்டியிருக்கிறது.

ஆறுமுகநேரியாக இருந்தாலாவது ஆபீஸ் வேலை. பிறகு ட்யூஷன், ஓய்வில் தோட்ட வேலை என்று இருக்கலாம். சமயம் கிடைக்கும் போதும், விரும்பும்போதும் இராமநாதன், காந்திமதியுடன் பேசிக்கொண்டோ, லதா, மாலுவுடன் விளையாடிக்கொண்டோ மனப்புண்களை மறைக்க முயலலாம்.

ஆனால், இங்கே -

நின்று பேசக்கூடத் தயாராக இல்லாத நகரச் சுழற்சியில், நரகச் சுழற்சியில் அந்தரங்கமாக உரையாடிக் கொண்டிருக்க ஆள் அகப்படுவதே குதிரைக் கொம்பு. அகப்படுகிறவர்களும் தொட்டாற் சுருங்கிகளாக அல்லவா இருக்கிறார்கள்?

ஆயிற்று! இன்னும் இரண்டு மாதங்களைப் பல்லைக் கடித்துக் கொண்டு நகர்த்திவிட்டால், பயிற்சிக் காலம் முடிந்து விடும். மீண்டும் ஆறுமுகநேரியிலேயே போய் ஐக்கியமாகிவிடலாம்.

அங்கு போனால் மட்டும் என்ன வாழ்ந்துவிடப் போகிறது? விலக்கும் போது விலகி, கையை எடுத்ததும் கூடிவிடும் குழி தாமரைப் பாசிகளைப்போல நினைவுகள் மீண்டும் மீண்டும் மனக் குளத்தைப் போர்த்துகின்றன. அவற்றிலிருந்து ஓடி ஒளிவது எப்படி?

ஆத்தாளின் அடியந்திர காரியங்களெல்லாம் முடிந்த பிறகு ஒரு வாரம் கழித்து இராமநாதன் சொன்னார்.

"சொன்னாத் தட்டமாட்டேண்ணு நம்பி ஒரு காரியம் செய்திருக்கேன் சிவதாணு..."

என்ன செய்து விட்டார் என்ற திகைப்பில் அவன் நிமிர்ந்து பார்த்தபோது -

"நம்ம மெட்ராஸ் ஆபீஸ்லே ஆறு மாசம் ட்ரெய்னிங்குக்காக உன்னைச் சிபாரிசு செய்திருக்கேன்... முடிச்சுக்கிட்டு வந்தேண்ணா நல்லது. இன்னும் பத்து நாள்ளே போக வேண்டியிருக்கும். என்ன சொல்லுகே?"

என்னவோ ஏதோ என்று திகைத்து, நல்ல வேளையாகப் பயிற்சிக்காக ஆறு மாதம் சென்னைக்குப் போக வேண்டும் என்று அறிந்த ஆறுதல். ஒரு மாற்றம்கூட நல்லதுதானோ என்ற மயக்கம். ஆனால், இந்த ஆறுமாத காலம் எப்படி இவர்களையும் பிரிந்திருப்பது? இங்கே இவர்களோடு இருக்கின்றபோது மனதுக்கு ஏற்படும் இதம். அதையும் துறந்துவிட்டால் மீண்டும் அந்தகாரத் தனிமை. விசுவரூபமெடுத்துப் பயங்காட்டும் கடந்த காலம். அழிக்க அழிக்க அழியாமல் தொலியுரிந்து இரத்தம் கசிகின்ற கோரம். மனத்தில் குத்தப்பட்ட பச்சைகளான வரி வடிவங்கள். முடியுமா தன்னால்?

திருச்செந்தூரிலிருந்து ரயில் ஏறும்போது அவனுக்கு வெறிச் சென்றிருந்தது. சலனமில்லாமல் நின்று கொண்டிருந்த இராமநாதன். ஆனால், காந்திமதியின் கண்களில் பிரிவின் ரேகைகள். லதாவும், மாலுவும் பரக்கப் பரக்க விழித்தன.

திருச்செந்தூரில் அவன் ஏறிய பெட்டியைத் தன்னோடு இணைத்துக் கொண்டு ஓடிய சென்னை - குமரி எக்ஸ்பிரசோடு மைல்களை ஓடிக் கடந்து சென்னை வந்து சேர்ந்துவிட்டாலும் அழிக்க முடியாத நினைவுகள். பயன் வேண்டாத கருணை மழையில் நனைந்து குளிர்ந்த மனம்.

அந்தக் குளிர் கிளப்பிய அகச்சூடு, எப்படிப் பேசிவிட்டார்கள்? தலையில் வைத்துக் கருகிய பூச்சரத்தைப்போல எப்படித் தூக்கி எறிந்து விட்டார்கள்? அனுமதியின்றி நுழைந்த வேற்றாளைப்போல எப்படி விரட்டிவிட்டார்கள்?

பாழ். எல்லாம் பாழ். தேன் துளிர்க்கும் பருவத்தில் பிணநாற்றம் வீசுகின்ற மலர்... வேகின்ற வேளையில் படீர் என்று வெடித்து விட்ட மண்குடம்... விழுதென்று பிடிக்கப் பாம்பாகப் பயமுறுத்தும் உறவுகள்...

பள்ள மேடுகளில், துன்ப இன்பங்களில், சிறுமையில் பூரிப்பில், என்னோடு கலந்து, என்னைப் பகிர்ந்துகொண்டு ஆதரவும் அரவணைப்பும் காட்ட வேண்டிய மனைவி -

காரட்டைக் கண்ட ஒட்டகமாக கிடைக்கும் கிடைக்கும் என்று, அகப்படும் அகப்படும் என்று பிடித்துவிட ஓடிய ஓட்டம். முடிவில் நயவஞ்சகக் கும்பல்.

வீட்டிலிருந்தும் ஆறுமுகநேரியில் காந்திமதியிடமிருந்தும் கடிதங்கள் வந்துகொண்டிருந்தன. பதிலெழுதத்தான் சோம்பல். லதா, மாலுவின் முகங்கள் கண்ணிலேயே நிற்கின்றன.

அவள் நினைவுகளை மட்டும் இத்தனைக்கும் பிறகும் மறக்க முடியவில்லையே ஏன்? அவ்வளவு பலவீனனா நான்? நசுக்க நசுக்க அந்த நினைவுகளை தலையெடுத்து வளர்ந்து வரவேண்டுமானால், அத்தனை பாதிப்பா என்மீது கொண்டிருந்தாள்...? முரண்டு, முசுடு இவற்றை மீறி அவளின் எந்தக் குணம் என்னைக் கவர்ந்தது-? வெறும் இளமையின் உடல் ஈர்ப்பா? உடற் கவர்ச்சியானால் எத்தனை நாள் நிற்கும்? பிற பெண்களைப் பார்க்கக்கூட முடியவில்லையே! அத்தனைக்கு அவளென்ன அழகியா? இதென்ன இராவணக் காதலா?

மாதவிக்கு ஒரு வயது திகைந்திருக்கும்! ஒரு வயது முடிந்து இரண்டு மாதமும் ஆகியிருக்கும்! மூன்று மாதத்தில் பார்த்தது! அப்போதே பளபளவென்று கண்ணைப் பறித்ததே! என்ன அழகான புன்னகை? மேலும் பத்து மாதம் கழிந்த பிறகு, நன்றாக வளர்ந்திருக்கும்.

பிறந்தநாள் கொண்டாடியிருப்பார்களா? யாரை வைத்துக் கொண்டு? பெற்ற தகப்பன் இல்லாமல், தகப்பன் வழி உறவுகள் இல்லாமல் எந்த விருந்தாளியை எந்த முகங்கொண்டு அழைப்பார்கள்?

என்ன பிடிவாதத்துடன் என் பெண்ணை என்னிடமிருந்து பறித்து விட்டார்கள்? அதன் மழலை என் காதுகளில் விழவொட்டாமல் காதையே அடைத்துவிட்டார்களே!

எவ்வளவு பிடிவாதம் இருக்க வேண்டும்? மாதம் பத்தாகிறது. எள்ளளவும் அசைந்து கொடுத்தார்களா? போனால் போடா என்ற நினைப்பு?

யாருக்கு நஷ்டம்?

யாருக்கடா நஷ்டம்? மனைவியை இழந்து, குழந்தையை இழந்து தனி மரமாக நீதானடா புழுங்கிச் சாகிறாய்! நல்ல உணவுகள்

பிடிக்கவில்லை உனக்கு. நல்ல கேளிக்கைகள் சுவைக்கவில்லை. உன்னை வருத்திக் கொண்டு, உன்னையே வதைத்துக்கொண்டு -

யாருக்காக? எதற்காக இந்தத் தவம்?

இதுபோல அவள் உனக்காகக் கவலைப்படுவாளா? உன் நினைவுகளில் ஏங்கித் தவிப்பாளா?

எப்படி இருக்க முடியும்? இருந்தால் அப்படி பேசுவாளா? உன் அப்பன் பேசட்டும். தன் கைமீறி தன் உதவியும் தயவும் இல்லாமல் ஆளாகிவிட்டானே என்ற எரிச்சல். தனக்கு முன்னால் தலைநிமிர்ந்து பேசுகின்றானே என்ற வேகம். இருக்கத்தான் செய்யும்.

ஆனால், நீ - நீ அப்படியா?

உன்னால் இப்போது எப்படித் தனிமையைக் கழிக்க முடிகிறது? அப்பா, அம்மா, தங்கை... மாதவி... இவர்களிலேயே திருப்தி கண்டு விட்டாயா...?

ஆனால் என்னால் முடியவில்லையே...! உன் பிடிவாதம், வீம்பு. முரண்டு இவற்றிலேயே பழகிப்பழகி - அவற்றையே விரும்பத் தலைப்பட்டுவிட்டேனோ...? இத்தனைக்கும் மீறி எப்போதாவது நீ காட்டும் கனிவு... எனக்காக நீ மலர்த்தும் புன்னகை. என்னைக் கண்டு உன் கண்களில் சுரக்கும் ஒளி...

உன்னைக் காணும்போது, உன் கனவுகளில் நான் என்னை மறந்து தவிக்கும்போது... நீ இல்லை என்று நிரந்தரமாக ஆகிவிட்ட பின்பும்... என்னால் முடியவில்லையே...! ஆனால் - அதற்காக, உன் வீட்டு வாசற்படியில் வந்து நின்றுகொண்டிருப்பேனா? அத்தனைக்கு நான் பலவீனமானவனா...? என் மனதென்ன வாழைத்தண்டா? வளைத்ததும் படீரென ஒடிந்து போவதற்கு?

★ ★ ★

சொக்கலிங்கம் பிள்ளை வீட்டில் நுழைவதற்கு அவர்களுக்கு என்னவோ போலிருந்தது. வரவேற்பு எப்படி இருக்குமோ என்ற அச்சம். தங்களை எப்படி இனங்கண்டு கொள்வார்கள் என்ற ஐயப்பாடு. எப்படியும் போய்ப் பார்த்துவிட்டு வந்துவிடுவது என்ற உறுதியில் கடைசி நிமிடத்தில் விரிசல் விழுந்து விடக்கூடாதே என்ற தற்காப்பையும் மீறித் தலையெடுத்த ஒரு மனப் பரபரப்பு.

முதலில் இரண்டு நாள் விடுமுறையைக் கன்னியாகுமரியில் கழித்துவிட்டு வருவதுதான் இராமநாதன் குடும்பத்தினரின் திட்டமாக இருந்தது. முதல் நாள் ஒய்வு முடிந்து மறுநாள் சாப்பாட்டுக்குப் பிறகு காந்திமதிதான் அந்த யோசனையைச் சொன்னாள்.

''ஏங்க... வந்ததே வந்தோம்...? சுசீந்திரத்துக்குப் போயி பார்வதியையும் பிள்ளையையும் பார்த்துக்கிட்டுப் போலாமா? நாமாவது சொல்லிச் சமாதானப்படுத்தி கொண்டுவிடச் சொல்லலாமே!''

''சொல்லலாம்... ஆனா சிவதாணு என்னவாது சொன்னாம்ணா? சொக்கலிங்கம் பிள்ளையை நாம் முன்னப் பின்னே பார்த்தது கிடையாது. 'யாரு? எங்கே வந்தே?' அப்படீண்ணுட்டா...''

''சொன்னாச் சொல்லீட்டுப் போறான். ஆனா எனக்கென்னமோ நாமளாப் போனா அவன் மாமனாரு கேட்பாருண்ணு தோணுகு... எதுக்கும் போய்ட்டு வந்திரலாமே!''

அரைகுறை மனதோடு அவர் சம்மதித்துவிட்டாலும், என்ன நடக்குமோ என்ற திகில் காந்திமதியின் மனத்தில். லதாவுக்கும் மாலுவுக்கும் மாதவியைப் பார்க்கப் போகிறோம் என்ற உற்சாகம். ஏதோ சண்டையிருக்கிறது என்பதை அவர்கள் உணர்ந் திருந்தார்களேயன்றி, முழுதும் விளங்காததால், களங்கமில்லாத குழந்தைத் துள்ளல்.

பஸ்ஸைவிட்டு இறங்கி தெற்குத் தெருவினுள் புகுந்து வீட்டை விசாரித்துக்கொண்டு நெருங்கும்போது ஒரு கலவரம். என்ன நடந்து விடப் போகிறது என்ற நிதானம் இராமநாதனிடம் இருந்தாலும், காந்திமதிக்கு-

இதுவரை பார்த்திராத பெண் பார்வதி. தன்னைப் பற்றி என்ன அபிப்பிராயம் வைத்திருப்பாளோ என்ற தயக்கம். அன்று தன்னையும் சேர்த்துப் பேசியவளுக்கு இதற்கெல்லாம் அவளும் ஒரு காரணம் என்ற பகையுணர்ச்சியில் ஏதாவது சொல்லி விட்டால்?

பார்வதியையும் மாதவியையும் பார்க்கப் போகிறோம் என்பதில் மேலெழுந்த ஆர்வம், புதிய இடத்தைக் கண்டதும் மருண்டு பின்வாங்க, அம்மாவின் பின்னால் ஒட்டிக்கொண்ட மாலுவும் லதாவும்.

இதைச் சிவதாணு அறிந்தால் என்ன சொல்வானோ என்ற குறுகுறுப்பு இருந்தாலும் அவனை என்ன கேட்பது என்ற உரிமையில்... சண்டை போட்ட நாளிலிருந்தே அவன் தவிப்பையும் கண்டுதானே வருகிறாள்? சலனங்களைத் தூரத்தள்ளி மனக்கதவை அவன் இழுத்துப் பூட்டுவதை உணராமலா இருக்கிறாள்?

அவனிடம் கேட்டால் முகத்திலடித்தாற்போலப் பதில் சொல்லுவான். ஆனாலும் இப்பவும் பார்வதியை அவனால் மனப்பூர்வமாக மறக்கவோ வெறுக்கவோ முடியவில்லை என்றால் - பார்வதியிடம் இருக்கின்ற ஏதோ ஒன்று அவனைக் கவர்ந்து ஈர்க்க முயன்று இழுத்தும் விட்டது என்பதுதானே பொருள்?

வீட்டின் படியேறி மங்களாவில் நுழைந்ததும், ஆள் நடமாட்டமே இல்லை. பள்ளிக்கூடம் விட்டு அப்போதுதான் அவர்கள் பின்னால் வந்த பவானி, இவர்கள் யாரென்று தெரியாமல் விழித்து, 'அம்மா' என்று குரல் கொடுத்த உடன் அடுக்களையிலிருந்து எட்டிப் பார்த்த நீலாப்பிள்ளைக்கும் விபரம் புரியாத மருட்சி. இராமநாதன் நிலைமை புரிந்து சொன்னார்.

''நாங்க ஆறுமுக நேரியிலிருந்து வாறோம்... சொக்கலிங்கம் பிள்ளை இல்லையா?''

வந்திருப்பவர்கள் யாரென்று ஊகித்துக்கொள்ள நீலாப் பிள்ளைக்கு அதிக நேரமாகவில்லை. அவர்களை உட்காரச் சொல்லிவிட்டு, சொக்கலிங்கம் பிள்ளையை வரச் சொல்லி கடைக்கு ஆளனுப்பினாள். பவானி அறிவித்த செய்தி கேட்டு வெளியே வந்த பார்வதியைப் பார்த்தாள் காந்திமதி.

இவளா? இந்தப் பெண்ணா அப்படியெல்லாம் நடந்து கொண்டாள்? மெலிந்து, முகம் இருண்டு சோக சித்திரமாக நிற்கின்ற இவளா?

காந்திமதிக்குத் துக்கமாக இருந்தது. பார்வதியின் பக்கம் சென்று ஆறுதலாக அவள் தோளைத் தொட்டதும் - கரையுடைந்த வெள்ளமாகக் கண்ணீர் பொங்கிப் பெருக, விம்மலும் விசும்பலுமாக அவள் தோளைத் தழுவிக்கொண்டு பார்வதி கதறியபோது, காந்திமதியின் கண்கள் கசிந்தன.

இதைக் கண்டும் காணாமலும், பவானியும், லதாவும் மாலுவும் தூக்கிக் கொஞ்சிய கொஞ்சலில் மாதவி கெக்கலி கொட்டிச் சிரித்தது.

39

இராமநாதனும் காந்திமதியும் குழந்தைகளும் சுசீந்திரம் போய்வந்த செய்தி சிவதாணுவை எட்டியபோது அவனுக்கு அதிர்ச்சியாகவே இருந்தது. யானைகளால் மோதப்படுகின்ற கோட்டைக் கதவுகளைப் போன்று காந்திமதி எழுதிய சொற்கள் ஒவ்வொன்றும் அவன் உள்ளத்தில் மொத்துண்டன. முனை மழுங்காத ஈட்டிகளாக அவை குத்திக் கிழித்தன.

காந்திமதியால் குரூரமாகச் சட்டையுரிக்கப்பட்ட அவன் பலவீனம்...

பிடிவாதக் கயிற்றின் பிரிகள் இற்றுப் போவதை அறிந்தாலும் தான் எப்படிப் போய்க் கூட்டிக்கொண்டு வருவது?

அவள் விரும்பினால் - மனப்பூர்வமாக வருந்தினால் - எப்போது வேண்டுமானாலும் வரட்டும்... என் புண்கள் புண்களாகவே இருந்துவிட்டுப் போகட்டும்... அதற்காக அவளை ஏன் கொடுங்காட்டில் தவிக்கவிட வேண்டும்? திரும்பிய பக்கமெல்லாம் கொடுஞ்சரமாகப் பார்வைகள் என்னைத் துளைக்கின்ற போது அவள் பாவம் பெண் அல்லவா? எப்படிப் பொறுப்பாள்.

ஆனால்... அதற்காக...?

அவருக்கென்ன அத்தனை பிடிவாதம்? செய்ததையும் செய்துவிட்டு, வேண்டுமானால் நான் போய்க் கூட்டிக்கொண்டு வரலாமாம்... நான் போய்... அந்த வீட்டில் நுழைந்து...

மங்களாவில் கனகம்பீரமாக எழுந்தருளி இருக்கும் மாமனார் மகா சந்நிதானத்தில், திருச்சமூகத்தில், அவர் கோபமாக இருக்கிறாரா, வருத்தமாக இருக்கிறாரா, மகிழ்ச்சியில் மிதக்கிறாரா என்று ஊகித்து - இடம் பொருள், ஏவல் கணக்கிட்டு...

அரசே! தங்கள் செல்வக்குமரியை அடியேன், எளியேன், நாயினும் கடையேன் அழைத்துக்கொண்டு போவதற்குத் திருவுளம் பாலித்து அருள வேண்டும் என்று தாழ்மையுடன் இறைஞ்சி...

"ம்ம்... அவ வாறாண்ணா கூட்டிட்டுப் போயேன்..." என்று அவர் திருவாய் மலர்ந்து அருளி, அந்த மகிழ்ச்சியில் உள்ளம் பூரித்து, உடல் புளகப்பட்டு, மெய்சிலிர்த்து, ஊற்றெனக் கண்ணீர் கன்னங்களில் வழிய, நிலம்தொட்டு வணங்கி, முன்புறம் காட்டிலே பின்னால் நகர்ந்து...

ஆகா...! என்ன அருமையான யோசனை! எப்போது வேண்டுமானாலும் நான் போய்க் கூட்டிக்கொண்டு வரலாமாம்... எப்படி? எப்படியடா சிவதாணு? மீண்டும் தோற்றுப் போகின்றவன் நீ... உனக்குப் பெண்டாட்டி வேண்டுமானால் - அவளின்றி உன்னால் உயிர்வாழ முடியாதென்றால், சூடு, சுரணை, மானம், வெட்கம் எல்லாம் விட்டு, உன் தன்மானத் திரவியங்களைப் புதைத்துவிட்டு, காயம்பட்ட உன் மானுடத்தைத் துவைத்துத் தள்ளி வாரி எறிந்துவிட்டு, நீ போய்க் கூட்டிக்கொண்டு வரலாமாம்...

வெறுப்பில் சிவதாணு உதட்டைச் சுழித்தான்.

கடிதக் கத்தையினுள் கிடந்த மாலுவின் கடிதத்தை மட்டும் மீண்டும் படித்தான். கோணல் மாணலாக, 'மாதவி எங்க கூட வரணும்ணு அழுகு... நீ இங்கே வந்ததும் அத்தையையும், மாதவியையும் கூட்டீட்டு வந்திரு... இல்லாட்டா அடிதான் உனக்கு...' என்ற கிறுக்கல். அவற்றின் ஊடே அந்தச் சிறுமியின் முகம்... அவளின் வேண்டுகோளும் கண்டிப்பும்...

சிவதாணு சஞ்சலப்பட்டான்.

பவானியிடமிருந்து தனக்குக் கடிதம் வரும் என்று சிவதாணு சற்றும் எதிர்பார்க்கவில்லை. சாதாரணமாக உறவு சரியாக இருந்த காலத்தில், பார்வதியிடமிருந்து எப்போதாவது கடிதம் வருவதுண்டு. 'இந்த சனிக்கிழமை வீட்டுக்கு வாருங்கள்; எனக்கு உங்களைத் தேடுகிறது' என்ற வரிகளிலேயே அவன் நெகிழ்ந்து போவான்.

அந்த நினைவுகள் வெறும் நினைவுகளாகவே தங்கிவிட்ட பிறகு -

கையெழுத்தைப் பார்த்துக் கடிதம் யாருடையது என்று முதலில் அவனால் கண்டுகொள்ள முடியவில்லை. கவரைத் திருப்பிப் பார்த்தான். எங்கிருந்து என்ற முகவரியும் இல்லை. பிரிப்பதற்கு முன்னால் அஞ்சல் முத்திரையைக் கவனித்தான். ஒரே இருட்டு...

'யாரிடமிருந்து' என்று முனகிக்கொண்டே, மேசைமீது போட்டு, ஷு லேசுகளை அவிழ்த்துக் கழற்றிப் போட்டுவிட்டு, அலுவலக ஆடைகளைக் களைந்து, சாரம் ஒன்றைக் கொடியிலிருந்து உருவிக் கட்டி முகம் கழுவப் போனான். குளிர்ந்த தண்ணீரால் களைப்பைத் துடைத்து விட்டு மீண்டும் கடிதத்தைக் கையிலெடுத்தான்.

உள்ளிருக்கும் தாள் கிழிந்துவிடாமல், தூக்கிப் பார்த்து ஓரத்தைக் கிழித்தான். நோட்டுப் புத்தகத்திலிருந்து கிழிக்கப்பட்ட அரைத்தாள்கள் கத்தையாக விழுந்தன. என்னடா இது? இத்தனை பெரிய கடிதம்...?

என்னது...? பவானியிடமிருந்தா...?

அவன் திகைத்துப் போனான். கடித வரிகளில் கண்கள் ஓடின.

'அன்புள்ள அத்தானுக்கு -

நான் இன்னும் உங்களை அத்தான் என்று அழைக்கலாம் என்றே நினைக்கிறேன்...''

சிவதாணு அயர்ந்து போனான். பொறிகலங்கிப் போயிற்று. ஒன்றும் தெரியாத சிறுமியா இவள்? கல்யாணத்தின்போது பாவாடையும், சிற்றாடையும் அணிந்து கேலிப் பார்வை பார்த்த பொடிசா? கண்களாலும், சொற்களாலும் கிண்டல் காட்டித் திரிந்தவளா... எங்கே சொடுக்க வேண்டும் என்று தெரிந்து அல்லவா சொடுக்குகிறாள்? என் பிடிவாதத்தைக் குத்திக் காட்டுவதுபோல - இன்னும் என்னதான் நடந்தாலும் நீ என் அக்கா கணவன்தான், எனக்கு அத்தான்தான் என்று உறவு கொண்டாடு வதைப்போல - அந்தக் கள்ளமற்ற முகம் ஒரு நொடிப்பொழுது அவன் கண்முண் நின்றது. கடிதத்தைத் தொடர்ந்து படித்தான்.

'வீட்டில் யாருக்கும் தெரியாமல் இதை எழுதுகிறேன். எல்லோரும் உறங்கிய பிறகு, வீட்டுப் பாடம் எழுதுவதைப்போல, நாலு மாதம் முந்தி, ஆறுமுகநேரிக்கு உங்களுக்கு ஒரு கடிதம் எழுதினேன். ஆனால், நீங்கள் பதில் எழுதவில்லை. என்மீது கூடக் கோபம் போலும் என்று எண்ணினேன். ஆனால், போன மாதம் காந்திமதி அக்கா இங்கு வந்த போதுதான், நீங்கள் சென்னையில் இருப்பதாக அறிந்தேன். ஒருவேளை அப்பாவுக்கோ, அம்மாவுக்கோ இது முன்னமேயே தெரிந்திருக்கக்கூடும், ஆனால், என்னிடம் யார் சொல்லுகிறார்கள்? இப்போது லதாதான் சென்னை முகவரியைத் தந்தாள்.

நீங்கள் அக்காவை வந்து கூட்டிக்கொண்டு போவதில் எல்லோருக்கும் சம்மதம். அப்பா அப்படிப் பேசிவிட்டதினாலேயே, எப்படி உங்கள் முன் வலியவந்து நிற்பது என்று கூசுகிறார். அக்கா அழுதழுதே செத்துப் போய்விடுவாள் போலிருக்கிறது. நீங்கள் 'வா' என்று சொன்னால் போதும். உடுத்த சீலையோடு பின்னால் இறங்கி விடுவாள். அந்தப் பாடு அவள் பட்டாச்சு...

மாதவி உங்கள் அச்சாக இருக்கிறது. 'அப்பா' என்று திருத்தமாகச் சொல்லும் உங்களைப் பார்த்தால் விடவே செய்யாது...!'

பெரிய கொடுங்கணைகள் மோதி முனை மழுங்கிப்போய் விட்டாலும், இந்தப் பூ வேல்கள் அவனைத் துன்புறுத்தின. காந்திமதியின் கடிதம் ஏற்படுத்திய அதிர்வுகளிலிருந்தே அவன் இன்னும் முற்றிலும் விடுபட்டாகவில்லை.

அதற்குள் இன்னொன்று.

அதுவும் - யாரை வெறுத்தாலும், வெறுப்பின் சாயலே படமுடியாத பவானியிடமிருந்து.

''நீங்கள் அக்காளை அடிச்சேளா...?'' என்று அன்று கேட்ட கேள்வி இன்றும் சிவதாணுவின் நினைவில் சுழன்றது. எவ்வளவு பாசம் வைத்திருந்தால் அப்படிக் கேட்கத் தோன்றும்?

இன்று தன்னையே குற்றவாளிக் கூண்டில் நிறுத்தி, தேனில் குழைத்த கசப்பு மருந்தாக அவள் சரம் தொடுக்கின்றபோது, அடக்கமாக உட்கார்ந்து பாடம் கேட்ட பாங்கு. பரிவுடன் தனக்குச் சாப்பாடு பரிமாறிய பதவிசு, மற்ற நேரங்களில் எப்போதும் தயாராக வைத்திருக்கும் கிண்டல் -

எத்தனை அற்புதமான பெண்?

கல்யாணமான முதல் கிழமையில், படிப்பதற்குப் புத்தகம் கேட்டதும் அவள் 'இந்தா' என்று எண்சுவடியை நீட்டியதும் - சிவதாணு இன்றும் வாய்விட்டுச் சிரித்தான். சிரிப்பின் ஊடேயே வேதனை இழை இழைந்து இழைந்து, சிறுகச் சிறுக வளர்ந்து, சிரிப்பைக் கொன்று வெற்றிக் கெக்கலி கொட்டியது.

பவானி, நீ புரியாமல் பேசுகிறாய்...! எனக்காகக் பார்வதி அழுது புரளுகிறாள் என்று காந்திமதி எழுதிய அன்றே என் நெஞ்சப் பூட்டுகள் கழன்று விட்டன. மாதவி 'அப்பா' என்று அழுத்தந்திருத்தமாகச் சொல்லுகிறாள் என்று லதா அறிவித்தபோதே என் மனக்கதவுகள் இற்றுப் போயின. 'நீ அத்தையைக் கூட்டிக்கொண்டு வராவிட்டால் அடிதான்...' என்று என்னையே மாலு தண்டித்துவிட எண்ணியபோது மடமடவெனக் கதவுகள் சாயத் தொடங்கிவிட்டன. இப்போது நீ வேறு நெம்புகோல் போட்டு நிலையையே தூக்குகிறாய்...!

ஆனால்... நான் எப்படி வருவேன் என்பதை யோசித்தாயா...? அவள் என் மனைவிதான்! வருந்திக் கண்ணீர் பெருக்குகிறாள் என்ற போதே நான் பாகாகிவிட்டேன்... ஆனால், நான் வந்து எப்படிக்

கூட்டிக்கொண்டு போக முடியும்? என் முகத்தைப் பார்ப்பதற்கு உன் அப்பாவுக்கு இருக்கின்ற வெட்கம் எனக்கு இருக்காதா...? புண்படுத்தப்பட்டவன் நானல்லவா?

தான் எப்படி வலியப் போவது என்ற கோட்டம் அவர் மனதில் இருக்குமானால் நாயைப்போல - ஆம், நாயைப்போல அடித்துத் துரத்தப்பட்ட நான் - செருப்பும், மணிபர்சும், சாவிக்கொத்தும்கூட எடுக்க மறந்து மரத்துப் போய் வெளியில் வந்த நான் - எப்படி வர முடியும்?

யாரைக் கண்டும் நான் அஞ்சவில்லை. இருந்தாலும், என்னுள் இருந்து என்னை அரசாளுகின்ற என் மனச்சாட்சி, அது ஒத்துக்கொள்ள மாட்டேன் என்கிறதே!

அவள் பெண், தானாக இறங்கி வர முடியாதுதான். ஒருவேளை, வந்தால் நான் கழுத்தைப் பிடித்துத் தள்ளிவிடுவேன் என்ற அச்சம்கூட இருக்கலாம். ஆனால் -

என்னால் ஒன்றும் செய்ய முடியவில்லையே! மருமகன் என்ற உறவைச் சொல்லிக்கொண்டு, அந்த வீட்டினுள் நுழைவது என்பது எனக்கே சரியாகப் படவில்லையே! வருத்தமாகவே இருக்கிறது... தனிமை என்னைக்கூடச் சல்லடையாகத் துளைக்கிறது. பெற்ற பெண்ணின் முகத்தைப் பார்க்க வேண்டும் என்ற ஆசையைக்கூடக் கல்லால் அடித்துக் குற்றுயிராக்கிப் போட்டிருக்கிறேன்...

பவானி புரிகிறதா உனக்கு...? நான் அந்த எல்லைக்கு நொந்து போயிருக்கிறேன்.

★ ★ ★

ஆறு மாதத்தில் லதா அடையாளம் தெரியாமல் வளர்ந்து விட்டிருந்தாள். புதிதாகப் போடப்பட்டிருந்த தாவணி தோளில் நிற்க மாட்டேன் என்கிறது. அவனைப் பார்த்ததில் அவளுக்கு வெட்கமும் மகிழ்ச்சியும். மாலு வழக்கம்போல அவன் கால்களைக் கட்டிக் கொண்டது.

பெட்டியைக் கொண்டு வீட்டில் போட்டுக் குளித்து உடை மாற்றிய கையோடு, அவன் அங்குதான் வந்தான். இராமநாதனைக் காணோம். மாலு போட்ட கூப்பாடு... "யம்மா... யம்மோவ்... மாமா வந்தாச்சு..."

அவள் கன்னத்தில் தட்டிக்கொண்டு, நாற்காலியில் உட்கார்ந்த பிறகு, அடுக்களையில் வேலையாயிருந்த காந்திமதி வந்தாள். 'வா' என்று அவனைப் பார்த்துச் சொல்லிப் புன்சிரித்தாலும், பின்புலத்தில் அவன் விரும்பாத ஒன்று இனம் காட்டியது.

உண்மையாகவே அவன்மீது கோபம் இருந்தது அவளுக்கு. பாழுக்குப் பெண்பிள்ளை ஒருத்தியின் வாழ்வைக் கெடுக்கிறான் என்பதால் வந்த வெறுப்பு.

தான் சொல்லியும் பிடி கொடுக்காமல் மழுப்பிய வருத்தம்.

உடைந்து நொறுங்கிய பெண் இதயம் ஒன்றைப் பார்த்துவிட்ட பச்சாதாபம் -

''சுசீந்திரத்துக்கு எப்பப் போகப் போறே?''

அவன் பதில் சொல்லாமல் அவளைப் பார்த்தான். எப்போது வருவான் பிடித்துக்கொள்ளலாம் என்று இருந்தாளோ?

''ஏன், வாயிலே கொழுக்கட்டையா...? பதில் சொல்லேன்...''

''போகப் போறதில்லே...''

''அப்போ ஒண்ணு செய்யி... ஒரு பாட்டில் வெஷம் வாங்கித்தா... நான் கொண்டு கொடுத்துட்டு வாறேன். இப்படி வாழ்நாள் பூரா அழுது சாவதைவிட ஒரேயடியாச் செத்துத் தொலையட்டும்... உன்னை மாதிரி ஆளுகளுக்குக் கழுத்தை நீட்டியாச்சுண்ணா அதானே கதி?'' பரிதாபமாக அவளைப் பார்த்தான் சிவதாணு.

''என்னை என்ன செய்யச் சொல்லுகியோ? நான் ஏற்கெனவே புண்ணாகிக் கிடக்கேன்...''

அவள் தீர்க்கமாக அவனைக் கூர்ந்து நோக்கினாள்.

''மனப்பூர்வமா வருத்தப் படுகாண்ணு நீங்க சொன்னா, அவ எப்ப வேணும்ணாலும் வரட்டும்... நான் யோசிச்சுப் பார்த்துத்தான் சொல்லுகேன்... நானாப் போயிக் கூப்பிடுகதுங்கது இந்தச் சென்மத்திலே இல்லே...! என்னால் முடியாது...!''

''அவ பொம்பிளை... எப்படி வர முடியும்?''

''பின்னே என்னதான் செய்யச் சொல்லுகியோ?''

''எப்படியாம் போ... பொண்டாட்டி பாடு, மாப்பிள்ளை பாடு...! நானும் சொல்லுக மட்டும் சொல்லியாச்சு. கூடப் பிறந்த தம்பீண்ணா சொன்னாத் தட்டுவானா...? என்ன இருந்தாலும் நான் மூணாம் மனஷி தானே...''

முகத்தைத் திருப்பிக்கொண்டு காந்திமதி அடுக்களைக்குள் போய்விட்டாள்.

லதாவும் மாலுவும் அவனை வைத்த கண்வாங்காமல் பார்த்துக் கொண்டு நின்றனர்.

40

சிவதாணுவுக்கு இருப்புக் கொள்ளவில்லை.

ஆறுமாதம் மறந்து போயிருந்த வேலை. பிரமோஷனில் வந்த புதிய துறை வேறு. மேசைமீது கிடந்த பேப்பர்களைப் படிக்க முயன்றான். ஒன்றும் மூளையில் ஏறமாட்டேன் என்கிறது. மனம் குழம்பிக் கிடக்கிறது.

நேற்று காந்திமதி அப்படி வெட்டி முறித்தாற் போலப் பேசிவிடுவாள் என்று அவன் எதிர்பார்க்கவில்லை. எப்போதும் கனிவையே காட்டுகின்ற முகம், வெறுப்பை உமிழ்ந்தால் - உடனேயே அங்கிருந்து கிளம்பி வந்து விட்டாலும், நெஞ்சைவிட்டு நீங்காமல் தொடர்ந்து வரும் நினைவுகள். இராவணனின் தலைபோல வெட்ட வெட்டத் தழைக்கும் ஆசைகள்.

'இறப்பறியா நெஞ்சினுளே ஆசையெனும் நாய்கள்' யார் பாடியது? கலைக்கூத்தனா?

எவ்வளவு ஆற்றாமையுடன் சொன்னாள்? சொந்தத் தம்பியாக இருந்தால் தட்டுவானா என்று! சொந்தத் தம்பியைவிட மேலாக ஆசையும் பாசமும் காட்டியும், பிடிவாதத்தைவிட்டுக் கொடுக்காமல் கம்புபோல நிற்கிறானே என்ற ஆவேசம். நல்ல பிள்ளைகளின் வாழ்வு நாசமாகப் போகிறதே என்ற வருத்தமோ?

அவளுக்காக... அவளுக்காகவாவது நான் விட்டுக் கொடுத்தால் என்ன? தொலைந்து போகிறது என்று போய்க் கூட்டிக் கொண்டு வந்தால் என்ன?

அது எப்படி முடியும்? இதிலும் தோல்வியா? அப்படி யானால், இப்படி ஒரு வருடமாக உளைச்சல் பட்டிருக்க வேண்டாமே! சண்முகம்பிள்ளை சொன்ன உடனேயே சம்மதித்து விட்டிருக்கலாம். இந்த ஒன்பது மாதமாகப் பட்ட நோக்காடு வேண்டியதில்லையே! அவர் வந்து சொல்லிய அன்று கேட்காமல் மனதைக் கல்லாக்கிக் காயப் போட்டுவிட்டு, இன்று எப்படி

வலியப்போவது? அதுதான் சொல்லிவிட்டேனே...! எப்போது வேண்டுமானாலும் வரட்டும்... வேண்டுமென்றால் இவள்தான் கடிதம் எழுதிப் போடட்டுமே! இதை விட நான் என்ன செய்வது? பெரிதாகச் சொல்ல வந்துவிட்டார்கள்... சொந்தத் தம்பியாக இருந்திருந்தால் கேட்டிருப்பானே என்று. சிவதாணுவுக்கு சலிப்பாக இருந்தது.

மேசைமீது பியூன் கடிதம் ஒன்றை வைத்துவிட்டுப் போனான். நெடுநாளைக்குப் பிறகு கந்தசாமியிடம் இருந்து. அவனைப் பார்த்து ஆறு மாதமாகிறது.

சிவதாணு கடிதத்தைப் பிரித்தான்.

மகிழ்ச்சியான செய்தி. கல்யாணம் நிச்சயமாகி இருக்கிறது அவனுக்கு. பெப்ரவரி பன்னிரண்டாம் தேதி. எல்லாம் கல்யாணியின் ஏற்பாடு.

கடிதத்தைப் படித்துக்கொண்டே பெருமூச்சுவிட்டான். கந்தசாமியையும் கல்யாணியையும் நினைத்தபோது அவனுக்கு வியப்பாக இருந்தது. முறையற்ற தொடுப்பு; சொல்லப் போனால் கூடா ஒழுக்கம். ஆனாலும் அவனுக்காக அவள் ஏங்குகிற ஏக்கம். கஷ்டம் வரும்போதெல்லாம் கைகொடுக்கத் தயாராக இருக்கின்ற ஊக்கம்.

அவளே பெண் பார்த்து அவனுக்கு மணம் செய்வித்து வைக்கிறாள் என்றால்... எப்படி முடிகிறது? அவன் கல்யாணம் செய்துகொண்டால், பிறகு தன்னோடு பழகுவது நின்று போகுமே என்ற ஐயம் எழவில்லையா? அந்தத் துண்டிப்பால் அவளுக்கு வருத்தமோ ஏமாற்றமோ இருக்காது?

அதையும் தாங்கிக்கொள்ளலாம் என்று மனப்பான்மை இருப்பதாலல்லவா அவனுக்கு நல்லது செய்யத் துடிக்கிறாள்? சிவதாணுவுக்கு ஆச்சரியமாக இருந்தது.

பெண் வீட்டில் வைத்துக் கல்யாணம் நடக்கப் போகிறது. பெண் வீடு சுசீந்திரம்; பார்வதி வீட்டுக்கு மேற்கே இரண்டு வீடுகள் தள்ளி என்பதறிய அவனுக்கு துணுக்கென்று இருந்தது. ஒருவேளை உறவாகக்கூட இருக்கலாம்!

விடுமுறை கிடைப்பதுதான் சிரமம். கல்யாணம் இரவிலேயானாலும் எப்படிப் போவது?

போகாமல் இருப்பது சரியா? நெருங்கிய நண்பன், போகவில்லை என்றால் பிறகு அவன் முகத்தில் எப்படி விழிப்பது? ஒரேயடியாக முகத்தை முறித்துக்கொண்டு விடுவானே!

போவதை நினைத்தால் ஏற்படும் தடுமாற்றம்...

கந்தசாமியின் மிரட்டுகிற அன்பு 'தின்கிறாயா, திணிக்கட்டுமா?' என்ற போக்கு வேறு அவனை நெகிழ்த்தியது.

ஆனால், எப்படிப் போவது? விடுமுறை எடுக்க முடியாது! புதிய பொறுப்பை ஏற்றுப் பத்து நாட்களுக்குள் லீவு என்று கேட்பது என்ன ஒழுங்கு? என்ன செய்வது என்று சிவதாணு யோசித்தான்.

பார்வதி வீட்டுக்குப் பக்கத்தில் போகும்போது அவர்கள் கண்ணில் படாமல் வருவதெப்படி? உறவாக இருந்துவிட்டால்? இல்லாவிட்டாலும்கூட அண்டை வீட்டுக் கல்யாணமாயிற்றே! சொக்கலிங்கம் பிள்ளையோ, நீலாப்பிள்ளையோ எதிர்ப்பட்டால் - பவானி பார்த்தாள் என்றால்... பார்வதி கண்டுவிட்டால்...? நம் பிடிவாதம் தாங்குமா?

தாங்கினால்கூட மகளையும் மனைவியையும் பார்த்துவிட்டு அவள் படுகின்ற பாட்டையும் ஏற்கனவே அறிந்திருந்துவிட்டு, மண்ணாக, மரமாக எப்படிச் சும்மா வந்துவிட முடியும்? வந்தால் என்னைப் பற்றி என்ன நினைப்பாள்? இவ்வளவு கேவலமானவனா என்று தூற்ற மாட்டாளா? மனமுடைந்து போகமாட்டாளா பவானி?

இதை எப்படிக் கந்தசாமியிடம் சொல்லிப் புரிய வைப்பது? கந்தசாமியின் கடிதத்திலேயே சிவதாணுவின் எண்ணம் சுழன்றது.

கந்தசாமியும், கல்யாணியும்...

எவ்வளவு ஆத்மார்த்தமான பிடிப்பு இருந்தால் இப்படி அவள் நடந்து கொள்வாள்? உடல் தேவைகளையும் மீறிய ஓர் ஒட்டுதல் பரிணமித்து விட்டதையல்லவா இது காட்டுகிறது? அவளே அப்படியானால் -.

நான் தொட்டுத் தாலி கட்டிய மனைவி...

அவளுக்கு என்மீது வருத்தம் - பிரிவின் துயரம் இருக்காதா?

அவள் வரட்டும். நான் வேண்டாம் என்று சொல்லவில்லை. மறுத்துத் துரத்தவில்லை. எப்படியாவது அவள் என்னை வந்து சேர்ந்து கொள்ளட்டும்... 'போடா ராஸ்கல்!' என்று தள்ளிய மனிதனின் வீட்டு வாசலில் நான் சென்று ஏறுவதா?

அவன் உறவு வேண்டாம் சரி. ஆனால், மகள் மட்டும் வேண்டுமா?

இரண்டு முனைகளுக்கிடையில் ஊசலாட்டம்.

இன்று கந்தசாமிக்குத் திருமணம். விடுமுறை தர முடியாது என்று சொல்லிவிட்டார்கள். போகாமல் இருக்கவும் முடியாது. வருவதாகக் கந்தசாமிக்குக் கடிதமும் எழுதியாயிற்று. எதிர்பார்ப்பான். இரண்டு மணி நேரம் பெர்மிஷன் போட்டுவிட்டு, பஸ் ஏறி நாகர்கோயிலுக்கு வந்தான் சிவதாணு. ஆறரைமணி ஆகிவிட்டது. ஏழரைக்கு முகூர்த்தம். பஸ்ஸை விட்டு இறங்கி நின்று சுசீந்திரத்தின் தெரு அமைப்பை மனதுக்குள் படம் போட்டுப் பார்த்தான்.

அதுதான் சரி! அப்படித்தான் செய்ய வேண்டும்..!

பார்வதி வீட்டுக்கு இரண்டு வீடுகள் தள்ளி என்றால், மேலத்தெருவைச் சுற்றிக்கொண்டு, தெற்குத் தெருவுக்கு வரலாம். அவள் வீட்டைக் கடக்க வேண்டிய அவசியம் இருக்காது. கடந்தால்தானே காண்பதற்கு?

ஆனால்... கல்யாண வீட்டினுள்ளும், தெருவில் நடந்து போகும் போதிலும் பலரும் பார்க்கத்தானே செய்வார்கள்? அங்கு பலருக்கும் தன்னைத் தெரியுமே? கல்யாணப் பரபரப்பில் கவனிக்காவிட்டால் கூட, தெருவில் போகும்போது பார்வைகள் படாமல் இருக்காதே!

டாக்ஸியில் போய்விட்டு, உடனேயே டாக்ஸியில் திரும்பி விடுவது என்று சிவதாணு தீர்மானித்தான். கூடிய மட்டும், பார்வைகளைத் தவிர்க்கலாமல்லவா? தெப்பக் குளத்தின் ஓரமாகக் காரைவிடச் சொல்லி, வடக்குத் தெருவில் திரும்பி மேலத் தெருவில் நுழைந்தபோது, நடுவில் நெடுநீளமாகப் பள்ளம் தோண்டியிருப்பதை அவன் கவனித்தான். தண்ணீர்க் குழாயில் ரிப்பேர். சலித்துக்கொண்டு டாக்ஸியைத் திருப்பி மீண்டும் கீழத்தெருவைச் சுற்றிக்கொண்டு தெற்குத் தெருவுக்கு வந்தான். மணி ஏழேகால் ஆகியிருந்தது.

முகூர்த்த நேரம் நெருங்கி விட்டது. ஆண்களும் பெண்களும் தெருவில் அங்குமிங்கும் நடமாடித் திரிந்தனர். ஒலிபெருக்கியில் நாதசுர இசை. சிவதாணு பயந்ததைப்போல, கல்யாண வீடு வரை கார் செல்ல முடியவில்லை. பார்வதியின் வீட்டுக்கு ஒரு வீடு முன்னாலேயே டிரைவர் வண்டியை நிறுத்தி விட்டான்.

இரண்டு நிமிடங்கள் வண்டியினுள்ளேயே இருந்தான். இருள் கவிந்து விட்டாலும், கல்யாண வீட்டு விளக்குகள் - வெட்கம் கெட்டு இருளோடு சோரம் போய்க்கொண்டிருந்தன. பார்வதியின் வீட்டு வாசலைக் கவனித்தான். நாலைந்து பெண்கள், வாசற்படியில் குழுமி, முகூர்த்தம் காணப் புறப்பட்டுக் கொண்டிருந்தார்கள்.

நல்லவேளை! பார்வதியோ, பவானியோ யாரும் கண்ணில் தட்டுப்படவில்லை. ஒரு வருடத்துக்குப் பிறகு தன்னை யாரும் எளிதில் கண்டுகொள்ள மாட்டார்கள் என்ற அற்ப உறுதி. ஒரு வருடமேயானாலும், தானும் மாறித்தானே விட்டிருக்கிறோம்!

டாக்ஸியை வெய்ட்டிங்கில் போட்டுவிட்டு கீழே இறங்கினான். பார்வதியின் வீட்டிலிருந்து இறங்கிய பெண்களில், ஒருத்தியின் கையில் பெண் குழந்தை ஒன்று. மாதவிதானோ? அதுவும் இந்தப் பிராயம்தான்... சே... இருக்காது! அலைபாய்ந்த மனதை அடக்கி கொண்டே...

தலையைத் தொங்க போட்டு, அங்குமிங்கும் பாராமல், யாரையும் கண்டுகொள்ள மாட்டேன் என்ற பிடிவாதத்தில், கடிவாளமும் கண் மறைவும் போட்ட குதிரையாகக் கல்யாண வீட்டை நோக்கி நடந்தான்.

பார்வதியின் வீட்டை எதிர்ப்புற ஓரமாக நடந்து தாண்டினாலும் மனம் படபடக்கிறது. யாராவது தட்டுப்படுகிறார்களா என்று ஓரப்பார்வையாக நடையைக் கடந்து மங்களாவில் விழிகளை எறிந்தான். உள்ளே யாரென்று புரிந்துகொள்ள முடியாத ஆளரவம். விருட்டென்று தெருவைக் கடந்து, கல்யாண வீட்டை அடைந்தான். வரவேற்றவர்கள் யாரையும் சட்டை செய்யாமல், உள்ளே நுழைந்து தன்னை முன்பின் அறியாத கூட்டத்தில் சங்கமமானான்.

மனம் வழக்காடவே செய்கிறது!

என்னடா சிவதாணு! யாரைக்கண்டு ஒளிகிறாய்! அஞ்ஞாத வாசமா? நீ நின்று நடத்த வேண்டிய கல்யாணம். உன் உயிர் நண்பனின் திருமணம். ஏன் இப்படி நடுங்கிச் சாகிறாய்? உன்னைக் கண்டுவிட்டால் என்ன? தலையைச் சீவிவிடுவார்களா? அத்தனை கோழையா நீ? உன்னைக் கண்டே நீ பயப்படுகிறாயா?

கண்டு கொள்ளட்டுமே...! தன்மானமுள்ள மனிதன்தான் நீ என்பதை அறிந்து கொள்ளட்டுமே...! உன்னால் இன்னும் எத்தனை காலமும் இந்த உறுதி தளராமல் இருக்க முடியும் என்பதை உணரட்டுமே...! நீ ஏன் மருள்கிறாய்?

கல்யாணத்துக்கு வந்திருந்த தன்னூர் மக்களிடம் இப்போது அவனால் தைரியமாக பேச முடிந்தது. 'அந்த' இடத்தை அவர்கள் பேச்சு தொட்டுவிடக் கூடாதே என்று அவன் பேச்சின் பாதையில் கவனமாக இருந்தான். 'அந்த' இடத்தை எப்படித் தொடுவது என்பதில் அவர்களும் கருத்தாகவே இருந்தார்கள். அவர்கள் கேட்டதற்குத் தயாராகு முன்னால்

ஒருவரைவிட்டு மற்றொருவர் என்று அவன் தாவித் திரிந்தான். ஆயிற்று. அவன் பயந்தபடி எதுவும் நடந்துவிடவில்லை. 'அவர்கள்' யாரும் அவனைக் பார்த்ததாகத் தெரியவில்லை.

கந்தசாமியை மணக்கோலத்தில் காண மகிழ்ச்சியாக இருந்தது. அவனைப் பார்த்துக் கண்ணடித்தான் கந்தசாமி. பரிசைக் கொடுத்துவிட்டு முதல் பந்தியிலேயே சாப்பிட்டுவிட்டு, அவசர அவசரமாகக் கந்தசாமியிடம் சொல்லிக் கொண்டு -

''என்ன அவசரம்? பிறகு போகலாம்...''

''இல்லே... நான் போகணும்... லீவு கிடைக்கல்லே... வாற சனிக்கிழமை நம்ம ஊர்லே பார்க்கலாம்...''

''இங்கே, போகல்லியா?''

''இல்லே... வரட்டா... டாக்ஸி நிக்குது...''

''எங்க ஓடீரப்போறே...? எனக்குப் பொண்டாட்டி உன் மாமனாருக்குச் சொந்தம்தானாம். நானும் அவளுமா இன்னும் பாத்து நாளையிலே உன் பொண்டாட்டியை இழுத்துக்கிட்டு ஆறுமுகநேரி வந்திருவோம்... அப்போ என்ன செய்வே...?''

''சரி சரி... விடு... ஆளைக் கேவலப்படுத்தாதே...! யாரும் கேட்டால் சிரிக்கப் போறா...!''

அவனிடமிருந்து பிய்த்துக்கொண்டு வரவேண்டியதிருந்தது.

இதோ இருக்கிறாள்...! இதோ... என் கண்ணுக்கெட்டும் தூரத்தில்... என் கைக்கெட்டும் தொலைவில்... நான் கூப்பிட்டால் போதும்... குரலைக் காட்டினாலே போதும்... என் தோள்மீது துவளுவாள்...

என் பிஞ்சு... இதோ பத்தடி தூரத்தில்... கையை அசைத்தால் என் மார்மீது தவழும்...

போகலாமா? போய்க் கூப்பிட்டு விடலாமா...?

சே... நாமாகவா...?

இத்தனை சபல சித்தனா நான்...?

அவளாக வரட்டும்... அவளாகவே வரவேண்டும்...

அறியாமல் இருக்க மாட்டார்கள் இதுவரை! வீட்டு வாசலைக் கடந்தும், தூசியைத் தட்டுவதைப் போல நினைவுகளைத்

தட்டிவிட்டுப் போய்விட்டான் என்பதை உணரட்டும்... அகங்காரக் கோட்டைகள் பொலபொலவெனப் பொடிந்து உதிரட்டும்...

சிவதாணு புழுவல்ல என்பதை உணருவார்கள். வருத்தமாகத்தான் இருக்கிறது. என்ன செய்வது? புண்படவே செய்வார்கள்.... படட்டுமே! நான் படவில்லையா? அணு அணுவாக, நொடிக்கு நொடி நான் நொந்து குமையவில்லையா... ஏங்கிக் கண்கள் இருண்டு, உள்ளம் சூம்பி, உலர்ந்து, உருக்குலைந்து போக வில்லையா?

சிவதாணு டாக்ஸியை நோக்கி நடந்தான்.

என்னைப் போலீஸில் பிடித்துக் கொடுத்து விடுவாய் இல்லையா? சிவதாணு மனதுக்குள் வெறுத்துச் சிரித்தான். உணர்ச்சியின் கசப்பு வெளியில் தெரிந்தது.

இத்தனை நாட்கள் கழிந்த பிறகு, நான் வந்து, உன் வீட்டில் ஏறி, உன் பெண்ணைக் கூட்டிக்கொண்டு போக வேண்டும்... அப்படித்தானே!

கடிகாரத்தைப் பார்த்தான். மணி எட்டேகால். ஆறுமுகநேரியை அடைவதற்குள் இரவு பன்னிரண்டும் தாண்டிவிடும்...

சிவதாணுவின் நடையில் இப்போது தளர்ச்சியில்லை!

யாரையோ கண்டு நடுங்கும் பதுங்கல் இல்லை.

தாழ்வும் தலைகுனிவும் இல்லை!

நிமிர்ந்து டாக்ஸியை நோக்கி நடந்தான்.

இப்போது பார்வதியின் வீட்டைக் கள்ளப் பார்வை பார்க்கும் மனச் சலனங்கள் இல்லை.

அவசரங்கள் இல்லாமல், ஒவ்வொரு அடியாக நிதானமாக எடுத்து வைத்து...

காந்திமதி அறிந்தால் -

சுசீந்திரம்வரை போய்விட்டுப் பார்வதி வீட்டைக் கடந்தும் போய்விட்டு, திரும்பிப் பார்க்காமல் வந்துவிட்டேன் என்பதை உணர்ந்தால், முகத்தைத் திருப்பிக்கொள்வாள்.

பயிற்சி முடிந்து சென்னையிலிருந்து வந்த பிறகு சரியாக முகம் கொடுத்துப் பேசமாட்டேன் என்கிறாள். இதையும்

அறிந்துகொண்டால் - மறைக்க முடியாது; மறைத்தாலும் இவர்கள் கடிதம் மூலமாவது அவளுக்கு எழுதுவார்கள்... தன்னைக் குத்திக் குதறி விடத்தான் செய்வாள்... அதற்காக நான் என்ன செய்வது?

திருப்பிவிடப்பட்டிருந்த டாக்ஸியினருகில் சென்றான். சுற்று முற்றும் பார்த்தான். டிரைவரைக் காணோம். கோயிலின் படிப்புரையில் உட்கார்ந்து பீடி பிடித்துக் கொண்டிருந்த டிரைவர், இவனைப் பார்த்து இறங்கி வந்தான். காரின் கதவைத் திறந்து பூட்டியிருந்த பின்பக்கக் கதவையும் திறந்து இக்னிஷன் சாவியைத் திருப்பினான்.

''கொர்ட் கொர்ட்... கொர்ட் கொர்ட்...''

சாகக் கிடக்கின்ற கிழவனைப்போல, அது மேல் மூச்சு கீழ் மூச்சு வாங்கியது. ஒருவேளை தள்ள வேண்டியது வருமோ என்ற சிந்தனையில், கதவைப் பிடித்துக்கொண்டு சிவதாணு நின்றான். நல்லவேளை! அடுத்த முயற்சியில் ஸ்டார்ட் ஆகிவிட்டது. அதன் முன் விளக்குகள் பளீரெனத் தெருவில் வீசி இருளை இடித்து நொறுக்கின. ஏறலாம் என்பது போலத் திரும்பி டிரைவர் சிவதாணுவைப் பார்த்தான்.

கதவை ஒரு கையால் விலக்கிப் பிடித்துக்கொண்டு, ஒரு காலை எடுத்துச் சிவதாணு காரினுள் வைத்தான்.

''நில்லுங்கோ...''

யார் இது?

எங்கிருந்து இந்தக் குரல்?

சிவதாணு திரும்பிப் பார்த்தான். அவனை எட்டிப் பிடித்துவிடுகிற வேகத்தில், ஓட்டமும் நடையுமாகப் பார்வதி தெருவைக் கடந்து அவனை நெருங்கினாள்.

இடுப்பில் குழந்தை. அதன் உடல் குலுங்கியது.

நிதானமாகச் சிவதாணு நின்ற வாக்கிலேயே பார்வதியை ஏறிட்டுப் பார்த்தான். கன்னங்களில் கண்ணீர் விழுந்து தெறிக்க, அதைத் துடைக்கவும் மறந்து, மாதவியை இடுப்பில் இடுக்கிக் கொண்டு, கால்கள் பின்னலிட்டுத் தள்ளாட, நெஞ்சம் பதைத்து -

அவனைப் பிடிக்க முடியாது போய்விடுமோ எனப் பரபரத்து...

மெலிந்துதான் போயிருந்தாள்.

சற்று நிறம் கூட மங்கியிருந்தது. உடலில் மினுமினுப்புக் குறைந்த வறட்சி. சாதாரண நூற்சேலை. தாலிச் செயினையும் கம்மல்களையும் கையில் இரண்டு வளையல்களையும் தவிர வேறு நகைகள் ஏதுமின்றி -

குழந்தை, இவன் யாரென்று தெரியாத மிரட்சியில்...

அழுவதா சிரிப்பதா என்ற யோசனையில்...

மூச்சிரைக்க வந்து அருகில் நின்றவளை ஊடுருவிப் பார்த்தான் சிவதாணு.

அந்தக் கண்கள்...

அவை சொன்ன கதை...

ஐந்து நொடிகளுக்குள் ஒரு சரித்திரத்தையே சொல்லிவிட முடியுமா?

நீண்ட நெடுமூச்செறிந்தான் சிவதாணு.

காரிலிருந்து காலை வெளியே எடுத்து, கதவை அவளுக்காக திறந்தான்.

புயல் போலக் காரினுள் புகுந்து, இருக்கையில் விழுந்தாள் பார்வதி. சிவதாணு திரும்பிப் பார்வதியின் வீட்டு வாசலைப் பார்த்தான்.

பவானி!

தாவணியின் தலைப்பால் கண்களைத் துடைத்துக்கொண்டு -

கையை உயர்த்தி அசைத்துக்கொண்டு -

உன் வேலைதானா எல்லாம்...?

அவன் கண்கள் கசிந்தன.

அவனும் கையை அசைத்துவிட்டு, காரில் ஏறிக் கதவை அடைந்தான்.

டாக்ஸி 'சரட்'டென்று கிளம்பிச் சீறி முன்னோக்கிப் பாய்ந்தது.

அவனையே கண்கொட்டாமல் பார்த்துக்கொண்டிருந்த மாதவியைப் பார்வதியிடமிருந்து பிடுங்கி மார்புறத் பிணித்து முத்தமிட்டான் சிவதாணு.

மடிமீது விழுந்து குலுங்கி அழுத பார்வதியின் முதுகை, அவன் இடது கை ஆதரவாகத் தடவிக் கொடுத்தது.

★ ★ ★